मोगलाई

विलास शेळके

राजहंस प्रकाशन

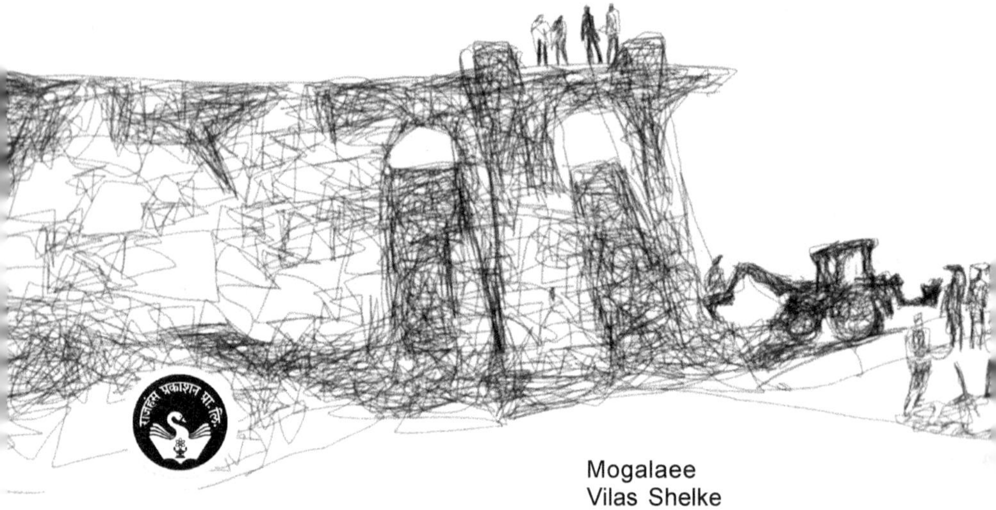

मोगलाई
विलास शेळके

संपादक : डॉ. सदानंद बोरसे

प्रकाशक
दिलीप माजगावकर
राजहंस प्रकाशन प्रा. लि.
१०२५, सदाशिव पेठ,
पुणे - ४११ ०३०.
फोन - (०२०) २४४७३४५९
E-mail : rajhansprakashan1@gmail. com
Website : www. rajhansprakashan. com

Mogalaee
Vilas Shelke

अक्षरजुळणी : मानस एंटरप्रायझेस
अंकिता अपार्टमेंट्स, विठ्ठलवाडी,
हिंगणे, पुणे - ४११ ०५१.
फोन : ९७६५५६३२१२४

मुद्रितशोधन : दीपाली कुलकर्णी

मुखपृष्ठ, आतील चित्रे व मांडणी :
अन्वर हुसेन

आवृत्ती पहिली : जुलै २०२२

राजहंस क्र. G-09-2022

ISBN 978-93-91469-51-1

निजामशाहीच्या ‘मोगलाई’विरुद्ध लढून
मराठवाड्यास मुक्ती देणाऱ्या जनतेला आदरपूर्वक...

‘मोगलाई’मागची भूमिका

जीवनात एक विशिष्ट भूमिका घेऊन मी जगलो नाही. मला तो कर्मठपणा आवडत नाही. ‘मोगलाई’ ही कादंबरी लिहिताना मी कोणतीही विशिष्ट भूमिका घेतली नव्हती. हीच माझी मोगलाईच्यामागची भूमिका. प्रत्येक दिवस उगवल्यावर आपल्या आयुष्यात येणारे प्रसंग आपल्याला अंगावर झेलावेच लागतात. त्यात आवड-निवड नसते. विशिष्ट भूमिका घेऊन आपण त्यांच्याकडे बघत नसतो. आपल्या जगण्याचा अविभाज्य भाग झालेले प्रसंग आपण कसे जगलो, तेही महत्त्वाचं असतं. असं आपलं जगणं म्हणजे आपल्यापुरतं एक जीवनाचं तत्त्वज्ञान असतं. माझ्यावर आदळणाऱ्या ह्या बऱ्या-वाईट प्रसंगांत मी माणूस म्हणून माणुसकीनं जगण्याचा प्रयत्न केला. तेच माझ्या जगण्याचं तत्त्वज्ञान झालं.

मराठवाड्यातील टोकाच्या जिल्ह्यात मी कार्यकारी अभियंता म्हणून पाच वर्षं काम केलं. त्या वेळी हा मध्यम प्रकल्प विभाग तर जवळजवळ टाळेबंदीच्या अवस्थेत होता. पण त्याला ऊर्जितावस्थेत आणून मध्यम प्रकल्पांची मातीची चार धरणं जी बंद पडलेली होती, ती पुन्हा सुरू केली, तसेच दरवर्षी एक धरण या वेगानं पूर्णही केली.

पश्चिम महाराष्ट्राच्या प्रगत जिल्ह्यांमधून मराठवाड्याच्या त्या मागास समजल्या जाणाऱ्या जिल्ह्यात जाऊन काम करणं, हा एक ‘कल्चरल शॉक’ होता. पण तो पेलून तिथल्या अधिकारी आणि कर्मचाऱ्यांना काळ-काम-वेगाचं गणित मला

शिकवावं लागलं. तेव्हा तिथं एक नवी कार्यसंस्कृती उभी राहिली. ह्या कादंबरीत धरणांच्या बांधकामापेक्षा धरण बांधणारे हात आणि त्यामागचं मन मला महत्त्वाचं वाटलं. त्यामुळे धरणं पार्श्वभूमीवर, तर त्याची निर्मिती करणारे पृष्ठभूमीवर आले.

निजामशाही, आदिलशाहीच्या अमलाखाली सातशे वर्षं राहिलेला भूभाग तिथल्या राज्यकर्त्यांच्या कार्यशैलीमुळे 'मोगलाई' म्हणून इतिहासात ओळखला गेला. कादंबरी या प्रदेशात घडते, म्हणून तिला 'मोगलाई' शीर्षक दिलं आहे. त्यात या प्रदेशाला दूषण देण्याचा हेतू नाही. उलट एके काळी हा प्रदेश संतांची भूमी म्हणून या राज्याचं भूषण होता तसाच आजही आहे, हे सांगण्याचा प्रयत्न आहे. भूकंपाच्या वेळी या भागातील लोकांनी जे असामान्य धैर्य दाखवलं आणि सरकारनं ज्या तडफेनं पुनर्वसनाचं काम केलं, त्याला अलीकडच्या इतिहासात तोड नाही.

विलास शेळके

नाशिक, दिनांक ५ एप्रिल २०२१

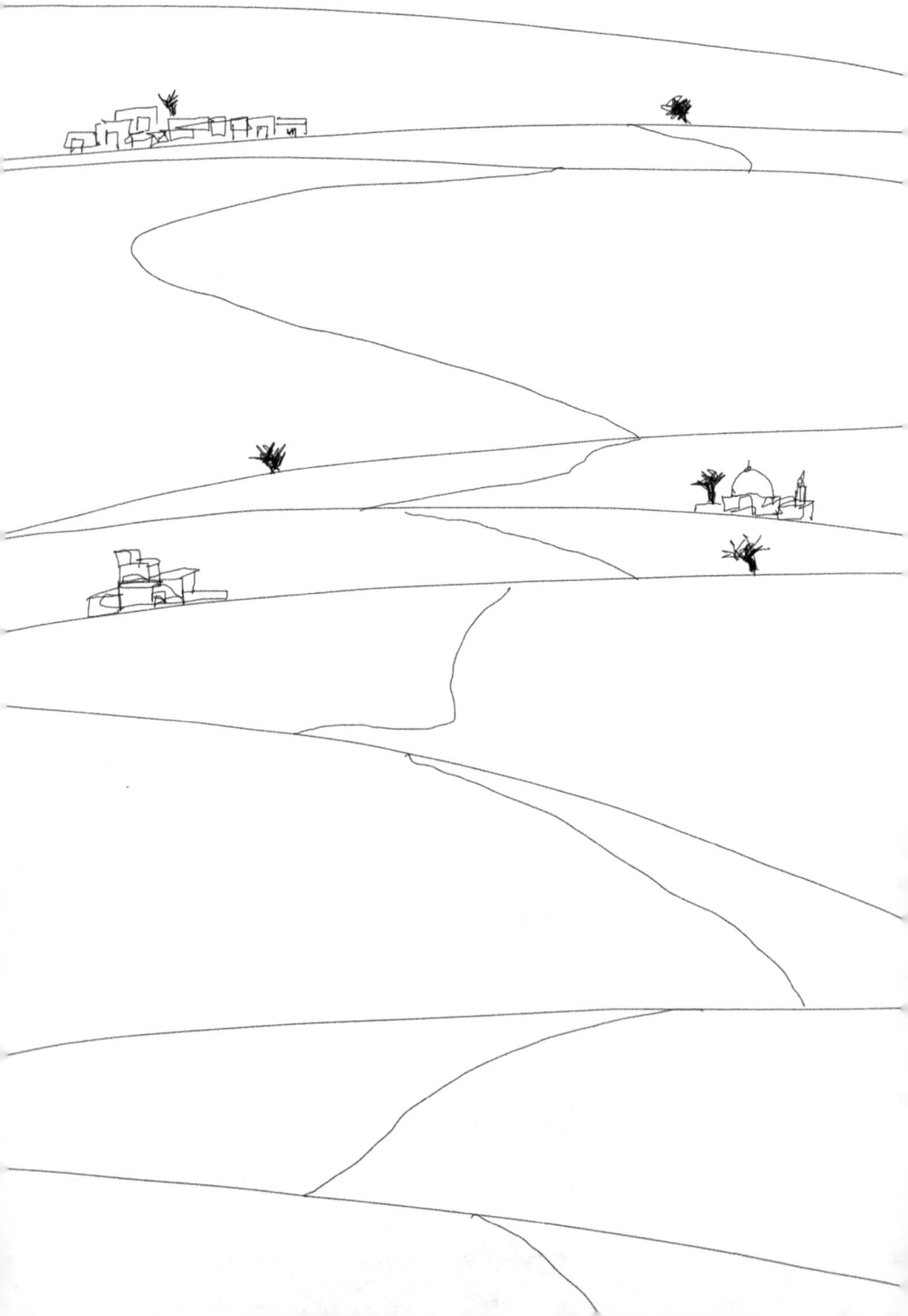

मोगलाई

एक

ह्या राजकारणी जिल्ह्याच्या टोकावरच्या गावातून अमरची गाडी जिल्ह्याची सीमा ओलांडून घाट चढू लागली. अमरनं तेव्हा सुटकेचा निःश्वास सोडला. गेल्या तीन वर्षांतल्या भल्याबुऱ्या गोष्टींनी त्याच्या मनात एकच कल्लोळ केला. 'सुटलो बुवा एकदाचा!' अमर नकळत पुटपुटला. शेजारी बसलेल्या त्याच्या बायकोला आरतीला त्याचं पुटपुटणं ऐकू आलं. 'काय झालं एवढं सुटायला? काय जेलमधून सुटलात की काय?' तिला राग येणं साहजिक होतं. तिचं माहेराचं गणगोत सोडून ती अमरबरोबर दूरच्या देशाला निघाली होती. आपल्या गणगोताला सोडून जाण्याचं दुःख तिला होतं, पण ती तसं दाखवत नव्हती. बागायती पट्ट्यातलं गार वारं वाहणं थांबलं होतं. आता बाहेरचा हिरवा रंग जाऊन करडा-पिवळा रंग दिसू लागला होता. ऊन तापलं होतं. खिडकीतून गरम वाऱ्याचे झोत येत होते. तशातही पुढच्या सीटवर दोन मुलं बसल्याजागी झोपी गेली होती. तिसरं धाकटं मूल तर अवघं सहा महिन्यांचं होतं. ते घट्ट छातीशी बिलगलं होतं. ती पदर ओढून त्याला पाजत होती. तिला माहेर सोडल्याचं वाईट वाटत होतं. पण नवऱ्याला नवीन

मुलूखगिरी करायची होती. त्याला सदैव साथ देण्याचं वचन तिनं तिच्या आईला दिलं होतं. त्यामुळे डोळ्यात पाणी न आणता ती अमरबरोबर निघाली होती.

अमरला आता ह्या नवीन बदलीच्या ठिकाणी त्याच्या योग्यतेचं काम मिळालं होतं. तो तरुण वयातच वरच्या म्हणजे कार्यकारी अभियंत्याच्या पदावर पोहोचला होता. त्यासाठी त्यानं लग्नानंतरही स्पर्धापरीक्षा दिली होती आणि वर्ग एकच्या अधिकाऱ्याच्या पदावर निवड होऊन त्याचं बुद्धिचातुर्यही सिद्ध केलं होतं. पण गेली तीन वर्षं तो रोजगार हमी योजनेची पाझर तलावाची छोटी-छोटी कामं करत सडत होता. कोणतंही काम छोटं किंवा मोठं नसतं, अशी वरिष्ठांनी त्याची समजूत काढून भलावण केली होती. स्वत: वरिष्ठ आणि त्याचे इतर सहकारी मात्र चांगल्या महत्त्वाच्या जागा बळकावून बसले होते. तो ज्या समाजातून आला होता, त्याला कोणताही राजकीय वारसा नव्हता. त्याला कोणीही गॉडफादर नव्हता. अशा माणसाला मग तो कितीही कर्तृत्ववान असो विचारतो कोण, अशी परिस्थिती होती. त्याच्याबरोबरचे सामान्य बुद्धी आणि कुवत असलेले बहुजन समाजातले अधिकारी आपल्या 'गॉडफादर'च्या आशीर्वादानं तर अभिजन वर्गातले अधिकारी मंत्रालयातील त्यांच्या जातीच्या नात्यागोत्यांच्या आधारे मनपसंत जागी बसून सत्ता उपभोगत असलेले तो बघत होता. म्हणजे अमरला कोणी कुठं बसून सत्ता उपभोगावी, याची तक्रार नव्हती. पण केवळ वशिल्यामुळे काही नालायक लोक नको त्या खुर्चीवर, तर वशिल्याअभावी त्याच्यासारखी काही लायक माणसंही अशी साईड पोस्टिंगवर सडत होती. अमरला सत्ता आणि त्यातून मिळणाऱ्या लाभाचा मोह नव्हता. त्याला त्याच्या क्षमतेनुसार काम करून स्वत:ला सिद्ध करायचं होतं. त्याला नवनवीन मोठी आव्हानं स्वीकारायला आवडायचं. त्याच्या प्रोबेशनच्या चार वर्षांच्या काळात त्यानं राज्यातील सगळ्यात उंच असलेल्या दगडी धरणावर काम केलं होतं. तेही खात्यामार्फत म्हणजे कंत्राटदार न नेमता. कंत्राटदार आला म्हणजे त्याचं कमिशन आलं. पण खात्यामार्फत झालेलं काम कमी खर्चाचं आणि दर्जेदार झालं होतं. अशा कामाचं एक मोठं समाधान घेऊन तो बढतीवर कार्यकारी अभियंता झाला होता. पण त्याचं काम लक्षात न घेताच त्याला इथं रोजगार हमी योजनेच्या पाझर तलावांच्या कामावर नेमल्यामुळं खूपच अस्वस्थ वाटत होतं. हे म्हणजे दारासिंगसारख्या पहिलवानाला एखाद्या काडीपहिलवानाबरोबर कुस्ती खेळायला लावण्यासारखं होतं! हिमालयाचा पर्वत उचलण्याची जिद्द असलेल्या माणसाला पर्वतीची टेकडी उचलायला लावण्यासारखंच.

अमरचं दुखणं हे होतं. आरतीनं त्याचं दुखणं जाणलं होतं. गेल्या सात-आठ वर्षांच्या संसारात तिनं आपल्या नवऱ्याची स्वप्नं आणि ती खरी करून दाखवायची ताकद ओळखली होती. त्यामुळं ती त्याचं खोटं खोटं सांत्वन करत असली, तरी मनोमन तीदेखील नाराज असायची. संधी मिळेल तिथं आणि त्याला आपला नवरा कसा कामाला वाघ आहे, असं सांगत असायची. देवांना साकडं घालायची. नवसपण बोलायची. कारण तिला माहीत झालं होतं, की आपल्या नवऱ्याचा असल्या गोष्टींवर विश्वास नाही. पण आता खरंच तिचं ऐकल्यासारखं देवानं अमरचं पोस्टिंग त्याच्या कर्तृत्वाला आव्हान असलेल्या ठिकाणी केलं होतं. हे कसं झालं, हे खुद्द अमरलाही कळलं नव्हतं. तो ना कुणाला भेटला, ना कुणाला विनंती केली, ना वशिला लावला. त्याच्या स्वभावातच हे सारं नव्हतं. 'आपलं काम बोललं पाहिजे' ह्या स्वभावाचा तो होता. मनाविरुद्ध असलं तरी गेली तीन वर्षं त्यानं सचोटीनं केलेल्या कामाचं हे फळ होतं. भ्रष्टाचाराच्या अनेक प्रकरणांमुळं बदनाम झालेल्या ह्या योजनेची त्यानं त्याच्या पद्धतीनं शुद्धी करायची मोहीम हाती घेतली होती. त्यामुळं त्याच्या कारकिर्दीत भ्रष्टाचाराची एकही घटना घडली नाही, त्यानं केलेल्या अनेक सुधारणांमुळे आणि गळती होणाऱ्या जागा शोधून लिंपल्यामुळे हळूहळू का होईना, त्याच्या ह्या शुद्धीकरणाच्या कामाची नोंद त्याच्या वरिष्ठांना, जिल्हाधिकाऱ्यांना घ्यावी लागली होती. एवढंच नाही, तर त्याच्या भ्रष्टाचारमुक्त काम करण्याच्या पद्धतीवर खूश होऊन सर्व यंत्रणांसाठी जिल्हाधिकाऱ्यांनी एक कार्यशिबिर आयोजित करून त्याला सन्मानानं बोलावून मार्गदर्शन करायला लावलं होतं.

घाट चढून अमरची गाडी वरच्या चौफुल्यावर आली. त्याला घेऊन जाणाऱ्या भैया ड्रायव्हरनं चहा पिण्यासाठी गाडी थांबवली. त्यानं अमरला चहा घेणार का विचारलं, पण त्याला बाहेरच्या रणरणत्या उन्हात गाडीच्या खाली उतरायची इच्छा झाली नाही, मात्र त्यानं मराठवाड्याचं प्रवेशद्वार असलेल्या ह्या सीमेवरच्या चौफुलीवर पाय ठेवले, तसं त्याला उन्हाचा चटका वाढल्याचं जाणवलं. तसं सगळं वातावरणही बदललं होतं. जमिनीमध्ये जरासाही ओलावा नसल्यामुळे सगळी झाडं वाळलेली. ग्रीष्माची सुरुवात असल्यानं झाडांची पानं पिवळी पडलेली. सगळीकडे शुष्क कोरडेपणा. कोरड्या मातीचा गंध त्याला जाणवला. आपण एका वेगळ्याच शुष्क प्रदेशात आलोय. सगळी नातीगोती, त्यांचा ओलावा सोडून ह्या नव्या प्रदेशात. बदलीची ऑर्डर आली, त्या वेळी त्यानं पहिल्यांदा मराठवाड्याच्या एका टोकाला असलेल्या गावाचा नकाशा उघडून दर्शन घेतलं होतं आणि अंतर बघितलं होतं. पाचशे किलोमीटर हा आकडाच त्याच्या पोटात गोळा आणत होता.

पण ह्या भौमितिक अंतरापेक्षा इथला भूगोलही खूपच वेगळा दिसत होता. चहा घेऊन भैया ड्रायव्हर येईपर्यंत त्यानं चौफुल्यावर रायवळ आंब्यांच्या पाट्या घेऊन बसलेल्या बाया-बापड्यांकडे चौकशी केली,

"आंबे कसे देणार, भाऊ?"

"घ्या की शंभर रुपयाला."

"अरे, शंभर रुपये डझन तर भाव मुंबई-पुण्यालापण नाही."

"अवो राव, काय गमज्या करता राव गरिबाची. म्या म्हणताव, शंभर रुपयाला पाटी घ्या..."

तेव्हा अमरला घाऊक आणि किरकोळ भावांतला फरक कळला. किलोवर फळं घेणारी शहरी गिऱ्हाइकं आणि पाटीनं भरभरून घेणारी इथली माणसं यांच्यातला फरक समजला. आता इथंच राहायचं, तर किरकोळीत कसं राहून चालणार? त्यानं शंभर रुपयाची नोट देऊन पाटीभर आंबे घेतले. तेव्हा त्या बाप्याच्या चेहऱ्यावर जग जिंकल्याचा आनंद होता. कोणतीही घासाघीस न करता या शहरी गिऱ्हाइकानं आंब्याची पाटी घेतल्याचा त्याचा आनंद, तर इकडं आरतीला फक्त शंभर रुपयात पाटीभर आंबे मिळाल्याचा आनंद झाला होता. आंबे बघून मुलंही उठली आणि आंब्यांवर तुटून पडली. मराठवाड्यानं अमरच्या कुटुंबाचं असं गोड स्वागत केलं होतं.

चौफुला ओलांडून गाडीनं पुढे त्याच्या बदलीच्या गावाचा रस्ता पकडला. मागे सोडलेल्या गावाच्या आठवणी अमरच्या पाठीमागे लागल्या. सीमेवरच्या गावात त्याची गाडी आली, तेव्हा काझी कंत्राटदार त्याला भेटायला आला. तो त्याच गावाचा होता. अमर गाडीच्या खाली उतरला. काझीनं भर नाक्यावरच्या चौकात त्याचे पाय धरले आणि त्याच्या डोळ्यांत आसवं आली. तो त्याला घरी येण्याचा आग्रह करू लागला.

"साब, आप आदमी नहीं, फरिश्ते हो, मैं आज आपकी वजहसे इस दुनिया में हूँ! नहीं तो मैं खुदकुशी करता, साऽऽब."

"अरे भाई, मैंने कुछ नहीं किया, जो कुछ किया वो तेरे अल्लाहने किया."

झालं असं होतं, की काझी हा एक फुटकळ ठेकेदार. निवळीच्या पाझर तलावाचं काम त्याच्याकडं होतं. मजुरांमार्फत मातीधरणाचं बांधकाम झालं होतं. धरणात पाणी साठवायच्या आधी कठीण खडकातलं सांडव्याचं खोदकाम चालू होतं. पावसाळ्यापूर्वी हे काम करायचं होतं. काम जवळ जवळ संपतही आलं होतं, पण पावसाळा सुरू होण्यापूर्वीच अवकाळी पाऊस झाला. पाऊस कसला ढगफुटीच झाली. निवळी पाझर तलाव दुष्काळी पट्ट्यात होता. पावसाळ्यात तरी

तो भरेल का, अशी शंका लोक बोलून दाखवत. पण त्या दिवशी आक्रीतच घडलं. काम चालू असतानाच पूर्वेकडून मोठे काळे काळे ढग दाटून आले. भर दिवसा रात्र झाल्यासारखा काळोख झाला. विजा कडाडल्या. टपोरे थेंब पडू लागले. गारांचा पाऊस सुरू झाला. मजूर काम सोडून पळाले. काझी अन् मजूर काठावरच्या चिंचेच्या झाडाखाली आडोशाला उभे राहिले. पाऊस सुरू झाला. दोन तास पावसानं सगळ्यांना झोडपून काढलं. बघता बघता तलाव पाण्यानं भरून गेला. वीज-वारा आणि पावसाचं थैमान चालूच राहिलं. रात्र झाली आणि अंधारात तलावात पाण्याचा मोठा लोंढा आला. वरच्या बाजूचे तीन-चार नाला बंडिंग फुटून पाणी तळ्यात आलं. तळ्यात पाण्याची प्रचंड मोठी लाट उसळली. पाणी तळ्यात मावलं नाही. सांडव्यावरूनही पाणी धो-धो पडू लागलं. पुराची उंची वाढत वाढत गेली आणि शेवटी मातीच्या बांधावरून पाणी पडू लागलं. हे असं घडणं अपेक्षित नव्हतं, पण ढगफुटीमुळं घडलं. पाऊस थांबायचं नाव नव्हतं. अखेरीस नको व्हायचं तेच झालं. धरण फुटलं. खालच्या शेतांमधून जमीन खरवडून पुराचं पाणी गेलं. धरणाच्या खालच्या बाजूला वस्ती नसल्यामुळं कोणी वाहून गेलं नाही की घरांची पडझड झाली नाही. माणसं, गुरं-ढोरं वाचली. पण शेतांची माती खरवडून गेली. सगळं धरण रिकामं झालं. डोळ्यांसमोर हा विध्वंस बघण्याशिवाय काही करता आलं नाही. चार-पाच तासांचा खेळ. पण तेवढ्यात होत्याचं नव्हतं झालं होतं. काझी झाडाखालीच गोठून बसला होता.

अमरला दुसऱ्या दिवशी सकाळीच चाटे डेप्युटी इंजिनिअरचा फोन आला, ''रात्री असं असं झालं,'' असं त्यानं सांगितलं. तो साईटवर जायला निघाला होता. पाऊस तर अजूनही थांबला नव्हता. ''तुम्ही पुढे व्हा, मीपण साईटवर दोन तासांत पोहचतो.'' अमर.

''साहेब, तुम्ही जपून या, तालुक्याच्या गावाला थांबू नका, साईटवर लोक जमल्याचं समजलंय.''

अमर साईटवर जायला निघाला. भैया ड्रायव्हर स्टेशनवॅगन घेऊन दारात उभाच होता. अमरच्या डोक्यात विचारांचं मोहोळ उठलं होतं. निवळीच्या पाझर तलावाचं काम बघणाऱ्या चाटे डेप्युटी इंजिनिअरचा त्याला भयंकर राग आला होता. त्यानंच काझीला झालेल्या खोदकामाचं बिल दिलं नव्हतं. तो एक नंबरचा पैशाला चटावलेला होता. चाटे नव्हे चाटू, हरामखोर, कवडीचुंबक. प्रत्येक गोष्ट पै-पैशांत मोजणारा. त्याला कामाशी काही देणं-घेणं नव्हतं. काळ-वेळही समजत नव्हता. त्यानं काझीला बिल दिलं नसल्यामुळं त्याचे मजूर काम सोडून पळून गेले होते. दोन दिवसांपूर्वीच काझी तालुक्याच्या चाटेच्या उपविभागाच्या ऑफिसमधून

अमरच्या ऑफिसमध्ये जिल्ह्याच्या ठिकाणी त्याची तक्रार घेऊन आला होता. तो अतिशय हतबल झाला होता. रडवेल्या स्वरात तो अमरला म्हणत होता, ''साब, आप खुद आके देखो, मैंने कितना काम किया है, पुरा चट्टाण खोदा है! मेरेकु अब तक एक फूटी कौडी भी नहीं दी चाटे साबने.''

''ठीक है, ठीक है, मैं दो दिन में आता हूँ, उसको फोन करके अभी बिल देने को बोलता हूँ.'' अमरनं काझीला आश्वासन दिलं.

''साब, मेरेकू बिल नहीं मिला, तो आगे का काम मेरेसे नहीं व्हयेंगा.''

''अरे, ऐसा मत करो. दो हप्ते में बारिश शुरू होगी, उसके पहले तो तुमको ये काम निपटानाही है.''

''हाँ, साब, पर मेरेकू पैसे मिलेंगे तब ना! मैंने सावकारसे सूद पे पैसे उठाए है, कुछ हुवा तो जिम्मेदारी मेरी नहीं, चाटे साबकी होंगी.''

''ठीक है, अब ये रोना-धोना बंद करो. जाके काम करो.''

''हाँ, साब, मैंने रोजे रखे है, इतने धूपकाल में मैंने खडे होके काम किया, थूँक भी निगली नहीं.''

निवळीच्या वाटेवर जाता जाता काझीचा रडवेला लाचार चेहरा आणि चाटेसाहेबाचा उन्मत्त हसणारा चेहरा अमरला दिसत होता. एकाच वेळी त्याच्या मनात काझीविषयी करुणा, तर चाटेविषयी क्रोध दाटून आला. डांबरी पक्का रस्ता सोडून त्याची स्टेशनवॅगन खडखडाट करीत त्या खड्ड्यांच्या कच्च्या रस्त्यांवरून चालली होती. रस्त्यात जागोजागी चिखल झाला होता. कालच्या पावसानं खड्ड्यात पाणी साठलं होतं. खड्ड्यांची खोली कळत नव्हती. पण भैया ड्रायव्हरची अख्खी उमर ह्याच खड्ड्यांच्या रस्त्यावरून गेल्यामुळे तो खड्डे चुकवत गाडी चालवत होता. कधीकधी त्याचाही अंदाज चुकत होता. तेव्हा गाडीचा ॲक्सल गर्रगर्र करत कुरकुरत होता. भैयासारखीच त्याची गाडीदेखील म्हातारी झाली होती. पण साठीला आलेला भैया तिच्यावर बायकोसारखंच प्रेम करत असे. तेल-पाणी-वंगण चुकवत नसे. त्यामुळे इतरांच्या हेटाळणीचा विषय असलेला ह्या डबड्या गाडीचा डब्बा त्याला विलक्षण प्यारा होता. वीस वर्षांपूर्वी ही गाडी नवीकोरी असताना नव्या नवरीसारखी त्याच्या ताब्यात आली होती. बाकीच्या अधिकाऱ्यांकडे पांढऱ्या बदकासारख्या गोल गोल ॲंबेसिडर गाड्या आल्या, तरी त्याला ही पिवळी स्टेशनवॅगनच प्रिय होती. बाकी रोजगार हमी योजनेच्या निधीमधून कुठली आली पांढऱ्या ॲंबेसिडर गाड्यांची राजहंसी चैन? अमरला मात्र इतर अधिकाऱ्यांच्या ऐटबाज पांढऱ्या ॲंबेसिडर गाड्या बघून हेवा वाटे. रोजगार हमी योजनेच्या आडवळणाच्या कामांवर जायला असा लोखंडी अवजड रथच योग्य असल्याची तो समजूत करून घ्यायचा.

अमर निवळी तलावाच्या साईटवर पोहोचला. गाडी लांब उभी करून तो चिखलातून तलावावर आला. चाटे डेप्युटी इंजिनीअर तिथं आधीच आलेला होता. तशाही स्थितीत तो निर्लज्जपणे हसत अमरला सामोरा गेला. त्याला बघून अमरला खूप चीड आली. पण त्यानं ती चेहऱ्यावर दाखवली नाही. निवळी गावातली शे-दोनशे माणसं तळ्यावर जमली होती. ती अगोदरच झालेल्या नुकसानीबद्दल त्याच्याशी भांडत होती. अमर चाटेवर रागावला असता, तर ठिणगी पडली असती. मग त्या आगीत चाटे, काझी आणि अमर सगळेच होरपळले असते. काझी अपराध्यासारखा अंग चोरून त्या चिंचेच्या झाडाखालीच बसलेला होता. अमरला बघताच तो रडायला लागला, "साब, मेरा कोई कसूर नहीं, कल की रात कयामत की रात थी... देखो ना, ऐसे धूपकाले में इतनी कबी बेचिराख बारिश होती है क्या? मैं लुट गया.. मैं बर्बाद हो गया.. साऽऽब!" अमरनं प्रसंगावधान बघून त्याला शांत केलं.

त्याच्याभोवती माणसांनी कोंडाळं केलं. ते कान टवकारून त्याचं ऐकू लागले. कालच्या रातीसारखा पाऊस उभ्या जन्मात पाहिला नसल्याचं म्हातारे-कोतारे सांगत होते. त्यामुळे त्यांचा राग कोणावरही नव्हता. पण झालेलं नुकसान तर समोर होतंच ना? पिकं वाहून गेली होती. जमीन खरवडून निघाली होती. काही ठिकाणी तर काळी माती इतकी वाहून गेली होती, की त्या खालचा लाल-तांबडा मुरूम उघडा पडला होता. शेतजमिनीचं कायमचं नुकसान होऊन ती नापीक झाली होती. काही शेतकरी रडत होते, तर तरुण पोरं चिडत होती. अमरनं त्यांना शांत केलं. कलेक्टरसाहेबांना सांगून झालेल्या नुकसानीचा पंचनामा करून नुकसानभरपाई करण्याचं त्यानं आश्वासन दिलं. उघड्या पडलेल्या मुरुमावर पुरामुळे वाहून आलेला गाळ फुकटात पसरवून देण्याचंही कबूल केलं. पावसाळ्यानंतर काम परत सुरू करायला सांगितलं. तळ्यावर गावच्याच तरण्या पोरांना काम देतो, असं सांगितलं. अमरच्या शब्दांवर गावकरी, नुकसानग्रस्त शेतकऱ्यांनी विश्वास ठेवला. ते शांत झाले. पण इकडं तालुक्याच्या गावात वेगळंच राजकारण शिजत होतं.

अमर चाटेसोबत त्याच्या तालुक्याच्या गावी असलेल्या ऑफिसमध्ये आला, तेव्हा त्याच्या ऑफिसवर घोषणा देत शे-दोनशे माणसांचा जमाव उभा होता. ते चाटेच्या नावानं ओरडत होते, तसे काझी ठेकेदाराच्या नावानंही बोंबा मारत होते. तालुक्याचे आमदार बबनराव आव्हाड स्वत: दारात उभे होते. बबनराव म्हणजे विरोधी पक्षाचे नेते. गेली वीस वर्षं जातीचं राजकारण करून चार वेळा विधानसभेवर निवडून आलेले. त्यांचा अभ्यास आणि वक्तृत्व याच्या जोरावर ते विरोधी पक्षनेते

म्हणून विधानसभेत बोलायला उठत, तेव्हा सत्ताधारी पक्षातील मंत्र्यांपासून मुख्यमंत्र्यांपर्यंत सगळ्यांचीच पाचावर धारण बसे. त्यांना बघून अमरलाही धडकी भरली. आता हे पुढच्या आठवड्यात सुरू होणाऱ्या पावसाळी अधिवेशनात ही गोष्ट लावून धरणार. त्यांनी काही अधिकाऱ्यांना वैयक्तिक सुडामुळे खोटे आरोप करून घरी बसवलं होतं, तर काहींना सस्पेंड केलं होतं. कालच्या निवळीच्या घटनेनं तर त्यांना आता आयतंच कोलीत मिळालं होतं. त्यात चाटे जरी त्यांचा माणूस असला, तरी ठेकेदार काझी मात्र आयताच त्यांच्या जाळ्यात अडकला होता. आतापर्यंतच्या सगळ्याच निवडणुकांमध्ये मुस्लिमांची मतं त्यांच्या विरोधात गेली होती. निवडणूक अगदी थोड्या मताधिक्यानं जिंकताना त्यांच्या तोंडाला फेस आला होता. काझी हा काही राजकारणी माणूस नव्हता. तो एक फुटकळ ठेकेदार होता. आपण भलं आणि आपलं काम भलं असं वागणारा. अमर आमदार बबनराव आव्हाडांना नमस्कार करून अदबीनं ऑफिसात घेऊन गेला. ते डेप्युटी इंजिनिअर चाटेच्या खुर्चीत बसले. अमर समोरच्या पत्र्याच्या खुर्चीत बसला. चाटे कोपऱ्यात उभं राहून आमदारांसमोर शेपूट हलवत बसला होता. मग अमरनंच बोलायला सुरुवात केली.

"सर, कालचा पाऊस वळवाचा अवकाळी होता. नुसताच अवकाळी नव्हता. निवळीच्या वरती ढगफुटीच झाली. वरचे चार-पाच नाला बंडिंगचे बांध फुटून मोठ्ठा लोंढा तळ्यात आला. काम थोडं अपूर्ण होतं हे खरंय, पण ह्या दिवसांत एवढा मोठा पूर येईल असं अपेक्षित नव्हतं."

"बरं मग? पण काम पूर्ण का झालं नाही?" अमरला प्रश्न पडला. चाटेचं नाव घ्यावं, तर चाटे पडला यांचाच माणूस.

"नाही, म्हणजे आणखी आठ-दहा दिवसांत सांडवा पूर्ण झालाच असता आणि काम जरी पूर्ण असतं तरी ढगफुटीमुळं तलाव फुटलाच नसता, असं काही सांगता येत नाही. एवढ्या छोट्या तलावांचं डिझाईन काही मोठ्या धरणांसारखं शंभर वर्षांतून येणाऱ्या मोठ्या पुरासाठी केलेलं नसतं." अमरनं तांत्रिक कारण सांगून खुलासा केला. पण त्याला मध्येच थांबवून त्यांनी चाटेकडे बघून विचारलं, "ठेकेदार कोण आहे?"

"सर, आपल्या गावचा काझी." आमदारसाहेबांच्या कपाळावर आठी पडली. डोळ्यात खुनशी लाली आली. कानशिलं तापल्यासारखी झाली.

"बोलवा बरं त्याला." त्यांनी फर्मावलं. तसं बाहेर तोंड लपवत उभा असलेला काझी आतमध्ये आला. त्यानं आमदारसाहेबाला नजर झुकवून सलाम केला आणि कोपऱ्यात तो हात जोडून उभा राहिला.

"अबे काझी, तुमको जो काम आता नहीं, तो क्यों करते हो?"

"मेरा कोई कसूर नहीं, साब, कल की बारिशही बेचिराख थी." काझी.

"अरे, पण इकडं माझी माणसं बेचिराख झाली ना तुझ्या गलतीमुळं?"

"गलती हो गयी, साब, मुझे माफ कर दो..., फिरसे ऐसी गलती नहीं होंगी."

काझी गयावया करून रडू लागला. कधी अमरकडे तर कधी आमदारांकडे बघू लागला. अमरला तो त्याच्याकडे दयेची भीक मागत असल्यासारखा दिसला.

"सर, ही एक नैसर्गिक आपत्ती आहे. मी कलेक्टरसाहेबांशी बोलून उद्याच पंचनामे करून घेतो. आपण नुकसानभरपाई देऊ. खरवडलेल्या जमिनीवर मी गाळपेराचा गाळही फुकट पसरवून देतो आणि पुढच्या पावसाळ्यापर्यंत तलावाचं कामही पूर्ण करतो..." अमरनं खुलासा केला.

"ते ठीक आहे हो. पण हे झालं सरकारी पैशानं! या काझीला काय शिक्षा?"

"सर, पाझरतलावाचं झालेलं नुकसान मी ठेकेदाराकडूनच काम करून भरून घेतो. म्हणजे सरकारला काही नुकसान होणार नाही." अमरनं असं सांगितल्यावर त्यांनी ते पटल्यासारखं मान डोलावली. उठता उठता काझीकडे बघत ते म्हणाले, "काझी, तुम घरपे आके मिलो." त्यांनी बाहेर थांबलेल्या लोकांना अमरनं त्यांना सांगितलेलंच आश्वासन दिलं आणि पत्रकारांच्या प्रश्नांना उत्तरं देताना म्हणाले, "पण मी हा प्रश्न विधानसभेत उपस्थित केल्याशिवाय राहणार नाही, काय?" आणि झालंही तसंच.

पुढच्या आठवड्यात सुरू झालेल्या पावसाळी अधिवेशनात त्यांनी विरोधी पक्षाच्या दुसऱ्याच आमदाराच्या नावानं प्रश्न उपस्थित केला. तेवढ्यावरच ते थांबले नाहीत, तर स्थगन प्रस्तावही मांडला आणि तो चर्चेला येण्यासाठी प्रयत्न केले. अमरनं त्यांची ही चाल आधीच ओळखली होती. काझी त्यांना बंगल्यावर भेटून आल्यावरही त्यांनी काझीला 'मैं तुमको छोडूंगा नहीं' असं धमकावलं होतं. ते काझीनं अमरला येऊन सांगितलं होतं. त्यामुळं अमरनं कलेक्टरला भेटून सगळी सत्यपरिस्थिती सांगितली होती. एवढंच नाही, तर त्यांना प्रत्यक्ष साईटवर नेऊन दाखवली होती. पाच-पंचवीस हेक्टरचे पंचनामे होऊन नुकसानभरपाईचा प्रस्ताव शासनाला सादर झाला होता. कलेक्टर एक समंजस आणि हुशार गृहस्थ होते. अमरनं रोजगार योजनेमध्ये होणाऱ्या भ्रष्टाचारावर ज्या उपाययोजना केल्या होत्या, त्याची त्यांनी प्रशंसा केली होती. त्यांना अमरच्या सचोटीविषयी शंका नव्हती आणि प्रामाणिकपणे काम करण्यावर विश्वास होता. त्यांनी विधानसभेच्या तारांकित प्रश्नाला वस्तुस्थितीवर आधारित उत्तर दिलं होतं. शिवाय अन्य कार्यकारी अभियंत्यांकडून तपासणी करून घटनाक्रम व दुर्घटनेची तांत्रिक कारणं विशद

करणारा अहवालही पाठवला होता. त्यातही संपूर्णपणे नैसर्गिक आपत्ती असून यात कुणालाही जबाबदार धरू नये, असं स्पष्ट नमूद केलेलं होतं. शिवाय तलावाची दुरुस्ती आणि उरलेलं बांधकाम ठेकेदार स्वखर्चानं करून देणार असल्यानं कोणावरही कार्यवाही करण्याचा प्रश्न नाही, असं त्याचं मत नोंदवून त्यांनी हलवून खुंटी बळकट केली होती. असं जरी असलं, तरी अमरला मंत्र्यांना 'ब्रीफिंग' करायचा हा पहिलाच प्रसंग होता. ह्या खात्याचे मंत्री भलतेच कठोर आणि कडक असल्याचं त्यानं ऐकलं होतं. त्यामुळे त्याची बाजू जरी खरी असली, तरी त्याचं काळीज धडधडत होतं. आपली बाजू घेणारं अख्ख्या विधानसभेत कोणीही नसल्यानं त्याला खूपच असुरक्षित वाटू लागलं. राजकीय पाठबळ आणि गॉडफादर असल्याशिवाय काही खरं नाही. नाही तर कित्येक निरपराध अधिकारी हे बळीचे बकरे ठरतात. सुरक्षेचं कवचकुंडल असलेल्या ह्या लोकशाहीच्या पवित्र मंदिरात वैयक्तिक स्वार्थ आणि सुडापोटी बळी गेलेल्या अधिकाऱ्यांची अनेक उदाहरणं त्याला माहीत होती. रात्रभर भरपावसात भैया ड्रायव्हर गाडी चालवत त्याला मुंबईला घेऊन आला होता. तेव्हा मुंबईतल्या पावसाला जोर चढला होता. रस्त्यानं पाण्याचे पाट वाहत होते. मुंबई तुंबल्यामुळं ठिकठिकाणी वाहतुकीची कोंडी झाली होती. मंत्रालयात पोहोचायला उशीर होईल, मंत्र्यांना ब्रीफिंग झालं नाही, तर ते जे काही उत्तर देतील ते आपल्यावर शेकू शकेल, ह्या भीतीनं त्याची गाळण उडाली होती. भिजलेल्या अंगानं तो फायली सावरीत मंत्र्यांच्या दालनात पोहोचला. "अहो, चौहानसाहेब, मंत्रिमहोदय तुमची केव्हापासून वाट बघताय! जा लवकर. साहेब हाऊसमध्ये जायच्या तयारीत आहेत." दारातच मंत्र्यांच्या पी.ए.नं त्याला आणखी घाबरवलं.

"मे आय कमीन, सर?" दार हळूच ढकलून केबिनमध्ये जाताना त्यानं विचारलं.

"या, या, चव्हाण, अहो, किती वाट बघायची? निवळीच्या पावसानं तुमची वाट लावलीय वाटतं?" ते त्याच्या भिजलेल्या कपड्यांकडे बघून हसत हसत म्हणाले. समोर त्याचे कलेक्टरसाहेब त्याच्याआधीच येऊन बसले होते. तेही हसू लागले. त्यांच्या हसण्यानं त्याच्यावरचा ताण अधिकच वाढला. त्याचा चेहरा कसनुसा झाला. तो बोलू लागला, "सर, निवळीला त्या दिवशी ढगफुटी झाली..." त्याला बोलता बोलताच मंत्र्यांनी हात करून थांबवलं. त्याला विलक्षण अपराधी वाटलं. तोच मंत्री म्हणाले, "अहो, रिलॅक्स, कलेक्टरसाहेबांनी सांगितलंय मला सगळं..." आणि ते विधानसभेत जायला उठले. अमर गोंधळला होता, पण त्यांच्या 'रिलॅक्स' ह्या एका शब्दानं तो रिलॅक्सही झाला होता. मंत्र्यांच्या पाठोपाठ

तो आणि कलेक्टर विधानभवनाच्या अधिकाऱ्यांच्या गॅलरीत जाऊन बसले. त्यानं सोबतच्या फायलींमधल्या निवळीच्या रिपोर्टला लाल-पिवळे टॅग लावले होते, प्रश्नाचं उत्तर देताना मंत्रिमहोदयांना काही माहिती द्यावी लागली तर सोपं जावं म्हणून. प्रश्नोत्तराचा तास सुरू झाला. सभापतींनी प्रश्न क्रमांक पुकारला. तसतशी अमरची हृदयाची धडधड प्रचंड वाढली. त्या शांत वातावरणात त्याचे हृदयाचे ठोके ऐकू जातील, अशी भीती वाटू लागली. त्याच्या शेजारी बसलेले कलेक्टर मात्र अगदी रिलॅक्स मूडमध्ये होते. ते अनुभवी होते. त्यांनी अनेक पावसाळी-हिवाळी अधिवेशनं बघितली होती. मंत्र्यांनी प्रश्नाला समर्पक उत्तर दिलं. कोणी काही उपप्रश्न उपस्थित केले नाही, कारण त्या दिवशी मुंबईतही ढगफुटी झाली होती. त्यामुळं निवळीच्या ढगफुटीविषयी कोणालाही शंका घेण्याचं कारण नव्हतं!

त्यानंतर आलेला स्थगन प्रस्तावही फेटाळला गेला आणि अमरवर आलेला ताणही हलके हलके निवळून गेला. निवळीच्या ढगफुटीमुळे त्याला ताण आला होता, तर मुंबईच्या ढगफुटीनं त्याचा ताण निवळला होता. निवळीवरचं आधी आलेलं 'अस्मानी' आणि आता आलेलं 'सुलतानी' संकट निवळलं होतं. मग अमरनं मागं वळून बघितलं नाही.

दिवाळी झाल्याबरोबर त्यानं निवळीचं बांधकाम सुरू करायला काझीला फर्मावलं. पण तो दिवाळखोरीत निघाला होता. त्याच्याकडे काम सुरू करायलाच पैसे नव्हते. इकडे अमर तर तलावाची दुरुस्ती आणि उरलेलं काम ठेकेदाराकडूनच करून घेण्यात येईल आणि सरकारचं नुकसान होणार नाही, असं लेखी कळवून बसला होता. काझीचे पैसे सरकारकडेच अडकले होते. पन्नास हजार डिपॉझिटही अडकलं होतं. तो खरंच आर्थिक कात्रीत सापडला होता. त्याला मदत करणं तर भाग होतं. पण कशी? अमरला काही सुचत नव्हतं. तशातच अमरची बदली झाली. त्याच्या मनासारखं मध्यम प्रकल्पाचं काम करायला मिळणार, त्याच्या कर्तृत्वाला आव्हान मिळणार, म्हणून तो आनंदी झाला होता. पण निवळीच्या फुटलेल्या पाझर तलावाचं काम असं अर्धवट सोडून जाणं त्याला पटत नव्हतं. ते काम पूर्ण करणं, तो आपलं नैतिक कर्तव्य समजत होता. शब्द कुणाला का दिलेला असेना, तो पूर्ण करण्यासाठी झटणाऱ्या 'प्राण जाय पर वचन न जाय' असं राजपूत रक्त त्याच्या नसानसांतून खेळत होतं ना!

अमरची अस्वस्थता आरतीनं ओळखली. अमर त्याची सगळीच अडचण आरतीजवळ बोलून दाखवत असे. आरतीचं डोकंही व्यवहारी होतं. इथून बदलून जाण्यापूर्वी निवळीचं अर्धवट काम पुरं करायला हवं होतं, हे तिलाही पटत होतं. अमरनं काझी ठेकेदाराची पैशाची अडचण आहे असं सांगितल्यावर ती म्हणाली,

''लोकांसाठी असं खरकटं ताट ठेवणं बरं नाही. वाटल्यास तुम्ही माझे दागिने मोडा, पण आपण हे काम पूर्ण करूनच इथून सन्मानानं जायचं.'' आरतीनं अमरची असं बोलून हिंमत बांधली. त्यानं त्याच्या बचतीच्या खात्यामधून काझीला चेकनं पैसे दिले. मग काझीनंही दिवस-रात्र एक करून काम पुरं केलं, अवघ्या दोन महिन्यांत. त्यासाठी बदलीवर जायला अमरला दोन महिने भलेही उशीर झाला. संपूर्ण खात्याच्या इतिहासात एखाद्या अधिकाऱ्यानं स्वत:चे पैसे देऊन अर्धवट काम पुरं केल्याचं हे असं एकमेव उदाहरण असावं. तसंच फुटलेला पाझर तलाव त्याच वर्षी पूर्ण केल्याचंही उदाहरण. अमरचे पैसे गेले, पण त्यानं समाधान आणि सन्मानानं तिथून प्रस्थान ठेवलं.

हे सगळं घडलं ते केवळ आरतीनं दाखविलेल्या औदार्यामुळे आणि तिनं अमरला दिलेल्या हिमतीमुळे. ती म्हणायची, ''हिंमत ए मर्दा तो मदत ए खुदा.'' आज हे सगळं अमरला आठवायचं कारण म्हणजे अमर आणि आरती नवीन बदलीच्या ठिकाणी निघाले, तेव्हा वाटेत काझी आरतीच्या पायांवर डोकं ठेवून ढसाढसा रडला. त्याच्या घरी येण्याचा आग्रह करू लागला. ''साब, आप आदमी नहीं फरिश्ते हो'' असं वारंवार म्हणत काझी भर चौकात त्या दोघांना डोळ्यांत आसवं आणून निरोप देत होता.

ऊन तापत होतं. गाडी वेगानं दक्षिणेकडे चालली होती. अमरप्रमाणे आरतीलाही गेली तीन वर्षं ज्या गावात शितं सांडली होती; तिथली माणसं, प्रसंग आठवत होते. मग तिनंच विषय काढला, ''काय म्हणाले तुमचे कविमित्र? चंद्रकांत, संजीवनी, नरेंद्र यांनाही खूप वाईट वाटलं असेल नाही? निघताना एवढी घाई झाली, की त्यांना जेवायला घरी बोलवायचं राहून गेलं आणि चित्रकार श्रीधर तर बिचारा एकटा जीव सदाशिव! मी तर त्याला म्हणाले, की तुम्ही लग्न केल्याशिवाय मी तुमच्या घरी आता येणारच नाही...''

''बघू या, आता तुझं तरी तो किती ऐकतो. बाकीचे तर सगळे सांगून सांगून थकले... पण मला नाही वाटत, तो लग्न करील असं.'' अमर बोलला.

''का? का बरं वाटतं तुम्हाला असं?''

''अगं, तो आता स्वत:च्याच इतका प्रेमात पडल्यासारखा वाटतो की बस्स. परवा नाही का तेंडुलकरांनी त्याची 'प्रतिभा आणि प्रतिमा' कार्यक्रमासाठी मुलाखत घेताना हाच प्रश्न त्याला विचारला. त्यावर तो काय म्हणाला?''

''काय?''

''तो म्हणाला, मी माझ्याच रेखा आणि बिंदूच्या प्रेमात पडलोय.''

त्याच्या ह्या उत्तरावर दोघंही हसले. साखरसम्राटांच्या ह्या गावात त्यांच्या घरी

राजकारणाऐवजी रात्री उशिरापर्यंत काव्य-शास्त्र-विनोदाच्या मैफिली झडत. आरती आनंदानं सगळ्यांना खाऊ-पिऊ घाली. त्यामुळे अमरच्या साहित्यिक मित्रांची ती लाडकी वहिनी झाली होती. इथंच तिला पुस्तकवाचनाचं वेड लागलं. तिनं गावातलं फिरतं वाचनालय लावलं होतं. ती दिवसाला एका पुस्तकाचा फडशा पाडी. आधी तिनं अमरच्या यादीतील त्याची वाचून झालेली पुस्तकं संपवली. नंतर व. पु. काळे, अरुण साधू यांच्यापासून सुरू झालेला तिचा वाचनप्रवास थेट भालचंद्र नेमाडेंच्या 'कोसला, जरीला, बिढार, झूल' ह्या चतुष्टकापर्यंत येऊन ठेपला. मग तीदेखील अमरसारखीच नेमाडपंथी झाली. अमर ऑफिसमधून घरी आला, की आरतीला तिनं वाचून संपवलेल्या पुस्तकांवर त्याच्याशी काय बोलू आणि काय नाही असं होई. मग त्यांच्या उठता-बसता, झोपता, जागता साहित्यिक गप्पा चालत. नेमके तिला पुस्तकांचे डोहाळे लागले होते.

चौफुल्यापासून त्याच्या बदलीचं गाव आणखी दोनशे किलोमीटर होतं. चौफुल्यावर थांबून त्यानं मागून येणाऱ्या सामानाच्या ट्रकची वाट पाहिली. त्यात अर्धा तास गेला होता. उन्हं उतरणीच्या आत त्यांना नवीन ठिकाणी पोचायचं होतं. दुरून बिऱ्हाडाचा ट्रक येताना दिसला, तसं त्यानं भैयाला गाडी पुढे घ्यायला सांगितली. ट्रक यायच्या आत अर्धा तास तरी आधी तिथं पोचणं भाग होतं. सामान उतरवण्यासाठी तिथं मजूर सांगितले होते. गेल्या आठ वर्षांत त्यांचा राजा-राणीचा संसार आठपट झाला होता आणि तीन गोजिरवाणी मुलं. रातसाला एका टेंपोमध्ये आरामात बसलेला संसार आता एवढ्या मोठ्या ट्रकमध्येही बसत नव्हता. ट्रकमध्ये न बसलेल्या गोष्टी आरतीनं त्यांना निरोप द्यायला आलेल्या शिपायांना वाटून टाकल्या होत्या. तसंही तिला जवळच्या वस्तू इतरांना वाटण्यात मोठा आनंद मिळत असे. तिला नेहमी वाटत असे आणि तसं ती म्हणूनही दाखवत असे, "अच्छा है, कुछ ले जाने से... देकर ही कुछ जाना..."

चौफुल्यानंतरचा रस्ता डांबरी असला तरी एकपदरी होता. रस्त्यात कुठंही फॅमिली रेस्टॉरंट नव्हतं. बऱ्याच दूर-दूर अंतरावर ढाबे तेवढे होते. आरतीनं गाडीतच सोबत आणलेला डबा उघडून मुलांना भरवलं. अमरच्या हातात प्लेट दिली. पिठलं आणि भाकरी. सोबत ठेचा. प्रवासातला तिच्या आवडीचा पदार्थ. सांडलवंड नाही आणि पोट भरणारं जेवण. मागे सोडलेल्या गावाच्या आणि माणसांच्या आठवणींनी अमरचा कंठ दाटून आला होता. त्याचा घास अडकत होता. त्याच्याकडे बघून आरती म्हणत होती, "अहो, घ्या दोन घास खाऊन. तुम्ही का रडताय? गणगोत तर मी माझं सोडलंय." तिला काय सांगणार? अमरनंही त्याचं मित्रांचं गणगोत सोडलंय म्हणून. रस्ता सरळसोट होता. रस्त्याच्या

कडेनं झाडंझुडपं काही नव्हती. दोन्हीं दिशांनी वाहतूकही नव्हती. क्वचित एखादी लाल डब्याची एस.टी. किंवा टेंपो अथवा ट्रक दिसायचा. इतका निर्मनुष्य रस्ता त्यांनी कधी बघितला नव्हता. नाही म्हणायला मध्ये एक-दोन किलोमीटर दुतर्फा पीळदार बुंध्यांची, हळदीच्या रंगांची पिवळी झाडं लागली. त्यांचे आकार इतके सुंदर आणि वेगवेगळे होते, की ती झाडं म्हणजे जणू काष्ठशिल्पंच. अमरनं आरतीला ती झाडं दाखवली. वाळवंटामधील ओॲसिससारखी! संध्याकाळ होता होता बदलीच्या शहरात प्रवेश झाला. शहर कसलं, तेपण एक मोठं खेडंच होतं. एका मोठ्या खेड्यामधून आणखी एका छोट्या खेड्यामध्ये त्यांचं आगमन झालं होतं. चौक, दुकानं ओलांडत त्या गावाच्या दुसऱ्या टोकाला असलेल्या ओसाड माळरानावरच्या डाकबंगल्यासारख्या रेस्ट हाऊसवर गाडी येऊन थांबली. रेस्ट हाऊसच्या भोवती पंधरा-वीस छोट्या घरांची ती टिपिकल सरकारी कॉलनी होती.

●●

दोन

मराठवाड्याच्या एका टोकाला आणि आंध्र-कर्नाटकाच्या बांधावर असलेल्या ह्या जिल्ह्यात फार वर्षांपूर्वी पश्चिमेकडे गोदावरीच्या एका उपनदीवर एक मोठं धरण बांधलं गेलं होतं. तिथून पंधरा-वीस किलोमीटर हे गाव दूर होतं. ह्या गावाचा पाणीपुरवठा त्या धरणावर अवलंबून होता. दुसरं मोठं धरण त्याच्या बाजूला नदीखोऱ्यात बांधलं जात होतं. शेतीसाठी पाणी पुरवण्यासाठी ह्या गावाचे एक लोकनेते महाराष्ट्राचे पाटबंधारे मंत्री होते. त्या वेळी कर्नाटकाच्या सीमेच्या अलीकडे अमरजा नदीवर एक प्रकल्प बांधला गेला. त्यासाठी इथं एक डाकबंगल्यासारखं रेस्ट हाऊस बांधलं होतं. पुढे ते मंत्री महाराष्ट्राचे मुख्यमंत्री झाले. ते आवडीनं याच ठिकाणी मुक्कामी यायचे. ह्या रेस्ट हाऊसच्या परिसरात बांधलेल्या एका छोट्याशा सरकारी 'अमरजा' कॉलनीमध्ये कार्यकारी अभियंत्यासाठी एक भला मोठा आठ-दहा खोल्यांचा जुना बंगला होता. हे अमरचं नवं घर, नुकतंच रंगरंगोटी करून घेतल्यामुळे घरभर ऑईलपेंटचा वास दरवळत होता. तिथं आरतीनं तिचा संसार नव्यानं मांडला. इथं अडचणीच अडचणी होत्या. पहिली अडचण होती पाण्याची. इथपर्यंत म्युनिसिपालिटीचं पिण्याचं पाणी आलेलं

नव्हतं. खोलवर गेलेल्या बोअरचं पाणी खारट-तुरट होतं. त्यामुळे अन्न शिजवायला जसं जड, तसंच चवीला आणि पचायलाही जड जायचं. गावाच्या बाहेर म्हणजे गावकुसाबाहेर माळरानावर उन्हात वाळत टाकल्यासारखी ही ओसाड वसाहत होती. मोजून पाच-पंचवीस घरं. अमरच्या बंगल्यापासून दूर वाळीत टाकल्यासारखी इतर कर्मचाऱ्यांची क्वार्टर्स होती. बंगल्याला शेजार-पाजार नव्हता. बंगल्याच्या मागच्या बाजूला एका बायपास रोडचं काम चालू होतं. त्याच्यासाठी खोदलेल्या खड्ड्यांचा लोक हागणदारीसारखा उपयोग करत. त्यामुळं वारा सुटला की, नाकाला पदर किंवा रुमाल लावावा लागत असे. गावापासून दूर असल्यानं मुलांना शाळेत नेण्यासाठी सकाळी स्कूलबस सगळ्यात आधी यायची. तर शाळा सुटल्यावर घरी सोडायला सगळ्यात शेवटी यायची. मुलं कंटाळून बसमध्ये झोपी जायची.

ह्या नव्या ठिकाणी अमर-आरती आणि मुलं कोणीच खूश नव्हतं. पण आरतीनं इथंही कंबर कसली. बंगल्याच्या मागच्या आवारात शेती करायला सुरुवात केली. इथं भाज्यांचा दुष्काळ असल्यानं ती वांगी, भेंडी, मिरच्या ह्या रोज लागणाऱ्या भाज्या पिकवू लागली. मागच्या रस्त्यांच्या खड्ड्यातील आयत्या सोनखताचा वापर करू लागली.

अमरजा कॉलनीमधल्या ह्या रेस्ट हाऊसला 'अमरजा' रेस्ट हाऊस म्हणायचे. हा प्रदेश पूर्वी निजामाच्या राजवटीत असल्यामुळं इथं पश्चिम महाराष्ट्रात इतरत्र असतात तसे ब्रिटिशांनी बांधलेले डाकबंगले नव्हते. हे अमरजा रेस्ट हाऊस ज्याला सगळे 'अमरजा' म्हणायचे, ते पाटबंधारे विभागानं बांधलेलं त्या गावातलं पहिलं विश्रामगृह होतं. त्यामुळे त्याचं सगळ्यांनाच मोठं कौतुक होतं. सहसा ब्रिटिशकालीन डाकबंगले एकमजली असतात. पण हे मात्र दोनमजली निजामाच्या कोठीसारखं होतं. गावाच्या बाहेर माळरानावर असल्यानं इथं थंड वारं यायचं. उन्हाळ्यात कुलरची गरज नसायची. नाही तर मराठवाड्यात घरोघरी घरघर करणारे पत्र्याचे कुलर ही गरजच होती. पण अलीकडे रिंगरोडचं काम सुरू झाल्यापासून वाऱ्याबरोबर घाण वास येऊ लागल्यामुळे पश्चिमेकडच्या खिडक्या कायमच्या बंद केल्या होत्या. ह्या निजामाच्या कोठीमध्ये खाली दोन शयनकक्ष, एक मोठं भोजनगृह होतं. उजवीकडे जिन्यानं वर गेलात की, एकच व्ही.आय.पी. शयनकक्ष होतं. त्यात पुढचा भाग बैठक कक्षाचा. त्यात वेलवेटचे मऊ मऊ रंगीत राजेशाही सोफे आणि एकच सिंहासनासारखी खुर्ची होती. बैठक आणि शयनकक्षात एक लाकडी कोरीव काम केलेलं नबाबी कक्षदुभाजक होतं. शयनकक्षात भल्यामोठ्या गोल गादीवर एक गोलाकार गुलाबी मच्छरदाणी. खिडक्यांवर पारदर्शी शुभ्र

नाजूक नक्षीकाम केलेले पडदे. भिंतींना सर्वत्र नक्षीदार वॉलपेपर आणि भिंतींवर मोठमोठी सुंदर लक्ष वेधून घेणारी निसर्गचित्रं. छताला काचेची बिल्वरी झुंबरं. खाली जमिनीवर कुठंही उघडी फरशी दिसत नव्हती. सर्वत्र मखमलीचा मुलायम लाल गालिचा. जिकडे बघावं तिकडे निजामाचं नबाबी वैभव. हिंदी सिनेमातल्या 'मेरे मेहबूब' किंवा 'मेरे हुजूर'च्या सेटसारखं वातावरण. परक्या माणसाला तिथं बसू का नको, असं संकोचायला व्हायचं. माजी मुख्यमंत्र्यांनी खास मुंबईहून वास्तू सजावटकाराला आणून ही अंतर्गत सजावट केलेली असावी. चिखलात कमळ उगवावं तसं ह्या ओसाड माळरानावर हे कमळ फुललं आहे, असं वाटत होतं.

बदलीवर अमर आला, त्या रात्री त्याला इथंच मुक्काम करावा लागला. तो ह्या राजमहालात गुदमरून गेला होता. पण आरती आणि मुलं त्या वैभवाचा आनंद घेत होती. त्या रात्री फक्त त्याचं कुटुंब तिथं मुक्कामी होतं. वरच्या व्हीआयपी कक्षाला लागूनच असलेल्या स्वतंत्र भोजनकक्षात त्यांना जेवायला वाढलं. चिनी मातीच्या उंची क्रॉकरी सेटमध्ये हैद्राबादी दम बिर्याणीचा स्वाद घेताना अमरला स्वत:ला नबाब झाल्यासारखं वाटलं. करीम नावाच्या हैद्राबादहून आलेल्या खानसाम्यानं स्वादिष्ट दम बिर्याणी बनविली होती. करीम आणि त्याचे डेप्युटी इंजिनिअर लांब कोपऱ्यात उभे होते. अमरलाच संकोचल्यासारखं झालं, त्यानं त्या डेप्युटी इंजिनिअरला आपल्यासोबत जेवायला बसायचा आग्रह केला. पण त्यांनी त्यास नम्र नकार दिला. तो त्यांच्या 'प्रोटोकॉल' म्हणजे बंदोबस्ताचा दैनंदिन भाग होता. अमरला ही नबाबी अदब काही सोसवली नाही. जरा काही लागलं की, ते अदबीनं झुकून पुढं येऊन वाढत होते. हे नबाबी अगत्य आता पश्चिम महाराष्ट्रात कुठंही त्याला दिसलं नव्हतं. ब्रिटिश देश सोडून गेल्यावर त्यांच्या बरोबर ते मॅनर्स आणि एटिकेट्स नष्ट झाले होते. देशी साहेबांचा 'प्रोटोकॉल' खूपच सोपा होता आणि तो पाळलाही जात नव्हता. त्या पार्श्वभूमीवर इथली ही अदब सुखावह वाटत असली, तरी सोसवत नव्हती. पण आता एकदा ह्या नबाबी राज्यात आल्यावर पदोपदी आणि क्षणोक्षणी ह्या चालीरिती बघायला मिळणार होत्या. अमर एकटा काही त्या रातोरात बदलवू शकत नव्हता, हेच खरं!

जेवणानंतर बंदोबस्तावर असलेल्या डेप्युटी इंजिनीअरनं पानाचं तबक, मुखवास पुढे केलं. अमर पान-बीन काही खात नव्हता. त्यानं विनम्र नकार दिल्यावर 'अच्छा, साब' म्हणून करीम ते आत घेऊन गेला. आरतीही उठून त्याच्यापाठोपाठ गेली. तिनं करीमला त्यानं केलेली दम बिर्याणी आवडली म्हणून सांगितली. त्यानं खाली मान घालून तिला 'शुक्रिया, मेमसाब' म्हटलं. आरतीनं

त्याला ही दम बिर्याणी शिकवायची विनंती केली. त्यानं ती आनंदानं मान्य केली. आरतीनं पर्स उघडून त्याला बक्षिशी देऊ केली. त्यानं कानाला हात लावून नम्रपणे नकार दिला. अदब इथल्या प्रत्येक माणसाच्या जणू रोमारोमात भरली होती. अमरच्या संसाराचं सामान उतरवून ट्रक परत गेला होता. उद्या सामान लावायला माणसं कधी पाठवू, विचारून डेप्युटी इंजिनिअर थांबले. अमरनं आरतीकडे बोट दाखवलं. कारण प्रत्येक बदलीवर जाताना सामान बांधणं, ट्रकमध्ये चढवणं, नव्या ठिकाणी उतरवणं आणि लावणं हे सगळं काम तीच जातीनं कंबरेला पदर खोचून करत आली होती.

"उद्या सकाळी लवकरच या, आठ वाजेला."

"ठीक आहे, बाईसाहेब." डेप्युटी इंजिनिअर नम्रपणे मान वर न करता बोलले आणि 'गुडनाईट' म्हणून ते निघून गेले.

त्या आलिशान शयनगृहात अमरला झोप लागत नव्हती. त्याला अशा पराच्या गादीवर झोपायची सवय नव्हती. कुलरची घरघर सुरू होती. कुलरच्या झोताबाहेर प्रचंड उकडत होतं. त्यानं खिडकी उघडली. मधूनच वाऱ्याच्या झुळकेबरोबर बाहेरचा दुर्गंध आला. रूम फ्रेशनरच्या सुगंधात मिसळून एक संमिश्र गंध दरवळू लागला. गेली तीन वर्षं पश्चिम महाराष्ट्रात तो ह्याच कार्यकारी अभियंत्याच्या पदावर काम करून इथं बदलीवर आला होता. पण इथं आल्यावर पहिल्यांदाच त्याला ह्या पदाच्या रुबाबाची जाणीव झाली. ती सुखावह होती, तशी वाढलेल्या जबाबदारीनं अस्वस्थ करणारी होती. दोन प्रदेशातल्या विरोधाभासामुळे तो अस्वस्थ होत होता. त्यानं त्या बिछान्यावर तळमळत ती अस्वस्थ विस्तीर्ण रात्र घालवली. आणि सकाळी लवकर उठून आपल्या घरकुलात जायची घाई त्याला झाली होती!

●●

"सायेब, यावा का आमी आतमंधी?" असा धमकीवजा प्रश्न करीत एक गृहस्थ दारावरच्या शिपायाला न जुमानता अमरच्या केबिनमध्ये घुसले. साधारण पन्नास-पंचावन्न वयाचं रांगडं व्यक्तिमत्त्व. दिसायला शेतकरी. अंगावर पांढरा मळलेला सदरा आणि एकटांगी धोतर. धोतरातून एक उघडी काळी केसाळ टांग दिसत होती. धोतराचा सोगा सावरीत ते मध्ये आले आणि बसू का वगैरे शिष्टाचाराची विचारणा न करताच खुर्ची ओढून अमरसमोर बसले. त्या आवाजानं त्यानं फायलींमधून डोकं वर काढलं.

"या, या, बसा ना! कोण आपण? काय काम आहे?" अमरनं सहज विचारलं.

"मी माणिकराव पाटील, अंबुलगेकर. अंबुलग्याचा शेतकरी हाय. आपल्या अंबुलग्याच्या धरणाच्या जवळच माझी शेती हाय..."

"बरं, मग काय काम काढलंय?"

"काम बीम काय न्हाई बघा. मटलं, भेटावं आपल्या नव्या सायबास्नी."

"छान, आनंद वाटला. मी आजच इथं हजर झालोय..."

"ते कळलं मला. डाक्टरसाहेबांचा मी सख्खा मावसभाऊ..."

"कोण डॉक्टर?"

"अवो सायेब, तुमास्नी तुमच्या खात्याचं मंत्री कोण हाय हे बी ठाऊक न्हाई का? अवो, डाक्टर म्हंजी रणसिंह पाटील. आमी सगळं तेंना फकस्त डाक्टर म्हणतू बघा..." मग अमरच्या डोक्यात प्रकाश पडला. आतापर्यंत त्याला त्याच्या ऑफिसमध्ये थेट मंत्र्याचा कोणी नातेवाईक भेटायला आला नव्हता. मग तोही नीट सावरून हसत बोलला,

"बरं, बरं, मी रविवारी डॉक्टरसाहेब आले की भेटणारच आहे त्यांना." अमर काहीतरी बोलायचं म्हणून बोलला. साक्षात मंत्रीमहोदयांचे बंधू, त्यांचं आगत-स्वागत तर नीट करायला हवं, म्हणून त्यानं चहा मागवला. माणिकरावांनी तो बशीत ओतून फुर्रफुर्र आवाज करीत प्यायला. निघताना ते म्हणाले, "बरंय, सायब, वळख राहू द्या. अंबुलगा धरणावर आल्यावर मला निरोप धाडत जावा." ते गृहस्थ गेले, तरी त्यांचा तो रांगडा उर्मटपणा ते केबिनमध्ये काही काळ सोडून गेल्यासारखं झालं.

अमरचा हा मध्यम प्रकल्प विभाग होता. जिल्ह्यातील तीन मध्यम प्रकल्प अंबुलगा, असर्जन आणि सांडोळ यांची बांधकामं ह्या विभागाकडे होती. धरणांची बांधकामं अर्धवट अवस्थेत बंद पडली होती. त्याची वेगवेगळी कारणं होती. अमर फाईलमध्ये डोकं खुपसून तेच समजून घेत होता. त्याच्या आधी असलेला अधिकारी निवृत्तीला आलेला होता. धडाडी हरवलेला आणि धाडस करायला घाबरलेला. त्या अधिकाऱ्याच्या नाकर्तेपणामुळे ह्या ऑफिसला टाळेबंदी लागल्यासारखं झालं होतं. सगळं काही विस्कळीत आणि सुस्त झालं होतं. वक्तशीरपणा आणि शिस्त तर नावालाही शिल्लक राहिली नव्हती.

अमरला त्या विभागाचा चार्ज हस्तांतरित करून आधीचे कार्यकारी अभियंता चहा पिऊन निघून गेले होते. नाही म्हणायला त्यांनी, म्हणजे त्यांच्या हाताखालच्या लोकांनी तयार केलेली कार्यभार हस्तांतरण टिपण्णी ते जाताना अमरच्या हातात

देऊन गेले होते. अमरनं आतापर्यंत इतका अनुत्साही अन् सुस्त अधिकारी पाहिला नव्हता. त्यानं तीन वर्षांच्या त्याच्या कारकिर्दीत काहीही ठोस काम केलं नव्हतं. मात्र पत्रव्यवहार करून फायली गाभण ठेवल्या होत्या. अमरला हे सगळं चित्र बदलायचं होतं. त्याच्या स्वभावानुसार गतिमानता आणायची होती. इथल्या वातावरणात असलेली सुस्ती आणि जडत्व घालवायचं एक मोठंच नवं आव्हान त्याच्यापुढे होतं.

थोड्याच वेळात शिपायानं त्याच्या हाताखालचे डेप्युटी इंजिनिअर लोक भेटू इच्छितात, त्यांना पाठवू का विचारलं. त्यानं 'हो' म्हणताच एकेक करून पाचही डेप्युटी इंजिनिअर आत आले. येताना सगळ्यांनी अदबीनं कमरेत वाकून नमस्कार केला. इथं पश्चिम महाराष्ट्रासारखी प्रथम भेटीमध्ये पुष्पगुच्छ देऊन स्वागत करायची पद्धत नसावी. अमरनं त्यांना 'बसा' म्हणेपर्यंत ते सगळे उभेच राहिले. त्यांच्या चेहऱ्यावर तणाव होता. "अरे, उभे का? बसा बसा..." अमरनं हसून उलट त्यांचंच स्वागत केलं. तसा त्यांच्या चेहऱ्यावरचा ताण हळूहळू हलका झाला आणि ते खुर्चीत बसले. मग एकेक करून त्यांनी अमरला आपली ओळख करून दिली.

"सर, मी पिंगळे डेप्युटी इंजिनिअर, माझ्याकडे अंबुलगा प्रकल्पाचं काम आहे."

"सर, मी नगराळे डेप्युटी इंजिनिअर, माझ्याकडे असर्जन प्रकल्पाचं काम आहे."

"सर, मी वैद्य डेप्युटी इंजिनिअर, माझ्याकडे सांडोळ प्रकल्पाचं काम आहे."

"सर, मी पाटील डेप्युटी इंजिनिअर, माझ्याकडे यूएसएडच्या थोडगा प्रकल्पाचं काम आहे."

"सर, मी सूर्यवंशी डेप्युटी इंजिनिअर, माझ्याकडे सिमेंट स्टोअरचं काम आहे."

मग अमरनं त्यांना त्यांच्या कामाच्या अडचणी आणि सध्याची स्थिती याविषयी विचारलं. त्याला ह्या सगळ्या प्रकल्पांच्या फायली वाचण्याआधी अशी माहिती मिळत होती. एकंदरीत पूर्वीच्या अधिकाऱ्याच्या अनास्थेमुळे हे प्रकल्प बंद पडलेले होते. जिथं कंत्राटदारानं अडेलतट्टूपणा दाखवून बंद पाडलं होतं, तिथं ठोस कारवाई करण्याऐवजी फक्त कागदपत्रं रंगली होती, तर काही ठिकाणी भूसंपादनच झालं नव्हतं. काही ठिकाणी पुनर्वसनाच्या प्रश्नामुळे प्रकल्पग्रस्त शेतकऱ्यांनी काम बंद पाडलं होतं. काही प्रकल्पांना निधी खर्च न झाल्यामुळे नवीन आर्थिक वर्षात निधी मिळाला नव्हता, तर

एका अमेरिकन अर्थसाहाय्य असलेल्या प्रकल्पाला भरपूर निधी असून नियोजनाअभावी काम पुढे सरकत नव्हतं. हे तर कालमर्यादा घातलेलं काम होतं आणि त्यासाठी थेट अमेरिकेपुढे नामुष्की पत्करावी लागली होती. सगळं चित्र निराशाजनक असलं, तरी ते त्याला बदलायचं होतं. त्याच्या बुद्धी-शक्ती आणि युक्तीला हे एक आव्हान होतं. ह्यापूर्वी एक रातसा धरण सोडल्यास त्याला एवढं आव्हानात्मक काम मिळालं नव्हतं, आता तर एक नव्हे चार-चार धरणांची कामं त्याला मिळाली होती. आणि ती पूर्ण करून स्वत:ला सिद्ध करून दाखवायची संधी होती. मराठवाड्यातल्या ह्या वैराण प्रदेशात नंदनवन फुलवायचं काम नियतीनं त्याच्यावर सोपवलं होतं. मराठवाड्यातले अजून झोपलेले माळ जणू आजपर्यंत त्याचीच वाट बघत होते.

अमरनं त्याच्या हाताखालच्या सगळ्या अधिकाऱ्यांसोबत एक बैठक लावली. प्रत्येकाला त्या आर्थिक वर्षात करावयाच्या कामांची भौतिक आणि आर्थिक उद्दिष्टं दिली. त्यांचं सूक्ष्म नियोजन करून घेतलं. त्याचं प्रकल्प व्यवस्थापनाचं सगळं ज्ञान आणि कौशल्य वापरून प्रत्येक कामाचं कृतीनिहाय विघटन केलं. त्याचे जॉब चार्ट आणि बार चार्ट तयार केले. क्रिटिकल पाथ मेथडचं तंत्र वापरून कोणती कामं दिलेल्या वेळेत पूर्ण करण्यासाठी क्रिटिकल आहेत, ती दिलेल्या वेळेत पूर्ण करण्यासाठी कोणकोणत्या गोष्टींची आवश्यकता आहे, सामग्रीचा पुरवठा करणं आणि साहित्याचा संग्रह करणं कसं गरजेचं आहे, ते त्यातून दिसून आलं. एवढंच नाही तर त्यांच्या कामावर दिलेल्या भेटीच्या वेळी त्यानं दिलेली भौतिक उद्दिष्टं साध्य झालीत का, हे तपासलं जाणार होतं. ही माहिती प्रत्येक डेप्युटी इंजिनिअरनी सोबत ठेवणं कसं गरजेचं आहे ते सांगितलं. त्या सोबतच कामांचे तांत्रिक ड्रॉइंग, डिझाईनही तयार ठेवायला त्यानं बजावलं. ही सगळी माहिती प्रत्येकाच्या बॅगेत सदैव ठेवायच्या सूचना अमरनं सगळ्या डेप्युटी इंजिनिअर्सना तर दिल्याच, शिवाय या सगळ्या प्रकल्पांच्या, सगळ्या डेप्युटी इंजिनिअरांच्या उद्दिष्ट-साध्य याची माहिती त्यानं स्वत:कडे घेऊन स्वत:च्याही बॅगेत ठेवणं सुरू केलं. आतापर्यंत ह्या पद्धतीनं कोणत्याही वरिष्ठानं डेप्युटी इंजिनिअरांना सूचना केल्या नव्हत्या. ह्या नव्या शिस्तीत आणि कार्यपद्धतीत काम करणं त्यांना सुरुवातीला थोडं जडच गेलं. पण सवय झाल्यावर आपल्याला सोपवलेल्या कामावर त्यांची पकड आली आणि अमरचंही सगळ्या कामांवर नियंत्रण आलं!

आतापर्यंत सगळंच काही सहज घेणाऱ्या, प्रेक्षणीय स्थळांना भेट द्यायला

आल्यासारख्या, हातात फाईल-ड्रॉईंग नसणाऱ्या सगळ्यांनाच यामुळे शिस्त लागली. ‘काळ-काम-वेग’ ह्या गणिताचं भान आलं. मराठवाड्यातील नबाबी पद्धतीनं ‘इतनी जल्दी क्या है, कल देखेंगे’ हे पालुपद मागे पडलं आणि ते मुंबई-पुण्यासारखं घड्याळाच्या काट्याबरोबर धावू लागलं. त्या आधी त्यांच्या मनगटांवर घड्याळं होती, पण ती फक्त शोभेला होती. त्यांचा वापर ते क्वचितच करीत. आता मात्र खरा उपयोग त्यांना कळला.

●●

फट्फट् फट्फट् आवाज करीत भद्राप्पाची फटफटी अमरच्या बंगल्याच्या दारात सकाळी सकाळीच उभी राहिली. तसं बंगल्यात काम करणारा पाटील गडी दार उघडायला गेला. अमर आतमध्ये अजून आवरत होता. हे पाटीलला माहीत होतं. त्यामुळं तो भद्राप्पाशी सकाळच्या उन्हात बोलत उभा राहिला. भद्राप्पा हा सेक्शनल ऑफिसर म्हणजे एस.ओ. होता. पाटील त्याला अमरच्या घरातली माहिती सांगत होता. म्हणजे घरात नवीन साहेबांच्या सोबत कोणकोण आहेत वगैरे. पाटील घरकामाला असला, तरी बाईंनी त्याला घराची आवराआवर करून बाहेर बागेतच बागकाम करायला पाठवलं होतं. आरती स्वयंपाक स्वत:च करत असल्यानं ती मदतीला थोडा वेळ कोणाला घेई, त्यामुळे घरी स्वयंपाकी म्हणून आलेल्या गड्याला काही काम नसे. घरकामाला बालाजी नावाचा गडी होता. तो आणि पाटील दोघंही ह्या नवीन साहेबांविषयी आणि त्यातही बाईसाहेबांविषयी गप्पा मारत आणि त्यांच्या स्वभावाचा अंदाज घेत होते.

अमर तयार होऊन त्यांच्या बंगल्याच्या एका कोपऱ्यातल्या ऑफिसच्या खोलीत येऊन बसला. तसं भद्राप्पानं नम्रतेनं दारात येऊन “आत येऊ का, सर?” असं विचारलं. अमरनं त्याला हसून “या, या, बसा.” म्हटलं. मात्र भद्राप्पा बसला नाही. त्यावर अमरनं त्याला विचारलं, “भद्राप्पा, काय काम आहे?” अमरच्या ह्या प्रश्नावर भद्राप्पा लाजला. म्हणाला,

“नाही, सर, तुमचं काही काम असेल घरचं तर सांगा.”

“म्हणजे? मी नाही समजलो.” अमर संभ्रमित होऊन बोलला.

“सर, तुम्ही या गावात नवीन आलात. मी तुमच्या सेवेला आहे. घरची छोटी-मोठी कामं, गॅस, मुलांची शाळा, बाजारहाट करायला मदत करतो. पूर्वीच्या सायबांच्या घरकामाला मदत म्हणून मी रोज सकाळी पहिल्यांदा बंगल्यावर येत असे. मग ऑफिसला जायचो.” भद्राप्पा नजर वर न करता

विनम्रपणे बोलत होता.

"नाही, नाही, भद्राप्पा, तुम्ही आमच्यासाठी रोज सकाळी बंगल्यावर यायची गरज नाही. मला काही गरज लागली, तर मी तुम्हाला फोनवर तसं कळवत जाईन. तुम्ही तुमची ऑफिसची कामं करत राहा."

"जी सर!" असं म्हणून भद्राप्पानं बाहेर काढून ठेवलेल्या चपला पायात सरकावल्या. परत एकदा कमरेत वाकून देवाला करतो तसा नमस्कार केला आणि फट्‌फट्‌ आवाज करीत तो त्याच्या फटफटीवरून गेला.

अमरला हे सगळं आदरातिथ्य नवं होतं. ह्या मानामुळे त्याचा जीव गुदमरत होता. त्याला आणि त्याच्या कुटुंबाला काय हवं नको ते बघायला इथं इतकी माणसं तत्पर होती, की त्याला नवल वाटत होतं. हा सगळा खुर्चीचा परिणाम होता. आपणही ह्या खुर्चीचा गैरवापर करायला नको, असं त्यानं स्वत:ला बजावलं.

अमरचं ऑफिस त्याच्या अमरजा कॉलनीतल्या बंगल्यापासून आठ-दहा किलोमीटर लांब होतं. त्याचं घर गावाच्या पूर्वेला तर ऑफिस गावाच्या पश्चिम टोकाला होतं. सगळं गाव, बाजारपेठ ओलांडून ऑफिसला जायला वेळ लागत असेल म्हणून त्याच्या बंगल्याच्या मागून नव्यानंच होत असलेल्या रिंगरोडनं मोहन ड्रायव्हरनं गाडी घेतली. बऱ्याच वर्षांनी अमरला ह्या सरकारी पांढऱ्या 'राजहंसी' गाडीत बसायला मिळालं होतं. जुनी असली तरी नव्यानं रंगकाम आणि रिपेअर करून ही अँबेसिडर गाडी त्याच्यासाठी स्टोअरकिपरनं सुसज्ज केलेली होती. ऑफिसच्या पोर्चमध्ये गाडी उभी राहताच दारावरचा शिपाई धावत आला. त्यानं अदबीनं वाकून पुढे येऊन गाडीचं दार उघडलं. अमरच्या हातातील ऑफिस बॅग घेऊन तो त्याच्या पुढे तरातरा धावत गेला. केबिनचं दार उघडलं. अमर त्याच्या खुर्चीत येऊन बसला. उठता-बसता, घरात आणि ऑफिसमध्ये मिळणाऱ्या ह्या मानपानामुळे त्याला संकोचल्यासारखं होत होतं.

ऑफिस नव्यानंच बांधलेलं होतं. एक सुबक देखणी दुमजली इमारत. मुख्य मोठ्या प्रशस्त लाऊंजला डाव्या-उजव्या दोन बाजूंना दोन कार्यकारी अभियंत्यांची कार्यालयं होती. उजवीकडे अमरचं तर डावीकडे तोरणा प्रकल्पाच्या कार्यकारी अभियंत्याचं. इमारतीच्या मुख्य पोर्चसमोर राष्ट्रध्वजाचा स्तंभ आणि त्या भोवती गोलाकार हिरवळीचा बगिचा. सगळं कसं नीटनेटकं, सुरेख. साधंच पण स्वच्छ सुंदर. अमरला हे सगळं आवडलं. त्याच्या खुर्चीत बसल्यावरही त्याला प्रसन्न वाटलं. त्यानं भिंतीवर नजर टाकली. भिंतीवर शासकीय फतव्यांचं काटेकोर पालन केलेल्या राष्ट्रीय नेत्यांच्या तसबिरी एका रेषेत लावल्या होत्या. पंतप्रधान

राजीव गांधी, आधीच्या पंतप्रधान इंदिरा गांधी, महात्मा फुले, डॉ. बाबासाहेब आंबेडकर, महात्मा गांधी आणि छत्रपती शिवाजीमहाराज! त्यानं ह्या ऑफिसचा चार्ज घेतल्यावर त्याच्या कर्मचाऱ्यांनी पहिल्याच दिवशी भेट घेऊन त्याचं अभिनंदन केलं होतं. पण त्या सगळ्या पन्नास लोकांना एकाच वेळी भेटून थोडीच ओळख होणार होती! त्यातही इथली मराठवाड्यातली नावं आणि आडनावं वेगळीच वाटत होती. तीच गोष्ट त्यांच्या बोलीची. ही मराठवाडी 'मराठी' त्याला समजेना. त्यातही हा सीमावर्ती जिल्हा. समोरचा माणूस कानडी बोलतोय की तेलगू की मऱ्हाटी? शब्द ओळखीचे वाटायचे, पण सहज अर्थबोध व्हायचा नाही. उच्चार कान देऊन ऐकावे लागायचे, कारण बहुतेक सर्वच द्रुतगतीत बोलणारे. त्यामुळं काही समजायचं तर काही नाही. अमरला आयुष्यात प्रथमच आपला 'भाषा अभिमान' व्यर्थ असल्यासारखं वाटलं.

त्याच्या केबिनच्या समोरच अभ्यागतांसाठी दालन होतं. आणि आतमध्ये त्याचे पर्सनल असिस्टंट डेप्युटी इंजिनीअर म्हस्के होते. तो ऑफिसमध्ये येऊन बसताच हे गृहस्थ त्याला काही महत्त्वाचे निरोप, फोन, पत्रं आल्याचं येऊन सांगत. त्यावर अमरनं त्यांना सूचना केल्या, की त्यानुसार पुढील कार्यवाही करण्यासाठी ते जात आणि संबंधितांना अमरनं दिलेल्या सूचना सांगत. त्यामुळे अमरची संबंधित प्रकरणं हाताळणाऱ्या कर्मचाऱ्यांशी क्वचितच गाठ पडे. अमरपुढे ड्राफ्ट आला की, तो मुद्दामच त्या व्यक्तीला बोलावून घेई. त्याला ड्राफ्टमधल्या चुका समजावून सांगे, तसंच एखादा ड्राफ्ट उत्तम जमला असेल तर त्याचे तोंडावरच कौतुक करी. अमरच्या ह्या संबंधित कर्मचाऱ्यांशी थेट संवाद साधण्याच्या पद्धतीमुळे त्याची लवकरच ऑफिसमधल्या सगळ्या कर्मचाऱ्यांशी खरी ओळख झाली. वेगवेगळ्या उपविभागांतून येणाऱ्या ठेकेदारांच्या बिलांची तांत्रिक तपासणी करणारे प्रकल्प शाखेतील शाखा अभियंता दोन महाजन होते. एक केबी, दुसरे पीबी. हे अगदी बिनचूक तपासणी करत, तर नंतरची अंकगणितीय तपासणी करणारे ऑडिटर देशपांडे-कुलकर्णी हे बी.कॉम. असल्यानं आकडेवारीत अचूक होते. त्यामुळे बिलांची तांत्रिक आणि अंकगणितीय तपासणी झाली, की ते पास करण्यासाठी अकौंटंट यांच्याकडे मंजुरीसाठी जाई. ते ह्या दोन्ही तपासण्या झाल्यावर त्यात काही निविदेतील शर्तींचं उल्लंघन तर होत नाही ना, ठेकेदाराला कुठं अवाजवी फायदा होत नाही ना, सरकारच्या पैशांचा गैरव्यवहार होत नाही ना, ह्या गोष्टी डोळ्यात तेल घालून काटेकोरपणे तपासत. त्यांच्या शंकांचं निरसन संबंधित करत. त्यानंतरच ते बिल पास करण्यासाठी अमरपुढे येई. त्या वेळी अमर प्रथम अकौंटंटनं उपस्थित केलेले हिरव्या शाईतले शेरे व त्याला दिलेली

उत्तरं वाची. त्याला पटली, तरच बिलं पास करी. नाहीतर संबंधितांनी केलेल्या चुकांपायी त्यांना समक्ष बोलावून समज देई, योग्य ती दुरुस्ती करून घेई. बऱ्याचदा त्याला अकौंटंटनं हिरव्या शाईत केलेला खोडसाळपणाही कळायचा. मग तो स्वत: निविदा व शर्ती वाचून त्याचा खोडसाळपणा खोडून काढायचा. ज्या ज्या वेळी अकौंटंटचा हेतुपुरस्सर स्वार्थीपणासाठी केलेला शेरा लक्षात यायचा, त्या वेळी तो त्यालाही बोलायला कमी करायचा नाही. कारण शेवटी काम योग्य खर्चात व योग्य दर्जाचं व्हावं, ही त्याचीच अंतिम जबाबदारी असायची. कामाच्या प्रगतीसाठीही तोच जबाबदार असे. त्यामुळे त्याला ठेकेदाराचं नुकसान केवळ अकौंटंटच्या स्वार्थीपणामुळे होऊ नये हे जसं बघावं लागे, तसंच मापं लिहिणाऱ्या ज्युनियर इंजिनिअर, डेप्युटी इंजिनिअरांच्या स्वार्थीपणामुळे ठेकेदाराला अवाजवी फायदा होऊन सरकारी पैशांचा अपव्यय होऊ नये, हेपण बघावं लागे. अमर त्यासाठी प्रत्यक्ष बांधकामाच्या मापांची तपासणी साईटवर जाऊन स्वत: काटेकोरपणे काही प्रमाणात करत असे. मगच ते बिल पास करत असे. या बाबतीत ठेकेदाराला कितीही अडचण असली, घाई असली; तरी तो तपासणी केल्याशिवाय बिल पास करत नसे. त्यामुळे साईटवर त्याची भेट असली, की ठेकेदार तसेच ज्युनिअर इंजिनिअर, डेप्युटी इंजिनिअर सारेच त्याला टरकून असत!

ऑफिसमध्ये प्रोजेक्ट ब्रँचमध्ये ठेकेदाराच्या बिलांची तांत्रिक तपासणी केली जाई, तसेच धरणं, कालवे यांच्या बांधकामांचे प्रस्ताव तयार केले जात. ह्या कामांची अंदाजपत्रकं तयार करणं, ती तपासणं आणि मंजुरीसाठी कार्यकारी अभियंत्यांच्या पुढे ठेवणं, त्यांच्यावरच्या कार्यकारी अभियंत्यांच्या शेऱ्यांची पूर्तता करणं, त्यांनी उपस्थित केलेल्या शेऱ्यांनुसार बदल करणं आणि त्यानुसार ते अंदाजपत्रक मंजूर करून घेणं, हे काम असे. पुढे हे अंदाजपत्रक मंजूर झालं की त्याच्यानुसार निविदा तयार करणं, त्यात योग्य त्या अटी व शर्ती अंतर्भूत करणं हे कामासाठी पायाभूत ठरणारं; पण महत्त्वाचं काम असे. प्रकल्प शाखेतील अनुभवी अभियंते ज्यांनी पूर्वी साईटवर काम केलेलं असे ते हे काम करीत. अंदाजपत्रकाप्रमाणेच निविदेमध्ये दर धरलेत का? दर पृथ:करण बरोबर आहे का? बाजारभावानुसार सिमेंट, स्टील आणि इतर बांधकाम सामग्रीचे दर धरले आहेत का? ह्या सगळ्या बाबींची खात्री स्वत: अमर करत असे, तर निविदेमध्ये घालायच्या अटी, शर्ती आणि स्पेसिफिकेशन्सही बऱ्याचदा कामाच्या स्वरूपानुसार स्वत:च लिहीत असे. ह्यालाच ड्राफ्ट टेंडर पेपर्स किंवा डीटीपी म्हणत. काम जर अमरच्या आर्थिक मंजुरी क्षमतेपेक्षा जास्त खर्चाचं असेल, तर तो ते वरच्या म्हणजे अधीक्षक अभियंत्यांच्या कार्यालयाकडे पाठवी, तर त्याहीपेक्षा जास्त मोठं

असेल, तर मुख्य अभियंत्यांच्या कार्यालयाकडे पाठवी. ह्या दोन्हीं कार्यालयांमध्ये म्हणजे दुसऱ्या जिल्ह्याच्या व प्रदेशाच्या ठिकाणी जाऊन तो सर्व शंकांचं निरसन करून मंजुरी मिळवत असे. तो स्वत: ह्या कागदपत्रांमध्ये बारकाईनं लक्ष घालत असल्यानं त्याला त्या अंदाजपत्रकातील किंवा डीटीपीमधील ओळ आणि ओळ तसाच आकडा आणि आकडा पाठ असे. त्याच्या ह्या अभ्यासू वृत्तीमुळे आणि प्रामाणिकपणामुळे त्याचे वरिष्ठ अधिकारी त्याच्या विश्वासावर लक्षावधी, कोट्यवधी रुपये खर्चाची कामं सहज मंजूर करत. अमरच्या कामाचा झपाटा विलक्षण थक्क करणारा असे. एखादं काम हातात घेतलं की, ते तडीस नेईपर्यंत तो स्वस्थ बसत नसे आणि इतरांनाही स्वस्थ बसू देत नसे. कामाचा असा ध्यास घेतलेला अधिकारी विरळाच. त्याच्या शेजारच्या जिल्ह्यातील असाच पण त्याला ज्येष्ठ असलेला अधिकारी मात्र त्याच्या कामाच्या बाबतीत त्याचा आयडॉल होता, तो म्हणजे व्ही. व्ही. शिंदे!

कार्यकारी अभियंता व्ही. व्ही. शिंदे हे त्याच्या आधीच्या बॅचचे सरळसेवा प्रविष्ट अधिकारी होते. त्यामुळे ते साहजिकच सीनिअर होते. अमर बी.ई. झाला, त्याच वर्षी त्याच्या दुर्दैवानं आणीबाणी लादली गेली. झिरो बजेट आलं. पण त्यापूर्वीच तो नोकरीवर लागला होता. मात्र लोकसेवा आयोगाच्या स्पर्धापरीक्षा बंद झाल्या आणि त्याला चार वर्षं खात्यातच कनिष्ठ पदावर कनिष्ठ अभियंता म्हणून काम करावं लागलं. आणीबाणी उठली आणि त्यानंतर झालेल्या स्पर्धा परीक्षेत त्याची वर्ग एकच्या साहाय्यक कार्यकारी अभियंता ह्या पदावर निवड झाली. त्याच्या आणि शिंदे साहेबांच्या बॅचमध्ये एक बॅचचाच फरक असला, तरी सेवाज्येष्ठतेमध्ये ते चार वर्षांनी ज्येष्ठ झाले. ते दोघंही एकाच मंडळ कार्यालयात अंतर्गत होते. म्हणजे दोघांचे बॉसही एकच अधीक्षक अभियंता होते. मंडळ कार्यालय ज्या जिल्ह्यात होतं, तिथंच त्यांच्या विभागाचं कार्यालय होतं. त्यानं त्याच्या मित्रांकडून ह्या शिंदेसाहेबांच्या कामाविषयी खूपच चांगलं ऐकलं होतं. त्यांची प्रत्यक्ष भेट व्हायच्या आधीच तो त्यांना 'कामाला वाघ' असलेला एक आदर्श अभियंता म्हणून मानत होता. तो इथं नव्या ठिकाणी हजर झाल्यावर पुढच्याच आठवड्यात मंडळ कार्यालयात अधीक्षक अभियंत्यांची मासिक बैठक लागली होती. अमर बैठकीसाठी अधीक्षक अभियंत्यांच्या दालनात जाऊन बसला. तोच "में आय कम इन, सर?" अशा आत्मविश्वासपूर्ण आवाजात विचारत एक गृहस्थ दालनात आले. ते अमरच्या शेजारच्याच खुर्चीवर बसले. अंगात अर्ध्या बाह्यांचा बुशशर्ट, पँट, डोक्यावर गांधी टोपी घातलेले ते गृहस्थ अधिकारी न वाटता कोणीतरी कार्यकर्ता असल्यासारखे अमरला वाटले. तो त्यांच्याकडे बघत

असतानाच अधीक्षक अभियंत्यांनी त्यांची अमरशी ओळख करून दिली. “हे व्ही. व्ही. शिंदे... कार्यकारी अभियंता, मध्यम प्रकल्प विभाग...” अमर त्यांच्या साध्या राहणी व वागण्याकडे बघतच राहिला. अधीक्षक अभियंत्यांनी त्यांची विचारपूस केली, त्या वेळी त्यांच्या वडिलांचं नुकतंच निधन झाल्याचं अमरला समजलं. शिंदेसाहेबांनी क्षौर केलं होतं, म्हणून डोक्यावर गांधी टोपी घातली होती. शिंदेसाहेब मराठवाड्यातील त्याच जिल्ह्याचे होते. त्यांचे वडीलही मोठे सामाजिक कार्यकर्ते होते. त्यांच्या वडिलांनी जिल्ह्याच्या जवळच असलेल्या तालुक्याच्या गावी एक शिक्षणसंस्था स्थापन करून ग्रामीण भागातील गरीब विद्यार्थ्यांसाठी हायस्कूल सुरू केलं होतं. अधीक्षक अभियंत्यांच्या बोलण्यातून शिंदेसाहेबांच्या वडिलांविषयी काढलेल्या ह्या गौरवोद्गारामधून अमरला हे समजलं, तेव्हा असा समाजसेवेचा वारसा लाभलेल्या शिंदेसाहेबांकडे तो आणखीनच आदरानं बघू लागला.

मीटिंग संपल्यावर तो आणि शिंदेसाहेब बाहेर येऊन बोलत बसले. पहिल्या भेटीतच त्यांनी अमरशी खूप जुनी ओळख असल्यासारखं दाखवलं. बहुधा त्या दोघांचे मित्र आणि अमर जिथून बदलून आला होता त्या गावातले त्याचे सहकारी यांनी त्याच्याविषयीदेखील शिंदेसाहेबांना खूप चांगलं सांगितलेलं होतं. अमरनं त्यांच्याकडून अमेरिकन अर्थसाहाय्य असलेल्या प्रकल्पाविषयी समजावून तर घेतलंच, पण त्यांच्याप्रमाणेच स्वत:च्या प्रकल्पाच्या धरणाचं व कालव्याचं काम गतीनं करायचं ठरवलं. त्या दोघांकडे आपापल्या जिल्ह्यातले अमेरिकन अर्थसाहाय्य असलेले प्रकल्प होते आणि त्यांचं बांधकाम एका विशिष्ट कालमर्यादेत पूर्ण करून सिंचनाचे फायदे शेतकऱ्यांना द्यायचं बंधनही होतं. अमरला हे बाह्य अर्थसाहाय्याचं प्रकरण नवीनच असल्यानं त्यांच्या दोघांच्या पहिल्याच भेटीत अलभ्य लाभ झाल्यासारखं वाटलं!

ऑफिसमध्ये आणखी दोन शाखा होत्या. एक म्हणजे आस्थापना शाखा, जिचा प्रमुख हेडक्लार्क पी. व्ही. देशपांडे होता; तर दुसरी म्हणजे रेखाशाखा, जिचा प्रमुख ड्राफ्टस्मन वाघमारे होता. आस्थापना शाखेचं काम कर्मचाऱ्यांच्या रजा मंजुरी, वेतन देयके व भत्ते यांची बिलं तयार करून ट्रेझरीला पाठवणं, ती वेळीच मंजूर करून धनादेश प्राप्त करणं आणि ते बँकेत विभागाच्या खात्यात जमा करणं. कर्मचारी अधिकाऱ्यांचे पे-रोल तयार करून त्यांचे पगार नियमितपणे दर महिन्याच्या एक तारखेला मिळतील असं बघणं. शिवाय वेळोवेळी मिळणाऱ्या वेतनवाढी, वेतन आयोगाच्या आदेशानुसार नवीन वेतननिश्चिती करणं, फरक काढणं, निरनिराळे अग्रीम मंजूर करणं, ह्या गोष्टी निरंतर चालू असायच्या. गरजू

कर्मचाऱ्याला पैसे वेळेवर मिळाले नाहीत की मग भांडणं व्हायची. समज-गैरसमज दूर करायची पाळी कार्यालय प्रमुख म्हणून अमरवरच यायची. कुणावर लाच मागितल्याचे आरोप केले जायचे, तर कुणावर जातीयतेचे आरोप व्हायचे. अमरला दोन्ही बाजू ऐकून न्यायाधीशाप्रमाणं समतोल बुद्धीनं निर्णय घ्यावा लागे. त्याच्या शांत-समंजस स्वभावामुळे तो अशा कटू प्रसंगातून न्यायोचित मार्ग काढत असे. तो आरोपी आणि फिर्यादी दोघांनाही चांगलाच ओळखत असे. माणूस वाचण्याची त्याची कला अशा वेळी त्याच्या उपयोगी पडे, तसंच कुणालाही न दुखवता त्याचं म्हणणं पटवण्याच्या त्याच्या वाक्चातुर्यामुळे त्याला हे अवघड काम शक्य होई. त्याच्या ऑफिसमधील पन्नास तऱ्हेची पन्नास माणसं तशीच पाच उपविभागांतील आणखी पन्नास माणसं आणि शेकडो मजूर मिळून त्याला चारशे-पाचशे सुष्ट-दुष्ट सगळ्याच प्रवृतींच्या माणसांशी डोकं लावावं लागे. इथं नुसतीच तांत्रिक बाबींची हुशारी कामी येत नसे, तर तुमचं सामान्य-व्यवहार ज्ञान वापरावं लागे, जे कुठंही शिकवलं जात नाही.

रेखाशाखेकडे प्रकल्प शाखेतल्या ज्युनियर इंजिनिअरांनी तयार केलेल्या नकाशांचं रेखाटनाचं ड्रॉईंग आणि ट्रेसिंग करायचं काम असे. तसेच ट्रेसिंगवरून ब्लू प्रिंट काढण्याचं काम असे. महिन्यातले काही दिवस अजिबात काम नसे, तर कधीकधी दिवसरात्र बसून त्या प्रिंट्सची भेंडोळी काढावी लागत असे. अशावेळी अमोनियाचा उग्र दरवळ सुटे. त्यामुळं ती प्रिंटींग रूम शक्यतो ऑफिसच्या कोपऱ्याला किंवा बाहेरच असे. अमोनियाचा उग्र वास घेतल्यानं ते काम करणाऱ्या कर्मचाऱ्याला श्वसनविकार होण्याची शक्यता असे, तसंच इतरही कर्मचाऱ्यांना त्रास होऊ नये म्हणून प्रिंट्स काढण्याचं काम हे ऑफिस सुटल्यावर सुरू होई ते रात्री उशिरापर्यंत चाले. अमोनियाचा उग्र वास सुटला, की अमर हटकून ऑफिस सुटल्यावर जाता जाता तिथं जाई. वासानं सगळे कर्मचारी दूर पळत असताना अमरला तिथं आल्याचं नाकाला रुमाल बांधलेल्या ट्रेसर किंवा शिपायानं बघितलं, की तो करीत असलेल्या कामाची दखल साहेबांनी घेतल्याचं बघून त्याला धन्य वाटे. अमरही त्याला तोंडावरचा रुमाल काढू नको, असं खुणावी. त्याला असं शरीरास घातक काम करणाऱ्या कर्मचाऱ्यांची कणव येई. पण त्याला काही इलाजही नव्हता. बहुधा हे कामही एखाद्या मागासवर्गीय शिपायाकडे यायचं. तोंडाला फडकं बांधून समाजाची घाण काढता काढता ह्या समाजाची इथपर्यंत झालेली प्रगती(?) बघून तो खंतावत असे.

रेखाशाखेत काम करणारे ट्रेसर, असिस्टंट ड्राफ्ट्समन हे बहुधा ड्रॉईंगचा कोर्स किंवा परीक्षा पास केलेले असत. त्यामुळं त्यांना चित्रकलेचं बाळकडू

मिळालेलं असे. अमरचा चित्रकला हा आवडता विषय, तर शिल्पकलेशी त्याची नाळ जात्याच जोडलेली असल्यामुळे त्याला ह्या शाखेत काम करणाऱ्यांविषयी विशेष ममत्व वाटे. ह्या कर्मचाऱ्यांचं अक्षर अतिशय सुरेख आणि वळणदार असं असायचं. तो त्यांच्या सुलेखनाचा उपयोग त्याच्या प्रस्तावांच्या सादरीकरणासाठी करी. ऑफिसमध्ये एवढी एकच शाखा कलेशी संबंध जोडणारी असल्यानं त्याला इथं यायला आवडे. बाजूला भांडारशाखा होती. प्रकल्पांवर लागणारं सिमेंट, लोखंड प्राप्त करायची आणि पुरवायची जबाबदारी भांडारपालाची. कपाळावर भस्माचे पट्टे ओढलेला शेट्टी भांडारपाल चांगलाच बेरकी होता. त्याच्याविषयी अमरकडे अनेक तक्रारी यायच्या. पण खुलासे देऊन सुटण्यात तो तरबेज होता. मात्र एकदा सिमेंटचा ट्रकच चोरण्याच्या प्रयत्नात पोलिसांनी त्याला रंगेहाथ पकडला, तेव्हा अमरनं त्याला पाठीशी न घालता सरळ पोलिसांच्या हवाली केलं आणि सगळ्यांवरच जरब बसवली!

●●

अंबुलगा मध्यम प्रकल्प सगळ्यात जवळ म्हणजे साठ किलोमीटर दूर होता. त्याच्या गावापासून सगळ्यात जवळची डॅम साईट. त्यामुळे अमरनं सगळ्यात आधी तिला भेट द्यायचं ठरवलं. शिवाय मंत्रीमहोदयांच्या मावसभावाच्या गावचा प्रकल्प. त्याला प्राधान्य देणं भागच होतं. माणिकराव पाटील-अंबुलगेकरांनी पहिल्याच दिवशी भेट घेऊन त्यांच्या गावच्या धरणावर यायचं आमंत्रण दिलं होतं. ह्या प्रकल्पाचे डेप्युटी इंजिनिअर पिंगळे आधीच पुढे साईटवर जाऊन थांबले होते. इथं आल्यापासून दोन गोष्टी अगदी न चुकता घडत होत्या. एक म्हणजे सकाळी बरोबर आठ वाजता भद्राप्पाची फटफटी बंगल्यावर येऊन उभी असायची. पहिल्याच दिवशी अमरनं त्यांना तसं करायची आवश्यकता नाही सांगितलं होतं, तरी त्यांनी यायचं सोडलं नव्हतं. 'पडिले वळण इंद्रिया सकळा!', काम असो वा नसो ते प्रथम साहेबांचं दर्शन घेऊनच पुढे ऑफिसला जात. दुसरी गोष्ट म्हणजे शुभ्र पांढऱ्या गणवेशामध्ये 'शोफर'सारखा अँबेसिडर गाडी दारात लावून ड्रायव्हर मोहन उभा असायचा. मोहन ड्रायव्हर हा पोरसवदा होता. त्याचं पाण्याच्या टँकरवरून थेट साहेबांच्या गाडीवर प्रमोशन झालं होतं, त्यामुळं त्यानं मोठ्या हौसेनं खांद्यावर फ्लॅप आणि दोन फ्रंट पॉकेटवर फ्लॅप असलेला पांढरा सफारी शिवून घेतला होता. अमर घराच्या बाहेर पडताच तो त्याला कडक सॅल्यूट ठोकत असे. अदबीनं पुढे येऊन अमरची ऑफिस बॅग हातात घेई. गाडीत बॅग ठेवून

गाडीला नमस्कार करूनच मग गाडी सुरू करत असे. अमरलाही त्याचा हा रुबाब भावला. ड्रायव्हर रुबाबदार, तर साहेबांचाही रुबाब.

मोहन थेट सरळ समोर बघून गाडी चालवायचा. गाडी चालवताना तो बडबड करत नसायचा. अमरच्याही सगळ्या ड्रायव्हरांना तशाच सूचना असत. मोहनची नजर समोर पण कान मागे. गेले वर्षभर तो मंत्रीमहोदय इकडे दौऱ्यावर असले, की दर आठवड्याला शनिवार, रविवार त्यांची ड्युटी करायचा. त्यामुळे त्याला सगळे प्रोटोकॉल माहीत होते. ह्या ऑफिसला आधीचे कार्यकारी अभियंता नियमित नव्हते, त्यामुळं तो कलेक्टर ऑफिसच्या बाबूंकडून मंत्रीमहोदयांची ड्यूटी लावून घेई. मंत्र्यांच्या ताफ्यामध्ये कधी 'एस्कॉर्ट' म्हणून, तर कधी खुद्द मंत्र्यांच्या गाडीवर लाल दिवा लावून सारथ्य करायला त्याला आवडे. त्यामुळे त्याच्या मंत्र्यांशी ओळखी झाल्या होत्या, तसेच जिल्ह्यातील अगदी आडवळणाची गावं, त्यांचे रस्ते त्याला माहीत होते. पाटबंधारे खात्याचे मंत्री असलेल्या डॉक्टरसाहेबांचे बरेचसे नातेवाईक ह्या जिल्ह्यातल्या अनेक गावांमध्ये विखुरलेले होते. दिवसा सरकारी उद्घाटन, सभा-बैठकी उरकल्या, की ते रात्रभर ह्या गावांमधल्या आपल्या नातेवाइकांच्या भेटीगाठी घेत हिंडत. मोहन त्यांचा सारथी. तो खड्डे चुकवून जोरात गाडी चालवायचा. पण मंत्रीमहोदयांना हे चालायचं. ते रात्री लुंगी घालून मागच्या सीटवर चक्क ताणून द्यायचे. पाहुण्यांच्या गावी आणि घरी रात्री-बेरात्री केव्हाही जाऊन भेटायचे. मोहनला त्यांच्या नातेवाइकांची घरंदेखील माहीत झाल्यामुळं तो बरोबर त्यांच्या दारात गाडी नेऊन थांबवी आणि मगच मंत्रीमहोदयांना उठवी. मंत्रीमहोदयांना गाडीत मागच्या सीटवर आडवं झाल्यावर झोळीत झोपल्यासारखी छान झोप लागे म्हणे! ह्या मंत्रीमहोदयांचा वागण्यात विलक्षण साधेपणा होता. ते त्यांच्या पाहुण्यांकडे त्यांना भूक लागली असल्यास पिठलं-भाकरी आवडीनं खात आणि सोबतच्या पी.ए., एस्कॉर्टलाही खाऊ घालत. त्या वेळी ते 'प्रोटोकॉल' गुंडाळून ठेवत आणि त्याऐवजी जणू चक्क पट्ट्यापट्ट्याची लुंगी गुंडाळत. ह्या सगळ्या खाजगी आणि गुप्त गोष्टी हळूहळू करून मोहनच अमरला सांगत असे. अमरला ह्या सगळ्या गोष्टी 'हरून-अल-रशीद' सारख्या वेशांतर करून रात्री फिरणाऱ्या 'हरून' सारख्या रोमांचक वाटत. मंत्रीमहोदय दिसायला कमावलेली शरीरयष्टी असलेल्या एखाद्या पहिलवानासारखे होते, तरी मनानं खूपच प्रेमळ होते. असं ह्या मोहन ड्रायव्हरकडूनच अमरला समजलं होतं. त्यामुळं अमर हजर झाल्यावर ते जेव्हा पहिल्यांदाच दौऱ्यावर आले, तेव्हा अमर त्यांना भेटायला अमरजा विश्रामगृहावर गेला. ह्या गावात पुष्पगुच्छ मिळत नसत. सगळ्याच मान्यवरांचं स्वागत गळ्यात फुलांचे हार घालून करायची प्रथा होती. भद्राप्पा जेव्हा

मंत्रीमहोदयांच्या स्वागतासाठी पुष्पगुच्छ आणण्याऐवजी हार-तुरे घेऊन आला, त्या वेळी अमरला विचित्र वाटलं. 'हारतुरे' फारतर लग्नात नवरा-नवरी किंवा मंदिरात 'देव-देवतांना' घालायची प्रथा होती, फार झालं तर राजकीय सभेच्या व्यासपीठावर प्रमुख पाहुणे किंवा वक्त्याला. पण त्यानं इथल्या प्रथेनुसार ह्या हार-प्रकरणापुढे हार पत्करली. मंत्रीमहोदय गाडीतून उतरताच त्यानं त्यांचं हार घालून स्वागत केलं. मंत्री महोदय ह्या हारामुळे सुखावल्यासारखे वाटले. त्यांच्यापाठोपाठ तो अमरजा रेस्ट हाऊसवरच्या पहिल्या मजल्यावरच्या व्ही.आय.पी. कक्षात गेला.

"काय नाव तुमचं?" गळ्यातला सुखद गारवा असलेला हार बाजूला ठेवत ते बोलले.

"मी अमरसिंग चौहान... कार्यकारी अभियंता, मध्यम प्रकल्प विभाग."

"तुम्ही डायरेक्ट दिसता. पश्चिम महाराष्ट्रातून बदलून आलात ना?"

"हो, सर. हे दुसरं पोस्टिंग आहे. रातसा धरणावर काम केलंय."

"बरं, मोठ्या धरणावरच्या कामाचा अनुभव आहे म्हणा की. पण त्या मानानं ही धरणं छोटी आहेत. तुम्ही चांगलं काम करून दाखवा. आणखी एक सांगतो, ह्या जिल्ह्यात माझे खूप नातेवाईक आहेत. त्यांचं अजिबात ऐकू नका. तुम्ही तुमच्या पद्धतीनं चांगलं क्वॉलिटीचं काम करा. तुम्हाला कोणी त्रास दिला, माझ्या नावावर काही सांगितलं, तर थेट मला फोन करायचा."

आता अंबुलग्याला जाताना अमरला हा प्रसंग आणि मंत्रीमहोदयांचं वाक्य आठवत होतं. पहिल्या दिवशी माणिकराव पाटील-अंबुलगेकर ज्या तोऱ्यात मंत्री महोदयांचं नातं सांगत होते, तेही आठवत होतं. ह्या सगळ्या सत्तेच्या वलयात माणिकराव नेमक्या कोणत्या परिघावर उभे होते, जवळच्या की दूरच्या? अमरला काहीच अंदाज येत नव्हता. आज तर माणिकरावची आणि अंबुलगा धरणाची त्याची पहिलीच भेट होती.

"साहेब, उजव्या हाताला बघा. ही गढी दिस्ताव ना, ही सीएम सायेबाची गढी हाय. तेंचे वडील धनेगावचे देशमुख. लई मोट्टा माणूस. म्हंजी आपलं सीएम सायब बी तसंच मोट्टं हाय." मोहन ड्रायव्हरनं जाता जाता अमरला सांगितलं. अमरनं मान वळवून पाहिलं, बाहेर लाल मातीच्या टेकडीवर एक उंच दगडी वाड्यासारखी वास्तू उन्हात वाळत घातल्यासारखी दिसत होती.

"आवंदा सीएम सायेब आलं न्हाईत. पुढच्या खेपंला येतील, तवा तुमी तेंना भेटावा. समदे सायेब त्यांना भेटायला येत्यात. मोट्टा दरबारच असतो म्हणा की. आधीचे सायेब एकवारपण चुकवायचे नाय बघा."

"अस्सं, पण त्यांनी बोलावलं नसताना कसं जायचं?"

"सायब, तुम्ही नवं हायेत. पयल्यांदा तर तुमास्नी सौताच भेटावं लागंल बगा." मोहन सांगत होता, त्यात तथ्य होतं. अमर त्या जिल्ह्यात, त्यातही मुख्यमंत्री महोदयांच्या गावी बदलून आला होता. त्यानं स्वत:हून मुख्यमंत्र्यांना भेटणं, हा राजशिष्टाचाराचा भाग होता. त्यासाठी काही त्याला मुख्यमंत्री भेटीचं आमंत्रण थोडंच धाडणार होते? मोहनसारख्या ड्रायव्हरनं आपल्याला प्रोटोकॉल शिकवावा, ह्याचा त्याला खेद वाटला. पण मुख्यमंत्री आले की, त्यांना भेटायचं अमरनं ठरवून टाकलं. नाहीतरी आपण पाटबंधारे मंत्र्यांना गेलो होतोच की भेटायला.

"ठीकाय, आपण जाऊ त्यांना भेटायला." अमर पुटपुटला. अमर भेटायला जाणार, ह्या कल्पनेनं मोहनच्या चेहऱ्यावर आनंद झाल्याचं दिसलं. इथं आल्यापासून त्यानं एक गोष्ट बघितली होती, ती म्हणजे इथल्या शिपायापासून वरच्या अधिकाऱ्यांपर्यंत आणि रस्त्यावरच्या सामान्य माणसांपासून श्रीमंत व्यापारी-दुकानदारांपर्यंत मुख्यमंत्र्यांविषयी प्रचंड आदर होता. जणू देवच. आणि स्थानिक लोकांचं दैवत झालेल्या मंत्री, मुख्यमंत्री ह्यांच्यापुढं बाहेरच्या गावावरून आलेला कितीही का मोठा अधिकारी असला तरी त्यानं त्यांच्यापुढे झुकावं, अशी त्यांची मनोमनी इच्छा असायची. जणू तो अधिकारी आपल्यापुढेच झुकल्याचं समाधान त्यांना व्हायचं. त्यात काही वावगंही नव्हतं. वर्षानुवर्षं हा प्रदेश पुढारलेल्या पश्चिम महाराष्ट्राच्या तुलनेत सत्तेपासून वंचित होता ना!

धनेगावहून अंबुलगा पन्नास किलोमीटर होतं. सरळसोट डांबरी रस्ता, शहरापासून धनेगावपर्यंतचा रस्ता गुळगुळीत दोनपदरी होता. धनेगावची वेशीची कमान सोडली की, लगेचच दुपदरी रस्ता एकपदरी झाला होता. जागोजागी खड्डे पडले होते. एका राज्यातून दुसऱ्या राज्यात जाताना पहिला फरक जसा रस्त्यांच्या दर्जामुळे जाणवतो, तसाच प्रकार. मुख्यमंत्र्यांचं गाव सोडलं की, पुढे राजरस्ता संपून जनतेचा रस्ता सुरू होत होता. नाही म्हणायला रस्त्याच्या दुतर्फा मराठवाड्यात सहसा न दिसणारी झाडी इथं होती. त्यामुळे उन्हाचा चटका जाणवत नव्हता. रस्त्याच्या दोन्ही बाजूला कॅनॉल आणि विहिरींचं बागायत क्षेत्र होतं. हिरवेगार शेतांचे पट्टे दिसत होते. रब्बीचा हंगाम संपून गेला होता. कुठं कुठं उन्हाळी भुईमूग उगवत होता. पण बरंचसं रान नांगरून पडलेलं होतं. जमीन चांगलीच काळीभोर आणि खोल होती. ह्या काळ्या जमिनीतूनच रस्ता गेलेला होता. त्यामुळे डांबरी असला तरी जागोजागी खड्डे होते. काळ्या मातीतल्या रस्त्यांना खड्डे पडणारच, कारण मातीचं आकुंचन-प्रसरण. त्यामुळे त्याच्यावर काहीच मलमपट्टी करायची नाही, असं धोरण जणू रस्ते-बांधकाम विभागानं ठरवलेलं होतं.

मोहन खड्डे चुकवत पुढं एका तिठ्यावर गाडी घेऊन आला. ती अंबुलगा पाटी होती. म्हणजे अंबुलग्याला जायचा फाटा उजवीकडे होता. त्यानं अमरला विचारलं, ''सायेब, डायरेक्ट साईटलाच जायचं नव्हं?''

''का?'' अमरनं विचारलं.

''न्हाय, मागचं सायेब पहिल्यांदा माणिकराव पाटलांच्या वस्तीवर जायचे, मग साईटवर जायचे, म्हणून विचारलं.'' मोहननं चाचरत खुलासा केला.

''नाही. आपण थेट साईटवरच जायचं.'' अमरनं थोडं कडक आवाजात फर्मावलं. म्हणजे हे माणिकराव पाटील बरंच मोठं प्रस्थ दिसतं. तो मनात म्हणाला. सवयीनं मोहननं अंबुलगा गावच्या माणिकराव पाटलाच्या वस्तीवर जाताना गाडीचा हॉर्न वाजवला आणि गाडी न थांबवता तो पुढे निघाला. रस्त्याच्या दोन्ही बाजूला ऊस फोफावला होता. पश्चिम महाराष्ट्राच्या गोदावरी किंवा प्रवरा नदीच्या काठच्या लाभक्षेत्रातल्या समृद्ध पट्ट्यामधून जात असल्यासारखं अमरला वाटलं. तशीच खोल काळीभोर जमीन. जागोजागी विहीर बागायत. बांधाबांधानं पाटचाऱ्या खळाळत वाहात होत्या. अंबुलगा पाटीपासून धरणापर्यंतचा हा दहा किलोमीटरचा पट्टा तर एखाद्या नंदनवनासारखा होता. इथं उन्हाळा असून पाण्याचा दुष्काळ दिसत नव्हता. उलट उसासारखं बारमाही आणि जास्त पाणी पिणारं पीक घेतलं जात होतं. अमरला प्रश्न पडला, खरंच का इथं ह्या धरणाची गरज आहे?

धरणाच्या उजव्या तीरावर थोडा उंचवटा होता. तिथं एक छोटीशी चौकी होती. हीच चौकी पुढं कॅनॉल चौकी म्हणून उपयोगात येणार होती. ह्या चार खोल्यांच्या चौकीतच पुढच्या खोलीत चार खुर्च्या आणि एक मोठ्ठं लाकडी टेबल होतं. मागच्या भागात चहापाण्यासाठी एक किचन होतं. बाजूच्या खोलीमध्ये विश्रामासाठी दोन लाकडी पलंग आणि एक कपाट. मागच्या बाजूला संडास-बाथरूम असलेलं टॉयलेट. एखाद्या संन्याशाच्या गरजा भागतील एवढंच फर्निचर आणि जागा. ''वेलकम, सर..'' पिंगळे डेप्युटी इंजिनिअरांनी पुढं येऊन अमरचं स्वागत केलं. त्यांच्यामागे चार-पाच ज्युनियर इंजिनियर हातात फायली घेऊन साहेबांना काय उत्तर द्यावं लागेल ह्या तयारीत घाबरेघुबरे होऊन उभे होते. ''पिंगळेसाहेब, यांची ओळख करून द्या. यांची नावं आणि यांच्याकडची कामं सांगा...'' अमरनं एकेका ज्युनियर इंजिनिअरकडे कटाक्ष टाकत आज्ञा केली. तसे त्या ज्युनियर इंजिनिअरांचे हात जास्तच थरथरायला लागले. त्यांच्या चेहऱ्यावरचा वाढलेला ताण अमरला स्पष्ट दिसला. हे काहीतरी भयानक अमानुष आहे, असं त्याला वाटलं. तो म्हणाला, ''रिलॅक्स. मी काही तुम्हाला सस्पेंड करायला आलो नाही. बी फ्रेंडली.''

पिंगळेंनी मग एकेकाची ओळख करून दिली. 'देशमुख, बिरादार...' बहुतेक ज्युनिअर इंजिनिअर ह्याच जिल्ह्यातले होते. या प्रकल्पावरच त्यांना चार-पाच वर्षं झाली होती.

धरणाचं बरंचसं मातीकाम पूर्ण झालं होतं. चौकीवरून डावीकडे नजर टाकल्यावर मैलभर अजगरासारखं वक्राकार वळण घेत पसरलेलं मातीचं धरण दिसत होतं. चौकीच्या कडेलाच खोल खड्डा होता. तो सांडव्यासाठी खोदलेला होता. हा एक मध्यम प्रकल्प होता. मध्यम प्रकल्प हा धरणाच्या आकारावर अवलंबून नसतो. दोन हजार ते दहा हजार हेक्टरपर्यंत लाभक्षेत्र असलेला प्रकल्प म्हणजे मध्यम प्रकल्प. दोन हजार हेक्टरपेक्षा कमी क्षेत्र भिजवणारा लघू प्रकल्प, तर दहा हजारपेक्षा जास्त लाभक्षेत्र असलेला प्रकल्प हा मोठा प्रकल्प. मोठ्या प्रकल्पांची धरणं आणि कालवे सारंच काही मोठं असतं. तिथं एका मोठ्या प्रकल्पाच्या कामासाठी चार-पाच कार्यकारी अभियंता असतात. म्हणजे चार-पाच विभाग असतात. धरणाच्या बांधकामासाठी एक-दोन, तर लाभक्षेत्राच्या आकारानासुार कालव्यांच्या बांधकामासाठी दोन-तीन कार्यकारी अभियंता असतात. मात्र मध्यम प्रकल्पासाठी एक कार्यकारी अभियंता व त्याच्या हाताखाली चार ते पाच डेप्युटी इंजिनिअर असतात. एक धरणाच्या तर एक कालव्याच्या बांधकामासाठी. शिवाय एक कार्यकारी अभियंता एकावेळी अशा चार-पाच मध्यम प्रकल्पांचा प्रमुख असतो. इथं सगळे तांत्रिक निर्णय तो एकटाच घेत असतो. त्याला माती धरण, दगडी धरण, कॉंक्रीटचं धरण ह्याचं ज्ञान आणि बांधकामाचा अनुभव असणं गरजेचं असतं. त्यामुळं त्याची जबाबदारी इतर प्रकल्पांवरील कार्यकारी अभियंत्यांपेक्षा खूपच मोठी असते. सरकारनं अमरचा डिझाईनचा, बांधकामाचा अनुभव आणि कौशल्य लक्षात घेऊनच मोठ्या विश्वासानं ही जबाबदारी त्याच्यावर सोपविली होती. कोणताही वशिला न लावता त्याला ही जबाबदारीची कामं करायची संधी मिळाली होती. त्याला ह्या जबाबदारीची पूर्ण जाणीव होती आणि ती पार पाडण्यासाठी त्यानं जिवाचं रान करायचं ठरवलं होतं. त्याला इतरांपेक्षा वेगळं आणि उत्तम दर्जाचं काम करून दाखवायचं होतं. राज्यातील मोठमोठ्या इंजिनिअरांच्या श्रेयनामावलीमध्ये आपलं नाव झळकवायचं स्वप्न तो बघत होता. त्यासाठी काय वाटेल ते श्रम करायची त्याची तयारी होती.

अमर कामाची पाहणी करण्यासाठी निघाला. एवढ्यात धूळ उडवत कुणाच्यातरी फटफटीवर मागे बसून माणिकराव आले. त्यांच्या चेहऱ्यावर राग आणि विषाद दोन्ही एकाच वेळी दिसत होते. फटफटीवरून घाईघाईनं उतरून धोतराचा सोगा सावरत ते अमरला हातानंच थांबायची खूण करत म्हणाले,

"राम राम, सायेब, काय तुम्ही, एवढ्यात आमची वळख इसरलात वाटतं?"

"राम राम, माणिकराव. अहो, मंत्री महोदयांच्या बंधूंची ओळख कोण विसरेल?" अमरनं त्यांनाच प्रतिप्रश्न केला. त्यावर ते म्हणाले, "तुमी पाटीवर वळून आलात. रस्त्यावरच गरिबाची झोपडी व्हती. आमाला वाटलं, सायेब थांबतील च्या-पान्याला. पयले सायेब आमच्याकडं थांबल्याबगर पुढं ढळत नसायचं." माणिकरावांनी नकळत स्वत:चं महत्त्व सांगितलं.

"तसं काही नाही हो. मला कामाच्या वेळी काम करायला आवडतं. चहा-पाण्याची व्यवस्था तर इथं साईटवरच केलेली असते ह्या लोकांनी. तुम्ही इथं बसा. मी साईटवर काम बघून येतो. मग घेऊ चहा." असं म्हणून त्यांच्याकडे न बघता अमर पुढं चालू लागला. त्याच्यामागून डेप्युटी इंजिनिअर पिंगळे, त्यांच्यामागून चार-पाच इंजिनिअर हातातल्या फायली सांभाळत पळू लागले. तसा माणिकरावांनी चेहरा वाकडा करून पिंगळेसाहेबांकडे बघितलं. त्यांच्या चेहऱ्यावर नाराजीची सूक्ष्म छटा पाहून पिंगळेसाहेबांनी त्यांना डोळे मिचकावून शांत राहण्यास सांगितलं. अमर झपाझप पावलं टाकत सांडव्याच्या बांधकामाच्या दिशेनं चालत निघाला. त्याच्या मागोमाग ही सगळी इंजिनिअर मंडळी, त्यांच्याही मागं माणिकराव धोतराचा सोगा सावरत निघाले.

सांडव्याच्या पायाचं खोदकाम पूर्ण झालं होतं. काळा पाषाण उघडा पडला होता. जमिनीच्या खाली खड्ड्यात खोलवर पाच-सहा मीटरवर पायाचा चांगला खडक लागला होता. ६० मीटर लांबीच्या आणि १२० मीटर रुंदीच्या खड्ड्यात पायाचं बेड काँक्रीटचं काम एका टोकाला नुकतंच सुरू झालं होतं. खड्ड्यात उतरायला माती खोदून पायऱ्या केल्या होत्या. अमर त्या पायऱ्यांवरून दुडुदुडु उड्या मारत उतरून गेला. त्याच्यापाठोपाठ इंजिनिअर मंडळी आली. माणिकराव खड्ड्याच्या वरच उभे राहून पाहू लागले. अमरनं त्यांच्याकडे साफ दुर्लक्ष केलेलं त्यांना आवडलं नाही. इतर इंजिनिअर मंडळींची गोची झालेली होती. एकीकडे कार्यकारी अभियंता अमर, तर दुसरीकडे मंत्रीबंधू माणिकराव. पण त्यांना अमरच्या पाठीमागे जाण्याशिवाय पर्याय नव्हता.

"पिंगळेसाहेब, पाया पास करताना नीट तपासून पाह्यलं का?"

"हो, सर, मी पहारीनं सगळा कोपरा नि कोपरा वाजवून पाहिला."

मग अमरनं पण पहार मागविली. त्यानंही स्वत: हातात पहार घेतली. त्याला शंका येई, तिथं तो पहार जोरजोरात मारून पाही. जिथं टण्ण टण्ण... आवाज होऊन पहार उलटी उडे, तिथं तो मान डोलावून पास करीत 'ओके' म्हणे. जिथं पायाच्या दगडाचा रंग लाल-गुलाबी दिसे, तिथं बद... बद... आवाज येई; तिथं

तो आणखी खोदून वरची साल काढायला सांगे... पाठीमागून वडार मंडळी घण-हातोडी-छिन्नी घेऊन लगेच साल काढायचं काम करू लागली. पायाच्या खडकाच्या तपासणीचा हा कार्यक्रम चांगला एक तास चालला. जिथं पायाचा खडक योग्य वाटत नव्हता, तो परत खोदताना त्यानं पिंगळेसाहेबांना कडक भाषेत सुनावलं, तेव्हा पिंगळेसाहेबांचा चेहरा पडायचा व आज्ञाधारकपणे ते मान डोलावत हळूच वर काठावर उभ्या असलेल्या माणिकरावांकडे बघत. माणिकराव हा नवा साहेब पिंगळेसाहेबांना कसा झापतोय, हे बघत मनातल्या मनात हसत होते.

अमरनं सांडव्याच्या पायाचं बेड काँक्रीट चालू होतं तिकडे मोर्चा वळवला. चांगला एक फूट जाडीचा हिरवागार काँक्रीटचा थर टाकला जात होता. काँक्रीटचा मिक्सर गरगरत होता. मिक्सर ऑपरेटर बादलीनं त्याच्या मनानं पाणी टाकत होता. कधी कमी तर कधी जास्त. अमरनं त्याला विचारलं, "किती लिटर पाणी टाकतोस?"

त्यावर तो म्हणाला, "कधी चार-कधी पाच." अमरनं त्याला एकसारखं मोजून पाणी टाकण्यास बजावलं. तेवढ्यात ज्युनिअर इंजिनिअर देशमुख पुढे आले. अमरनं त्यांना विचारलं, "काय ग्रेड आहे काँक्रीटची?"

"सर, वन फोर एट."

"मग उद्यापासून पाट्यानं खडी, रेती, सिमेंट टाकणं बंद करा. आजच लाकडी किंवा लोखंडी खोकी तयार करा. आणि फिक्स डिझाईनप्रमाणे बरोबर १:४:८ ह्याप्रमाणे खोक्यांनी सिमेंट, खडी, रेती टाका. पाणीसुद्धा मोजून टाकायचं." अमर.

"हो, सर."

"वॉटर सिमेंट रेशो काय आहे?" अमरनं विचारलं.

"सर, वन अ‍ॅज टू सिक्स्टी." देशमुख.

"मग एका बॅगेला किती पाणी टाकलं पाहिजे?"

"तीस लिटर, सर!" देशमुख ग्रॅज्युएट ज्युनिअर इंजिनिअर होते. नवीन असले तरी उत्तरं बरोबर देत होते.

"मग हा ऑपरेटर तर दहा लिटरच्या कधी चार बादल्या टाकतो, तर कधी पाच. तुम्ही याला शिकवलं नाही का किती बादल्या टाकायच्या?"

"सांगितलंय, सर, पण तो ऐकत नाही." देशमुखनं खरं खरं सांगितलं.

"मग असं करा, मिक्सरच्या डोक्यावर पाण्याची टाकी बसवून घ्या आणि तिच्यात मोजून पाणी भरत जा." अमरनं त्यांना सूचना केल्या.

यापूर्वी कोणीही त्यांना इतक्या बारकाईनं सूचना केल्या नव्हत्या, कारण

खाली खड्डयात उतरून रिटायरमेंटला आलेला कार्यकारी अभियंता कधी तिथपर्यंत आलाच नव्हता. मग अमरनं मिक्सरमधून बदाबदा खाली पडणाऱ्या काँक्रीटच्या मालात शर्टच्या बाह्या वर करून हात घातला. त्यानं काँक्रीटच्या मालाचा चेंडूसारखा गोल गोळा करायचा प्रयत्न केला तर तो होईना, मग त्यानं बरोबर मोजून तीनच बादल्या पाणी टाकायला सांगितलं. ह्या बदलामुळं आता नवल घडलं होतं. काँक्रीटच्या मालाचा चेंडूसारखा गोल गोळा तयार झाला. तो त्यानं हवेत उंच फेकून झेलला. ही चांगल्या काँक्रीटची क्षेत्रीय चाचणी म्हणजे 'फिल्ड टेस्ट' होती. त्यानं मग देशमुख आणि पिंगळेसाहेबांना काँक्रीटमध्ये हात घालून काँक्रीटचे चेंडू करून हवेत फेकून झेलायला लावले. साईटवरची कंत्राटदारांची मंडळी, मजूर आणि वरतून माणिकराव हे प्रात्यक्षिक बघत नवल करीत होती. त्यानं पाईपनं हात धुतले आणि वर आला. त्याच्यापाठोपाठ पिंगळेसाहेब आणि बाकीचे इंजिनीअर आले. माणिकराव त्याच्याकडे कौतुकानं बघत म्हणाले, ''शाब्बास, साहेब, आज आल्या आल्याच तुमी चांगली शाळा घेतलीय. आमच्या पिंगळे आन् देशमुख सायबास्नी तुमची शिकवणी लई उपेगी पडंल म्हणा की!''

अमरनं त्यांच्या म्हणण्याला फारसं महत्त्व दिलं नाही. ते चौकीवर आले. ''बोला, माणिकराव, काय काम होतं?'' अमरनं खुर्चीवर बसत विचारलं.

''काय बी न्हाई बगा, सायेब, पन एक बात लई चांगली झाली. आता आमाला आमच्या धरणाच्या कामाची कायबी काळजी न्हाई.'' तेवढ्यात चौकीवरच्या चौकीदारानं त्यांच्या पुढ्यात काजू-बदाम सुकामेव्याच्या प्लेट्स आणून ठेवल्या. चहा-बिस्किटं आली. 'घ्या, माणिकराव' अमरनं त्यांना म्हटल्याबरोबर माणिकरावांनी मूठभर बदाम घेतले. दोन-चार तोंडात टाकले. मग कोणाचं लक्ष नाही असं बघून सदऱ्याच्या खिशात हळूच भरले. अमरच्या नजरेतून हे काही सुटलं नाही. त्याला त्यांचं हसू आलं. चहा घेऊन तो निघाला, तेव्हा माणिकरावांनी त्याला वाकून सलाम केला.

अमर तिथून सरळ ऑफिसला पोहोचला. गेल्या गेल्या त्यानं उत्तम दर्जाचं काँक्रीट कसं करावं याचा फतवा म्हणजे परिपत्रक काढलं. इंजिनिअरिंग कॉलेजमध्ये जरी अभियांत्रिकीचं विषय शिकवलेले असले; तरी जर व्यावसायिक जीवनात जोपर्यंत त्यांचा उपयोग करावा लागत नाही, तोपर्यंत त्याचं विस्मरण होतं. म्हणून त्या विषयांची उजळणी करण्यासाठी अशा गोष्टी करणं किती आवश्यक असतं, हे अमरला चांगलंच माहीत होतं. फक्त वरचे अधिकारी तंत्रकुशल असून उपयोगाचं नसतं, तर शेवटच्या कर्मचाऱ्यांपर्यंत जो प्रत्यक्ष क्षेत्रीय काम करत असतो, तिथपर्यंत हे तंत्रज्ञान पाझरणं गरजेचं असतं. त्यामुळं अमर जिथं जिथं काही कमी

पडतं असं दिसलं, की त्या विषयावर त्याच्या आधुनिक ज्ञानाचा उपयोग व्हावा म्हणून अशी तांत्रिक परिपत्रकं काढत असे. इतर खात्यांमध्ये वरचे अधिकारी किंवा फक्त सरकारी कामकाजांच्या सुधारणांसाठी 'प्रशासकीय' परिपत्रकं काढली जात, मात्र अशा प्रकारची अभियांत्रिकी कामं करून उच्च दर्जाची निर्मिती करण्यासाठी अशा गोष्टी फारच उपयुक्त ठरत.

●●

जिल्हाधिकारी कार्यालयातून मा. मुख्यमंत्री महोदय श्री. अमरसिंह देशमुख यांच्या दौऱ्याचा कार्यक्रम आला होता. त्यात शासकीय अधिकाऱ्यांसाठी भेटीचा वेळ राखीव ठेवला होता. त्यानंतर त्यांचे जिल्ह्यात ठिकठिकाणी भूमिपूजन, उद्घाटनसमारंभ, तर कुठं सभा असा कार्यक्रम होता. अमरला ड्रायव्हरनं सांगितलेला 'प्रोटोकॉल' आठवला. मुख्यमंत्री महोदय आले, त्या दिवशी सकाळीच तो धनेगावला गढीवरच्या दगडी वाड्यावर पोहोचला. गढीवरचा हा चौसोपी वाडा जरी बाहेरून जुना वाटत असला, तरी आतमध्ये पाऊल ठेवताच त्याचं झालेलं आधुनिकीकरण त्याला जाणवलं. पुढच्या भल्यामोठ्या हॉलमध्ये खाली सतरंजीची बिछायत होती. तीन भिंतींच्या कडेनं पांढऱ्या शुभ्र खोळीच्या गाद्या आणि तक्क्यांची बैठक होती. जुन्या पेशवाई पद्धतीच्या शनिवारवाड्यासारख्या लाकडी कोरीव काम केलेल्या शिसवी खिडक्या होत्या. हॉलमध्ये छताला काचेच्या हंड्या लोंबकळत होत्या. फक्त त्यात दिवे किंवा मेणबत्त्या नव्हत्या. खिडक्यांचे नक्षीदार पडदे आणि काही आधुनिक पद्धतीचं फर्निचर तेवढं शे-दोनशे वर्षांचा काळ मागे सोडून त्या वास्तूनं चालू वर्तमानामध्ये प्रवेश केल्यासारखं दिसत होतं.

अमरला आलेलं बघताच एक सफारी घातलेला हातात डायरी घेतलेला साहेबांचा पर्सनल असिस्टंट म्हणजे पी.ए. पुढे आला. अमरनं त्याला ओळख सांगितल्यावर त्यानं त्याला 'पाच मिनिटं बसा' म्हटलं आणि तो लगबगीनं आतमध्ये गेला. पाच मिनिटानं बाहेर येऊन त्यानं अमरला आतमध्ये जाण्याची खूण केली. तोपर्यंत बाहेर बऱ्याच अधिकाऱ्यांची गर्दी झाली होती. त्या गर्दीमधून भद्राप्पा हातात फुलांचा पुडा घेऊन घाईघाईनं आला आणि त्यानं तो पुडा अमरच्या हातात दिला. तो कानात पुटपुटला, "सर, तुम्ही पहिल्यांदा साहेबांना भेटताव, म्हणून हार घालून भेटावा." भद्राप्पा दुसरे अधिकारी बसले होते तिथं जाऊन बसला. अमरला आदरातिथ्य आणि आगतस्वागताचा हा प्रकार नवाच होता. त्यांच्याच घरी आपण त्यांचंच स्वागत हार-तुरे देऊन करायचं म्हणजे

त्याला जरा विचित्र वाटत होतं. पण हाही एक प्रोटोकॉलचाच भाग होता आणि अमर त्याच्या खालच्या ड्रायव्हर, शाखा अभियंत्यांकडून शिकत होता. त्याला ही 'हुजरेगिरी' आवडत नव्हती. पण इथं त्याच्या आवडीनिवडीचा प्रश्न कुठं होता? तो प्रथमच राज्याच्या मुख्यमंत्र्यांना, सगळ्या प्रशासनाच्या प्रमुखाला भेटत होता. जेव्हा हार-तुऱ्यांचा पुडा भद्राप्पानं त्याच्या हातात दिला, तेव्हा त्याच्या मनावर प्रचंड दडपण आलं. "या, या, मध्ये या. बसा." आतमध्ये दालनात प्रवेश करताच एका प्रशस्त सोफ्याच्या टोकावर बसलेले प्रसन्न मुद्रेचे मुख्यमंत्री त्याला दिसले. पांढराशुभ्र कडक झब्बा, खाली तसाच पांढराशुभ्र पण नॅरो बॉटमचा पायजमा, काळेभोर केस फिल्मी हिरोसारखे स्टायलिशपणे उलटे वळविलेले. ओठांवर रुबाबदार जाड मिशा. गुळगुळीत दाढी. गोरापान देशमुखी वर्ण. भावुक डोळे. अत्यंत देखणं व्यक्तिमत्त्व, हसताना दिसणाऱ्या मोत्यांसारख्या शुभ्र दंतपंक्ती, सुडौल सडपातळ देहयष्टी. अंगावर कुठंही इतक्या वर्षांच्या सत्तेमुळे चरबी चढलेली नाही. बसण्यात एक ऐट पण रुबाब नाही. हातातल्या एका बोटामध्ये हिऱ्याची अंगठी आणि गळ्यात एक सोन्याची सोनसळी नाजूक सरी. त्यानं आतापर्यंत सरपंचापासून मंत्र्यापर्यंत अनेक छोटे-मोठे पुढारी बघितले होते. त्यांची गुर्मी बघितली होती. त्यामुळे त्याला ही जमात अजिबात आवडत नव्हती. त्यांच्या मुळेच त्याला राजकारण आणि राजकारण्यांचा तिटकारा होता. पण इथं काही वेगळंच चित्र होतं. एक राजकारण्यांनी हिरावून घेतलेला पांढऱ्या रंगाच्या वेशाशिवाय सगळं काही वेगळं पण राजस, लोभस आणि प्रेयस व्यक्तिमत्त्व समोर होतं. अमर ह्या व्यक्तिमत्त्वापुढे क्षणभर गांगरला. पण लगेच स्वत:ला सावरत त्यानं हातातल्या पुड्यातून गुलाबपुष्पांचा हार काढून तो मुख्यमंत्र्यांच्या गळ्यात टाकला. त्यांनी तो काहीही न बोलता घालून घेतला. अमरनं वाकून नमस्कार केला. तसं मुख्यमंत्र्यांनी त्या हाराचं ओझं उतरवून बाजूला ठेवलं. अमरला उभा राहिलेला बघून त्यांनी हातानंच बसायची खूण केली. अमर त्यांच्या समोरच्या एका गुबगुबीत सोफ्याच्या पुढच्या काठावर अदबीनं बसला.

"नमस्कार, सर, मी अमरसिंह चौहान, कार्यकारी अभियंता, मध्यम प्रकल्प विभाग." अमरनं स्वत:ची ओळख करून दिली. पण त्यांनी बहुधा अमरसिंह चव्हाण ऐकलं. "ओहो! तुम्हीपण अमरसिंह का? आमचे नावकरी का... छान... मग तुमचं आमचं जमलं की..." डोळे मिचकावून मिश्कील हसत मुख्यमंत्री म्हणाले. अमरला मुख्यमंत्री मिश्कील बोलतात, बोलताना कोट्या करतात, हे ऐकून माहीत होतं. मुंबईच्या पत्रकारांना ते मुलाखतीमध्ये पुरून उरत. त्यांच्या भाषाप्रभुत्वामुळे ते कोणत्याही शाब्दिक सापळ्यात अडकत नसत.

“बरं, अमरसिंह तुम्ही इकडे मराठवाड्यात आला आहात, ते या आमच्या प्रदेशाच्या विकासासाठी, मराठवाड्याचा सिंचनाचा अनुशेष भरून काढण्यासाठी. मागे कोणी काय केलं ते विसरा! मी मुद्दाम तुम्हाला तुमचे कॉन्फिडेन्शियल रिपोर्ट बघून निवडलंय. तुमच्या कामामुळं. केवळ तुमच्या नावामुळे नाही.” मुख्यमंत्री हसत हसत मूळ मुद्द्यावर आले, “आधी मला ह्या जिल्ह्याचा अनुशेष भरून काढल्याचं दाखवा. तुम्हाला निधी कमी पडणार नाही. गेले दोन-तीन वर्षं सगळे पैसे परत पाठवले जात होते. चांगलं काम करून दाखवा.”

“येस, सर, मी सगळं नियोजन केलंय, आपल्याला मी काम करून दाखवीन.” अमर अवसान आणून आत्मविश्वासानं बोलला. आपलं काही चुकलं तर नाही ना, हे आजमावण्यासाठी तो मुख्यमंत्र्यांच्या चेहऱ्याकडे बघत राहिला. आपण जरा जास्तच बोलतोय, असं वाटल्यानं तो गप्प राहिला.

“गुड. तुमचा कॉन्फिडन्स चांगलाय, ते पूर्वीचे साहेब फारच घाबरट माणूस होता. इथलाच असून काही कामाचा नव्हता.” त्यांच्या ह्या स्पष्टोक्तीवर अमरला आपण बरोबर बोलतोय असा हुरूप आला.

“सर, निघू मी आता?” अमर चुळबूळ करत बोलला. त्यावर ते म्हणाले, “तुम्हाला मुख्यमंत्र्यांपेक्षा जास्त कामं आहेत का? बसा.” असं म्हणून ते मोठ्यानं खदाखदा हसले. म्हणाले, “असं विचारायचं नसतं. तुमचं काम संपलं की, आम्ही म्हणतोच की तुम्हाला, या आता.” अमर खजील होत गप्प झाला. “तर तुम्हाला एक महत्त्वाचं सांगायचंय. आपल्या ह्या जिल्ह्याची चालू वर्षी १५ ऑगस्टला दशकपूर्ती होतेय. त्या निमित्त वेगवेगळ्या खात्यांनी केलेल्या विकासाच्या कामांचं एक प्रदर्शन भरवण्याविषयी मी कलेक्टरशी बोललोय.” मुख्यमंत्री म्हणाले.

“बरं, सर.” अमरनं मान डोलावली.

“तर तुमच्या खात्यानं गेल्या दहा वर्षांत किती कामं केली, किती सिंचनक्षेत्र निर्माण केलं, दांडेकर आयोगाच्या अहवालानुसार किती अनुशेष भरून काढला, हे लोकांना कळलं पाहिजे. ते चित्रप्रदर्शनाच्या रूपानं मांडलं पाहिजे.” मुख्यमंत्र्यांनी इतकं सविस्तर सांगितल्यावर ते म्हणाले, “या आता.” अमर त्यांचा निरोप घेऊन उठला, त्या वेळी त्याच्या डोक्यात प्रदर्शनाचे विचार घोळत होते.

एक गोष्ट अमरच्या लक्षात आली होती. अमर स्वत:ची ओळख करून देताना पूर्ण नाव सांगत असला, तरी त्याचं आडनाव सगळेच ‘चव्हाण’ असं समजायचे. त्यामुळं तो सगळ्या मराठा पुढाऱ्यांना, अधिकाऱ्यांना आणि त्याच्या हाताखालच्या कर्मचाऱ्यांनादेखील आपल्या जातीचा आपला माणूस

वाटायचा. तो भटक्या-विमुक्त समाजातला, जातीच्या उतरंडीमध्ये अगदी तळागाळातला असला; तरी तो तसा दिसत नसल्यामुळे सगळ्यांचाच गैरसमज व्हायचा. आज मुख्यमंत्र्यांचाही तसाच गैरसमज झाला असावा, असं त्याला वाटलं. नाहीतर त्याच्यासारख्या कार्यकारी अभियंत्याला जरी तो क्लासवन अधिकारी असला तरी एवढं जवळचं समजून मुख्यमंत्री कसे बोलतील? इथं मराठवाड्यात आल्यापासून त्याला जाती-पातीच्या भिंती जास्तच घट्ट असल्याचं दिसत होतं. साधं बोलण्यातही लोक त्याला त्याच्या घराकडचे, सासुरवाडीचे, नातेसंबंधातील अपरिचित माणसांची नावं विचारण्याचं दुसरं काय कारण होतं? अमर कोणाहीपासून मुद्दामहून काही लपवत नव्हता. प्रत्येक जण ज्याच्या त्याच्या समजुतीनुसार त्याला आपल्या जातीचा समजत होता. अमरनं उभ्या आयुष्यात कधी जातीला महत्त्व दिलं नव्हतं. कारण आपण कोणत्या जातीत जन्माला यावं, हे काही आपल्या हातात नसतं. आपण उच्च जातीत जन्माला यावं, हे काही आपल्या हातात नसतं. आपण उच्च जातीत जन्माला आलो, तर तो एक अपघात असतो. पण ह्या अपघातानं माणसानं पांगळं न होता उठून उभं राहावं आणि आपणच आपली जागा निर्माण करून जगावं, असं अमरला वाटायचं. त्यामुळे त्याला जातीचा न्यूनगंड तर नव्हताच, उलट उच्च जातीतल्या लोकांच्या अहंगंडाला टाचणी लावून त्यांच्यातील हवा तो काढत असे. त्याला जातीवर आधारलेली ही व्यवस्थाच मान्य नव्हती. पण ही सगळी गोष्ट आदर्श विचारसरणी म्हणून ठीक होती. समाजात वावरताना सभोवतालचं वास्तव मात्र वेगळंच होतं. पश्चिम महाराष्ट्रातल्या नेतृत्वामुळे म्हणा की गांधींच्या स्वातंत्र्यचळवळीमुळे म्हणा जे नवं पुरोगामी विचारांचं नेतृत्व निर्माण झालं होतं, त्यामुळे पश्चिम महाराष्ट्रामध्ये जाती-पातीची ओळख पुसट होत चाललेली होती. तिथले लोक त्याच्या पलीकडे जाऊन विचार आणि व्यवहार करू लागले होते. पण इकडं स्वातंत्र्यआंदोलन न झाल्यामुळं इथला समाज अजूनही निजामाच्या राजवटीमधून आणि त्या जातीपातीच्या मानसिकतेमधून बाहेर पडल्यासारखा दिसत नव्हता. काँग्रेस आणि गांधींच्या विचारांमुळे उर्वरित महाराष्ट्र स्वातंत्र्याच्या लढ्यात घुसळून निघाला होता. तसं काही इथं घडलं नव्हतं. जे घडलं ते भारताला स्वातंत्र्य मिळाल्यानंतर निजामाच्या जुलमी राजवटीमधून मुक्ती मिळावी म्हणून मराठवाडा मुक्तिसंग्रामामध्ये. ह्या मुक्तिसंग्रामाचं उद्दिष्टच मर्यादित होतं, राजकीय स्वातंत्र्याचं. त्यामुळे त्याचं साध्यही मर्यादित राहिलं. देशातील इतर प्रदेशांप्रमाणे हा प्रदेश नवतेच्या-आधुनिकतेच्या विचारांनी स्वातंत्र्यपूर्व काळातही ढवळून निघाला नसल्यामुळं वैचारिक आणि सामाजिक

सुधारणांच्या दृष्टीनं मागेच राहून गेला आहे, असं अमरला वाटू लागलं होतं. त्यामुळे ह्या प्रदेशाचा निव्वळ सिंचनाचा किंवा आर्थिक अनुशेष भरून भागणार नव्हतं, तर सामाजिक आणि वैचारिक अनुशेष भरण्याचीही तेवढीच गरज आहे. पण हे कोण कोणाला आणि कसं सांगणार? सुदैवानं आता ह्या प्रदेशाच्या दोन मंत्र्यांच्या हातात राज्याची सत्ता आली होती.

●●

तीन

अमरच्या विभागाकडे जिल्ह्यातील आणखी दोन महत्त्वाच्या मध्यम प्रकल्पांचं काम होतं. ते शेजारच्या पूर्वेकडील तालुक्यात होतं. तसे हे दोन प्रकल्प जवळजवळ होते, पण दोन वेगळ्या नद्यांवर होते. दोन प्रकल्पांमध्ये तीस-चाळीस किलोमीटरचं अंतर होतं. त्यामुळं एकाच दौऱ्यात दोन्हीं प्रकल्पांच्या धरणांना भेट देणं शक्य होतं. मात्र त्यासाठी सकाळी लवकर निघणं भाग होतं. कारण पहिल्या सांडोळ मध्यम प्रकल्पाचं ठिकाण शंभर किलोमीटर दूर होतं. तिथं ह्या खड्ड्यांच्या रस्त्यानं पोहोचायला दोन तास तरी लागणार होते. अमर सकाळी लवकरच निघाला. मोहन ड्रायव्हर रस्त्यानं जाताना माहिती देत होता. त्याला हा रस्ता आणि भाग नवखा होता. बाहेर बहुतेक भाग रिकामा काळाभोर दिसत होता. रब्बीचं पीक काढून धसकटं-तण काढून झाली होती. नांगर फिरवून पलटी मारून ढेकळं वर आलेली होती. उन्हामध्ये ढेकळं रापत होती. दूर दूर वर एकही हिरवी रेघ दिसत नव्हती. मधूनच दिसणाऱ्या एखाद्या झोपडीवर एखाद्या झाडानं सावली धरलेली. बाहेर बघत बसावं आणि निसर्गदृश्याचा आनंद घ्यावा असं काही दृश्य नव्हतं. सगळा आनंदीआनंदच. निसर्ग म्हणजे सगळं सुखद नंदनवन का? आपण

बघतोय ते पण निसर्गाचं रूप नाही का? बाहेरचं धगधगीत आणि रखरखीत दृश्य हेपण ह्या वास्तव सृष्टीचाच भाग आहे. आणि हे वास्तव तर आपल्याला बदलायचंय. पिण्याच्या पाण्याला महाग झालेल्या ह्या वाड्या-वस्त्या अन् वर्षानुवर्षं तहानलेलं हे माळ आपल्याला त्यांना पाणी पाजायला बोलावतायत, असा त्याला भास होत होता. त्यासाठी इथले रेंगाळलेले प्रकल्प लवकर पुरे करायला हवेत. हे रखरखीत वास्तव बदलवून नंदनवन करण्याचं काम करण्यासाठी तर आपण इतक्या लांब आलोय. सकाळचे दहा वाजले होते, पण बाहेर चांगलंच ऊन तापलं होतं. अशा वातावरणात सांडोळ धरणाची साईट व्हिजिट म्हणजे शिक्षा वाटावी असंच होतं.

सांडोळ मध्यम प्रकल्पाच्या साईटवर असलेल्या कॉंट्रॅक्टरच्या शेडवर गाडी थांबली. तसे शर्मा कॉंट्रॅक्टर आणि बिराजदार डेप्युटी इंजिनिअर धावत पुढे आले. शर्मा कॉंट्रॅक्टरनं अमरच्या गळ्यात फुलांचा हार घालून स्वागत केलं. अमरला हार गळ्यात पडताच अवघडल्यासारखं झालं. त्या नाजूक फुलांच्या ओझ्याखाली दबल्यासारखं वाटलं. आजपर्यंत त्यानं अनेक वरिष्ठांना नि मंत्र्यांना हार घातले होते. स्वागतासाठी हाराचं ओझं सावरत तो त्यांची वाट बघत असे आणि एकदाचं हार घालून झालं, की त्याला मोकळं झाल्यासारखं वाटे. तसंच काहीसं ह्या शर्मा कॉंट्रॅक्टरचं झालं असावं, निदान त्याला त्यांच्या चेहऱ्यावरचे भाव तरी तसेच काहीसे वाटले. आपल्या हातातलं ओझं दुसऱ्याच्या गळ्यात घातल्याचा तर आनंद त्यांच्या चेहऱ्यावर ओसंडत नसावा? त्यानं गळ्यातला हार काढून ड्रायव्हर मोहनकडे दिला. त्या वेळी त्याला मोकळं झाल्यासारखं वाटलं. मंत्रीमहोदय कसे काय, प्रत्येक वेळी आणि प्रत्येक ठिकाणी हे असं एक नाही तर अनेक हारांचं ओझं गळ्यात घेऊन सुखावतात, याचं त्याला आश्चर्य वाटलं. ''शर्माजी, मी तुमच्या साईटवर पहिल्यांदाच आलो, म्हणून स्वागतासाठी हार घातला ते ठीक, पण यापुढं मी दर आठवड्यालाच इथं येणारय, तेव्हा यापुढे हार नको, फक्त नमस्कार. काय?''

''हाँ, साब...'' शर्मानं हसत हसत मान डोलावली. त्यानंही सुटकेचा नि:श्वास टाकल्याचा अमरला भास झाला.

''बिराजदारसाहेब, मला ह्या फॉर्मलिटिज आवडत नाहीत. शर्माजींना तुम्ही सांगा. तुम्हीही लक्षात ठेवा.'' अमरनं बिराजदारांनाही सुनावलं.

''येस, सर'' म्हणून बिराजदारांनी फक्त हात जोडून नमस्कार केला. बिराजदार डेप्युटी इंजिनिअरनं त्यांच्या हाताखाली काम करणाऱ्या ज्युनिअर इंजिनिअर्सची ओळख करून द्यायला सुरुवात केली. ते सगळे एका ओळीत आज्ञाधारकपणे

हात जोडून उभे होते. ''सर, हे मामडगे साहेब, हे मातीच्या धरणाच्या कामाचे बघतात. हे बलसूरकर साहेब, हे सांडव्याचं खोदकाम आणि बांधकाम बघतात. हे ममदापुरे साहेब, यांच्याकडे कालव्याचं काम आहे.''

अमरला जरा कानांना विचित्र वाटत होतं, कारण पश्चिम महाराष्ट्रात ज्युनिअर इंजिनीअर्सना 'रावसाहेब' म्हणायची प्रथा होती. तिथून वरती म्हणजे डेप्युटी इंजिनिअर, एक्झिक्युटिव्ह इंजिनीअर ही सगळी 'साहेब' मंडळी. पण इथं मराठवाड्यात मात्र सगळीच इंजिनीअर्स मंडळी 'साहेब' होती. त्यामुळं पदाचा अभिमान किंवा दुराभिमान गळून पडावा, असं सगळं समानतेचं वातावरण. अमरला हा बदल विचित्र पण सुखद वाटला.

सांडोळ प्रकल्पाच्या मातीधरणाचं मुख्य काम मेसर्स मोरे ब्रदर्स ह्या कंत्राटदार कंपनीकडे होतं, तर सांडव्याच्या दगडी बांधकामाचं शर्मा कन्स्ट्रक्शनच्या ह्या किशनशेठ शर्माच्या कंपनीकडे होतं. मातीधरणाचं काम मोठं होतं. त्यासोबत धरणाच्या कॅनॉल आऊटलेटचं कामही मोरे ब्रदर्सकडे होतं. ही कंपनी मोठी होती. तिचा संपूर्ण मराठवाड्यात दबदबा होता. आर्थिकदृष्ट्या भरभक्कम आणि मातीकामासाठी आवश्यक असलेली यंत्रांची फौज तिच्याकडे होती. डोझर, पोक्लेन, डंपर्स, टिप्पर्स, एक्सव्हेटर, शॉवेल्स अशी सगळी अवजड यंत्रसामग्री तर होतीच, पण मनुष्यबळही मोठ्या प्रमाणावर होतं. सरकार दरबारी यांच्या मालकांची ऊठबस होती. मराठवाड्यातील सर्व मंत्री, ह्या जिल्ह्यातील मंत्री या सर्वांपासून थेट मुख्यमंत्र्यांपर्यंत ओळखी-पाळखी आणि सोयरिकी. ह्या कंपनीच्या सुरुवातीला ह्यांच्या थोरल्या भावानं धरणांच्या कामावर डोक्यावर पाट्या घेऊन कष्ट केले. हळूहळू चार-पाच भावांनी त्यांच्या मदतीला येऊन कंत्राटदार कंपनी स्थापन केली. सगळ्यांनी खूप मेहनतीनं नाव आणि पैसा कमावला आणि आज एक क्लास वन श्रेणीतील काम करणारी म्हणून मोठी इज्जतदार कंपनी झाली होती. शेतात राबणाऱ्या कुणब्यांची ही पोरं आज ह्या कंपनीची भागीदार-मालक झाली होती. त्यांच्याबरोबरच अशी कामं करणारी बहात्तरच्या दुष्काळात अनेक पोरं होती. पण नेमकं ह्यांचंच नशीब कसं फळफळलं, ह्याचंही अनेकांना आश्चर्य वाटे. मोरे ब्रदर्स मधल्या थोरल्या भावानं प्रामाणिकपणे काम करता करता आधी अधिकाऱ्यांची मर्जी संपादन केली, त्या वेळी पडलेल्या दुष्काळात सरकारनं रस्त्यांची, पाझर तलावांची आणि रखडलेल्या सगळ्याच धरणांची कामं सुरू केली होती. त्यामुळे एकाच वेळी अनेक छोटी-मोठी कामं कंपनीला मिळाली. नंतर राजकारणी आणि पुढाऱ्यांच्या मदतीनं त्यांन मोठमोठी धरणांची कामं मिळविली. अधिकाऱ्यांच्या अक्कलहुशारीनं नवनवीन यंत्रं जिल्हा बँकेतून कर्ज

काढून घेतली. धरण आणि रस्त्यांच्या मातीकामांमध्ये मजुरांपेक्षा यंत्रांनी काम केल्यास कामं तर लवकर होतातच, पण फायदापण चांगलाच होतो, हे लक्षात आल्यावर त्यांनी कामाचा धडाका लावला. हातात पैसा खेळू लागला. तसा राहण्या-वागण्यातही बदल झाला. समाजात वजन वाढलं. त्यांच्या नात्यागोत्यातील मुला-मुलींची लग्न मोठ-मोठ्या पुढाऱ्यांच्या घराण्यातील मुली-मुलांशी होऊ लागली. ह्या थेट मंत्री-मुख्यमंत्र्यांशी जुळलेल्या सोयरिकींमुळे कंपनीचा रुबाब वाढला, तसा अधिकाऱ्यांवरचा दबावही वाढला.

अमरला इथं येण्यापूर्वीच ह्या कंपनीचा हा सगळा इतिहास माहीत झाला होता. पण आज इथं त्याला वेगळंच चित्र दिसत होतं. कंपनीच्या साईट ऑफिसला टाळं होतं. दोन-चार मरतुकडी यंत्रं साईटवर युद्धभूमीवर मोडून पडलेल्या रणगाड्यांसारखी गंजलेली होती. लेबर कॉलनीमधील माणसं कुठं दुसऱ्याच साईटवर गेल्याचं दिसत होतं. माणसांऐवजी बेवारस कुत्री फिरताना दिसत होती. कंपनीचा प्रोजेक्ट मॅनेजर अमरच्या स्वागतासाठी आला नव्हता. नाही म्हणायला त्यांचा एक मुकादम तेवढा तिथं होता.

''साहेब, मी शिंदे मुकादम. मॅनेजर सायबास्नी काम असल्यानी ते तुम्हाला भेटायला येणार न्हायीत, म्हणून मला पाठवलं हाय...''

''बरं बरं, पण तुमचं काम का चालू नाही?'' अमरनं त्याला विचारलं.

''ते आपून काय सांगणार, साहेब? ते कंपनीचे मॅनेजरसाहेबच सांगू शकतील.'' शिंदे मुकादम बोलला. खरं तर अमरला मोरे ब्रदर्सचं हे वागणंच आवडलं नाही. त्याची सांडोळच्या साईटला ही पहिलीच भेट असून त्यांच्यापैकी कोणीही जबाबदार माणूस साईटवर त्याच्या स्वागताला हजर नव्हता. अमरला त्या गोष्टीचं विशेष काही वाटलं नाही, पण साईट पूर्णपणे बंद असलेलं बघून खूप वाईट वाटलं. मग त्यानं बिराजदार डेप्युटी इंजिनिअरकडे बघून विचारलं, ''मोरे ब्रदर्सचं काम कधीपासून आणि का बंद आहे?''

''सर, गेल्या वर्षापासून त्यांनी काम बंद ठेवलंय, त्यांनी कामाचे भाव वाढवून मागितले आहेत. खाडीयुद्धामध्ये पेट्रोल आणि डिझेलचे दर वाढले होते, तेव्हापासून त्यांनी मागणी केलीय आणि जोपर्यंत दर वाढवून मिळत नाहीत, तोपर्यंत काम सुरू करणार नाही म्हणतायत...'' बिराजदारांनी खुलासा केला. अमरला हे ऐकून अतिशय संताप आला. त्यानं तो कोणावरही व्यक्त केला नाही. मातीधरणाचं नदीपात्राच्या दोन्ही बाजूंचं काम अर्धवट अवस्थेत थांबलेलं बघून त्याला कसंतरीच झालं. उन्हाळ्यातला हा कामाचा मोसम वाया चालला होता. खरं तर ह्या दिवसांमध्ये दिवस-रात्र काम करून धरणाची उंची जास्तीत जास्त गाठायला हवी

होती. शिवाय मातीकामाबरोबरच धरणाच्या पाण्याकडच्या उतारांच्या बाजूनं दगडी अस्तरीकरण म्हणजे 'पिचिंग'चं काम सुरू व्हायला पाहिजे होतं. धरणाच्या डाव्या तीरावर असलेल्या कॅनॉल आऊटलेटसाठीच्या विमोचकाचं काम तर अजून पायाची खोदाई करून अर्धवट अवस्थेत सोडून दिलं होतं. धरणाच्या भिंतीवर दबाईसाठी चढलेला रोड रोलरही तसाच उभा होता. माती धरण आणि विमोचकांचं कोणतंही काम सुरू नव्हतं. कामाचा हंगाम असा वाया चाललेला बघून अमरच्या डोक्यात सणक उठली. त्यानं धरणाच्या भिंतीवर चढून पाहिलं. नदीचं पात्रं कोरडं पडत चाललं होतं. एवढी मोठी नदी एकदम म्लान झाली होती. तिचं झऱ्यामध्ये रूपांतर झालं होतं. झऱ्याच्या झुळझुळणाऱ्या पाण्याचा मंद ध्वनी तेवढा ऐकू येत होता. मधूनच टिटवीची नि एखाद्या चुकार पक्ष्याची टिवटिव ऐकू येत होती. साईटवर माणसं तर सोडाच कुत्रंही नव्हतं. एवढी भकास साईट त्यानं आजपर्यंत कधी पाहिली नव्हती. त्याला मनातून फारच उदास उदास वाटलं. पण त्यानं तसं चेहऱ्यावर दाखवलं नाही. तो धरणाच्या भिंतींच्या उतारावरून तोल सावरत झपाझपा उतरत सांडव्याच्या जागेवर आला, नदी आज जरी आटून आटून छोटी झाली होती, तरी तिचा पाणलोट मोठा होता. त्यामुळं पुराचं पाणी वाहून नेण्यासाठी सांडव्याची लांबीसुद्धा तीनशे मीटर इतकी मोठी होती. नदीपात्राच्या दोन्ही बाजूला एकेक किलोमीटर लांबीची मातीधरणाची भिंत आणि डाव्या बाजूला, भिंतीला लागून हा सांडवा. सांडव्याचं काम शर्मा कन्स्ट्रक्शन कंपनीकडे होतं. तिथं येताच किशनशेठ शर्मा स्वत: पुढं येऊन कामाची माहिती देऊ लागला. तसं अमरनं त्याला थांबवलं. बिराजदार डेप्युटी इंजिनिअरला त्यानं माहिती द्यायला सांगितलं. बिराजदारसाहेबांनी हातातली फाईल उघडली. थरथरत्या हातांनी त्यांनी ड्रॉईंगची घडी उघडली.

"सर, सांडव्याची लांबी २९८ मीटर आणि उंची साडेपाच मीटर आहे."

"अहो बिराजदारसाहेब, तुम्ही रोज साईटवर येताय म्हटल्यावर ह्या लांबी-रुंदीसारख्या साध्या गोष्टी सांगायला ड्रॉईंग कशाला पाहायला हवं. हे तर तुम्हाला पाठ असायला हवं." अमरचा आवाज चढला, तशी बिराजदारांच्या हाताची थरथर आणखी वाढली.

सांडव्याच्या पायाची खोदाई झालेली होती. कठीण काळा पाषाण उघडा पडला होता. खोदाईतून निघालेला मलबादेखील हटवला गेला होता. अमरनं दोन मीटर खोलीच्या पायाच्या खड्ड्यात उडी मारली आणि तो पायाच्या दगडाचा सांदी-कोपरा तपासू लागला.

"आधीच्या साहेबांनी फाऊंडेशन पास केलंय का?" अमरनं विचारलं.

"नाही, साहेब." बिराजदारांनी चाचरत उत्तर दिलं आणि ते किशनशेठकडे पाहू लागले.

"का?" अमरनं विचारलं, तसं ते किशनशेठला बोलायला सुचवू लागले.

"सर, फाऊंडेशन तयार होऊन एक महिना झाला. आमी तेन्ला लयी येळा बोलावला, पण त्ये काही आला नाही. मंग त्येंची बदलीच झाली." किशनशेठही चाचरतच बोलला. अमरनं पहार आणि मोठा घण मागवला. त्यानं स्वत: दाणदाण वाजवत पायाचा दगड मजबूत असल्याची खात्री केली. त्याच्या मागं-पुढं असलेली ज्युनिअर इंजिनिअर मंडळी, कंत्राटदाराचे मजूर ही सगळी मंडळी त्याची ही कृती बारकाईनं काही नवल बघत असल्यासारखी बघत होती. त्यानं ह्या टोकापासून त्या टोकापर्यंत फिरून पायाचा दगड खणखणीत असल्याचं बघून 'फाऊंडेशन पास' असल्याचं जाहीर केलं. त्यानं तिथल्या तिथं निर्णय दिल्याचं पाहून सगळेच अवाक झाले. आधीच्या साहेबांनी शर्माला एवढ्यासाठी ऑफिसला बोलावलं असतं. पण हे पाणी काही आगळंच दिसतंय, असे भाव सगळ्यांच्या चेहऱ्यावर दिसले. आधीचा साहेब मुरलेला होता. तो ह्या-ना-त्या कारणानं कंत्राटदाराला ऑफिसमध्ये भेटायला बोलवायचा. कंत्राटदार आणि डेप्युटी इंजिनिअर चकरा मारून कंटाळायचे. मग कंत्राटदारानं नैवेद्य ठेवला, की काम पास व्हायचं. त्याच्या नेमकं उलट आज घडलं होतं. जागीच निर्णय झाला होता. तोही बिनपैशानं.

"उद्यापासून सांडव्याचं बांधकाम सुरू करा. मला रोज रात्री फोनवर किती काम झालं ते कळवा." अमरनं बिराजदारांना सूचना केली, "दगड-वाळू-सिमेंट आणलंय ना? चला, मला दाखवा."

दूरवर बांधकाम साहित्याचे ढीग केलेले होते. अमरनं चालत जाऊन दगड-वाळू-सिमेंट सगळं तपासलं आणि पासही केलं.

अमर साईटवर येऊन तीन तास झाले होते. दुपारचा एक वाजून गेला होता. सगळ्यांना कोरड पडली होती. गाडीतून उतरल्यापासून पायाला भिंगरी बांधल्यासारखा अमर फिरत होता. त्याच्या मागून बाकीची मंडळी धावत-पळत फिरत होती. साईटवर असं दृश्य दुर्मीळ होतं. निवृत्तीला आलेले कार्यकारी अभियंता गजगतीनं डुलत डुलत साईटची पाहाणी करायचे, इथं अमरचा वारू वारा प्यायल्याप्रमाणे सणसण दौडत होता. तर त्याच्या मागेमागे इतरांचे लंगडे घोडे पळत होते. अमरनं पहिल्याच भेटीत मातीधरणाचं बंद पडलेलं काम पाहून नाराजी व्यक्त केली, तर सांडव्याचं पायाचं खोदकाम पाहून पुढील बांधकामाला चाल दिली होती, बंद पडलेल्या घड्याळाला चावी भरून पुन्हा चालू करावं तसं काहीसं. त्यामुळं साईटवरची टिकटिक पुन्हा सुरू होणार होती, बंद पडलेलं हृदय परत

धडधडू लागावं, तसा आनंद तिथं असलेल्या सगळयांच्याच चेहऱ्यावर दिसू लागला होता.

"साब, आज हमारे कँपमें आपका खाना है, आपने अभीतक कुछ खाया-पिया नहीं है. आइये, साब." किशनशेठनं मोठ्या अदबीनं त्याला आर्जव केलं. सगळ्यांना कडाडून भूक लागली होती. अमर ही विनंती मान्य करतो का, याच्याकडेच सगळ्यांचं लक्ष लागलं होतं.

सांडोळ प्रकल्पाच्या साईटवर चौकीचं बांधकाम चालू होतं. मध्यम प्रकल्पाच्यासाठी मोठ्या धरणाच्या साईटवर जसं मोठं विश्रामगृह असतं तशी इथं बजेटमध्ये तरतूद नसते. त्यामुळे दोन खोल्यांच्या कॅनॉल चौकीवरच सगळं काम भागवावं लागतं. धरणाचं काम पूर्ण होईपर्यंत ही चौकीच साईट ऑफिस आणि रेस्ट हाऊस. अमरनं यापूर्वी राज्यातल्या मोठ्या प्रकल्पांच्या धरणांवर काम केलं होतं. तिथली विश्रामगृहं म्हणजे मोठ्या खोल्या, स्वागतकक्ष. पाच-पन्नास लोक एका वेळी जेवायला बसू शकतील असं भोजनकक्ष, त्यात लांबलचक चकचकीत पॉलीश केलेलं सागाचं किंवा शिसवी डायनिंग टेबल. त्याच्या दोन्ही बाजूंनी हारीनं मांडलेल्या अवजड लाकडी खुर्च्या. त्या सरकवण्यासाठी एक गडी साहेब लोकांच्या मागे मागे फिरत असे. टेबलाच्या एका टोकाला एक लाल मखमली सीट असलेली नक्षीदार खुर्ची. ही जेवायला आलेल्या प्रमुख वरिष्ठ अधिकाऱ्यासाठी राखीव. ह्या खुर्चीवर हक्क उपस्थितांमध्ये असलेल्या वरिष्ठ अधिकाऱ्याचा. त्यातही कार्यकारी अभियंता किंवा त्याच्यापेक्षा वरच्या अधिकाऱ्याचा. कार्यकारी अभियंत्यापेक्षा खालच्या पदावरील अधिकारी त्याच्या अनुपस्थितीत त्या खुर्चीत बसायचे नाहीत. तो मान फक्त वर्ग एकच्या अधिकाऱ्यांचा. त्यासाठी ती खुर्ची रिकामी ठेवली जायची. हा प्रोटोकॉल मात्र सगळेच अधिकारी अगदी काटेकोरपणे पाळत.

इथं मात्र चित्र वेगळंच होतं. अद्याप सरकारी चौकीचं काम पूर्ण झालं नसल्यामुळे कंत्राटदार किशनशेठच्या कँपमधल्या एका खोलीत भोजनव्यवस्था केली होती. किशनशेठनं धरणाच्या सांडव्याच्या खाली शे-दोनशे मीटर अंतरावरच खोदकामातून निघालेल्या दगडांमधून अनघड दगडी बांधकाम केलं होतं. पुढं मोठी पडवी. आतमध्ये अर्ध्या भागात त्यांचं ऑफिस. तर अर्ध्या भागात साताठ लोक बसू शकतील असं फोल्डिंगचं लोखंडी डायनिंग टेबल आणि बसायला प्लॅस्टिकच्या खुर्च्या. त्याच्या मागे त्याचं किचन-टॉयलेट आणि सगळ्यात मागे दोन बेडरूम्स. किशनशेठ एकटाच ह्या साईटवरच्या त्याच्या कच्च्या बांधकामाच्या रेस्ट हाऊसमध्ये राहात असे. पण गॅसच्या शेगडीपासून किचनची सर्व भांडीकुंडी,

बोनचायनाची क्रोकरी – सगळं काही एका गृहिणीनं ठेवावं तसं सुसज्ज. त्याचा खानसामा त्याला घरची आठवण येऊ देत नसावा. टॉयलेटही पांढऱ्या ग्लेझ टाईल लावून स्वच्छ ठेवलं होतं. वॉशबेसिन, साबण, नॅपकिन, बेसिनवर आरसा सगळं कसं घरासारखं. ह्या खेड्यामध्ये अशा सुविधा बघून गावकरी चक्रावून जात.

किशनशेठ पंजाबी गृहस्थ होता. उंचापुरा, तांबूस गोरा वर्ण, उन्हात फिरून आल्यामुळं त्याच्या गोऱ्या गालाची लालबुंद सफरचंदं झालेली आणि त्याच्या तरतरीत नाकाच्या शेंड्यावरच्या रक्तवाहिन्या लाल-निळ्या स्पष्ट दिसत होत्या. त्याचे निळे घारे डोळे आणि तांबूस सोनेरी केस आणि तशाच ओठावरच्या मिशा त्याच्या व्यक्तिमत्त्वाला उठाव देत होत्या. किशनशेठ तसा खानदानी कंत्राटदार होता. ह्या व्यवसायातली त्याची तिसरी पिढी होती. देशाच्या फाळणीच्या वेळी त्याचे वडील-आजोबा आणि चुलते ही सारीच मंडळी पेशावर सोडून जमेल तेवढी दौलत घेऊन भारतात आली. 'जान बची लाखो पाये' असं म्हणत आधी दिल्लीच्या निर्वासित छावणीमध्ये राहिली. मग छोटी-मोठी कंत्राटं घेत मिलिट्रीचं काम करत मेहनतीनं द्रव्य जोडत रेल्वेची कंत्राटं मिळवत रेल्वेबरोबरच मुंबईत आली. पण मुंबईत फक्त रेल्वेची कामं न करता हळूहळू महाराष्ट्रातल्या ज्या जिल्ह्यांमध्ये धरणांची आणि रस्त्यांची कामं सुरू होती, त्या राज्याच्या अविकसित भागात म्हणजे थेट मराठवाड्यात आली. एवढंच नाही तर मराठवाड्याच्या एका टोकाला असलेल्या नव्यानंच निर्माण झालेल्या ह्या जिल्ह्यापर्यंत पोहोचली. मराठवाडा मुक्तिसंग्रामानंतर निजामाची मोगलाई संपली आणि महाराष्ट्र सरकारनं ह्या मागासलेल्या भागाचा विकास करण्यासाठी दांडेकर समिती नेमली. त्या समितीनं ह्या भागाची इतर विकसित भागांशी तुलना करून अनुशेष काढला. हा अनुशेष भरून काढण्यासाठी धडक योजना सुरू केल्या. परिणामतः ह्या भागाला राज्याच्या तिजोरीतून पैसे मिळू लागले. हे ह्या चाणाक्ष कंत्राटदार मंडळींनी ओळखलं आणि रस्त्यांची, धरणांची कामं करण्यासाठी ही मंडळी इथं पोहोचली. किशनशेठचे आजोबा, वडील आणि आता त्याचे पाच भाऊ ह्या कंत्राटदारीच्या व्यवसायात राज्यभर विखुरले गेले, पण अजूनही वडिलांच्या नावानंच 'लाला लक्ष्मीदास अँड सन्स' कंत्राटं घेत काम करत होती. सांडोळ प्रकल्पाचं काम किशनशेठ, तर शेजारच्या असर्जन प्रकल्पाचं काम त्यांचा मोठा भाऊ लखनशेठ बघत होता. अधिकाऱ्यांशी सौजन्यानं वागण्याचं बाळकडू त्यांना त्यांच्या खानदानी व्यवसायानंच पाजलं होतं. त्यामुळं किशनशेठ अमरशी अत्यंत सौजन्यानं आणि मृदू भाषेत बोलत होता,

“साब, आप हमारे गरीबकी झुक्की में पधारे, खाना पसंद आया क्या?”

“हाँ, बढिया था, आपको तकलीफ दी, माफ करना.” अमरही तितक्याच सौजन्यानं बोलला.

“तोबा तोबा, नहीं साब, उसमें तकलीफ काय की, यह हमारी खुशकिस्मती.”

“शुक्रिया” म्हणत अमर उठला आणि त्यानं चौकीचं काम लवकर पूर्ण करावं, असं बिराजदार साहेबांना सुचवलं. आज नाइलाज होता म्हणून ठीक, पण हे चांगलं दिसत तर नाहीच आणि चांगलंही नाही.

जेवणानंतर अमर लगेचच गाडीत बसला. मोहन ड्रायव्हर हात धुऊन तोंड पुसत पळत पळतच आला. अमरनं साईटवरच्या सगळ्यांचा गाडीच्या खिडकीची काच खाली सरकवून एक हात बाहेर काढून हलवून निरोप घेतला. सगळ्यांनी नमस्कार करून त्याला निरोप दिला आणि गाडी कँपमधून बाहेर पडली. तो ड्रायव्हरला म्हणाला, “मोहन, चलो असर्जन.”

सांडोळ प्रकल्पाच्या कच्च्या रस्त्यावरून धूळ उडवत गाडी निघाली, तेव्हा सूर्य माथ्यावरून ढळला होता. पण त्याची प्रखरता कमी झाली नव्हती. अमरनं काच वर केली. ह्या प्रखर उन्हापासून वाचण्यासाठी गाडीच्या काचा आधीच्या साहेबानं फिल्म लावून काळ्या केल्या होत्या. त्याच्या ह्या कर्तबगारीबद्दल अमरनं त्याचे मनोमन आभार मानले. ऊन चांगलंच तापलेलं होतं. रस्त्यानं उडणारी पिवळी धूळही चटका देत होती. कधीकधी प्रत्यक्ष आगीपेक्षाही फुफाटा जास्त त्रासदायक असतो. ‘आगीतून फुफाट्यात’ असं म्हणतात ते उगीच नाही. तिखट जाळ जेवण झालेलं असल्यामुळं घशाला सारखी कोरड पडत होती. काचा वर केल्यामुळे डोक्यातून घामाच्या धारा वाहत गालावरून गळ्यापर्यंत उतरत होत्या. घामाच्या असल्यातरी धारा ओलावा देत होत्या. त्याला खिडकीच्या फटीतून येणारा उष्ण वारा लागताच काही काळ तरी थंडावा निर्माण होत होता. वॉटरबॅग मधलं पाणीपण चांगलंच तापलं होतं. घोटभरापेक्षा जास्त पाणी प्यायलं जात नव्हतं. धुळीच्या वाळवंटातून खड्याखड्यांच्या कच्च्या रस्त्यानं गाडी जाताना सारखं खालीवर होत होतं, उंटाच्या पाठीवर बसून चालल्यासारखं वाटत होतं. बाहेर दूरवर एकाद-दुसरं वठलेलं झाड आणि त्याच्या खाली सावलीच्या खोट्या अपेक्षेनं बांधलेलं एखाददुसरं घर. रब्बीची ज्वारी निघून गेलेली, त्यामुळे उघडे बोडके पडलेले माळ. रस्त्यावर एकही वाहन नाही की बैलगाडी. घरांच्या बाहेर एक माणूस नाही की चिटपाखरू. एक निर्मनुष्य दुपार. अमरला ह. मो. मराठेंच्या ‘निष्पर्ण वृक्षावर भरदुपारी’ ह्या कादंबरीचं मुखपृष्ठ आठवलं. आता ह्या क्षणाला तो ते सगळे अनुभवत होता. ग्रीष्मातली एक दुपार आणि तिच्यामधलं निष्पर्ण-

निर्मनुष्य काव्य तो साक्षात अनुभवत जगत होता. आदळत आपटत पंधरा किलोमीटरचं अंतर कापत त्याची गाडी एका डांबरी रस्त्याला लागली. तिथून परत उजवीकडे वळून पूर्व दिशेला असर्जनकडे धावू लागली. अर्धा तास सरळ गेल्यावर परत उजवीकडे वळून परत पंधरा किलोमीटरचा तसाच कच्च्या रस्त्यावरचा वाळवंटी प्रवास करून गाडी असर्जन मध्यम प्रकल्पाच्या चौकीजवळ थांबली, तेव्हा दुपारचे चार वाजले होते.

मोहन ड्रायव्हरनं गाडी थांबवली. झटपट खाली उतरून गाडीचं दार उघडलं. अमर बाहेर पडताच असर्जन मध्यम प्रकल्पाचे डेप्युटी इंजिनिअर नगराळे हातातील फाईल सावरत पुढे आले. त्यांनी अमरला नमस्कार केला. नगराळे डेप्युटी इंजिनिअर मध्यम वयाचे म्हणजे पन्नाशीच्या आत-बाहेर वय असलेले गृहस्थ. चांगली सहा फूट उंची. शिडशिडीत अंगकाठी एखाद्या स्पोर्ट्समन सारखी. पोट सपाट. अंगावर जराशीदेखील चरबी नाही, पण वागण्यात एक प्रकारची गुर्मी. एखाद्या पोलीस इन्स्पेक्टरसारखी. त्यांनी डोकं आणि कान बागायतदार रुमालानं झाकलेले होते. पांढराशुभ्र शर्ट-पँटच्या पोशाखावर त्यांचा रापलेला काळा रंग छान उठून दिसत होता. डोक्यावरील बारीक केस रुमालातून गवत उगवल्यासारखे दिसत होते. तरतरीत नाक आणि बाहेर पडू पाहणारे भेदक डोळे. चेहऱ्यावर अजिबात हसू नाही, किमान एखादीतरी स्मितरेषा असावी, पण तिचाही पत्ता नव्हता. त्यांच्या या करारी दिसण्या नि वागण्यामुळे त्यांचे हाताखालचे ज्युनिअर इंजिनीअरपण त्यांच्यापासून चार हात दूरच थांबलेले होते. त्यांनी अमरला त्या ज्युनिअर इंजिनीअर्सची ओळख करून देण्याची औपचारिकतादेखील दाखवली नाही. अमरला ते तणाव आणि भीतीचं वातावरण आवडलं नाही. मग तो स्वतःच हसत हसत पुढे झाला आणि थेट एकेक ज्युनिअर इंजिनिअरशी बोलू लागला. तसे ते भयग्रस्त वाटणारे ज्युनिअर इंजिनीअर हळूहळू त्यांची ओळख करून देऊ लागले. त्या चारपैकी दोघे डिग्री होल्डर होते. नगराळे स्वतः डिग्री होल्डर डेप्युटी इंजिनीअर होते. पण त्यांना ना डिग्री होल्डर ज्युनिअर्सची पर्वा दिसली, ना डिप्लोमा होल्डर्सची. सगळ्या जगाचीच पर्वा न करता फटकून वागायची त्यांची रीत अमरच्या सहज लक्षात आली. त्याला त्यांच्या या शिष्टपणाचा मनातून राग आला. नगराळेंना जणू अमरचं साईटवर येणंच आवडलं नसावं, असं त्यांच्या देहबोलीतून स्पष्ट जाणवत होतं. अमर जरी कार्यकारी अभियंता म्हणून नगराळेंचा 'बॉस' होता, तरी वयानं त्यांच्यापेक्षा पंधरा-वीस वर्षांनं लहान होता, तसाच खात्यामधल्या नोकरीच्या अनुभवानंदेखील. त्याच्या ह्या गोष्टींमुळेच तो त्याच्या हाताखालच्या सगळ्याच डेप्युटी इंजिनीअरांशी सौजन्यानं वागत असे.

त्याच्या स्वभावातच अधिकाराचा गर्व नव्हता आणि त्यामुळे इतर अधिकाऱ्यांमध्ये असलेला गर्विष्ठपणा नव्हता. तो लोकसेवा आयोगाच्या स्पर्धापरीक्षेमधून थेट वर्ग एकचा अधिकारी म्हणून निवडला गेला होता, तो त्याच्या बुद्धिमत्तेच्या जोरावर. साहजिकच तो त्याच्या हाताखालच्या कर्मचारी आणि अधिकाऱ्यांपेक्षा वयानं खूपच लहान असायचा. अगदी त्याच्या हाताखालचे काही डिप्लोमा होल्डर ज्युनिअर इंजिनीअरसुद्धा त्याच्यापेक्षा वयानं मोठे असायचे. ही सगळी वयानं ज्येष्ठ असलेली मंडळी त्याच्यापुढं अगदी विनम्र होत, त्या वेळी त्यालाही मनातून ओशाळल्यागत होई. मग तोही तितकंच सौजन्यानं त्यांच्याशी वागे. मात्र ज्यांची चुकी झाली असेल किंवा जर जाणूनबुजून चुकी केली असेल, त्या वेळी तो आपलं आणि चुकी करणाऱ्यांचं वय विसरून त्याला झापत असे. कारण त्याच्या दृष्टीनं हेतूत: केलेली चुकी ही चुकी नसून एक प्रकारचा भ्रष्टाचार असतो, म्हणून अशा चुकीला माफी नाही! अशा वेळी तो कठोर होई आणि कठोर शिक्षाही करी. कारण प्रशासनाच्या दृष्टीनं तसे करणं हा त्याच्या कर्तव्याचाच भाग असल्याचं त्याला त्याच्या परिविक्षाधीन प्रशिक्षणाच्या कालावधीमध्ये शिकवलं गेलं होतं.

गाडीतून उतरून अमर थेट धरणाच्या कामाच्या दिशेनं चालू लागला. त्याच्या सोबत नगराळे डेप्युटी इंजिनीअरही चालत चालत त्यानं विचारलेल्या प्रश्नांची उत्तरं देत, प्रकल्पाची माहिती सांगत होते. असर्जन मध्यम प्रकल्प हा जणू सांडोळ मध्यम प्रकल्पाचं जुळं भावंड होतं. दोन्ही प्रकल्प जसे शेजारी होते, मध्ये फक्त एक उंच थडीचं पठार. दोन वेगवेगळ्या समांतर वाहणाऱ्या नद्यांवरही दोन धरणं बांधण्यात येत होती. दोन्ही नद्यादेखील जणू सख्ख्या बहिणी. दक्षिणेकडच्या एका लिंगराजाच्या डोंगरावर उगम पावून दक्षिणोत्तर वाहणाऱ्या. 'गंगा-यमुना' ह्या दोन धरणांमुळे मधल्या डोंगरमाथ्याच्या थडीवरून उंचीवरून दोन कालवे काढले जात होते. एक उजवीकडून तर एक डावीकडून. ह्या कालव्यांमुळे डोंगर उतारापासून नदीपर्यंतचा सगळा प्रदेश भिजणार होता. सगळी दरीखोरी हिरवीगार होणार होती. ही वाळवंटं नष्ट होणार होती. हा पिवळा फुफाट्याचा प्रदेश हिरवा होणार होता. ह्या सहारा वाळवंटाचं नंदनवनात रूपांतर होणार होतं, येत्या चार-पाच वर्षांतच ही किमया होणार होती आणि किमयागार असणार होता, 'अमर'. असर्जन इथं देवराईचं पाणी तो अडवणार होता, तर सांडोळ इथं लेंडी नदीचं. पावसाळ्यात दुथडी भरून वाहणाऱ्या नद्या आज आटून शुष्क कोरड्या होत चालल्या होत्या. त्यांच्या कुशीत वसलेली गावंही ह्या उन्हाळ्याच्या झळांनी शुष्क झाली होती. माणसं हंडाभर पिण्याच्या पाण्यासाठी सैरावैरा धावत होती. गुरं पाण्यासाठी धडपडत होती. हे दरवर्षीचं येणारं दुष्काळाचं सावट दूर करायचं

आव्हान अमरनं स्वीकारलं होतं. त्यासाठी वाट्टेल ते कष्ट करायची त्याची तयारी होती.

असर्जन मध्यम प्रकल्पाच्या मातीधरणाचं कंत्राटही मोरे ब्रदर्स ह्या कंपनीनं मिळवलं होतं, तर सांडव्याच्या दगडी बांधकामाचं लाला लक्ष्मीदास अँन्ड सन्स ह्या कंपनीनं मिळवलं होतं. म्हणजे इथंही सांडोळचीच जोडगोळी कंत्राटदार होती. इथं किशनशेठ शर्मांचा मोठा भाऊ लखनशेठ शर्मा काम बघत होता. तो त्याच्या साईटवरच्या कँपपासून अमरच्या स्वागतासाठी चौकीवर आला होता. लखनशेठदेखील किशनशेठसारखाच देखणा होता. दिसण्यातही सारखा. ह्याला झाकावं अन् त्याला काढावं. फक्त याच्या डोक्यावरचे केस तेवढे काही ठिकाणी पांढरे झालेले, चाळिशी ओलांडल्यामुळे याच्या डोळ्यांवर चष्मा लागला होता, तर चालताना 'गाऊट'च्या त्रासामुळे तो लंगडत होता. त्यानं मात्र किशनशेठसारखंच खानदानी अदबीनं अमरचं स्वागत केलं. त्याच्या हातात 'पॅपिलॉन' ही इंग्रजी कादंबरी होती. अमरला त्याच्या हातात पुस्तक बघून आश्चर्य वाटलं. न राहवून त्यानं त्याला विचारलं, ''इथं साईटवर वाचायला वेळ मिळतो काय?'' त्यावर तो हसून म्हणाला, ''साब, मुझे लिटरेचर में इंटरेस्ट है. मैंने इंग्लिश में एम.ए. किया है, पिताजीने जबरदस्ती इस लाईनमें ढकेल दिया, वरना आज मैं झेविअर में इंग्लिश का प्रोफेसर रहता...'' अमरच्या मनात नकळत त्याच्याविषयी सहानुभूती निर्माण झाली. त्याच्यात आणि आपल्यात काहीतरी समान असल्यासारखं वाटलं. 'सालं आपलंही असंच नाही का झालं?' मुळात साहित्याची आवड असताना, एक कवितासंग्रह आणि काही कथा नावावर असताना साहित्याच्या नंदनवनात विहार करण्याचे सोडून आपण ह्या रखरखीत वाळवंटात ढेकळं तुडवत चालतो आहोत, गेली अनेक वर्षं. शब्दवैभवात रमणारं आपलं मन ह्या तंत्रकौशल्यामुळं आकड्यांच्या खेळात गुंतलं. लांबी, रुंदी, उंचीची मोजमापं घेण्यात, तर मटेरियल्सचे दर बाजारभावानुसार घेऊन दर पृथ:करण करण्याचं काम नशिबी आलं. आपल्या बापानं अगदी आपल्याला काही कळायच्या आत त्याचं स्वप्न आपल्यावर लादलं, इंजिनीअर होण्याचं. ह्याच्यावरही ह्याच्या व्यापारी बापानं तेच लादलं. दोघंही एकाच बोटीतले प्रवासी. लखनशेठच्या हातातलं पुस्तक बघून त्याला हे सगळं आठवलं. त्याला त्याचा हेवादेखील वाटला. आधी लखनशेठ पुस्तक लपवत होता, पण साहेबांना हे आवडतं असं त्याच्या लक्षात आल्यावर त्यानं पुस्तक लपवणं सोडलं. तो अमरला म्हणाला, ''साब, इस साइट के ओपन जेलमें मैं भी तो 'पॅपिलॉन' जैसा हो गया हूँ. एक बार लेबर लोगोंकी जुगाड लगा दी, कि पढता रहता हूँ...''

सांडोळला मोरे ब्रदर्सचा मुकादम तरी आला होता. इथं तर तोही नव्हता. इथंही तीच कथा होती. खाडीयुद्धामध्ये पेट्रोल-डिझेल ह्या इंधनाचे दर वाढल्यामुळे भाववाढ द्या, अशी विनंतीपत्रं देऊन त्यावर खात्यामार्फत काहीच उत्तर न आल्यानं त्यानं शेवटचं धमकीवजा पत्र दिलं आणि काम बंद केलं. त्याच्या इथल्या साईट ऑफिसला टाळं लावलं. यंत्रसामग्री एका रात्रीत दुसऱ्या कोणत्या तरी साईटवर हलविली, खात्याच्या कोणालाही पत्ता न लागू देता. ह्या यंत्रसामग्रीवर त्यानं लाखो रुपयांचा मशिनरी ॲडव्हान्स म्हणजे 'उचल' घेतली असताना त्याचं हे कृत्य बेकायदेशीर होतं. पण सगळेच 'आळीमिळी गूपचिळी!'

अमरनं साईटवर बंद पडलेलं मातीधरणाचं काम बघितलं. नदीच्या दोन्ही बाजूला अर्धवट उंचीपर्यंत भराव झाला होता. भरावाच्या उताराला तासलं नव्हतं. त्यामुळं नुसता मुरूम डंपर्सनी टाकून ढीग केल्यासारखं दिसत होतं. इथंही पाण्याच्या बाजूला उतारांवर दगडी अस्तरीकरणाचं काम चालू केलेलं नव्हतं. पायथ्याशी दगड-कपच्यांचे ढीग तेवढे थोड्या-थोड्या अंतरावर केलेले होते. खालच्या बाजूच्या उताराच्या पायथ्याला रॉक-टोचा पत्ता नव्हता. ड्रेनेजसाठी चरही खोदण्यात आला नव्हता. एवढी मोठी क्लासवन कॉंट्रॅक्टर कंपनी, पण गावाकडचे फुटकळ ठेकेदार तरी साध्या पाझर तलावाचं काम लाईनदोरी आणि शिस्तीत करतात! इथं त्या सगळ्याच गोष्टींची बोंब होती. नवीन बदलीवर आलेले कार्यकारी अभियंता प्रथमच साईटला भेट देणार म्हटल्यावर त्यांच्या स्वागतासाठी राहू द्या, पण कंपनीच्या अडीअडचणी त्यांना सांगण्यासाठी तरी कोणीतरी यावं? पण त्यांना त्याचीही गरज वाटली नव्हती. सांडोळ धरणासारखीच इथंपण तीच अवस्था आणि कंत्राटदारांची अनास्था बघून अमरचा इतका वेळ दाबलेला संताप उमाळून आला. "नगराळेसाहेब, तुम्ही मोरे ब्रदर्सना माझ्या साईट व्हिजिटबद्दल कळवलं नाही का?" अमरनं नगराळेंना उच्च स्वरात विचारलं.

"सर, मी त्यांना पत्र देऊन लेखी कळवलं. फोनही केला होता, सर."

"मग, तरीदेखील त्यांचा कोणी प्रतिनिधी इकडं फिरकला नाही?"

"सर, मी त्यांना विचारतो." नगराळेंचा सारवासारव करायचा प्रयत्न.

"त्यांना तुम्ही काही विचारू नका. आता मीच बघतो त्यांचं काय करायचं ते. त्यांचा माज आता मीच उतरवतो. कामाचा अख्खा हंगाम ह्या हरामखोरांनी वाया घालवला. तुम्ही फक्त त्यांना पत्रं खरडत बसलात!" अमरचा संताप अनावर झाला होता. तो समोर असलेल्या नगराळेंनाच मोरे ब्रदर्सचा माणूस समजून आवाज चढवून बोलत होता. नगराळेंचा चेहरा पडण्याऐवजी क्रुद्ध झाला होता, अमरवर की मोरे ब्रदर्सवर? अमरच्या संतापामुळं वातावरण

चांगलंच तापलं होतं. तो झपाझप चालत गाडीजवळ आला. त्याला बघून लखनशेठ धावत आला, म्हणाला, ''साब, चाय-पानी तो ले लो.'' पण अमरनं चहा घ्यायचं नाकारलं. तो गाडीत बसला, तेव्हा संध्याकाळ झाली होती. सूर्य मावळतीला चालला होता. दिवसभर आग ओकून सूर्यदेखील थंड झाला होता. पण अमरचं डोकं थंड होत नव्हतं. गाडी पूर्वेकडून पश्चिमेकडे सूर्याच्याच दिशेनं धावत होती. क्षितिजावर मावळतीचे रंग उधळले जात होते. तो ते रंग एकटक बघत विचार करत हळूहळू थंड होत गेला. 'खरंच का आपण एवढं चिडायची गरज होती? काम काही आज बंद पडलं नव्हतं. आपण इथं येण्यापूर्वीच काही महिने ते बंदच होतं. आपल्या आधीच्या साहेबाला याचं काहीच कसं वाटलं नव्हतं? आपण नक्की कोणावर चिडलो? मोरे ब्रदर्स, नगराळे की आधीच्या साहेबावर की ह्या सुस्त व्यवस्थेवर?' अमर चिडला की स्वत:ला शांत करण्यासाठी आत्मपरीक्षण करीत स्वत:लाच असे प्रश्न विचारी.

अमर घरी पोचला, त्या वेळी आरती त्याची वाट बघत दारातच उभी होती. कडेवर सगळ्यात धाकट्या मुलाला घेऊन गाणं गुणगुणत होती.

''कशी झाली आजची साईट व्हिजिट? जेवण केलं का? कसं होतं जेवण?'' आरतीनं काळजी आणि उत्सुकतेपोटी प्रश्नांची सरबत्ती सुरू केली.

''होपलेस.'' अमरनं तोंड कडवट करत काहीतरी बोलायचं म्हणून बोलला.

''म्हणजे काय? जेवण ठीक नव्हतं की कंत्राटदाराचं वागणं?'' आरती. इतक्या वर्षांच्या सोबतीत आरतीला अमरचे वीक पॉईंट्स माहीत झाले होते. ''जेवण ठीक होतं. पण मुख्य कंत्राटदाराचा साईटवर पत्ताच नव्हता. हरामखोर साले! फक्त काहीबाही कारणं सांगून काम बंद ठेवायचं अन् सरकारकडून पैसे काढायचे, हे यांचे धंदे.'' अमरनं परत एकदा संताप व्यक्त केला.

''जाऊ द्या हो, आज तुमची पहिलीच व्हिजिट. नसेल त्यांना कळलं.''

''अगं, त्यांनी हारतुरे घेऊन माझ्या स्वागताला यावं, अशी काही माझी इच्छा नव्हतीच मुळी. पण त्यांनी त्यांच्या बंद पडलेल्या कामाच्या अडीअडचणी तरी सांगायला नको का यायला?''

''अहो, ही बडी कंत्राटदार कंपनीची माणसं. त्यांना काय पडलंय आपलं?''

''अस्सं, बरं तर मग आता दाखवतोच एकेकाला माझा इंगा...''

''हे बघा, तुम्ही असं डोक्यात राख घेऊन त्यांच्याशी पंगा घेऊ नका. आपण आपलं घर-दार, गाव सोडून ह्या भागात आलोय. इथं आहे का कोणी आपल्या पाठीशी? उलट यांच्या पाठीशी तर तुमचं सगळं सरकार!''

अमरची आजची साईट व्हिजिट कडवट झाली होती. पण त्यानं हे आव्हानही स्वीकारलं. रात्रभर तो तळमळत पुढचा विचार करत होता.

●●

अमर हजर झाल्यापासून त्यानं त्याच्या अखत्यारीतल्या सगळ्या प्रकल्पांना भेट देण्याचा सपाटा लावला होता. पण कधी मंत्रीमहोदयांची भेट, तर कधी कलेक्टर ऑफिसमध्ये रोजगार हमी योजनेची बैठक, तर कधी खुद्द मुख्यमंत्री महोदयांची सौजन्य भेट घ्यावी लागली. एकदोनदा शेजारच्या जिल्ह्यात असलेल्या त्याच्या वरिष्ठ अधीक्षक अभियंत्यांच्या कार्यालयात बैठक लागलेली. तिकडे गेलं म्हणजे बरोबरच्या इतर अधिकाऱ्यांच्या भेटीगाठी आणि रात्री उशिरापर्यंत चाललेल्या मीटिंगांमुळे त्याला घरी परत यायला रात्रीचे अकरा वाजून जात. आरती त्याची वाट बघत तो येईपर्यंत मुलांना थोपटून झोपवत स्वत: मात्र जागीच राहत असे, उपाशी. अमरही घरी आल्यावरच जेवत असे. कितीही उशीर झाला आणि भुकेनं व्याकूळ झाला, तरी वाटेत जेवत नसे. शंभर किलोमीटर दूर असलेल्या शेजारच्या जिल्ह्यातील अधीक्षक अभियंत्याच्या कार्यालयातून रात्री उशिरा घरी परतताना काही मोजकेच ढाबे होते. तिथे तो फार तर ड्रायव्हरला झोप येऊ नये म्हणून चहापानासाठी थांबे. बाकीचा सगळाच रस्ता तसा अगदी सुनसान. जेवणासाठी थांबावं असं एकही ज्याला 'रेस्टॉरंट' म्हणावं असं ठिकाण नव्हतं. घरी आपली वाट बघत आरती जेवणासाठी थांबली असणार, याची त्याला सतत जाणीव असे. त्यामुळे कधी सोबत असलेल्या डेप्युटी इंजिनिअरनं जेवणासाठी आग्रह केला, तरी तो ढाब्यावर जेवायला थांबत नसे. ह्या सगळ्या धामधुमीमधून वेळ काढून तो प्रकल्पांच्या साईटला भेट देत होता. महिनाभरात त्यानं महत्त्वाचे प्रकल्प पाहिले होते. आज मात्र तो ठरवून आणखी एका शेजारच्या जिल्ह्याच्या उत्तरेच्या सीमेवर असलेल्या थोडगा बृहत लघु प्रकल्पाला भेट द्यायला सकाळी लवकरच निघाला होता. हा प्रकल्प म्हणजे 'लार्ज मायनर' प्रकल्प होता. 'लार्ज' आणि 'मायनर' ह्या दोन परस्परविरोधी अर्थाच्या संधीमुळे त्याला काहीच अर्थबोध होत नव्हता. यापूर्वी त्यानं ही संज्ञा ऐकलेलीच नव्हती. मग त्याच्या पाटील डेप्युटी इंजिनिअरनंच हा 'संधी-विग्रह' करून त्याला अर्थ समजून सांगितला तो असा; जो प्रकल्प 'लार्ज' म्हणजे मोठा असूनही 'मायनर' म्हणजे छोटा आहे. म्हणजे आकड्यांच्या भाषेत ज्याचं सिंचनक्षेत्र मोठं असून मध्यम प्रकल्पाच्या दोन हजार हेक्टरच्या जवळपास आहे, पण जास्तीचं नाही असा लघु प्रकल्प. तो बृहत लघु

प्रकल्प म्हणजेच 'लार्ज मायनर' प्रोजेक्ट. तर अशा विचित्र व्याख्येमुळे लघु ठरलेल्या अठराशे हेक्टर सिंचनक्षेत्र असलेल्या ह्या प्रकल्पाची निवड बाह्य अर्थसाहाय्यित प्रकल्पांमध्ये झाली होती. ह्या अमेरिकन सरकारच्या अर्थसाहाय्य असलेल्या प्रकल्पांना यू.एस.ए.आय.डी. म्हणजेच 'यूसेड' प्रकल्प म्हटलं जायचं. अशा प्रकल्पांच्या भौतिक प्रगतीचं नियंत्रण थेट अमेरिकेतून केलं जायचं. त्यासाठी त्यांनी त्यांचं एक नियंत्रक कार्यालय म्हणजे मॉनिटरिंग युनिट पुण्याला उघडलं होतं. त्यांचे अधिकारी दर महिन्याला कामाच्या नियोजनानुसार जे 'बेंचमार्क' ठरवलेले असत, त्यांचं उद्दिष्ट गाठलं जातंय की नाही, ते प्रत्यक्ष साईटवर येऊन बघत. उद्दिष्ट गाठलं नसेल, तर साईटवरच्या अधिकाऱ्यांना खडसावत आणि त्यांच्या पुण्यातील ऑफिसमधून थेट मंत्रालयातील सचिवांना पत्र देऊन तक्रार करत. कधीकधी 'आम्ही निधी देणं थांबवू' असं धमकावत. त्यामुळं ह्या प्रकल्पाचं अगदी 'क्रिटिकल पाथ मेथड' किंवा 'पर्ट' या आधुनिक मॅनेजमेंटच्या पद्धतीनं मायक्रोप्लॅनिंग सूक्ष्मनियोजन केलेलं असे. काम करण्याची ही पद्धत अमरनं या पूर्वीच अवलंबिलेली होती. त्याला हे तंत्र अवगत होतं. किंबहुना आतापर्यंत त्यानं याच तंत्रानं काम करून यश मिळवलं होतं. मात्र इकडे मराठवाड्यात अशा प्रकारे काळ-काम-वेगाचं तंत्र कुणालाच ठाऊक नव्हतं, त्यामुळं सगळ्या डेप्युटी इंजिनीअरांना त्याचं भूत मानगुटीला बसल्यासारखं वाटत होतं. अमरला मात्र हे एक वेगानं काम करून काळावर विजय मिळवायचं आव्हान वाटत होतं आणि तो ह्या तंत्राचा बाऊ न करता आनंदानं हे आव्हान स्वीकारत असे. याआधीच्या ठिकाणी तो रोजगार हमी योजनेच्या कामांवरही या तंत्राचा वापर करत असे. त्याच्या कामाच्या ह्या पद्धतीमुळेच तर त्याच्याकडे तिथं 'यूसेड'च्या एकाही प्रकल्पाचं काम नसताना त्याची अमेरिकेतल्या यूसेडच्या प्रशिक्षणासाठी निवड झाली होती. त्या वेळी अमरकडे एकही यूसेडचा प्रकल्प नसताना त्याला अमेरिकेला प्रशिक्षणासाठी का पाठवावं, असा आक्षेपही घेण्यात आला होता. पण त्याच्या क्षमतेवर विश्वास असलेल्या त्याच्या वरिष्ठ अधीक्षक अभियंत्यांनी, "आज जरी त्याच्याकडे यूसेड प्रकल्प नसला, तरी पुढं भविष्यात तो यूसेड प्रकल्पांवर काम करणार नाही कशावरून?" असा प्रतिप्रश्न करून आक्षेप घेणाऱ्यांनाच निरुत्तर केलं होतं. आज सुदैवानं त्यांचं भविष्य खरं ठरलं होतं आणि त्याची नियुक्ती ह्या यूसेड प्रकल्पावर झाली होती. थोडगा लघु प्रकल्पाच्या साईटवर जाताना अमरला ह्या विलक्षण योगायोगाची आठवण होत होती, तसंच त्या द्रष्ट्या अधीक्षक अभियंत्यांची कृतज्ञ जाणीव होत होती. अमेरिकेत ज्या गोष्टींचं प्रशिक्षण घेऊन तो आला होता, त्याचा प्रत्यक्ष जमिनीवर वापर करून दाखवायची सुवर्णसंधी त्याला एक वर्षाच्या

आतच, ह्या बदलीवर आलेल्या ठिकाणी मिळणार, ह्या विचारानं तो सुखावला होता.

थोडगा लघु प्रकल्पाचं ऑफिस शेजारच्या तालुक्याच्या गावी होतं. हे ऑफिस म्हणजे पूर्वीच पूर्ण झालेल्या एका मध्यम प्रकल्पाच्या रिकाम्या झालेल्या जागेत थाटलं होतं. तालुक्याच्या गावात शिरण्यापूर्वीच्या मोकळ्या माळरानावर एक सरकारी कॉलनी आणि कोपऱ्याला हे ऑफिस. उजाड माळावरचं आणखी एक उजाड ऑफिस. पाच-पन्नास क्वार्टर्स असलेली कॉलनी, पण एकाही झाडाचा पत्ता नाही. दोन क्वार्टरमध्ये भरपूर अंतर. मोकळं अंगण, पण उजाड. इथं राहणाऱ्यांना कधी सावलीची गरज वाटली नसेल का? पण बदलीचं भूत कायम डोक्यावर बसलेलं असल्यानं कसेतरी आपले दिवस काढायचे, ह्या भावनेनं झालेलं दुर्लक्ष. अमरला उन्हात वाळत घातलेली ही घरं आणि ऑफिस बघून कसंतरीच वाटलं. यंदाच्या पावसाळ्यात ह्या मोकळ्या जागा वृक्षारोपण करून भरून टाकायच्या, असं त्यानं ठरवलं. गाडीतून उतरताच त्याच्या स्वागताला आलेल्या सी.डी. पाटील ह्या डेप्युटी इंजिनिअरला त्याची ही वृक्षारोपणाची कल्पना त्यानं सांगून टाकली.

थोडगा धरणाची साईट ह्या तालुक्याच्या गावापासून पंधरा किलोमीटर अंतरावर होती. रस्ता अतिशय कच्चा आणि खड्ड्यांचा असल्यानं त्याला त्याची अँबेसिडर गाडी इथंच ठेवून पाटील डेप्युटी इंजिनिअरच्या जीपनं साईटवर जायचं होतं. हा सगळा पंधरा किलोमीटरचा रस्ता जिल्हा परिषदेचा होता. लघु प्रकल्पांच्या बजेटमध्ये रस्त्यांसाठी तरतूद नसते, फार फार तर ह्या झेडपीच्या रस्त्यांचे माती-मुरूम टाकून खड्डे बुजवणं तेवढं शक्य असतं. ते काम प्रामाणिकपणे केलेलं दिसत होतं. अमर जीपमध्ये पुढे बसला होता, तर मागे सी.डी. पाटील डेप्युटी इंजिनिअर आणि त्यांचे दोन ज्युनिअर इंजिनीअर बसले होते. पाटील साहेब उंचेपुरे होते. त्यामुळं त्यांना मागच्या सीटवर वाकून बसावं लागत होतं. शिवाय एखादा खड्डा चुकवायला ड्रायव्हरला जमला नाही, तर वर डोक्याला हूड लागत होतं. गाडी पुढं धावत होती अन् मागं धुळीचे लोट उडत होते. खडकाळ रस्त्यानं गाडी जाताना होणाऱ्या इंजिनच्या आवाजात अमरनं विचारलेल्या प्रश्नांना पाटील साहेब काय उत्तर देत होते, कुणालाच ऐकू येत नव्हतं. शेवटी साईटवर पोहोचल्यावरच विचारावं, असा विचार करून अमरनं तोंड बंद केलं. तसंही बोलायला तोंड उघडलं, की धुळीचा लोट आत घुसायचा, म्हणून अमरनंही नाका-तोंडाला रुमाल बांधला. आजूबाजूला नजर फिरवावी तिथपर्यंत खडकाळ रान पसरलेलं दिसत होतं. त्याच्यावर

दगडगोट्यांच्या राशी ओतल्यासारखं दिसत होतं. पावसामुळं दगडगोट्यांमधली माती-मुरूम वाहून गेल्यामुळं असं चित्र होतं. धूप रोखायला जमिनीत ओल तर हवी ना. ही जमिनीची धूप रोखून ह्या माळांचं परत सुपीक जमिनीत रूपांतर करण्यासाठी पाण्याची गरज होती. ही गरज भागविण्यासाठीच तर इथं हे धरण बांधलं जात होतं. अमरला सगळीकडे हा जलयज्ञ करायचा होता, भगीरथाचा पुत्र होऊन, धरणं बांधून!

आदळत आपटत जीप थोड्या मातीधरणाच्या एका टोकाला थांबली. तशी आधीच लांबून येणाऱ्या जीपवर लक्ष ठेवून असलेली मंडळी पुढे आली. अमर अंगावरची धूळ झटकत उतरला. त्यानं नाकातोंडावरचा रुमाल सोडला. ते तेवढं शाबूत होतं, पण डोकं धुळीनं पूर्ण माखलं होतं. दोघं गृहस्थ पुढे आले, त्यांनी अमरच्या गळ्यात फुलांची माळ घातली. मागून सी.डी. पाटील डेप्युटी इंजिनीअरही धूळ झटकत उतरले. त्यांनी त्या दोघांची अमरला ओळख करून दिली, "सर, हे यादव गुत्तेदार, यांच्याकडे धरणाच्या उजव्या बाजूचं पिचिंगच्या आणि कालव्याचं काम आहे." यादव कॉन्ट्रॅक्टर एक तरुण वयाचा मुलगा होता. त्यानं हसत वाकून नमस्कार केला. "आणि हे रेड्डी गुत्तेदार, यांच्याकडे धरणाच्या डाव्या बाजूचं पिचिंग आणि कालव्याचं काम आहे." रेड्डीनं तोंडातल्या तोंडात ०पुटपुटत नमस्कार केला. तोही पस्तिशीचा तरुण होता.

"सर, धरणाचं मातीकाम पूर्वीच रोजगार हमी योजनेमधून झालंय. पण जेव्हापासून हे 'यूसेड' मध्ये आलंय, त्यांनी ते बंद करून क्वॉलिफाईड कंत्राटदारांना द्यायला सांगितलं. धरणाची गॉर्ज सोडून बाकी मातीकाम झालंय. ह्या वर्षीच गॉर्ज भरायची होती, पण मंजुरी मिळायला उशीर झाला. टेंडरलाही रिस्पॉन्स मिळाला नाही. म्हणून आता पुढच्या वर्षाचं नियोजन आहे. त्यासाठी 'युसेड'चं फार प्रेशर आहे." पाटीलसाहेबांनी धरणाची सद्य:स्थिती आणि पुढचं नियोजन सगळं एका दमात सांगून टाकलं. अमर त्यांच्या पद्धतीवर खूश झाला. पाटील डिग्रीहोल्डर डेप्युटी इंजिनीअर होते. त्यांच्या हाताखालचे ज्युनिअर इंजिनीअर सगळे डिप्लोमा होल्डर होते. पण पाटीलसाहेब स्वत: आणि त्यांची सगळी टीम चुणचुणीत दिसत होती. त्यांच्या हाताखालचे ज्युनिअर इंजिनीअर कुलकर्णी वयानं आणि अनुभवानं चांगलेच सीनिअर होते. तोंडातल्या तोंडात आणि भरभर बोलणारे कुलकर्णी विनयशील होते आणि मुख्य म्हणजे कामाला 'परफेक्ट' दिसत होते. अमरनं पायी फिरून सगळ्या धरणाची पाहणी केली. मजुरांमार्फत झालेल्या मातीधरणाच्या भिंतीला दोन्ही बाजूंनी ड्रेसिंग करणं, शिवाय वरतून रोडरोलर फिरवून भरावाची चांगली दबाई करणं, गरजेचं होतं. कालव्यांची कामं नुकतीच कुठं सुरू झाली

होती, पण कठीण स्तरामुळे तीही थांबली होती.

थोडगा धरण काही मोठं धरण नव्हतं, पण युसेड प्रकल्पाच्या यादीत आल्यामुळे त्याला महत्त्व प्राप्त झालं होतं. आता निधीची कमतरता पडणार नव्हती, पण त्याचबरोबर त्याच्यावर खर्च होणाऱ्या पै-पैचा हिशोब थेट अमेरिकेला द्यावा लागणार होता. त्यामुळे इतर देशी प्रकल्पांसारखी मनमानी तिथं करता येत नव्हती. प्रत्येक बाबीवर खर्च करण्यापूर्वी परवानगी आवश्यक होती. त्यामुळे तिथं रस्ते, विश्रामगृह, वसाहती इंन्फ्रास्ट्रचर बाबींना महत्त्व नव्हतं. उपलब्ध रस्ते, इमारतींचाच वापर करायचा होता. विश्रामगृह मात्र तालुक्याच्या गावी असलेलं पी.डब्ल्यू.डी.चंच वापरावं लागत होतं. दुपारच्या जेवणासाठी तिथंच सांगितलेलं होतं. अमरच्या जीपचा ताफा साईट व्हिजिट आटोपून तिथं येता येता दुपारचे तीन वाजून गेले होते. अमरची पांढरी अँबेसिडर गाडी त्याच्याआधीच तिथं येऊन थांबली होती. अमर अन् त्याच्यासोबत साईटवर आलेल्या सगळ्यांनाच कडाडून भूक लागली होती. दुपारभर माळरानावर उन्हातान्हात फिरून घशाला कोरड पडली होती.

अमर जीपमधून उतरून रेस्ट हाऊसमध्ये जाणार, तोच दारात एक पांढराशुभ्र झब्बा आणि कडक पायजमा घातलेले पुढारी हात जोडून उभे असलेले त्याला दिसाले. सहा फूट उंची, उलटे फिरवलेले काळेभोर कुरळे केस, सावळा रापलेला वर्ण, तरतरीत नाक आणि मोठे डोळे. तोंडात पानाचा बोकणा आणि हातात पांढऱ्याशुभ्र रुमालाचा बोळा, तोंडातून ओघळणारा पानाचा रस पुसायला. त्यांनी अमरला नमस्कार केला,

''चव्हाणसायब, नमस्कार, मी आमदार भाऊसाहेब जाधव.''

''नमस्कार, सर, मी आपल्याबद्दल बरंच ऐकलंय. भेटून आनंद झाला.''

''काय ऐकलंय आमच्याबद्दल? चांगलं का वाईट?' असं विचारत ते ठो ठो हसू लागले, तेव्हा तोंडातल्या पानाचा लाल रस त्यांच्या ओठांच्या कोपऱ्यातून ओघळू लागला. तो त्यांनी त्या पांढऱ्याशुभ्र रुमालाच्या बोळ्यानं लगबगीनं पुसला. उरलेला तसाच गिळला.

''नाही, म्हणजे खूपच चांगलं ऐकलं. आपली आपल्या मतदारसंघातील कामाची तळमळ, पाठपुरावा...'' अमरला त्यांच्याविषयी पाटीलसाहेबांनी सांगितलं होतंच. त्यावरच तो हे बोलला. मध्येच पाटीलसाहेब पुढं येत बोलले, ''सर, आमदार भाऊसाहेब बी.ई.सिव्हिल आहेत. माझे क्लासमेंटच होते, औरंगाबाद इंजिनीअरिंग कॉलेजला.'' अमरला ही माहिती नवीच होती. त्याला आमदार जाधवांविषयी अचानक आदर वाटू लागला. त्यांच्या दिसण्या-वागण्यावरून ते

शेतकरी असावेत, असंच वाटत होतं. त्यांचे कष्टकरी हातांचे जाडजाड बोटांचे पंजे बघून तर ते आजही शेतात औत धरत असावेत, असं अमरला वाटलं.

"चव्हाणसाहेब डायरेक्ट क्लास वन आहेत." पाटीलसाहेब आमदार साहेबांना अमरविषयी सांगत होते.

"बरं, बरं, एवढे तरुण आहेत म्हटल्यावर असतीलच कीमाझ्याबरोबरचे आता तुमच्या डिपार्टमेंटमधी ई.ई., एस.ई. हायेतच की. आम्हीपण झालोच असतो सिलेक्ट, पण ह्या राजकारणाच्या नादापायी, जाऊ द्या." भाऊसाहेब स्वत:ची हुशारी सांगत होते, की खंत, अमरला कळलं नाही. अमरला कडाडून भूक लागली होती. तो आमदारांना म्हणाला, "चला, आमदारसाहेब, जेवायला. जेवता-जेवताच बोलू." त्यावर तोंडाकडे बोट दाखवत ते म्हणाले, "एवढ्यातच आमचं जेवण झालं आन् पान कोंबलंय. तुम्ही जेवा कोंबडं लयी मस्त करतो हा खानसामा." मग पाटीलसाहेबांनी अमरला 'शाकाहारी' जेवणपण असल्याचं सांगितलं.

"अवो, तुम्ही जेवा निवांत. तोपर्यंत मी कार्यकर्त्यांना भेटतो जेवा."

अमर आणि पाटील डेप्युटी इंजिनीअर जेवायला बसले. रफिक खानसामानं हैद्राबादी चिकन आणि बिर्याणी खरंच छान स्वादिष्ट बनवली होती. तिचा घमघमाट सुटला होता. अमरला नॉनव्हेज जेवण आवडतं, हे गुपित आता इथपर्यंत पोचलं असावं. पाटील मात्र वांग्याची भाजी, डाळभात असं शुद्ध शाकाहारी जेवण घेत होते. "हे काय, तुम्ही नॉनव्हेज नाही खात? कसले पाटील तुम्ही?" अमरनं आश्चर्य व्यक्त करीत हसत हसत विचारलं. ताटातल्या वांग्याकडे बोट दाखवत पाटील म्हणाले, "सर, ही काय एक पायाची कोंबडी. सर, मी लिंगायत पाटील. आम्ही पूर्ण शाकाहारी." अमरची आडनावावरून फसगत झाली होती. मराठवाड्यात कोणीही पाटील असू शकतो म्हणजे. आता हे असे लिंगायत पाटील. आडनावावरून कोणाची जात ओळखायची कला त्याला अवगत नव्हती. त्याला तशी कधी गरज वाटत नव्हती. तो फक्त दोनच जाती ओळखत होता. एक काम करणारी आणि दुसरी कामचुकार! पाटील पहिल्या प्रकारातले वाटत होते. अमरला एकट्यानं नॉनव्हेज खाताना संकोचल्यासारखं झालं होतं. तो तोंडाचा आवाज होणार नाही, असं जेवत होता. बाहेर आमदारसाहेब कोणावरतरी रागावून ओरडून ओरडून बोलत होते. त्यांच्याभोवती कार्यकर्त्यांचं, शेतकऱ्यांचं कोंडाळं जमलं होतं. एकाच वेळी अनेक जण त्यांना त्यांची गाऱ्हाणी सांगत होते. एकच गलका चालू होता. "अरे, तुम्ही समदे गर्दी कशाला करताव? आतमंधी चव्हाणसायब

जेवताव. त्यांचं झालं, की मी बोलताव त्यांच्याशी.''

अमरला आपल्या जेवणाची अशी बाहेर चर्चा होतेय, आपलं जेवण संपायची कोणी वाट बघतंय, असं ऐकल्यावर विलक्षण अपराधी वाटलं. तो उठला आणि हात धुता धुता पाटीलसाहेबांना म्हणाला, ''इथून पुढं मीपण तुमच्यासारखं साधं शाकाहारी जेवणार.''

अमर बाहेर येताच आमदारसाहेब म्हणाले, ''साहेब, तुम्ही पुढच्या वर्षी थोडग्याचा गॉर्ज भरणार, पण ह्या शेतकऱ्यांच्या बुडितातील जिमीनीचे पैसे त्याच्याआधी मिळतील आसं करा. नाईतर 'आम्ही काम बंद पाडू' म्हणत्यात. मीबी त्यांच्याबरोबरच राहील, तवा कलेक्टरसाहेबांना सांगा.''

''होय, सर, मी पाटीलसाहेबांना आताच विचारलं. ते म्हणाले, 'जॉईंट मेजरमेंट झालंय. अॅवार्ड स्टेजला प्रकरण आहे,' मी कलेक्टर साहेबांना भेटून लवकर अॅवार्ड करायला सांगतो. तोपर्यंत अॅडव्हान्स देतो.'' आमदारांसमोरच अमरनं प्रकल्पग्रस्त शेतकऱ्यांना सांगितल्यावर ते शांत झाले. आमदारसाहेबांनीही शेतकऱ्यांकडे बघत, 'बघा, केलं की नाही मी तुमचं काम' अशी विजयीमुद्रा केली. शेतकरी निघून गेले. आमदार म्हणाले, ''साहेब, लई मोठा बारदाना असतो शेतकऱ्याचा. शेतकरी म्हणजे फक्त जिमीन थोडीच आस्ते. अवो, तिच्यासंग वाडीवस्ती, बैलं, नांगर, टॅक्टर, गायी-गुरं, शेळ्या-मेंढ्या, नोकर-चाकर, गडी-बाया थोडा का पसारा. त्यो सांभाळायचा म्हणजे लई कठीण काम! तुम्ही काय जिमीनीचा मुआवजा देऊन मोकळं व्हाल, पण पुढचं त्यालाच परत नवीन ठिकाणी उभं करावं लागतं. नुसतं पैसे न्हाई, त्येला येळबी लागतो. येळ पायजे येळ, बरं येतो, पुढच्या गावात मीटिंग हाय. तुमची गाडी लिंबाखाली उभी दिसली. म्हणलं, साहेबांना भेटूनच जाऊ.'' अमरनं त्यांना नमस्कार केला. त्यांना सोडायला त्यांच्या गाडीपर्यंत गेला, तेव्हा त्यांनी हातात हात घेऊन म्हटलं, ''साहेब, तुम्ही थांबा!'' आमदार भाऊसाहेब जाधवांची पांढरी अँबेसिडर रेस्ट हाऊसच्या फाटकातून बाहेर पडली. तो परत फिरला. पाटीलसाहेब म्हणाले, ''साहेब, आपण थोडी विश्रांती घ्या. व्हीआयपी सूट आपलाच आहे.''

व्हरांड्याच्या बाजूला समोरासमोर दोन सूट होते. एक नंबर व्हीआयपी सूट, दोन नंबर जनरल सूट. दोन्ही कक्ष सारखेच लांब-रुंद. व्हीआयपीकक्षात आरसा, टेबल, खुर्ची आणि एकच डबल बेड, त्यावर शुभ्र चादरी-खोळी. वरची छतं म्हणजे घुमटं होती. भिंती सफेद-चुन्यानं रंगरंगोटी केलेल्या. मोठ्या कमानीदार खिडक्यांना लाकडी शटर्स. हे विश्रामगृह म्हणजे निजामशाहीमधील शे-दोनशे वर्षांपूर्वीच्या सरदारांचं रात्रीच्या मुक्कामाचं 'ख्वॉबगाह' वाटत होतं. समोर लिंबाच्या

झाडाखाली घोड्यांच्या पागा असाव्यात, असं तिथं भिंती आणि जमिनीवर ठोकलेल्या लोखंडी गोल कड्यांवरून दिसतं होतं... फक्त आता तिथं साखळ्या नसल्याल्या त्या जमिनीत ठोकलेल्या कड्यांची सरकारी गाड्या पार्क करताना अडचण होत असावी.

गुबगुबीत खुर्चीत बसल्या बसल्या तो निजामशाहीत गेला. पश्चिम महाराष्ट्रातील ब्रिटिशांनी बांधलेल्या कौलारू डाकबंगल्यापेक्षा इथलं मशिदीच्या छतांसारखं घुमटाकार छत. उंच उंच दरवाजे-खिडक्या आणि त्यांच्यावर मुस्लीम वास्तुकलेचं वैभव असलेल्या निमुळत्या कमानी. इथं खिडक्यांना काचा नव्हत्या. दरवाजे-खिडक्या सगळीकडे जाड जाड पडदे. उन्हापासून बचाव करण्यासाठी, की सरदारांच्या बेगमांना लोकांच्या नजरेपासून वाचवण्यासाठी. सगळा पडदानशीन कारभार. अपारदर्शी. याच्या उलट तिकडे डाकबंगल्यामध्ये जिकडे पाहावं, तिकडे दरवाजे-खिडक्या, व्हरांडे सगळीकडे काचा लावलेल्या. सगळा पारदर्शी कारभार. ब्रिटिश अंमलदारांसोबतही कधीमधी विशेषत: उन्हाळ्यात गोऱ्या मडमा तिथं येत असतीलच की. पण तिथं सगळा पारदर्शी कारभार. दोन संस्कृतींमधला फरक, दुसरं काय! अमरचे डोळे खुर्चीत बसल्या बसल्या जडावले होते आणि डोक्यात असे काहीबाही विचार येत होते. अशा मुस्लीम पद्धतीच्या विश्रामगृहात राहण्याचा-खाण्याचा पाहुणचार त्याला वेगळाच वाटत होता. समोरचा स्वच्छ बिछाना त्याला खुणावत होता. पण साईटवरच्या कोणत्याही विश्रामगृहात दुपारी विश्रांतीसाठी आडवं व्हायचं नाही, हा त्यानं त्याच्यापुरता नियम केला होता. तो आळस झटकून उठला. तोंडावर पाणी मारलं. खिडकीतून बाहेर बघितलं. ऊन मवाळ झालं होतं. लिंबाचं झाड स्तब्ध होतं. गाडीचा दरवाजा उघडा ठेवून मोहन ड्रायव्हर आडवा होऊन पाय ताणून बसला होता. तो पाटीलसाहेबांच्या ड्रायव्हरशी काहीतरी कुजबुजत होता. आमदारसाहेबांसोबतच सगळी माणसं निघून गेली होती. आवारातही कोणी नव्हतं. मागच्या बाजूला खानसामा आणि भांडीकुंडी धुणाऱ्यांचे आवाज तेवढे येत होते. त्यानं बेल वाजवली. बाहेर दरवाजावर असलेला शिपाई धावत आला,

"जी, साब, कुछ लाऊँ?" त्यानं अदबीनं विचारलं.

"पानी लाव थंडा."

"सिर्फ पानी? चाय लाऊँ, साब?" त्यानं अगत्य केलं.

"नको. पाटीलसाहेबांना पाठव." अमरनं आत जात शिपायाला सांगितलं. ते ऐकून बाहेर वाट बघत थांबलेले पाटीलसाहेब पडदा सरकवून आत आले.

"सर, काही घेणार का?" हातातली फाईल सावरत पाटीलसाहेब बोलले.

"नाही, पाणी पिऊन निघू या. मोहनला गाडी लावायला सांगा."

मोहननं गाडी लावली. अमर गाडीत बसला. पाटीलसाहेबांनी दरवाजा लावून नमस्कार केला. जाता जाता अमर पाटीलसाहेबांना म्हणाला, "तेवढं त्या शेतकऱ्यांच्या अॅवार्डचं बघा, मी उद्या भेटतो कलेक्टरसाहेबांना." गाडी फाटकाच्या बाहेर पडली. रेंगाळणारे लोकही बाहेर पडले. परतीच्या प्रवासात अमरच्या डोक्यात पुढच्या वर्षी धरणाचं घळभरणीचं काम कसं पुरं करायचं आणि शेतकऱ्यांना जमिनीचा मोबदला कसा द्यायचा, हा विचार घोळत होता.

●●

"हॅलो, गुड मॉर्निंग, सर, मी चौहान, एक्झिक्युटिव्ह इंजिनियर बोलतोय."

"गुड मॉर्निंग. कलेक्टर जावळे बोलतोय... बोला, चव्हाणसाहेब, काय काम?"

"सर, आमच्या थोडगा प्रकल्पाच्या भूसंपादनाविषयी आपल्याला भेटायला यायचं होतं."

"ओके. दुपारी बारा वाजता या. मी सगळ्या एसएलओंना बोलावतो."

कलेक्टर जावळेंनी फोन ठेवला. अमर सकाळीच ऑफिसमध्ये गेला. बरोबर दहा वाजता तो ऑफिसमध्ये जात असे. त्याच्या वक्तशीरपणामुळे सगळ्या ऑफिसला शिस्त लागली होती. तो जाण्यापूर्वीच सर्व कर्मचारी आपापल्या टेबलवर हजर असत. गेल्या गेल्या त्यानं थोडगा प्रकल्पाच्या भूसंपादनाची फाईल मागवली. काल पाटील डेप्युटी इंजिनीअरनं दिलेली माहिती बरोबर होती. बुडीत क्षेत्रातील दोनशे हेक्टर जमिनीची संयुक्त मोजणी होऊन वर्ष झालं होतं. ४८ आठवड्यांत भूसंपादनाची प्रक्रिया पूर्ण करण्याचं बंधन १८९६च्या भूसंपादन कायद्यानुसार बंधनकारक होतं. पण आपल्या देशात कायदे पुस्तकातच असतात. त्यांचं काटेकोर पालन होतंच असं नाही आणि पालन झालं नाही, म्हणून शिक्षा होतेच, असंही नाही. एखादी गोष्ट कोर्टापुढे आली, तरच शिक्षा, नाही तर सगळं तसंच चालू राहतं. बिनदिक्कत. अमर बरोबर बारा वाजता कलेक्टर ऑफिसमध्ये पोहोचला. त्याच्या हातातल्या फायली बघून दरवाजावरच्या शिपायानं त्याला न अडवता विचारलं, "चौहानसाहेब का?" अमरनं मान हलविली. त्यानं दरवाजा उघडला. अमरनं दरवाजातूनच विचारलं, "मे आय कम इन, सर."

"येस, कम इन." आवाजात मार्दव होतं. रेव्हेन्यू खात्याचा माज नव्हता. कलेक्टर जयंत जावळे भारतीय प्रशासन सेवेतून आलेले, म्हणजे 'भाप्रसे अधिकारी'

होते. गोऱ्या चेहऱ्यावर मोठे काळे डोळे आणि काळ्या मिशा उठून दिसत होत्या. नव्यानं स्थापन झालेल्या ह्या जिल्ह्याचे ते तिसरे कलेक्टर होते. तर ह्या नव्या इमारतीमधले पहिलेच कलेक्टर. कलेक्टरांचं दालन सुशोभित होतं. डुलणाऱ्या खूर्चीवर बसून ते पुस्तक वाचत होते. समोरच्या मोठ्या आडव्या चकचकीत टेबलवर एकही फाईल नव्हती. म्हणजे त्यांनी फाईलचा निपटारा केला होता, की अजून एकही फाईल त्यांच्यासमोर आली नव्हती, कळत नव्हतं. त्यांच्या हातात अल्विन टॉफ्लरची 'द थर्ड वेव्ह' ही इंग्रजी कादंबरी होती. अमरला क्षणभर त्यांचा हेवा वाटला. अमरला इथं कामाच्या रगाड्यात फायली वाचायला वेळ मिळत नव्हता आणि हे गृहस्थ चक्क घरी आरामात बसून वाचावं, तशी ही कादंबरी वाचत होते. अमरनं टॉफ्लरचं 'फ्यूचर शॉक' वाचलं होतं. त्याला ते आवडलं होतं. त्याचीच ही पुढची सिक्वेल होती. कलेक्टर साहेबांची आणि आपली वेव्हलेंग्थ जुळत असल्याची त्याला सुखद जाणीव झाली. तो सहज बोलून गेला, "सर, मी टॉफ्लरचं 'फ्यूचर शॉक' वाचलंय, 'द थर्ड वेव्ह'विषयी ऐकलंय."

"अरे, वा! तुम्हाला वाचनाची आवड आहे वाटतं. छान. मला वाचणारी माणसं आवडतात."

"सर, कुठं मिळालं, द थर्ड वेव्ह?" अमरनं सहज विचारलं. कारण ह्या जिल्ह्यात धड मराठी पुस्तकं मिळायची मारामार, तिथं हे लेटेस्ट पुस्तक.

"अहो, आमच्या ऑफिसच्या लायब्ररीमध्ये चिक्कार पुस्तकं आहेत. तुम्ही बघितली नाही वाटतं आमची लायब्ररी. मी मुंबईला गेलो, की पाच-पंचवीस पुस्तकं आणतो. मराठी-इंग्रजी सगळीच." अमरला त्यांचं पुस्तकप्रेम बघून तो गेली दहा-बारा वर्षं पुस्तकांच्या जगापासून दूर गेल्याचं वाईट वाटलं. तोच शिपायानं आत येऊन विचारलं, "सर, एसएलओसाहेब आले आहेत, पाठवू का?" कलेक्टर साहेबांनी त्यांना आत पाठवण्याची हातानंच खूण केली. तोच तीन-चार डेप्युटी कलेक्टर, विशेष भूसंपादन अधिकारी हातात फायली घेऊन आत आले. त्यात प्रसिद्ध लेखक भारत रासणेंना बघून अमरला आश्चर्याचा धक्काच बसला. रासणेंना बघून कलेक्टरही किंचित उठले. त्यांची ओळख करून देत म्हणाले, "हे सुप्रसिद्ध मराठी लेखक भारत रासणे, डेप्युटी कलेक्टर." अमर त्यांना ओळखत असल्यामुळे त्यांना बघून हसून म्हणाला, "नमस्कार, रासणे साहेब, बऱ्याच वर्षांनी भेटतोय आपण. आनंद झाला."

"म्हणजे तुम्ही एकमेकांना ओळखता?" कलेक्टरसाहेबांनी आश्चर्यानं विचारलं.

"हो, म्हणजे तसं मी रासणेसाहेबांना भेटलोय. ते मराठवाड्यात बीडीओ की

तहसीलदार असल्याचं ऐकलं होतं. पण ते आणि मी नोकरीत येण्यापूर्वीच मी त्यांना 'नाटककार' म्हणून ओळखतो.''

''म्हणजे?'' कलेक्टरसाहेबांनी आश्चर्यानं विचारलं.

''सर, राज्य नाट्यस्पर्धेसाठी नगर जिल्ह्यातून येणाऱ्या नाटकांचं यांनी लेखन केलंय आणि बक्षीसही मिळवलीत. पण आता हे परिचित आहेत सुप्रसिद्ध कथाकार म्हणून.'' अमरनं खुलासा केला. त्यावर भारत रासणेंनी फक्त स्मितहास्य केलं. कलेक्टर म्हणाले, ''मी यांना ओळखतोय ते कथाकार म्हणून. मी ह्यांची पुस्तकं वाचलीयेत.''

''होय, सर, मीपण. जीएंनंतर मराठीमधले त्यांचे खरे वारस म्हणून मी त्यांना मानतो.'' अमरनं त्यांच्याविषयीचं मत व्यक्त केलं. थोडा वेळ कलेक्टर कचेरीला जणू साहित्यसंघाचं रूप आलं. दुसरी डेप्युटी कलेक्टर, एसएलओ मंडळी ह्या तिघांच्या गप्पा ऐकत चूपचाप बघत होती. थोडा वेळ सगळेच आपण मीटिंगला आलोय हेच विसरली. मग कलेक्टरसाहेबांचंच लक्ष त्या विशेष भूसंपादन अधिकाऱ्यांकडे गेलं. त्यांनी त्यांना बसायला सांगितलं. अमरला कामाऐवजी एक आवडीचा लेखक भेटल्यानं त्यांच्याशी काय बोलू अन् काय नाही असं झालं. सरकारी नोकरीत असे प्रसंग क्वचितच येतात, किंबहुना येतच नाहीत. मग मीटिंगमध्ये अमरनं थोडगा लघु प्रकल्पासाठी संपादन करायच्या जमिनीविषयी माहिती दिली, ''हा प्रकल्प बाह्य अर्थ साहाय्यित असल्यानं त्याचं काम दिलेल्या कालमर्यादेत पूर्ण केलं, तरच परतावा मिळणार आहे. त्यासाठी येत्या चार महिन्यांत भूसंपादनाची प्रक्रिया पूर्ण करून जमिनीचा ताबा सरकारला मिळायला हवा, म्हणजे पुढच्या हंगामात, पावसाळ्यानंतर धरणाचं घळभरणीचं काम पूर्ण करून धरणात पाणी साठवता येईल. कालच मी दौऱ्यावर गेलो असता आमदार भाऊसाहेब जाधव आणि शेतकऱ्यांनी 'जमिनीचा मोबदला मिळाल्याशिवाय आम्ही काम सुरू होऊ देणार नाही',' असं धमकावल्याचं त्यानं कलेक्टरांना सांगितलं. हे प्रकरण योगायोगानं रासणेसाहेबांकडेच होतं. तेदेखील अमरसारखेच नुकतेच दोन महिन्यांपूर्वी इथं बदलून आले होते. कलेक्टरसाहेबांनी मग त्या दोघांना ते भूसंपादन प्रकरण लवकर मार्गी लावण्याच्या सूचना केल्या. मीटिंग संपल्यानंतर अमर रासणेसाहेबांबरोबर बोलत बोलत त्यांच्या कार्यालयात गेला. तिथं गेल्या दहा-पंधरा वर्षांपासूनच्या एकमेकांच्या प्रवासाविषयी त्यांच्या गप्पा झाल्या. दोघांनाही या रूक्ष सरकारी कामामध्ये एक आनंदाचा झरा सापडला. लेखकाचं, कवीचं मन संवेदनशील असल्यानं काम सरकारी असो वा खाजगी, मन तर तेच असल्यानं त्याच संवेदनशीलतेनं अधिकारी म्हणूनही सरकारी काम होतं. त्यासाठी काही

वेगळं सांगावं, पटवावं लागत नाही, उलट काम फारच सोपं आणि सहज होतं. या विचारांनी अमरला बरं वाटलं. त्याच्या मनावरचा ताण एकदम दूर झाला. मग दोघांनी पुढच्याच आठवड्यात साईटवर जाऊन शेतकऱ्यांबरोबर बैठक घ्यायचं ठरवलं. शेतकऱ्यांचं म्हणजे जमीनमालकांचं म्हणणं ऐकून, आजूबाजूच्या जमिनी, त्यांची प्रत, पीक-पाणी, खरेदी-विक्री व्यवहार तपासायचं ठरलं. म्हणजे मग संपादित करायच्या जमिनींचा वाजवी दर ठरवून अॅवार्ड लिहायचं. ते कलेक्टर मंजुरीनंतर कमिशनर ऑफिसमध्ये पाठवून त्यांनी उपस्थित केलेल्या शेऱ्यांची पूर्तता करून त्यांची मंजुरी घ्यायची. त्यानंतर अॅवार्ड जाहीर करायचं. पुनर्वसन खात्याकडून त्याप्रमाणे निधी मिळवायचा. निधी मिळाल्यानंतर जमीनमालक शेतकऱ्यांना त्यांच्या गावी जाऊन जमिनीचा मोबदला धनादेश वाटून करायचा. अशी लांबलचक आणि वेळखाऊ प्रक्रिया ठरवलेल्या वेळापत्रकानुसार पूर्ण करायची, म्हणजे एकमेकाला एकमेकांचं साहाय्य लागणार. भूसंपादन अधिकाऱ्यांना गाडीची, टाइपरायटरपासून ते टायपिस्टपर्यंतची मदत 'भूसंपादन यंत्रणा' म्हणून प्रकल्प अधिकारी अमरलाच करावी लागणार होती. अमरनं भारत रासणे साहेबांना तसं आश्वासन दिलं, तेव्हाच त्यानं त्यांचं ऑफिस सोडलं. परतताना त्याला गजगतीनं चालणाऱ्या महसूल खात्याला हरणाच्या वेगानं पळविल्याचा आनंद झाला होता.

अमरनं ऑफिसला आल्यावर त्याला पुढच्या वर्षी करावयाच्या सगळ्याच धरणांच्या घळभरणीसाठी भूसंपादन करावं लागेल, म्हणून फायली बघायला सुरुवात केली. थोडगा बृहत लघु प्रकल्पानंतर सांडोळ, असर्जन ह्या दोन मध्यम प्रकल्पांच्या भूसंपादनाचं काम मार्गी लावावं लागणार होतं. तिसऱ्या अंबुलगा प्रकल्पाच्या धरणाला पोलादाची दारं सांडव्यावर बसवून पाणी आडवायचं होतं. त्यामुळे त्याच्यावर थोडंतरी नियंत्रण होतं. म्हणजे द्वार उभारणी केलीतरी जोपर्यंत भूसंपादन होत नाही, तोपर्यंत द्वारं वर उचलून उघडी ठेवली, तर पाणी अडवता येत नाही. मात्र बाकीच्या दार नसलेल्या सांडव्यामुळे एकदा का गॉर्जमध्ये धरणाचं मातीकाम करून घळभरणी झाली, की पाण्यानं धरण काठोकाठ भरतं. त्यामुळं धरणात पाणी भरण्यापूर्वीच ज्यांची जमीन धरणाच्या पाण्याखाली बुडणार आहे, त्यांच्या जमिनीची भरपाई देणं जसं कायद्यानं बंधनकारक असतं, तसंच ते आपलं नैतिक कर्तव्य असल्याचं अमर समजत असे. अमरनं मग सगळ्याच धरणांच्या भूसंपादन प्रक्रियेला गती देण्यासाठी पत्रं लिहायला सुरुवात केली आणि त्याच्या हातात असलेल्या धरणांच्या बांधकामाप्रमाणेच भूसंपादनासाठी पाठपुरावा करायचं ठरवलं. तेही काम धरणांइतकंच किंबहुना थोडं जास्तच महत्त्वाचं होतं. भूसंपादनाचं

काम रेव्हेन्यू खात्याकडे, पुनर्वसनाचं कामही रेव्हेन्यू खात्याकडे; तर धरणांचं बांधकाम पाटबंधारे खात्याकडे. म्हणजे काहीसा तीन पायांच्या शर्यतीसारखा प्रकार. दोघांची तंगडीत तंगडी बांधलेली. नुसतं एकानं पुढे जोरात पळून चालणार नाही. त्यातही पाटबंधारे खात्यानं तर नाहीच नाही. त्यानं शेतकऱ्यांच्या जमिनी बुडणार. मोबदल्याविना जमिनी बुडविल्या म्हणून शेतकरी, पुढारी, पेपरवाले सगळे बोंबा मारणार. आमदार विधानसभेत तारांकित प्रश्न विचारणार. त्या बेजबाबदार अधिकाऱ्याला निलंबित करा म्हणणार. पण रेव्हेन्यूच्या ह्या दप्तरदिरंगाईबद्दल कोणी एक अक्षरही काढणार नाही. कारण कलेक्टरला जबाबदार धरायची ह्यापैकी कोणाचीही हिंमत नसणार.

●●

अमरनं इथल्या मध्यम प्रकल्प विभागाचा कार्यभार स्वीकारल्यापासून गेल्या दोन महिन्यांत त्याच्या अखत्यारीमधल्या तीन मध्यम प्रकल्प आणि एका बृहत लघु पाटबंधारे प्रकल्पाच्या धरणांच्या साईटला भेटी देण्याचा धडाका लावला होता. धरणांबरोबरच तो कालव्यांच्या कामांनाही भेटी देत होता. कुठं शेतकऱ्यानं काम अडवलं, कुठं कंत्राटदारानं काम बंद ठेवलं ह्याची माहिती घेत होता. ह्या सगळ्याच प्रकल्पांमुळे दोन हजारांपासून आठ-दहा हजार हेक्टरपर्यंतचं क्षेत्र सिंचनाखाली येणार होतं. म्हणजे ह्या सगळ्या प्रकल्पांमुळे एकूण पस्तीस हजार हेक्टर क्षेत्र संपूर्ण जिल्ह्याच्या ३३ टक्के हिरवंगार होणार म्हणजे ह्या जिल्ह्याची हरितक्रांतीच होणार होती. पण नुसतं धरणाचं काम आधी पूर्ण करून थोडंच चालणार होतं. कालवेपण तितकेच महत्त्वाचे आहेत, हे तो पुरतं जाणून होता. धरणात साठवलेलं पाणी धरणाच्या उजव्या-डाव्या बाजूकडून निघणाऱ्या कालव्यांमधून खाली पन्नास-साठ किलोमीटरपर्यंत खळखळून वाहून न्यायचं होतं. वाटेत आडवे येणारे लहान-मोठे ओढेनाले ओलांडायचे होते. त्यासाठी छोटे-मोठे जलसेतू, मोऱ्या, नाला क्रॉसिंग, सायफन आणखी काय काय बांधावं लागणार होतं. कुठं डोंगर-टेकड्यांच्या कडेकडेनं जाताना डोंगर-टेकड्यांना उभं कापावं लागणार होतं, तर कुठं उतारावरून जाताना उंच भराव करावा लागणार होता. कुठं पाझर होऊ नये, म्हणून पाटाला फरशी बसवून अस्तर लावायचं होतं; तर कुठं कठीण खडकात खोल खोल उतरून खोदाई करायची होती. पाणी उतारा उतारानं धावत असतं, म्हणून पाटही तसाच खोदावा लागत होता. पण मध्येच एखादा शेतकरी ‘पाट इकडून सरकून घ्या’ सांगत अडवाअडवी करत होता. त्याच्यासाठी थेट

झेडपी अध्यक्ष, सभासद; तर कधी चक्क आमदारांचं पत्र, फोन येत असत. कालव्यांना फुटणाऱ्या उजव्या-डाव्या बाजूंच्या चाऱ्यांचंही तसंच. चाऱ्यांना फुटणाऱ्या पोटचाऱ्या, पोटचाऱ्यांना फुटणाऱ्या शेतचाऱ्यांमधून शेवटी पाणी शेतकऱ्यांच्या दांडापर्यंत जाऊन त्याचं शेत भिजवणार होत्या. त्यामुळे ह्या प्रत्येक ठिकाणी शेतकरी जागेवर येऊन लक्ष ठेवीत. चाऱ्यांवरचं 'बारं आणि दारं' त्यांच्या मनासारखं असलं, तर ठीक, नाही तर रात्रीतून दारं उचकटून टाकत; नाही तर बारं दुसरीकडे वळवून मोडून टाकत. एक वेळ धरण बांधणं सोपं, पण हे पाटाचं काम म्हणजे लई अवघड! जागोजागी शत्रूचं सैन्य दबा धरून बसल्यासारखं. कुठं इंजिनीअरांना शाबासकी मिळेल, तर कुठं दगड-धोंडे खायला मिळेल, याचा नेम नसायचा. शेकडो किलोमीटर लांब विखुरलेल्या पाटांच्या कामावर जायचं म्हणजे थेट तिथपर्यंत रस्ता नसल्यामुळे जिथपर्यंत जीप जाईल, तिथपर्यंत कच्च्या रस्त्यानं, तिथून पुढं एखाद्या ज्युनिअर इंजिनीअरच्या फटफटीवर मागे बसून आदळत, आपटत काही किलोमीटर्स, तर तिथून पुढं काही मीटर्स पायीच रान तुडवत जावं लागायचं. पावसाळ्यात तर सगळीकडे चिखल झाल्यामुळं पावसाळ्यापूर्वीच हिवाळ्यात गारठवणाऱ्या थंडीत, तर उन्हाळ्यात भाजून काढणाऱ्या उन्हात हिंडावं लागे.

अमरनं गेल्या दोन महिन्यांत धरणाच्या साईटबरोबरच खाली कालव्यांच्या संरेखा स्वत: पायी फिरून मंजूर केल्या होत्या. कालव्याच्या संरेखा आधी उतरत्या कंटुरप्रमाणे नकाशावर आखायच्या आणि मग त्यानुसार जमिनीवर फिरून तपासायच्या. संरेखेत प्रत्यक्ष जागेवर येणाऱ्या अडथळ्यांनुसार कधी तो अडथळा दूर करायचा निर्णय घ्यायचा; तर कधी त्याला वळसा घालून जायचा निर्णय घ्यायचा. अशा वेळी खूप कसोटी परीक्षा असायची. कुठं हिंदूंचं देऊळ, तर कुठं मुस्लिमांचा पीर किंवा दर्गा आड यायचा. तेव्हा परिस्थितीनुसार सारासार विचार करून निर्णय घ्यावा लागायचा. गावच्या पाटलाला, सरपंचाला विश्वासात घेऊन जमीनमालकाला दादा-पुता करत पुढं जावं लागायचं. अशा वेळी अमरचं सगळं संभाषणकौशल्य आणि जागेवर न्यायबुद्धीनं निर्णय द्यायचं कौशल्य उपयोगी पडायचं. त्यासाठी कधीकधी एकाच ठिकाणी चार-चार वेळेला जावं लागायचं, कधी रुसलेल्या माणसांना राजी करावं लागायचं; तर कधी मनासारखं झालेल्या माणसाचा पाहुणचार घ्यावा लागायचा. गावोगावी आणि जागोजागी एवढी वेगवेगळ्या तऱ्हेची माणसं भेटायची, की अमरला त्याची माणसं वाचायची, अभ्यासायची आणि परीक्षा द्यायची सवय उपयोगात यायची.

एक मात्र झालं, की ह्या कालव्यांच्या संरेखा मंजूर करायच्या कामामुळे त्याला

इथल्या ग्रामीण भागांचं आणि माणसांचं दर्शन झालं. नुसतंच दर्शन नाही, तर इथल्या लोकांचं जगणं जवळून बघायला मिळालं. त्यांचे प्रश्न, ते सोडविताना करायचा विचार, श्रद्धा-अंधश्रद्धा, जातीपातींचं राजकारण सगळं सगळं त्याला दिसत होतं. त्यामुळे त्याला ह्या अनोळखी प्रदेशात काम करताना हळूहळू सोपं जात होतं. इथली भूराजकीय व्यवस्था एकदा समजली, की मग पुढचं कसं सगळं सोपं जाणार होतं. त्यामुळे त्याच्या हाताखालचे डेप्युटी इंजिनीअर, ज्युनिअर इंजिनीअर जरी त्याला तिथं जायला अडवत असत, तरी तो तिथं त्याच्या स्वभावानुसार हट्टानं जात असे. 'साहेब, एवढ्याशा कामासाठी तुम्ही कशाला येता? आम्ही बघून घेऊ' म्हटलं, की तो हमखास जात असे. यामध्ये त्यांच्यावरचा अविश्वास नसे, तर तिथं काहीतरी वेगळं अनुभवायला येईल, असं त्याच्यातला लेखक त्याला सांगत असे म्हणून. अमर जिथून बदलून आला होता, त्या जिल्ह्यातील दुष्काळीपट्ट्यात अधूनमधून विहिरी दिसायच्या. त्या दुष्काळात आणि दर उन्हाळ्यात आटलेल्या असायच्या. रखरखीत वाळवंटात ही शेतीची हिरवीगार बेटं एखाद्या ओॲसिससारखी होती. इथं मात्र सदासर्वकाळ दुष्काळ. मैलोन्‌मैल पसरलेल्या माळांवर कुठंही विहीर नसायची. त्यामुळे डोळ्यांना सुखावणारा हिरवा ठिपकाही दिसत नसायचा. अमर ज्या भागातून आला होता, त्याच्या तुलनेत त्याला हा सगळा प्रदेश म्हणजे सहाराच्या वाळवंटासारखा होता. तो इथं हजर झाला, तोच उन्हाळ्याच्या तोंडावर. त्याला इथली सुगी दिसलीच नव्हती. दिसले होते, ते उघडेबोडके माळ, त्यांच्यावर घोंघावणारं गरम वारं अन् निष्पर्ण वृक्ष. पोटं खपाटीला गेलेली गुरं-ढोरं अन् माणसंही. इथं येण्यापूर्वी त्यानं जीवनाचं एवढं रखरखीत वास्तव कुठं पाहिलं नव्हतं. 'गाइड'सारख्या सिनेमातून 'मेघा पानी दे, पानी दे' अशी आर्त गाणी किंवा 'दो बिघा जमीन' मधलं 'ढेकळं असलेलं शेत' तेवढं बघितलं होतं. त्यानं कोकणपट्ट्यातला घामांच्या धारा लागणारा उन्हाळा अनुभवला होता, पण तिथं सावलीला बसायला झाडं होती, इथं तेही नव्हतं. निसर्गाची ही अवकृपा त्याला बघवत नव्हती अन् सोसवतही नव्हती. निसर्ग त्याला क्षणोक्षणी हे चित्र बदलायला आव्हान देत होता. मग तोही सगळं औदासिन्य झटकून कामाला लागत होता.

"अहो, काहीतरी करा ना. दुपारचं घरात बसवत नाही. मुलं ह्या उन्हात बाहेर खेळू शकत नाहीत आणि घरात बसू शकत नाहीत. सारखी तलखी अन् तहान. पाणी पिऊन पिऊन पोट फुटायची वेळ आली. खिडकी उघडावी, तर गरम झळा. नाही उघडावी, तर हे असं गुदमरणं." आरती अमरनं दारात पाऊल ठेवताच करवादली.

"अगं, तुम्हीतरी घरात बसलाय सावलीत. मी एवढ्या उन्हातून आलोय साईटवरून. बघ, हा गमछा कसा ओला झालाय घामानं."

"अहो, घरात काय अन् दारात काय, सगळं सारखंच. मी म्हणते, कुलर बसवा की आपल्या घरात. इथं सगळ्यांच्याच घरात चार-चार आहेत." आरतीनं तिला मागायचं होतं, ते अमरला सांगितलं. आरतीला अमरचा स्वभाव माहीत होता. तो मागितल्याशिवाय कोणतीही गोष्ट देत नसे. जगासाठी जी कामामध्ये तत्परता तो दाखवायचा, ती घरासाठी नसायची. अमरला तिचं म्हणणं पटलं. तो तसाच उलटा फिरला आणि दोन कुलर घेऊनच परतला. ती रात्र कुलर्सनी सुसह्य झाली.

उन्हाळ्याच्या सुट्या लागल्या म्हणून दरवर्षीप्रमाणे अमरची भाचरं अमरकडे आली. आरतीला इथं आल्यापासून सारखी गावाकडच्या माणसांची ओढ लागलेली. दोन छोटी मुलं आणि चार छोट्या मुली. आरतीला कोण आनंद झाला. सगळं सासर-माहेर आल्यासारखं झालं. त्यांना काय करू नि काय नाही असं झालं. इथं अमरचा कॉलनीतला बंगला तर भला मोठा होता, म्हणजे अगदी सातशे खिडक्या-आठशे दारं! मुलं सारखी ह्या खोलीतून त्या खोलीत लपाछपी खेळत भिरभिर फिरायची. दारं आपटायची. त्यांचा धाडधाड आवाज ह्या मोठ्या घरात घुमायचा. सगळ्या मुलांनी उन्हात बाहेर खेळण्याऐवजी घराचंच मैदान केलं. त्यामुळे उन्हाचा त्रास विसरायला झाला होता. पण इथलं खारट-तुरट पाणी पाहुण्यांच्या घशाखाली उतरत नसायचं.

संध्याकाळी थेट सूर्यास्त झाल्यावर थोडी थोडी हवा सुटायची. दिवसभर हवा कुठं सुटीवर गेलेली असायची कोण जाणे? मग आरती मुलांना घेऊन गावात फिरायला जायची. रिंगरोडवरच्या ओळीनं उभ्या असलेल्या पाणी-पुरी, भेळपुरीच्या हातगाड्यांच्या समोर असलेल्या रोडच्या कट्ट्यावर मुलांना बसवायची आणि त्यांना खाऊ घालायची, तेव्हा मुलं आणि आरतीदेखील दिवसभराचा उन्हाचा त्रास विसरायची. नंतर पॉट आइसस्क्रीम खाऊ घातलं, की मुलांच्या आणि तिच्याही चेहऱ्यावर तृप्ती दिसायची. पण इथं शहरात आणि जवळपासही दाखवण्यासारखं एकही प्रेक्षणीय स्थळ नसल्यानं 'पिकनिक'च्या मूडमध्ये आलेली मुलं कंटाळायची. त्यात त्या खारट-तुरट पाण्यामुळे मग ती लवकरच घरी जायचं म्हणायची. भाचरं गेली की चार-पाच दिवसांनी मित्रांची मुलं यायची. परत तोच खेळ, पात्रं बदललेली. त्यांच्या सोबत मुलांना चांगलं वाटायचं. पण पाहुणी मुलं परत गेली, की ती खट्टू व्हायची. अमरची मुलंदेखील आजोळी जायचं म्हणायची. पण आरती काही त्या उन्हाच्या काहिलीमध्ये अमरला एकटं सोडून माहेरी जायला

तयार नसायची. अन् अमरलाही तिला सोडून राहावंसं वाटत नसे. अगदी भूकंपातही तिनं अमरला एकटं सोडलेलं नव्हतं.

आता मात्र काहीतरी केलंच पाहिजे. ह्या अमरजा कॉलनीतलं माळरानावर वाळत घातलेलं हे वेड्याचं उन्हातलं घर सोडलंच पाहिजे तरच पुढचे उन्हाळे सुसह्य होतील, म्हणून नव्यानंच बांधण्यात आलेल्या तोरणा प्रकल्पाच्या वसाहतीमध्ये जायचं अमरनं ठरवलं. तिथं ऑफिसही जवळ होतं. मुलांच्या शाळाही जवळ आणि मुख्य म्हणजे तिथं म्युनिसिपालिटीचं गोड पाणी होतं.

●●

चार

सात जूनला पाऊस येतो म्हणून वर्षानुवर्ष अमर एखाद्या शेतकऱ्याप्रमाणे पावसाळ्यापूर्वी मशागत करून जमिनी तयार ठेवाव्यात त्याप्रमाणे तो कामं बंद करी आणि पावसाची वाट बघत असे. त्या वेळी आकाशात सर्वत्र ढग दाटून येत. मात्र इथं मराठवाड्याच्या ह्या पर्जन्यछायेच्या प्रदेशात तर जून अर्धा उलटून गेला तरी पावसाच्या आगमनाचा मागमूस नव्हता. आकाश निरभ्र आणि वातावरण तापून दमट झालेलं. अशा वातावरणात भद्राप्पा डोक्याला गमछा गुंडाळून आपली फटफटी घेऊन सकाळीच दारात आला.

"साहेब नमस्कार, अमरजा रेस्ट हाऊसवर माजी मुख्यमंत्री सयाजीराव पाटील अंबुलगेकर येताहेत, आपल्याला भेटीला बोलावलंय..." भद्राप्पानं निरोप दिला. तो अमरजा रेस्ट हाऊसचा इनचार्ज असल्यानं बंदोबस्तासाठी फटफटी वाजवत निघून गेला. अमरजा रेस्ट हाऊस अमरच्या विभागाकडे होतं. इथं फक्त जुने व्हीआयपीच येत. इथं काही राजकीय गुफ्तगू करायचं झालं, की कोणालाही न कळवता मंत्री-मुख्यमंत्री तेवढे येत. तेही रात्री उशिरापर्यंत खलबतं करीत. निवडणुकीच्या काळात आचारसंहिता असली तरी रात्री-बेरात्री येऊन ही मंडळी

पहाटे निघून जात. सकाळी भद्राप्पा राऊंडवर गेला, की करीम खानसामा त्यांना रात्रीचा प्रकार सांगे. तेव्हा भद्राप्पा त्याच्यावर रागावून म्हणत असे, "करीम, तेरेकू मालूम नहीं क्या अबी विलेक्षण का टैम है, किसीको बी अंदर नहीं आने देनेका, कितना बार बताया तेरेकू, तू एक दिन हमकू अंतर डालके रहेगा, आएंदा मेरेकू पता लगा तो मैं तेरेकूच बाहर निकालूँगा."

"नहीं साब, मै गरीब आदमी. हमारी कौन सुनेगा! तेरे बापका रेस्ट हाऊस है क्या बोल्ता. अब वो सब बडा लोगा..." करीम घाबरून लाचार होऊन खाली मान घालायचा. दोन्हीं हात छातीशी जोडून उभा राहायचा.

"फिर हमकू क्यू नहीं बताता? हम आके, उनका बंदोबस्त करेगा."

"साऽब, अब इतनी रात गये आपकू कैसे उठाने का?" करीमचं म्हणणं खरंच होतं. आजी-माजी आमदार, मंत्री एवढी मोठी माणसं आल्यावर त्याची हिंमत कशी होणार आणि त्यानं भद्राप्पाला सांगितलं तरी खरंच का भद्राप्पाची हिंमत होणार त्यांच्यापुढे?

गावात पीडब्ल्यूडीचं आणखी एक विश्रामगृह होतं. पण ते तर सरपंच, झेडपीपासून सगळ्याच गावगन्ना पुढारी आणि लंगोटी पत्रकारांचा अड्डा झाला होता. तिथंही व्हीआयपी पुढारी मंडळी फिरकत नसत. अमरजाचं पाटबंधारे खात्याचं हे रेस्ट हाऊस गावाबाहेर असल्यानं इथं ह्या पुढाऱ्यांशिवाय इतर कोणी फिरकत नसायचं.

अमरजा रेस्ट हाऊसच्या पोर्चमध्ये अमर वाट बघत उभा होता. तेवढ्यात भद्राप्पा गोलाईच्या देवीच्या देवळाजवळच्या माळ्यांकडून हातात हाराचा पुडा घेऊन आला. माजी मुख्यमंत्री सयाजीराव पाटील अंबुलगेकरांची गाडी पोर्चमध्ये येऊन उभी राहिली. पांढरी अँबॅसिडरच गाडी पण तिच्यावर लाल दिवा नव्हता. लाल दिवा म्हणजे जणू सौभाग्याचं लक्षण, तो नसल्यानं गाडी विधवेसारखी. मागं पुढं पोलीस बंदोबस्त, एस्कॉर्ट, सलामी काही नव्हतं. सत्तेचे कोणतेच सोपस्कार 'प्रोटोकॉल' नव्हते. भद्राप्पानंच पुढं होत गाडीचा दरवाजा उघडला. गाडीच्या आतल्या शुभ्र खोळींच्या गाद्यांवरून माजी मुख्यमंत्री आपल्या पांढऱ्याशुभ्र तलमी धोतराचा सोगा सावरत उतरले. डोक्यावर कोन करून घातलेली गांधी टोपी. तिच्यातून डोकावणारे बारीक कापलेले काळे-पांढरे केस. सोनेरी काडीचा चष्मा नाकावर सरकलेला. भव्य कपाळ, मवाळ डोळे, सरळ नाकाखाली बारीक कापलेल्या तलवार कट काळ्या मिश्या, पानामुळे रंगलेले ओठ आणि लालचुटूक जीभ; पण तोंडात पानाचा तोबरा नव्हता.

पांढऱ्यातलम सदऱ्यावर खादीचं जाकिट. सत्तासुखाच्या उपभोगातून तयार

झालेली सुखवस्तू देहयष्टी. गोलगरगरीत. चेहऱ्यावर अनभिज्ञ स्मितहास्य. अमरनं पुढे होत त्यांचं स्वागत केलं. भद्राप्पानं पुड्यातून हार काढून अमरच्या हातात दिला. अमरनं तो हातात घेताच त्याला क्षणभर खोलू की नको, प्रश्न पडला. कारण तो हार नसून झेंडू-शेवंतीच्या फुलांची देवीला घालतात, तशी माळ होती. अमरनं रागानं भद्राप्पाकडे बघितलं. त्यानं घाबरून दुसरीकडे तोंड वळवलं. इकडे माजी मुख्यमंत्र्यांनी हार घालून घेण्यासाठी मान वळविली. अमरनं नाइलाजानं घाबरत ती माळ त्यांच्या गळ्यात घातली. त्याला विलक्षण अपराधी वाटलं. ज्या व्यक्तीला घालण्यासाठी एके काळी गुलाबांचे किलो-किलोंचे हार थेट मुंबई-पुण्याहून मागवले जात असतील, त्यांना सत्ता जाताच गोलाईतल्या देवीची माळ घातली जावी? आणि हा दैवदुर्विलास आपल्या हातून घडावा, याचं त्याला विलक्षण वाईट वाटलं. त्याच्या अपराधी चेहऱ्यावरची भावना ओळखत त्या मुत्सद्दी माजी मुख्यमंत्र्यांनी हसून म्हटलं, "आता ह्या दिवसांत गुलाब कुठून मिळणार? झेंडूची का असेना, फुलं मिळालीत ना?" वरच्या मजल्यावरच्या व्हीआयपी सूटकडे जाताना जिन्यात अमरनं भद्राप्पाला नजरेनंच विचारलं, तोही हळू आवाजात पुटपुटला, "उन्हाळ्यात इकडं दुसरी फुलंच मिळत न्हाईत." मग अमरनं तो विषय लांबवला नाही. सयाजीरावांनी व्हीआयपी कक्षाचं दार बंद केलं आणि 'स्नान झाल्यावर भेटू' म्हणाले. अमर वरच्या मजल्यावरच्या वेटिंग लाऊंजच्या गुबगुबीत सोफ्यात बसला. कोपऱ्यातल्या खुर्चीवर भद्राप्पा बसला. करीम खानसामा येऊन भद्राप्पाच्या कानात काहीतरी पुटपुटताच तो उठून करीमबरोबर खाली गेला. अमर एकटाच विचार करत बसला. सयाजीराव पाटील अंबुलगेकर. माजी मुख्यमंत्री, महाराष्ट्र राज्य. तो पंधरा वर्षांपूर्वी नोकरीला लागला, त्या वेळी हे त्याच्या खात्याचेच पाटबंधारे मंत्री होते. त्या वेळी तर त्याला मंत्र्यांचं नखंही बघायला मिळालं नव्हतं. मंत्री मराठवाड्यातले असल्यानं त्यांचे दौरेही सतत इकडेच असायचे. पश्चिम महाराष्ट्रात फक्त ते नावानंच परिचित होते. अर्थात, मंत्र्यांच्या ह्या प्रशासकीय उतरंडीत सगळ्यात तळाला असलेल्या कर्मचाऱ्याचा संबंध कुठं येतो? पण त्यांच्या मंत्रीपदाच्या काळात सयाजीरावांनी इकडे खूपच नवेनवे प्रयोग केल्याचं तो ऐकत होता. तोरणासारख्या मोठ्या प्रकल्पाला त्यांनीच मंजुरी देऊन काम सुरू केलं होतं. तसंच आता तो ज्या मध्यम प्रकल्पांचं काम बघत होता, ते अंबुलगा, असर्जन, सांडोळ हे प्रकल्पही त्यांनीच मंजुरी देऊन काम सुरू केलं होतं. तर काही लघु प्रकल्प सुरू करून पूर्णही केले होते. जिथं धरणं बांधणं शक्य नव्हतं, तिथं कोल्हापूर पद्धतीचे मोठमोठे बंधारे बांधून शेजारच्या कर्नाटक राज्यात जाणारं पाणी अडवलं होतं. ह्या बंधाऱ्यांचं वैशिष्ट्य

म्हणजे कोल्हापूर जिल्ह्यामधल्या भोगावतीवरच्या बंधाऱ्यापेक्षा हे उंच होते आणि पाणी अडविण्यासाठी लाकडी फळ्यांऐवजी लोखंडी फळ्या वापरल्या गेल्या होत्या. पावसाळ्यानंतरचे पूर वाहत गेल्यावर येणारं पाणी ह्या बंधाऱ्यांमध्ये अडवलं जायचं. साधारणतः दसऱ्याच्या सुमारास म्हणजे पंधरा ऑक्टोबरला हे फळ्या टाकण्याचं काम एक-दोन दिवसांत केलं जायचं आणि महिन्याभरात बंधारे पूर्ण भरून जायचे. या बंधाऱ्यांच्या मागे साठलेल्या पाण्यातून मोटारी बसवून शेतकरी पाणी उपसून नदीच्या दोन्ही काठांवरच्या मैल-दोन मैल लांब शेतीला पाणी देत. त्यामुळं खरिपानंतर रब्बीची पिकं घेतली जात. ह्या हिरव्यागार पट्ट्यामुळे ज्वारी-शाळू, सूर्यफूल, तुरी ही पिकं तरारून येत; तर उन्हाळ्यात पाणी शिल्लक राहिल्यास उन्हाळी भुईमुगासारखी पिकं शेतकरी घेत. पाण्याअभावी खरिपाच्या पिकानंतर हजारो एकर क्षेत्र उजाड पडायचं, ते आता लागवडीखाली येऊ लागलं. खरिपानंतर शेकडो एकराचे मालक असलेले शेतकरी झोपा काढत, नाहीतर गावात पारावर बसून तंबाखू मळत राजकारणावर वांझोट्या गप्पा मारत. ते चित्र ह्या कोल्हापूर बंधाऱ्यांनी बदललं होतं. त्याचं श्रेय ह्या सयाजीरावांनाच जातं. पण सत्ता असेपर्यंत लोक लक्षात ठेवतात. सत्ता गेली, की सगळं विसरतात. उगवत्या सूर्याला नमस्कार, हीच तर जगाची रीत. सयाजीराव पाटील अंबुलगेकर मुख्यमंत्री म्हणून फार कमी काळ होते. पण तेवढ्यात त्यांनी मराठवाड्याच्या कामांना गती दिली. मात्र, ते पाटबंधारे मंत्री असताना त्यांनी जी धरणांची आणि पाटबंधाऱ्यांची कामं केली, त्यांमुळे ह्या आंध्र-कर्नाटक सीमेवरील दुर्लक्षित गावांना नवीन संजीवनी मिळाली होती, एवढं खरं.

व्हीआयपी कक्षाचा दरवाजा किलकिलला. बेल वाजली. करीम खानसामा आणि भद्राप्पा धावत मध्ये गेले. करीम खानसामाला त्यांनीच हैद्राबादवरून आणलं होतं. त्यामुळं तो थेट मध्ये जात असे. भद्राप्पानं बाहेर येऊन अमरला सांगितलं, ‘‘आपल्याला बोलावलंय.’’

‘‘या, या, चव्हाणसाहेब, तुम्ही हिरवळीतून ह्या आमच्या वाळवंटामध्ये आलाय. आता याची हिरवळ करायची जबाबदारी तुमची.’’

सयाजीराव पाटील खास खुर्चीत बसून अगदीच अघळपघळपणे बोलत होते. त्यांनी अमरला बसायची खूण करताच तो त्या गुबगुबीत कोचावर अलगद, पण ताठ बसला. सयाजीरावांच्या अंगात फक्त एक मलमलची बिनबाह्याची कोपरी होती. त्यांनी बारीक हिरवी किनार असलेले एकटांगी धोतर नेसले होते. त्यातून त्यांची धष्टपुष्ट मांडी आणि गोरीपान पोटरी दिसत होती. कोपरीला एक खिसा होता, ज्यातून गायछाप जर्दाची पुडी दिसत होती. ते मुंबईहून रात्रभर प्रवास

करून आले होते. उन्हामुळे घामाघूम झाल्यानं पहिल्यांदा स्नान करून पंख्याची थंड हवा घेत होते. कोणतीही औपचारिकता नव्हती. ना खंत ना खेद, असं एक समाधान चेहऱ्यावर विलसत होतं. सत्तेत असताना कार्यकर्त्यांचं मोहोळ कायम त्यांच्या भोवती असणार; आज अमरशिवाय कोणीही नव्हतं. अमरला ही शांतता खुपत होती. पण त्यांना त्याचं काही वैषम्य वाटत नव्हतं, जणू त्यांना एकांत हवा होता.

''काय, कुठवर काम आलंय, आमच्या अंबुलगा, असर्जन अन् सांडोळचं?''

''सर, पुढच्या वर्षी ह्या धरणांची घळभरणी करायचं प्लॅनिंग आहे.''

''काही अडचण आहे का? निधी पुरेसा उपलब्ध आहे का?''

''हो, सर, एक भूसंपादन सोडल्यास काही अडचण नाही. भाकसखेड्याचा विरोध होतोय, पण जमिनीचा मोबदला दिला, की मिटेल.''

''बरं, बरं आणि कालव्यांच्या कामाचं काय?''

''सर, कालव्यांची कामं पडूनच होती, पण आता गती दिलीय.''

''करा, करा, लवकर करा. माझी ही ड्रीम प्रोजेक्ट आहेत. अन् त्या फास्टर कन्स्ट्रक्शनच्या युसूफशेठकडे लक्ष ठेवा. चांगला मोठा गुत्तेदार आहे तो. मुंबईहून मीच आणलाय त्याला. तो तयारच नव्हता, इतक्या लांब यायला, पण ह्या भागात मोठमोठ्या कंत्राटदार कंपन्या आल्यानंतरच कामं लवकर होतील, बॅकलॉग भरायचाय ना?''

सयाजीराव पाटील अंबुलगेकर अतिशय शांत आणि सौम्यपणे बोलत होते. ते माजी मुख्यमंत्री आहेत, असं बिलकूल वाटत नव्हतं. अमरनं एवढं समंजस राजकारणी व्यक्तिमत्त्व यापूर्वी कधी बघितलं नव्हतं. त्यांच्या वागण्या-बोलण्यात अजिबात गुर्मी नव्हती. एका शालीन व्यक्तीबरोबर सुसंवाद व्हावा, असं अमरला वाटत होतं. हे सगळं अनपेक्षित होतं.

''चौहानसाहेब, जेवणार का?'' माजी मुख्यमंत्र्यानं नव्हे, एका आदरणीय व्यक्तीनं विचारलं होतं. त्याला नकार देणं आवडत नव्हतं, तरी तो म्हणाला, ''नको, सर आपण जेवा. मी घरी जेवीन. घर जवळच आहे.''

''अहो, घरी तर रोजच जेवता. आज आमच्यासोबत भाजी-भाकरी खा.'' अमरला गुदमरल्यासारखं झालं. त्यानं बेल वाजवली. भद्राप्पा धावत आला. त्यानं भद्राप्पाला वरच्याच व्हीआयपी डायनिंग हॉलमध्ये ताटं लावायला सांगितली. दोघंही डायनिंग हॉलच्या प्रशस्त शिसवी टेबलवर बसले. करीम खानसाम्यानं लगबगीनं खालून वर गरम जेवण आणलं. बाजूच्या पॅंट्रीवर ठेवलं. ताटं लावली. मुख्यमंत्री महोदय मुख्य विशेष नक्षीदार खुर्चीत तसेच उघड्या अंगानं कोपरीवर

घरी जेवायला बसावं, तसे बसले. अमरनं ताटात बघितलं. बाजरीची भाकरी, ठेचा, मेथीची भाजी, पिठलं, हिरव्या पातीसह कोवळ्या कांद्याची कळी. ताकाचा पेला. अगदी साधं घरगुती जेवण. रानात झाडाखाली वेळा अमावस्येला जेवावं तसं. अमरला माजी मुख्यमंत्र्यांना जेवण देताना अवघडल्यासारखं झालं होतं. पण स्वत: सयाजीराव ते जेवण आनंदानं जेवत होते. करीम खानसामा त्यांना आग्रह करून वाढत होता. सगळं दृश्य विलोभनीय आणि अविश्वसनीय होतं.

जेवण झाल्यावर समाधानाचा ढेकर देत सयाजीराव उठले. हात धुऊन परत व्हीआयपी कक्षातल्या त्यांच्या खुर्चीत बसले. त्यांनी स्वत: उठून त्यांच्या बॅगेतून एक नक्षीदार पितळी डबा काढला. डब्यातून नागलीची कळीदार कपुरी पानं काढली. झटकली, त्यांचे देठ खुडले. ती पानं मांडीवरच्या धोतराला पुसली. नाजूक बोटांनी चुना-काथ लावला. कोपरीच्या खिशातून गायछाप जर्दाची पुडी काढली. त्यात चिमूटभर तंबाखू टाकली. डब्यातील छोटासा पितळी अडकित्ता काढला. त्यात एक चिकणी सुपारी धरली अन् अमरशी बोलता बोलता सफाईदारपणे बारीक बारीक कातरली. अमरचं सगळं लक्ष त्यांची बोटं अडकित्त्यात खांडतात की काय, याच्याकडे होतं. सुपारी कातरून झाल्यावर त्यालाच हायसं वाटलं. त्यांनी पान तोंडात टाकलं. अमरला 'घेणार का' म्हणून खुणेनंच विचारलं. त्यानं नम्रपणे मान डोलावून 'नाही' म्हटलं. सगळं कसं अनौपचारिक. घरगुती. पाटलांच्या वाड्यावर चालावं तसं.
''बराय, चौहानसाहेब, या आता. मी थोडी वामकुक्षी घेऊन अंबुलग्याला जातो.'' अमरनं निघताना मान वाकवून नम्रपणे नमस्कार केला. अल्पकाळ का असेना, राज्याचे मुख्यमंत्री असलेल्या सयाजीराव पाटलांनी त्याचं राजकारण्यांविषयीचं मत बदललं होतं. सयाजीरावांनीच ह्या जिल्ह्याची निर्मिती करून त्याला राज्याच्या भूगोलाच्या आणि राजकीय नकाशावर आणलं होतं. त्याला आता जवळजवळ दहा वर्षं होत आली होती. ह्या दहा वर्षांच्या राजकीय इतिहासात अनेक घडामोडी झाल्या होत्या. त्यांचं बोट धरून राजकारणात आलेले अमरसिंह देशमुख, जे त्यांचे शिष्य होते, तेच आता मंत्री होत होत मुख्यमंत्री झाले होते. ह्या नवनिर्मित जिल्ह्याचे दुसरे मुख्यमंत्री. महाराष्ट्रातल्या कोणत्याही जिल्ह्याला इतक्या अल्प कालावधीत दोन मुख्यमंत्री होण्याचा मान मिळाला नव्हता. तसंच राजकारणात कोणत्याही जिल्ह्यातील पुढाऱ्यांचं एवढं भाग्य नव्हतं. इथं मात्र उसाचं टिपरं नसताना मंत्री आणि मुख्यमंत्र्यांचं पीक आलं होतं. उसाचं पीक आता कुठं सयाजीरावांनी केलेल्या पाट-पाण्याच्या सोयीमुळे डोकावू लागलं होतं. जिल्ह्यात दोन-चार ठिकाणी सहकारी साखर

कारखाने निघाले होते. तेही एक खुद्द सयाजीराव पाटील-अंबुलगेकरांच्या गावी, तर दुसरा, गेल्याच वर्षी पहिलंच गळित झालेला आत्ताच्या मुख्यमंत्र्यांच्या गावी. उसाशिवाय साखर नाही आणि साखर कारखान्याशिवाय राजकारण नाही, हे राजकारणात सत्ता संपादण्याचं तंत्र आता इथल्याही गावोगावच्या पुढाऱ्यांना ठाऊक झालं होतं. त्यामुळ धरणाचं आणि कालव्याचं काम पूर्ण व्हायच्याआधीच डझनभर साखर कारखान्यांचे प्रस्ताव मंजुरीसाठी सरकारदरबारी दाखल झाले होते. इथली पारंपरिक पिकं- कपाशी, ज्वारी मागे पडून पाण्याची अघोरी तहान लागलेलं उसाचं पीक इथंही डोकावू लागलं होतं. ह्या सगळ्या हरितक्रांतीच्या जनकाला मात्र लोक विसरले होते. त्यांच्याकडून राजकीय विद्या शिकून त्यांनाच विसरले होते. राजकारणात कोणीच कायमचं शत्रू किंवा मित्र नसतं, हे जेवढं खरं, तेवढंच राजकारणात कोणीच कायमचं नसतं, हेही खरं. ह्या अस्थिरतेमुळे सत्तेवर येताच प्रत्येक जण बकासूर होतो. खाता-खाता भ्रष्ट होतो आणि भ्रष्ट झाला, की नष्ट होतो. ह्या दुष्टचक्रातून कोणीच सुटत नसतं. सत्तेवर असताना पायांवर लोळण घालणारा, चपला उचलणारा तथाकथित निष्ठावान कार्यकर्तासुद्धा त्या सत्ताभ्रष्ट नेत्याच्या भेटीला फिरकत नाही, हे राजकीय वास्तव जणू सयाजीरावांनी स्वीकारलं होतं. त्यामुळेच ते एखाद्या स्थितप्रज्ञ संतासारखे वागत असावेत. अमरला राजकारण आणि राजकीय नेते यांच्यात काडीचाही रस नव्हता; किंबहुना तो त्यांचा द्वेषच करी.

●●

ट्रींग... ट्रींग करत फोन खणखणला. एवढ्या रात्री फोन आला, की अमरला धस्स होई. घरापासून, गावापासून नातेवाइकांपासून तो इतका दूर आला होता, की कोणत्याही आणीबाणीच्या प्रसंगी त्याला चटकन धावून जाणं शक्य नव्हतं. तसा आणीबाणीचा फोन नसला, म्हणजे त्याचा जीव भांड्यात पडायचा. अमरनं दचकूनच फोन उचलला.

"राम राम, सायेब, माणिकराव पाटील बोलताव."

"बोला, पाटील, एवढ्या रात्री काय काम काढलं?"

"काम तसं तर मलाबी ठाव नाय, पण डाक्टरसाहेबानं अर्जंट मंमईला बोलीवलं हाय बंगल्यावर."

"बरं, मग?"

"तुमची गाडी पायजेल हाय. पहाटेच निघनार हाय. मी इथं अमरजा रेष्ट

हाऊसवर मुक्कामाला आलाव. तवा गाडी घिऊन मोहनला पाठवा.''

''अहो, पण उद्या मला दौऱ्यावर जायचंय.''

''मंग तसं तुमी डाक्टरसायबाला सांगा, का तुमाला जमणार नाय म्हणून...''

''आता एवढ्या रात्री मंत्री महोदयांना कोण फोन करणार?''

''मंग ते जसं मला फोन करायले लावले, तसंच तुमीबी करावा.''

अमरची काही मंत्री महोदयांना फोन करायची हिंमत झाली नाही, ''बरं, बरं, मी मोहनला पाठवतो गाडी घेऊन.'' अमरनं फोन ठेवला. तो विचारात पडला. फोन करावा तर पंचाईत. नाही करावा, तर गाडी पाठवावी लागणार. त्यानं गाडी पाठवायचं ठरवलं. मोहन ड्रायव्हरला, पिंगळे डेप्युटी इंजिनिअरला रात्रीच निरोप पाठवला. अमरनं त्याच्या उद्याच्या साईटच्या दौऱ्यासाठी पिंगळेंची जीप मागवली.

माणिकराव पाटील-अंबुलगेकर मंत्रिमहोदयांचे बंधू अमरच्या सरकारी अँबॅसिडर गाडीतून मुंबईला गेले आणि अमर पिंगळे डेप्युटी इंजिनिअरच्या जीपमधून धूळ खात साईटला. अमरच्या डोक्यात मंत्रिमहोदयांचं ह्या बंधूशी काय बरं एवढं अर्जंट काम असेल? त्याच वेळी त्याला मंत्रिमहोदयांचं वाक्य आठवत होतं, ''इथे माझे खूप नातेवाईक आहेत. माझ्या नावावर कोणी काही मागितलं, तर मला विचारल्याशिवाय देऊ नका?'' मंत्रिमहोदयांनी इतकं स्पष्टपणे बजावलं असूनही आपण त्यांना विचारलं नाही, ही आपलीच चूक झाली का? आणि समजा एवढ्या रात्री आपण मंत्रिमहोदयांना फोन करायचं धाडसं केलं असतं, ते त्यांना आवडलं नसतं तर? तिकडून त्यांनी उलट आपल्यालाच एवढ्या किरकोळ गोष्टीसाठी फोन करता म्हणून झापलं असतं तर? त्यापेक्षा आपण गाडी पाठवून दिली हे काही चुकीचं नाही केलं. बघू या काय होतं ते. अमर जीपनं आल्याचं बघून साईटवरच्या सगळ्यांनाच आश्चर्य वाटत होतं. पण कोणी विचारायचं धाडस करत नव्हतं.

दोन दिवस म्हणता म्हणता माणिकरावांनी परत यायला चांगले चार दिवस लावले. मोहनकडे दिलेले पेट्रोलचे पैसे संपल्यावरच माणिकराव परतले, ते जीवाची मुंबई करून. त्यांनी रेस्ट हाऊसला गाडी सोडून दिली आणि न भेटताच ते अंबुलग्याला निघून गेले. अमरनं मोहनकडे चौकशी केली, त्यानं वेगळंच सांगितलं. मंत्री महोदय मुंबईत बंगल्यावर नव्हतेच. ते विदर्भात दौऱ्यावर गेले होते. माणिकराव बंगल्यावरच्या पाहुण्यांच्या खोलीत उतरले होते. ते दिवसभर मंत्रालयात कुणातरी सोबत फिरायचे. बहुधा कोणातरी डेप्युटी इंजिनिअरच्या बदलीसाठी ते फिरत असायचे. म्हणजे माणिकराव खोटं बोलले होते तर. अमरला खोटं बोलणाऱ्यांचा अन् खोटं काम करणाऱ्यांचा विलक्षण राग येई.

त्यानं पिंगळे डेप्युटी इंजिनिअरला माणिकरावांच्या दौऱ्याचे लॉगबुक भरायला सांगितलं. तेव्हा पिंगळे म्हणाले, ''सर, ह्या गृहस्थांवर विश्वास ठेवू नका. ते खोटं बोलतात. मंत्र्यांच्या नावावर काहीबी करत्यात. मागच्या सायेबाच्या बदलीला ह्यांनी मदत केली होती. म्हणून यांचा भाव वधारला होता. ते सायेब ह्यांना वाटेल, तेव्हा गाडी द्यायचे, म्हणून यांना लत लागली हाव.''

तेव्हा अमरनं स्वत: लॉगबुक भरलं. स्वत:च्या नावानं, खाजगी कामासाठी आणि पैसे भरून पावती फाडली. दोन दिवसांनी माणिकरावांचा फोन आला, तेव्हा अमरनं त्यांना खोटं बोलून गाडी वापरल्याबद्दल झापलं आणि इथून पुढे मंत्र्यांचा फोन आल्याशिवाय गाडी मिळणार नाही, असंही स्पष्टपणे सांगून टाकलं.

अमरला हळूहळू इथली खरी-खोटी माणसं ओळखू येऊ लागली होती. त्यामुळं त्यानंही सावध राहून कुणाच्या शब्दांवर विश्वास ठेवायचा नाही, असं ठरवलं, तरी बेरकी माणिकराव वेगवेगळी कारणं पुढे करीत वेगवेगळी कामं घेऊन येई. अमर त्याला कधी गोड बोलून टाळत असे, तर कधी स्पष्ट नकार देऊन. माणिकराव फारसा शिकलेला नव्हता, पण डोक्यानं तो हुशार होता. बुद्धिबळाचे एकेक डाव तो असा खेळायचा, की त्याच्या चाली भल्याभल्यांच्या लक्षात येत नसायच्या; पण त्याला अमर भारी पडायचा. बुद्धिबळाच्या पटावर माणिकराव राजा होऊन अमरला प्यादं म्हणून वापरायला जायचा, पण अमर त्याला असा काही चेकमेट देई, की तो डावच अर्धवट सोडून निघून जाई. ''तुझा सायेब लई भारी हाये रे, मोहन. मी आजवर एवढे सायेब लोक पाह्यलेत, पण हे पानी लयी येगळं हाय.'' अशी कबुली तो मोहन ड्रायव्हरकडे देई आणि मोहन ड्रायव्हर अमरला बिचकून विचारी, ''साहेब, माणिकराव तुमास्नी लय भारी का बरं म्हणतेत?'' यावर काही न बोलता अमर फक्त मोठ्यानं हसायचा.

●●

अखेर आज पाऊस आला. दुपारपर्यंत हवेत उष्मा आणि प्रचंड दमटपणा. घामाच्या धारांनी जिवाची काहिली-काहिली झालेली. अमर ऑफिसच्या खिडकीतून पाऊस बघून आनंदी झाला. त्याला यापूर्वी पावसाची एवढी प्रतीक्षा कधीच करावी लागली नव्हती. उलट त्याला पाऊस वेळेवर येऊ नये असंच वाटायचं, पण तो तर अगदी आज्ञाधारक मुलानं उन्हाळ्याच्या सुटीनंतर पहिल्याच दिवशी हजेरी लावावी तसा सात जूनलाच कोसळायचा. पहिलाच पाऊस असला, तरी तो

हळूहळू न येता धबधबा कोसळायचा. अमरला साईटवरच्या सिमेंटच्या गोण्या ताडपत्रीनं झाकल्या असतील का? गळक्या सिमेंटच्या गोदामाच्या छताची दुरुस्ती केली असेल का? नदीपात्रातून सगळी यंत्रं हटवून वर काठावर सुरक्षित ठेवली असतील का? अशा एक ना अनेक चिंता त्याला सतावायच्या. त्यामुळे नोकरीला लागल्यापासून त्याला पहिल्या पावसाचा आनंद कधीच घेता आला नव्हता. आज मात्र तो पावसाच्या आगमनाची वाट बघत साईटवरची सगळी आवराआवर निरवानिरव कितीतरी दिवस आधीच करून बसला होता. अख्खा जून कोरडा गेला होता. मृगनक्षत्रात शेतकऱ्यांनी केलेल्या पेरण्या वाया गेल्या होत्या. आता दुबार पेरण्या कराव्या लागणार होत्या. घाटावर जूनमध्ये येणारा, मृगनक्षत्राचा पाऊस इथं पठारावर जुलैच्या पहिल्या आठवड्यात आला होता. पावसाच्या सरीवर सरी कोसळत होत्या, पण त्यात कोकणात जसा जोर असतो, तसा जोर नव्हता. कोणीतरी बळजबरी करावी, तशा त्या वरतून ढकलल्यासारख्या पडत होत्या. तापल्या तव्यावर पाणी पडताच चर्रर व्हावं, तसा आवाज जमिनीतून येत होता आणि पाठोपाठ जमिनीतून वाफा निघत होत्या. तापल्या मातीचा खरपूस वास सुगंधासारखा सगळीकडे पसरत होता. वाळून शुष्क आणि धुळकट झालेली झाडं ह्या पहिल्या पावसानं धुऊन निघत होती. त्यांचा धूळगंध त्या मृद्गंधात मिसळून एक वेगळाच सृजनगंध निर्माण झाला होता. काहीतरी नवनिर्मितीचा संकेत देणारा. अमरच्या मनात खोल दडलेला कवी पृष्ठभागावर येत होता. तो आता इंजिनिअर राहिला नव्हता. तो आता कवी झाला होता. 'पावसाच्या धारा येती झरा झरा', ह्या शाळेत शिकलेल्या शांता शेळकेंच्या कवितेपासून मंगेश पाडगावकरांच्या धारानृत्याचा आविष्कार त्याला होत होता. महानोरांचं 'झिम्माड झिम झालं हिरवं रान...' त्याच्याभोवती झिम्मा खेळू लागलं होतं. ग्रेसचा पाऊस त्याला जागं करत होता, तर त्याच्याच कवितेमधला 'मेलोडिअस पाऊस' त्याला रोमँटिक करत होता. बऱ्याच वर्षांपासून हरवलेला पाऊस जणू परतला होता.

पश्चिमेकडील घाटमाथ्यावर डोंगरांशी, ढगांची लढाई सुरू होते. त्या तुंबळ लढाईमुळे घाटमाथ्यावर धो-धो कोसळणारा पाऊस पुढे पूर्वेकडे जावं, तसा कमी कमी होत नरम पडतो. लढाई हारल्यानंतर सैन्य माघारी फिरताना जसं चहू दिशांनी विखुरलं जातं, तसं ढगांचं होतं. लढाईमधून वाचलेले ढग जीव वाचवत पूर्वेकडे पळत सुटतात. पळताना दमतात. तसे ढेपाळत ढेपाळत मराठवाड्याच्या पूर्वेकडे येतात. त्यामुळं शक्तिहीन झालेले ढग गळतात तसा इथला पाऊसही गळालेला असतो. पण ह्या एवढ्याशा जलदानावर इथली आसुसलेली पिकं तरारून उठतात. एवढ्याशा पावसानंसुद्धा धरणांवर जाणारे रस्ते तुटतात, तर

पाटांमध्ये पाणी भरून कालव्याची खोदकामं बंद पडतात. अमर ह्या निसर्गाच्या चक्राचा वेध घेत होता. तिकडे तो पावसाळ्याच्या चारही महिन्यांत साईटवर जाऊ शकत नव्हता. इथं मात्र पावसात कधी आठ, तर कधी पंधरा दिवसांचा खंड पडायचा. ह्या खंडामुळे शेतकरी चिंतेत पडायचा, तर अमर ह्या दिवसांत जी कामं करणं शक्य होतील, ती करायला सांगायचा. कुठे कालवा सर्वेक्षण, तर कुठे कठीण खडकातील खोदाई. पावसाळ्यात कातळसुद्धा नरम पडलेला असे. त्यात पाणी मुरून भेगा मोठ्या होत. अशा वेळी सुरुंगाचा बार चांगला ठासून भरला, की स्फोटाबरोबर उद्‌ध्वस्त होऊन खूप मलबा निघे. त्यामुळे पावसाळ्यातल्या ह्या खंडाचा उपयोग करण्यासाठी तो ठेकेदारांच्या मागे लागत होता. धरणांसाठी लागणाऱ्या मुरुमांच्या खाणी शोधून तो मजुरांकडून नाही, तर यंत्रांकडून खोदाई करून मुरुमांचा ढीग लावून ठेवत होता. एखादं नक्षत्र लांबलं, की तो मधल्या काळात मजुरांना काम मिळावं म्हणून साईटवर जाऊन कामासाठीच्या जागा शोधत होता. इथं पठारावर पावसाचा जोर घाटमाथ्याइतका नसल्यानं काम करणं शक्य होतं. तिकडे कोकणात आणि घाटमाथ्यावर मात्र पावसाळ्याचे चारही महिने तो साईटवर फिरकू शकत नव्हता. त्यामुळे ते एकशेवीस दिवस वाया जायचे. इथं मराठवाड्यात मात्र पावसाची अवकृपा झाली, की तो त्याच्या कामाच्या दृष्टीनं कृपा समजून आठ-पंधरा दिवस कामासाठी वापरत होता. अमर इथं येण्यापूर्वी पावसाळ्याचे चारही महिने काम बंद ठेवलं जाई. अमरनं त्यात बदल केला. ह्या दिवसांत साईटवर जायला डेप्युटी इंजिनिअर, ज्युनिअर इंजिनिअर नाखूश असायचे. पण पुढं जीवघेण्या उन्हाळ्यात राबण्यापेक्षा ह्या मधल्या सुखद काळात काम करणं केव्हाही सुखद आहे, याची जेव्हा त्यांना जाणीव झाली, तेव्हा ते स्वतःहून कामासाठी पुढे आले. संपूर्ण पावसाळ्यात जेमतेम वीस-पंचवीस दिवस पडणाऱ्या वीस-पंचवीस इंच पावसासाठी कामाचे एकशेवीस दिवस वाया घालवणं, त्याला पटत नव्हतं. त्याचं हे पाऊसकाळातील कामाचं नवं काळ-कामाचं गणित इथल्या लोकांच्या गळी उतरवण्यात त्याला इथल्या पहिल्याच पावसाळ्यात यश आलं. नाहीतरी खरिपाच्या पिकांसाठी शेतात मजुरांची एवढी गरज नसल्यामुळं मजूर धरणांच्या आणि कालव्यांच्या कामासाठी सहज मिळत. फक्त मध्येच पाऊस आला अन् काम बंद पडलं, तरी गुत्तेदाराला पूर्ण दिवसाची मजुरी द्यावी लागायची. पण असे दिवसही बोटांवर मोजण्याइतकेच आहेत, हे लक्षात आल्यावर गुत्तेदारही त्याला तयार झाले. 'पावसाळ्याचं काम' हा नवाच प्रकार अमरनं इथली परिस्थिती बघून सुरू केला आणि तो सगळ्यांना मान्यही झाला.

इकडे धरणांबरोबरच तोरणा कॉलनीमध्ये चालू असलेल्या निवासी इमारतींच्या

बांधकामांमध्ये त्याच्या विभागासाठी एका नव्या बंगल्याचंही काम जोरात सुरू होतं. अधूनमधून का होईना पडणाऱ्या पावसामुळे बांधकामावर पाण्याची शिंपणं होत होती. त्यामुळे कामंही मजबूत होत होती. नाहीतरी उन्हाळ्यात इथं पिण्याच्या पाण्याचं एवढं दुर्भिक्ष असायचं, तिथं काँक्रिटच्या क्युरिंगसाठी पाणी कुठून आणायचं? त्यामुळे बंगल्याचं स्लॅबचं काँक्रिटचं काम, वीट बांधकाम, गिलावा ही सगळी पाणी पिणारी कामं त्यानं पावसाळ्यात उरकली. पावसाळ्याच्या दिवसात साईटवर जाताना विलक्षण आल्हाददायक वाटायचं. हवेत सुखद गारवा. वर आकाशात काळ्या-पांढऱ्या ढगांनी सावली धरलेली असायची. खाली रस्त्यातला चिखल असला, तरी तो एक-दोन दिवसांच्या उघडिपीमुळं वाळून कडक व्हायचा. निसर्गाच्या ह्या छत्रीमुळे त्या सावलीत काम करताना त्याच्यासोबतच त्याच्या हाताखाली काम करणाऱ्या सगळ्यांना कामाचा एक नवा सुखद हंगाम सापडल्यासारखा झाला. परिणाम असा झाला, की 'थोडगा' प्रकल्पाचं मागे पडलेलं कालव्याचं काम पुढे सरकलं. हा प्रकल्प 'युसेड'चा होता. तो येण्यापूर्वी मागे पडलेल्या कामाचा 'बॅकलॉग' त्यानं ह्या पावसाळ्यात काम करून भरून काढला. धरण आणि कालव्यांच्या कामावर जाणाऱ्या पोहोच रस्त्यांशिवाय सर्वत्र मखमलीचे हिरवे गालिचे अंथरल्यासारखे वाटायचे. छोटी छोटी हिरवी पिकं वाऱ्यावर डोलत असायची, तर माळरानांच्या बरड जमिनीवरही गवत उगवून आलेलं असायचं. इथला पावसाळा असाच तुटक तुटक असल्यानं अमरनं त्याचाही उपयोग केला. श्रावण-भाद्रपदातील सणवारही वेगळेच वाटत होते. आरती ते सगळे तिच्या पद्धतीनं करत होती. इथल्या बायका तिच्या ह्या सणावारांकडे कुतूहलानं बघत होत्या. त्यांना ह्या रीतीभातीही नव्या होत्या. एक घरोघरी बसणाऱ्या 'महालक्ष्मी' शिवाय दुसरा कुठलाही मोठा सण इथं नव्हता.

घटस्थापनेच्या दिवशी तोरणा प्रकल्पाच्या वसाहतीत नव्यानं बांधलेल्या टुमदार बंगल्यात अमर कुटुंबासह राहायला आला. ह्या कॉलनीला म्युनिसिपालिटीचा पाणीपुरवठा असल्यानं गोड पाणी मिळणार, म्हणून आरतीला कोण आनंद झाला. तिनं स्वत:च अमरजा कॉलनीतला बंगला सोडताना सामान ट्रकमध्ये भरलं. अमरला हे स्थलांतर जडच गेलं. पण तिनं जेव्हा तिथल्या अन्न-पाण्याची आठवण दिली, तेव्हा त्याला हायसं वाटलं. तोरणा कॉलनीमधील हा नवा बंगला अमरजा कॉलनीतल्या बंगल्यापेक्षा आकारानं छोटासा असला, तरी त्याला कोरेपणाचा वास होता. बंगल्यातील खोल्यांना त्यानं त्याच्या मनाप्रमाणे आवडतील असे रंग देऊन सजविले होते. त्या रंगांचा गंध अजून तिथंच होता. मुख्य म्हणजे व्हरांड्यामधल्या जागेत त्यानं छोटेखानी ऑफिस थाटलं होतं. इथं सगळ्याच सरकारी अधिकाऱ्यांच्या

बंगल्यांना ती सोय होती. उघड्या व्हरांड्यामध्येच एक सहा फुटी लाकडी टेबल आणि त्यासमोर तीन प्लॅस्टिकच्या खुर्च्या अभ्यागतांसाठी ठेवल्या होत्या. स्वत:साठीदेखील तशीच एक खुर्ची टेबलच्या अलीकडच्या बाजूस ठेवली होती. सगळा खुला आणि समान मामला! आतमध्ये छोटासा हॉल, त्याला लाकडी नक्षीदार जाळीचं पार्टिशन. त्याच्यापलीकडे जेमतेम चार खुर्च्या आणि छोटंसं डायनिंग टेबल बसेल एवढी जागा. एका वेळी चार जण जेवायला बसले, तर दुसऱ्याचं झाल्याशिवाय उठायची अडचण. समोरच छोटंसं किचन. त्याला काळ्या कडाप्पाचा 'एल' आकाराचा किचन ओटा, त्यावर डोकावून बाहेरचं दिसण्यासाठी एक आडवी खिडकी. मागे दहा बाय दहाच्या दोन बेडरूम. एक मुलांसाठी, एक त्या दोघांसाठी. मध्ये कॉमन पॅसेज, त्यात वॉशबेसिन, वर आरसा अन् पांढऱ्याशुभ्र जॉन्सन टाईल्स लावलेलं टॉयलेट आणि बाथरूम. एका बेडरूमला मात्र ॲटॅच्ड बाथरूम-टॉयलेट. त्यांच्या राजाराणीच्या संसाराच्या वेलीला आता तीन मुलं, तीन फुलांच्या रूपानं आली होती. सगळ्यात थोरला वय वर्ष आठ, मधला वय वर्ष सहा, तर सगळ्यात धाकटं शेंडेफळ वय वर्ष अवघं एक. त्यामुळे संख्याबळ मोठं असलं, तरी मनुष्यबळ तसं लहानच होतं. ह्या नवीन जागेत सगळेच एकमेकांना बिलगून असल्यासारखे होते. त्यामुळे आरतीला मुलांकडे लक्ष द्यायला सोपं होतं. स्वयंपाक करता करता ती लक्ष देऊ शकत होती. तसंच हॉलही दहा बाय दहाचा असल्यानं ती पटकन येऊन पाहुण्यांची सरबराई करू शकत होती, तर अमरनं हाक मारताच बाहेर व्हरांड्याच्या ऑफिसमध्येदेखील चहा-पाणी पाठवू शकत होती. एकूण काय, इथं सगळंच छोटं असल्यामुळे सोयीचं होतं. बाहेरून दिसायला बंगला, पण आतून होता एक दोन बेडरूम, हॉल, किचनचा फ्लॅट!

अमर आणि आरती सकाळी तोरणा कॉलनीतल्या ह्या नव्या बंगल्याच्या आवारात फिरून बागेचं कसं करायचं, ह्याचा विचार करत होते. ह्या तोरणा कॉलनीचा आराखडा मोठा विचारपूर्वक केलेला होता. गावातल्या मुख्य रस्त्यावरून उजवीकडे नवीन सर्किट हाऊस. त्याच्या बाजूनं वळून शंभर मीटर आत आलं, की परत डावीकडे वळायचं. हा रस्ता सिंचनभवन ह्या पाटबंधारे खात्याच्या ऑफिसांकडे जाणारा. त्याच्यासमोरच उजवीकडे ही नवीन तोरणा प्रकल्पाची कॉलनी होती. कॉलनीच्या अलीकडच्या प्रवेशद्वारातून आत आलं, की ओळीनं तीन एकसारखे टुमदार बंगले. पहिला बंगला तोरणा कालवा विभागाचे कार्यकारी अभियंता सोनवणे यांचा. दुसरा तोरणा धरण विभागाचे कार्यकारी अभियंता पोरे यांचा, तर तिसरा शेवटचा बंगला मध्यम प्रकल्प विभागाचा म्हणजे अमरचा.

अमरच्या बंगल्याला लागूनच शेवटी तोरणा प्रकल्प विभागाचं छोटंसं-साधं विश्रामगृह. पूर्वी हे तोरणा धरण विभागाचे कार्यकारी अभियंत्याचं तात्पुरतं निवासस्थान होतं. त्यामुळे वर सिमेंटचे पत्रे होते, तर भिंतींना गिलावा नव्हता. सर्व सुविधांयुक्त. चार वेताच्या खुर्च्या आणि वर शुभ्र खोळीच्या कापसाच्या कुशन्स. सर्वत्र भिंतींना पांढरा चुन्याचारंग. पांढरे शुभ्र टर्किशचे टॉवेल आणि नॅपकिन्स. आतमध्ये टॉयलेटला पांढऱ्याशुभ्र टाईल्स. सगळं कसं पांढरंशुभ्र. चकचकीत. खाली टाइल्सऐवजी गेरूच्या रंगाचा कोबा. त्यावर शंकरपाळ्याच्या आकाराच्या दोऱ्या आखून केलेली नक्षी. पाच-पन्नास वर्षांपूर्वीच्या बंगल्यांच्यासारखी. त्यावर कैद्यांनी तयार केलेल्या जाडजाड सतरंज्या गालिच्यांसारख्या अंथरलेल्या. आतमधले लाकडी कॉट, टेबल, स्टुल, ड्रेसिंग टेबल असं जुजबी फर्निचरदेखील हरसूलच्या जेलमध्ये कैद्यांनी केलेलं. खादी ग्रामोद्योगमधून विकत आणलेल्या जाड्याभरड्या शुभ्र चादरी आणि खोळी. सगळी सरकारी खरेदी आणि साधेपणा. पण अत्यंत स्वच्छता. क्षणभर वर्ध्याच्या गांधीजींच्या आश्रमात आल्यासारखं वाटावं, असं साफसुथरं अन् पवित्र वातावरण. कुठंही भपका नाही, सजावटीचा अतिरेक नाही. अमरजा रेस्ट हाऊसच्या सिनेमाच्या सेटसारख्या अंतर्गत सजावटीपुढे अमरला हा साधेपणा आवडला होता. वातावरण एखाद्या मठासारखं शांत आणि पवित्र. एका कोपऱ्यात असल्यानं फारशी वाहनांची वर्दळ नाही. आवारात शहाबादी फरशी आणि कडेकडेनं मोरपंखी सुरुची आणि निमुळती अशोकाची झाडं दाटीवाटीनं लावून भिंतीसारखी उभी. त्यामुळं बाहेरच्या जगापासून अलिप्त ठेवणारी एक प्रकारची भिंतच. खरं तर तोरणा प्रकल्प ह्या जिल्ह्यातल्या सगळ्यात मोठा सिंचन प्रकल्प. हजारो एकरचं लाभक्षेत्र असलेला. मोठं मातीचं धरण. त्याच्यावर बसवायचे पाच मोठे लोखंडी वक्र दरवाजे. धरणाचं काम अजून चालू होतं. तसंच उजव्या-डाव्या कालव्यांचं. हे कालवेदेखील शेकडो किलोमीटर लांबीचे. ह्या कालव्यांचं कामही वेगात चालू होतं. त्यांच्यावरचे शेकडो पूल, जलसेतू, मोऱ्या, नालाक्रॉसिंग यांची कामंही मोठ्या प्रमाणावर चालू होती. त्यामुळे कंत्राटदारांची संख्याही मोठी. ह्या कंत्राटदारांची आणि साईटवरच्या अधिकाऱ्यांचीही कार्यकारी अभियंत्यांच्या कार्यालयात वर्दळ असायची. मात्र, ह्या विश्रामकुटिरामध्ये फारसं कुणी मुक्कामाला थांबत नसायचं, कारण इथं मद्यपान आणि सामिष भोजनाला असलेली बंदी. वास्तविक ह्या प्रकल्पाला निधीची कमतरता नव्हती. प्रकल्पाची सुरुवातच पाटबंधारे मंत्र्यांनी केली होती. तेच पुढे मुख्यमंत्री झाले होते. आणि आताही मुख्यमंत्री इथलेच झाल्यानं भरपूर पैसे उपलब्ध असूनही ह्या विश्रामगृहावर अमाप पैसे खर्च करून अमरजा रेस्ट हाऊससारखी उधळपट्टी करता आली असती आणि हा

पुढाऱ्यांचा अड्डा करता आता असता. पण ह्या तोरणा धरणाचे कार्यकारी अभियंता आणि ह्या वसाहतीच्या उभारणीचे काम ज्यांच्याकडे होतं, ते पोरेसाहेब हे स्वत: गांधीवादी होते. 'साधी राहणी उच्च विचारसरणी' हा आदर्श असलेले होते. स्वत: आर्यसमाजी असल्यानं सामाजिक उद्धाराचं व्रत पाळणारे होते. सरकारी पैशाचा अपव्यय टाळूनही उत्कृष्ट आणि दर्जेदार काम करण्याकडे त्यांचा कल होता. त्यामुळे काटकसरीतूनही कसं सुंदर राहता येतं, हे त्यांनी इथं प्रत्यक्ष दाखवून दिलं होतं. तोरणा प्रकल्पाचं हे विश्रामगृह खऱ्या-खुऱ्या विश्रांतीसाठी असलेलं 'विश्रामकुटीर' होतं. ह्या विश्रामकुटिराशेजारीच अमरचं निवासस्थान होतं. साहजिकच अमरलाही एक प्रकारची शांतता लाभणार होती. एका बाजूला हे विश्रामकुटीर, तर दुसऱ्या बाजूला साधेपणातील श्रीमंती जपणाऱ्या पोरेसाहेबांचा बंगला.

अमर आणि आरती त्यांच्या बंगल्याच्या आवारात सकाळी फिरत होते, तेव्हा शेजारील पोरेसाहेबांच्या बंगल्याच्या आवारातून खराट्यानं फरशा झाडत असल्याचा आवाज आला. त्यांनी वळून पाहिले, तर खुद्द पोरेसाहेब कोपरी आणि अर्ध्या चड्डीत हातात खराटा घेऊन अंगण झाडत होते. अमरला आश्चर्याचा धक्काच बसला. झाडता झाडता ते एका तरुणाशी बोलत होते. तो तरुणही कमरेत वाकून नम्रपणे त्यांच्या बागेतल्या फुलझाडांविषयी बोलत होता. अमरकडे लक्ष जाताच, त्यांनी स्मितहास्य केलं आणि "नंदकुमारला तुमच्याकडे पाठवतो" म्हटलं. त्यावर त्या तरुणानंही अमरकडे बघून नमस्कार केला,

"गुडमॉर्निंग, सर, मी नंदकुमार पुरोहित. मी पोरेसाहेबांच्या, सोनवणेसाहेबांच्या आणि ऑफिससमोरच्या गार्डनचं काम बघतो. म्हणजे बागकाम हा माझा धंदा नाही, पण छंद आहे म्हणून."

"तुम्ही काय गार्डनिंग किंवा लँड स्केपिंगचा कोर्स केलाय?" अमर.

"नाही, सर, मी इंजिनियर आहे. मी औरंगाबादहून बी.ई. मेकॅनिकल केलंय. इथं एमआयडीसीमध्ये आमची फॅक्टरी आहे स्टील फर्निचरची. आम्ही लोखंडी कपाटं, दारं, खिडक्यांच्या फॅब्रिकेशनचं काम करतो."

"बरं, मग तुम्हाला वेळ मिळतो का फॅक्टरीच्या व्यापातून?"

"हो, सर, माझे दोन मोठे बंधू फॅक्टरी आणि मार्केटिंग सांभाळतात. मी त्यांना टेक्निकल प्रॉब्लेम सोडवायला, मशिनरी मेंटेनन्ससाठी मदत करतो. पण माझा जीव फॅक्टरीत रमत नाही, म्हणून मी वेळ काढून ही बागेची अन् फुलांची कामं करतो."

"बरोबर आहे तुमचं. आवड आहे, तिथं सवड आहे. पण आता माझं बघा,

मला आवड असूनही सवड नाही. बरं, ही माझी बायको, आरती.''

''नमस्कार, वहिनीसाहेब.'' नंदकुमारनं आरतीकडे बघत आदरपूर्वक नमस्कार केला.

''वहिनीसाहेबांनापण आवड आहे वाटतं बागकामाची?''

''हो, म्हणून तर. कालच आम्ही इथं सामान टाकलं. अजून लावायचं आहे. तोच तिचं बागेचं प्लॅनिंग सुरू. आम्ही तेच शेजारच्या पोरेसाहेबांच्या बागेकडे बघत विचार करत होतो, किती सुरेख बाग आहे ही.'' अमर.

''अहो, नंदकुमारजी, ही ग्लॅड्यूलाची लाल-पिवळी फुलं मला खूप आवडतात.'' आरतीनं न राहवून सांगितलं. तिची ह्या अनोळखी ग्लॅड्यूलांच्या फुलांची आवड बघून नंदकुमारची कळी खुलली. ते उत्साहानं म्हणाले, ''खरं तर आमच्याकडे बागकाम आणि फुलांची कुणाला आवडही नाही आणि माहितीही नाही. मी या फुलांचे कंद खास पुण्याहून आणले होते. तुमच्यासाठीही आणून देईन. सगळी बाग लावून मेंटेन करीन.'' नंदकुमारनं असं म्हटल्यावर आरतीच्या मनातच रंगीबेरंगी फुलांची बाग फुलली. मग नंदकुमारबरोबर फिरून सगळ्या अंगणात लॉन कुठे आणि किती करायचं, कडेच्या क्यारीमध्ये कोणकोणत्या रंगांची कर्दळ, ग्लॅड्यूला लावायची, लाल-पांढरी-पिवळी शेवंती कुठे लावायची, बागेच्या एका कोपऱ्यात बांधकामासाठी बांधलेल्या सहा बाय सहाच्या पाण्याच्या टाकीचा उपयोग लाल-निळ्या कमळांच्या फुलांसाठी कसा करायचा, परसदारी पाच फळझाडं कुठे आणि कोणती लावायची, असं सगळं ठरल्यावर ती खूपच खूश झाली आणि आनंदात ती नंदकुमारला म्हणाली, ''चला, नंदूभावजी, आमच्यासोबत सकाळचा चहा घ्या.'' तसं नंदकुमारही तिच्या ह्या मोकळ्या स्वभावाला बघून खूश होत म्हणाले, ''चला...''

निजामशाहीचा पगडा असल्यामुळे निजामशाही गेली, तरी मराठवाड्यातल्या स्त्रिया अजून पडदा सोडायला तयार नव्हत्या. गावात असो वा मोठ्या शहरात त्या पुरुषांच्या पुढे येऊन बोलत तर नसायच्याच; पण सतत डोक्यावर पदर घेऊन असायच्या. सगळ्याच वयाच्या स्त्रिया अशा घुंघटात असल्यामुळे नंदकुमारला आरतीचं हे मनमोकळं वागणं आवडलं, त्यानं तसं बोलूनही दाखवलं, ''दुसऱ्याच दिवसापासून कामाला सुरुवात करतो,'' म्हणाला. बोलता बोलता आरतीनं, ''अमर इंजिनिअर असूनही कवी असल्याचं,'' नंदकुमारला सांगितलं, ''अमरचा 'गुलमोहोर' हा कवितासंग्रह प्रसिद्ध असल्याचं सांगितलं. नंदकुमारनं उत्सुकता दाखवताच तिनं कवितासंग्रहाची प्रतच नंदकुमारच्या हातात ठेवली. नंदकुमारने

पुस्तक त्याच्या कपाळाला लावलं. फुलांमध्ये रमणाऱ्या माणसाला शब्दफुलांमध्ये रमायला आवडत असेल, हा तिचा कयास खरा ठरला. त्यानं मग तो शहरातल्या 'माध्यम' नावाच्या एका 'साहित्य-कला' मंडळाचा सदस्य असल्याचे सांगितले आणि पुस्तक चाळता चाळता येत्या कोजागिरीच्या कार्यक्रमाचं निमंत्रणही दोघांना दिलं.

आरतीनं घरातली कामं करता करता अंगणातील बागेकडे लक्ष देणं सुरू केलं. नंदकुमारनं अंगणात लाल माती आणून पसरविली. त्यात नाजूक कोवळी 'अमेरिकन ब्लू ग्रास' प्रकारची लॉन्स लावली. कडेला ग्लॅड्यूला, कर्दळ, शेवंती लावली. पाण्याच्या टाकीत कृष्णकमळं, नीलकमळं लावली. कोपऱ्यात देवचाफा-सोनचाफा लावला. परसदारी आंबा, पेरू, नारळ, केळी आणि विलायती चिंचेची रोपं लावली. बागेला खत-पाणी करणं, झाडांना जपणं ह्यांत आरती रमून गेली. तिच्या खूप दिवसांच्या बागकामाच्या स्वप्नाला इथं मूर्त रूप येताना बघून ती हरखून गेली. स्वत:च्या हातांनी ती शेणखताचा गारा करून कमरेला पदर खोचून एखाद्या शेतात राबणाऱ्या पाटलीणबाईसारखी वावरू लागली. अमर ऑफिसला आणि मुलं शाळेला गेली, की दिवसभर तिच्या ह्या चिमुकल्या शेतातच ती गड्यांसोबत राबत असे. तिचं असं बागेत रमणं बघून अमरला कौतुक वाटे. नंदकुमार पुरोहितबरोबर बागेत सकाळी चक्कर आणि नंतर चहापाणी, असा रोज सकाळचा कार्यक्रम झाला. नंदकुमार अमरचा फॅमिली फ्रेंडच झाला. मुलं त्याला 'नंदूकाका' म्हणू लागली. तर अमरही औपचारिकता सोडून कधी 'नंदू' म्हणू लागला ते कळलं नाही. त्याचा हसरा चेहरा, त्यावर केशरी गंध, गळ्यात बारीक रुद्राक्षांची माळ आणि प्रसन्न स्वभाव अमरचा सकाळच्या आनंदाचा एक भाग झाला. त्याला एक राजकारण सोडल्यास सगळ्याच विषयांची गोडी होती, त्यामुळे त्याचं आणि अमरचं जमायचं. नंदकुमार पुरोहित शहरातील मारवाडी व्यापारी वर्गाचा प्रतिनिधी होता. पण तो अमर आणि त्याच्या कुटुंबाचा जणू एक सदस्य झाला होता.

तोरणा प्रकल्प वसाहतीच्या ओळीनं उभ्या असलेल्या कार्यकारी अभियंत्यांच्या बंगल्यासमोरच्या उभ्या पट्ट्यात वृक्षप्रेमी पोरेसाहेबांनी झटपट उंच वाढणारी ऑस्ट्रेलियन सुबाभळीची झाडं लावली होती. दोन वर्षांतच ती पुरुषभर उंच झाली होती. त्याच्यापलीकडे करमणूक केंद्र होतं. त्यात वसाहतीचं बांधकाम चालू असताना सिमेंटच्या गोण्या साठवायचं गोदाम होतं. आता मात्र तिथं वसाहतीमधील अधिकाऱ्यांना खेळण्यासाठी इनडोअर बॅडमिंटन कोर्ट, टेबल टेनिस कोर्ट तयार केलं होतं. त्या लांबलचक आडव्या करमणूक केंद्राच्या पलीकडे एक मोठं

आयताकृती मैदान होतं. तिथं मुलं क्रिकेट खेळत. त्या मैदानाच्या तीन बाजूंनी कर्मचाऱ्यांसाठी क्वार्टर्स बांधल्या होत्या. त्या मात्र दुमजली स्लॅबच्या इमारती होत्या. तिथं त्या सहा इमारतींमध्ये पन्नासएक कुटुंब राहात होती. बहुतेक कर्मचारी मध्यम वयाचे. त्यांची मुलंही पाच ते दहा वर्षं वयाची. त्यामुळे त्यांचा सकाळ-संध्याकाळ खेळांचा धुडगूस चाले. ह्या वसाहतीसाठी स्वतंत्र प्रवेशद्वार होतं, त्याच्यासमोरच ऑफिसची दुमजली लांबलचक इमारत. इमारतीच्या तळमजल्यावर पोर्चमधून आत गेल्यावर दोन बाजूला दोन ऑफिसं. उजवीकडे अमरचा मध्यम प्रकल्प विभाग, तर डावीकडे पोरेसाहेबांचा तोरणा धरण विभागामध्ये प्रशस्त जिना. जिन्यानं चढून वर गेलं, की परत उजवीकडे म्हणजे अमरच्या ऑफिसच्या डोक्यावरच लघु पाटबंधारे विभाग, तर डावीकडे सोनवणेसाहेबांचा तोरणा कालवा प्रकल्प विभाग. गावात भाड्याच्या इमारतीमध्ये असलेले मध्यम प्रकल्प विभाग ह्या नव्यानं बांधलेल्या सरकारी इमारतीमध्ये नुकतंच स्थलांतरित झालेलं. नव्याकोऱ्या इमारतीमध्ये एक नवंकोरं उत्साही वातावरण होतं. पोरे साहेबांच्या धाकामुळे जिन्याच्या कोपऱ्यात पानाच्या पिचकाऱ्या मारून घाण केलेली नव्हती. रोजच्या रोज झाडलोट झाल्यानं सगळं कसं स्वच्छ असायचं. पॅसेजमध्ये कुठं कागदाचा कपटा जरी दिसला, तरी पोरेसाहेब तो स्वत: हातानं उचलून कचराकुंडीत टाकत. ते स्वत:चं घर-अंगण झाडून जसं स्वच्छ ठेवत, तसंच कार्यालय आणि परिसरही स्वच्छ ठेवण्याचा त्यांचा आग्रह असे. त्यामुळे जागोजागी 'स्वच्छता राखा' असे फलक लावलेले. पोरेसाहेब स्वत: काहीकाळ लष्कराच्या सेवेत असल्यानं स्वच्छता व शिस्त त्यांच्या अंगात रुजलेली होती आणि तीच शिस्त इतर कर्मचाऱ्यांच्या अंगात रुजविण्याचा त्यांचा बाणा होता. ते अमरलाच नव्हे, तर इतर तीनही कार्यकारी अभियंत्यांना ज्येष्ठ होते, त्यांच्या ज्येष्ठतेमुळे आणि ह्या लष्करी शिस्तीमुळे सगळ्यांनाच त्यांचा आदरयुक्त धाक वाटत असे.

पोरेसाहेबांचं व्यक्तिमत्त्व अमरला आदर्शवत वाटत असे. सहा फूट उंच, शिडशिडीत सडपातळ देहयष्टी. लष्करी अधिकाऱ्यांसारखी रोज घोटून तुळतुळीत केलेली दाढी. डोक्यावर तसेच बारीक कापलेले केस आणि पातळशा ओठांवर बारीक तलवारकट मिशा. पाणीदार डोळे, धारदार तरतरीत नाक. चालण्यामध्ये एक प्रकारचा लष्करी रूबाब, तर बोलण्यामध्ये कठोर वाटावेत असे शब्दप्रयोग. सर्वच सरकारी लोकांशी ते कमांडिंग ऑफिसरप्रमाणे वागत-बोलत, त्यामुळे सगळे कर्मचारी त्यांच्यापासून दहा फूट अंतर राखूनच बोलत. कामानिमित्तसुद्धा त्यांच्या अगदी जवळ जाऊन अघळपघळ बोलण्याची कुणाची प्राज्ञा नसे. पोरेसाहेबांच्या व्यक्तिमत्त्वाची जडणघडण शोधण्याच्या प्रयत्नात त्याला त्यांच्या पूर्वायुष्याचे

धागेदोरे हाती लागले होते. तसा तो त्यांना ते इंजिनिअरिंग कॉलेजला असल्यापासूनच ओळखत होता. त्याचं कारणही तसंच होतं. पुण्याच्या इंजिनिअरिंग कॉलेजला त्याचा प्रवेश झाला. त्या वेळी त्यानं मिळालेल्या स्कॉलरशिपच्या पैशातून पहिल्यांदा शर्ट-पँटचे दोन जोड शिवले होते. इंटर सायन्सपर्यंत तो गावच्या कॉलेजात शर्ट-पायजमा घालून जात असे. त्या वेळी अख्ख्या कॉलेजमध्ये ह्या वेशात वावरणारा तो एकटाच होता. त्याला त्याची लाजही वाटत असे. त्याच्या गरिबीमुळे त्याचाही नाइलाज होता. इथं पुण्याला इंजिनिअरिंगला आल्यावर मात्र तो इतर मुलांसारखा शर्ट-पँट घालून त्यांच्यासारखाच एक होऊन विरघळून गेला होता. त्या गर्दीमध्ये मात्र त्याला एक सीनिअर विद्यार्थी, म्हणजे बी.ई. फायनलला असलेला पोरे नावाचा विद्यार्थी पांढराशुभ्र सदरा आणि पायजमा घालून कुठलाही न्यूनगंड न बाळगता कॉलेजमध्ये वावरताना दिसला. त्याला इतर विद्यार्थी व प्राध्यापकही आदरानं वागवताना दिसले. त्या वेळी अमरलाही मनातून ओशाळल्यासारखे झाले होते. कपड्यांमुळे आपल्या मनानं इतके दिवस आलेला न्यूनगंड कसा चुकीचा होता, याची जाणीव झाली होती. पोरे तेव्हा घरच्या गरिबीमुळे हे महागडं उच्चशिक्षण घेण्यासाठी तशा साध्या वेशात कॉलेजला येत होता. हॉस्टेलला राहण्याइतके पैसे नसल्यामुळे तो चक्क प्रिन्सिपॉल आगरकरांच्या घरी म्हणजे कॉलेजच्या आवारातल्या बंगल्यातल्या एका खोलीत राहत होता. त्याचं कारण त्याची हुशारी होती. तो नॅशनल स्कॉलर होता. तो फर्स्ट इयर इंजिनिअरिंगपासून सतत टॉपर होता. त्यामुळं तो आगरकरांचा दत्तक पुत्रच होता. बी.ई. फायनलच्या परीक्षेतही तो युनिव्हर्सिटीत पहिला आला. अनेक विषयांचे गोल्ड मेडल मिळवून त्यानं एक विक्रमच प्रस्थापित केला होता. त्या वेळी अमर फर्स्ट इयरला होता. पण तो पोरे ह्या हुशार विद्यार्थ्याला दुरूनच ओळखून मानत होता.

आज जवळजवळ वीस वर्षांनी तो पोरेला बघत होता. पण त्यानं त्याला ओळखलं. मधल्या वीस वर्षांत पुलाखालून खूपच पाणी वाहून गेलं होतं. पोरेचा 'पोरेसाहेब' झाला होता, तर अमरचाही 'चव्हाणसाहेब' झाला होता. पोरेसाहेबांच्या पहिल्या भेटीत त्यांनी मग त्यांच्या इंजिनिअरिंगची डिग्री मिळविल्यानंतरचा प्रवास अमरला सांगितला. डिग्रीनंतर ते युपीएससीची परीक्षा देऊन मिलिटरी इंजिनिअरिंग सर्व्हिसेसमध्ये विशाखापट्टणमला असिस्टंट गॅरिसन इंजिनिअर म्हणून हजर झाले. तिथं असतानाच त्यांनी एमपीएससीची परीक्षा दिली. तिच्यातही ते टॉपर होते. पण एमपीएससीमार्फत निवड होऊनही दप्तरदिरंगाईमुळे त्यांची प्रत्यक्ष नेमणूक होईपर्यंत मधल्या तीन वर्षांचा कालावधी गेला. त्यात ते गॅरिसन इंजिनिअर म्हणून प्रमोटही झाले, पण त्यांचं मन तिथं रमेना. आपण आपल्या राज्यातल्या

शेतकरी बंधूंचं देणं लागतो, ह्या भावनेनं त्यांनी मिलिटरीची नोकरी सोडली आणि इथं पाटबंधारे खात्यात वर्ग-१चे अधिकारी म्हणून रुजू झाले. त्यांच्या नंतर चार वर्षांनी अमरनंही डिग्री घेतली. पण आणीबाणी आणि झिरो बजेटमुळे त्याला एमपीएससीची परीक्षा द्यायला आणि वर्ग एकचा अधिकारी व्हायला आणखी चार वर्षं गेली. त्यामुळं आज जरी तो आणि पोरेसाहेब दोघंही पाटबंधारे खात्यात एक्झिक्युटिव्ह इंजिनिअर म्हणून समान पदावर असले, तरी ते वयानं, अनुभवानं आणि सेवेतील ज्येष्ठतेमुळे त्याला आदरणीय होते. त्यांच्याशी तो आदरानं वागे, आणि आता तर ते त्याचे सख्खे शेजारी होते. त्यांच्याकडून त्याला कित्येक गोष्टी शिकाव्याशा वाटत.

इथं तोरणा कॉलनीत राहायला अमर आणि त्याचं कुटुंब आलं त्याच्या दुसऱ्याच दिवशी सकाळी नंदकुमार पुरोहितची ओळख झाली, तसंच आणखी एक गोष्ट घडली होती. ती म्हणजे पोरेसाहेबांनी अमरला सहकुटुंब चहा-नाश्ता घेण्यासाठी बोलावलं होतं. त्यांनी अमरला बोलावून शेजारधर्म पाळला होता. त्यामुळे पोरेसाहेबांच्या कुटुंबाशी अमरच्या कुटुंबाची ओळख झाली. शांती वहिनींची आरतीशी ओळख झाली, तशी त्यांच्या दोन मुली आणि एका मुलाशी अमरच्या तीनही मुलांची ओळख झाली. पोरेसाहेबांची मुलं दोन-चार वर्षांनी अमरच्या मुलांपेक्षा मोठी असली, तरी अतिशय समजूतदार व प्रेमळ असल्यानं मुलांचं छान जमलं. तसंच पोरेवहिनींनादेखील मोठ्या अधिकाऱ्याची बायको असल्याची कोणतीही आढ्यता नव्हती. त्यामुळे आरतीचंही त्यांच्याशी छान सूत जमलं. बऱ्याच वर्षांनी आरतीला सरकारी कॉलनीमध्ये मनासारखा शेजार मिळाला होता. त्यामुळं तीही सुखावली आणि अमर आता दिवसच्या दिवस साईटच्या दौऱ्यांवर जायला निर्धास्त झाला.

या नव्या घरात घटस्थापनेच्या दिवशी गृहप्रवेश झाला आणि आरतीनं प्रथम देवघर मांडून घटाची स्थापना केली. अमरच्या घरात परंपरेनं काही गोष्टी त्याच्यापर्यंत चालत आल्या होत्या. चैत्रात रामाचे नवरात्राचे उपवास तसेच अश्विन महिन्यात देवीच्या नवरात्राचे उपवास. अमरची आई घटस्थापनेपासून दसऱ्यापर्यंत उपवास धरी. आई गेल्यावर अमरच्या बहिणीनं काही वर्षं व्रत पाळलं आणि अमरचं लग्न झाल्यावर ते आरतीकडे पाळणं आलं. पण गेली दहा वर्षं तीदेखील आनंदानं ते पाळत आली होती. अमरचा ह्या व्रतवैकल्यांवर विश्वास नव्हता; पण त्याचा विरोधही नव्हता. ही व्रतवैकल्यं, हे सणवार जर केवळ बुद्धिप्रामाण्याच्या कसोटीवर नास्तिक होऊन वजा केले, तर जीवनात जगायला सांस्कृतिक असं काही उरणारच नाही. जीवन कसं सगळं निरस होऊन जाईल. त्यामुळे तो सर्व

धार्मिक उत्सवांकडे सांस्कृतिक उत्सव म्हणून बघत असे. त्याचबरोबर आजकाल ह्या सांस्कृतिक उत्सवांचं बदललेलं अति सांस्कृतिक रूपही त्याला आवडत नसे. म्हणजे आजकालचा गणपती उत्सव घ्या. त्यात तरुणांचा ढोल-ताशांच्या तालांवर चाललेला वेडावाकडा अंगविक्षेप करणारा नाच त्याला अजिबात आवडत नसे. एवढ्याशा गणपतीच्या मूर्तीपुढे चाललेल्या ह्या नाचाचा आणि गणपती ह्या बुद्धीच्या देवतेचा खरंच काही संबंध आहे का? गणपतीची स्थापना असो किंवा विसर्जनाची मिरवणूक ही नाच्या मुलांना जणू मिळालेली मोठी पर्वणीच. तीच गाणी-बजावणी, तोच ढोल-ताशा लग्नाच्या मिरवणुकीत, तोच देवांच्या मिरवणुकीत, तोच निवडणुकीत निवडून आलेल्या उमेदवारांच्या विजयी मिरवणुकीत, त्यातही भरपूर दारू पिऊन नाहीतर भांग पिऊन. नाचणाऱ्यांना पिण्याचा आणि नाचण्याचा बहाणा तेवढा पाहिजे. हा सगळा देवाच्या नावावर चाललेला तमाशा बघून त्याला देवांचाच राग येत असे. बरं हे सगळं बंद करावं म्हटलं, तर करणार कोण अन् ऐकणार कोण? आणि समजा बंद केलं, तर ह्या बेछूट तरुणाईला कसं आवरणार? ह्या प्रश्नांची उत्तरं न मिळाल्यामुळे आहे ते बघत राहाणं तो स्वीकारायचा.

इकडे गणपतीमध्ये महालक्ष्म्या जशा घरोघरी, तशीच नवरात्रात देवीची घटस्थापना घरोघरी. घरोघरी देवीचे उपवास. पायात चप्पल न घालता अनवाणी पायांनी मिरवणारे देवीचे अनेक भक्त दिसायचे. दहा दिवस अश्विन महिन्याच्या कडक उन्हात मिरवणाऱ्यांमध्ये त्याचा ड्रायव्हर मोहनदेखील होता. त्याला कारण विचारलं, तर त्याला सांगता येईना. वाड-वडिलांनी देवीला नवस बोलला असेल, म्हणून आपणही चालू ठेवायचं. त्यात अमरसारखा कोणालाही प्रश्न पडत नसायचा. ज्या प्रश्नाचं उत्तरच नसतं, त्याला प्रश्न तरी का म्हणावं आणि उत्तर तरी का शोधावं?

"अहो, आपण जाऊ या का तुळजाभवानीच्या दर्शनाला ह्या नवरात्रात? आता आपण इतक्या जवळ आलोय. लग्न झाल्यापासून आपलं जाणं झालं नाही."

"बरं, बरं, माझी आधी ऑफिसची कामं मार्गी लागू देत. मग बघू..."

"नाही, उद्या तुमची मोठ्या साहेबांबरोबर बैठक असल्याचं ऐकलं म्हणून..."

"हो, तेही खरंच आहे. बघू, उद्या बरोबरच जाऊ सर्कल ऑफिसला अन् मीटिंग आटोपली, की तसंच पुढं तुळजापूरला जाऊ, की तू एकटीच जाऊन दर्शन घेऊन येतेस. कारण मीटिंग किती वेळ चालेल सांगता येत नाही."

"अहो, असं काय करताय? देवी काय माझ्या एकटीची आहे का? लग्न

झाल्यावर लगेच सगळे जोडीनं जेजुरी अन् तुळजापूरला जातात. आपलं लग्न होऊन दहा वर्षं झालीत. तीन मुलंही झालीत, पण अजून ना आपण जेजुरीला गेलो ना तुळजापूरला. घरात कोणी वडीलधारं नसलं सांगायला, की असंच असतं बघा.''

''अगं, मग त्यानं काही बिघडलंय का आपलं?''

''आजपर्यंत नाही, पण उद्या बिघडलं तर? म्हणजे काही बिघडलं, तरच देवाकडे जावं असं काही आहे का?''

''बरं, बाई, तुझ्याशी डोकं लावण्यात काही अर्थ नाही. जाऊ, उद्याच जाऊ.''

दुसऱ्या दिवशी सकाळीच अमर कुटुंबासह जायला निघाला. गाडीतही तो मीटिंगची कागदपत्रं चाळत होता, तर आरती मुलांना बाहेर काहीबाही दाखवत त्यांच्याशी बोलत होती. गावाच्या बाहेर एमआयडीसी सोडल्यावर सरळ रस्त्यानं मोहननं जोरानं गाडी दामटली. गाडीचा वेग वाढल्याचे बघून मुलांनी आनंदानं टाळ्या पिटायला सुरुवात केली. अमरचं डोकं मात्र फायलींमध्ये खुपसलेलं होतं. तेवढ्यात जोरात खर्रर... खर्रर... आवाज झाला आणि जोराचा झटका बसला. पुढं मोठा मुलगा बसला होता. मागच्या सीटवर अमर आणि आरती दोन मुलांना घेऊन बसले होते. गाडीवरचा मोहनचा ताबा सुटला होता. ती डाव्या बाजूला झुकली होती. पुढचा मडगार्डचा भाग थेट रस्त्याला टेकून त्याचा खर्रर... खर्रर... रस्त्याला खरवडवणारा आवाज होत होता. तोच मोठा मुलगा ओरडला, ''बाबा, ते बघा. आपल्या गाडीचं चाक आपल्या गाडीच्या पुढे पळतंय...'' अमरनं खिडकीतून बाहेर बघितलं, तर खरंच गाडीचं पुढचं चाक निसटलं होतं. ते गाडीपेक्षा जास्त वेगानं गाडीच्या पुढे वेडंवाकडं धावत होतं. समोरून येणाऱ्या ट्रकला चुकवत मोहन भीतीनं ओरडणाऱ्या आरतीला, ''बाई, शांत राहा, घाबरू नका...'' म्हणत गाडीवर ताबा मिळवत होता. मुलांनी गाडी डावीकडे झुकतेय असं बघून एकच गलका केला होता. आरतीनं मुलांना छातीशी घट्ट धरलं होतं. तिची भीतीनं गाळण उडाली होती. मोहननं कसातरी गाडीवर ताबा मिळवत डावीकडे रोडच्या खाली गाडी उतरवली. काही अंतर जाऊन पलटी न होता काल झालेल्या पावसामुळे ती चिखलात रुतून बसली. गाडी चिखलात रुतल्यानं जागीच उभी राहिली होती. मोहन ड्रायव्हरनं इतका वेळ संयमानं काम केलं होतं. पण गाडी उभी राहताच तो गाडीबाहेर पडला आणि मैलाच्या दगडावर दोन्ही हातांनी डोकं धरून बसला. तो थरथर कापत होता. त्याला शब्दही फुटत नव्हता. अमर स्वत: दार उघडून बाहेर पडला. त्यानं पुढच्या सीटवर बसलेल्या थोरल्या मुलाला

बाहेर काढलं. गाडीतल्या वॉटरबॅगनं सगळ्यांना पाणी पाजून शांत केलं. झालेला प्रकार त्याच्या लक्षात आला. काल गाडीचं पुढचं हेच चाक पंक्चर झालं होतं. पंक्चर काढून परत बसविताना मेकॅनिकनं नट जोर लावून पिळले नव्हते. त्यामुळं नट गळून पडले आणि चाक बाहेर पडलं. गाडीला वेग असल्यानं ते त्याच वेगानं गाडीच्याही पुढं पळालं, तर मोहननं गाडीचा वेग ॲक्सिलेटर, गियर व ब्रेकच्या साहाय्यानं कमी केल्यानं ती हळूहळू चिखलात रुतून बसली. अमरनं मोहनला हलवून ताळ्यावर आणलं. तो अमरचे पाय धरू लागला, तेव्हा अमरनं त्याला न रागवता, रस्त्यावर पडलेले नट-बोल्ट शोधायला पाठवलं. त्यानं ते शोधले, रस्त्यावरून जाणाऱ्या प्रवासी टेम्पोला हात करून लोकांना बोलावलं. चिखलात रुतलेली गाडी रस्त्यावर आणली. निखळलेलं चाक परत घट्ट बसवलं. त्याच्यामध्ये होती नव्हती तेवढी ताकद लावून ते व्हील पान्ह्यानं दातओठ खात घट्ट केलं. एवढं करून न थांबता व्हील पान्ह्याच्या दांड्यावर उभा राहून वजन दिलं. ''मोहन, आता बास, आता तुझ्या वजनानंच ते तुटायचं.'' अमर त्याला म्हणाला. मोहननं गाडीला नमस्कार करून गाडी स्टार्ट केली.

''बघा, मी म्हटलं होतं, ना तुम्हाला, आईनंच वाचवलं आपल्याला. तुमचं आपलं असंच असतं, पार गळ्याशी येईपर्यंत थांबायचं.'' आरतीनं अमरकडे जळजळीत कटाक्ष टाकत म्हटलं. यावर हा निव्वळ योगायोग आहे हे म्हणायची अमरला हिंमत झाली नाही. आरतीनं घाईघाईनं पर्समधून 'श्रीसुक्त' काढलं आणि डोळे मिटून, हात जोडून ती त्याचं पठण करू लागली. अमरला मनातून हसू आलं, पण त्यानं तसं दाखवलं नाही. तो विचार करत राहिला... 'खरंच हे सगळं' का आणि कसं घडलं. कारण काही असो, आज देवीचं दर्शन चुकवायचं नाही. नाहीतर आरती आपल्याला माफ करणार नाही. काहीकाही प्रसंगी तार्किक सुसंगती लावण्यापेक्षा एखाद्याची श्रद्धा जपलेली बरी. आपली लढाई अंधश्रद्धेविरुद्ध आहे. मनोबल वाढवणाऱ्या श्रद्धेविरुद्ध नाही!'

शिंदेसाहेबांच्या घरी त्यानं आरती आणि मुलांना सोडलं आणि तो तसाच अधीक्षक अभियंता बागुलसाहेबांच्या ऑफिसमध्ये गेला. तिथं शिंदेसाहेब आणि त्यांचे इतर सहकारी कार्यकारी अभियंता हजर होते. ह्या हंगामाच्या कामाच्या नियोजनासाठी ही मीटिंग होती. त्यानं बागुलसाहेबांच्या जवळ जाऊन त्याच्या नियोजनाचा आढावा आधी घ्यायची विनंती केली. त्यानं देवीच्या दर्शनाला जायचं कारण सांगितल्यावर त्यांच्या चेहऱ्यावर राग येण्याऐवजी प्रसन्न हसू पसरलं. ते स्वत: देवीभक्त असावेत. त्यांच्या कपाळावरचं देवीचं कुंकू बघून त्याला तसं वाटलं. ते म्हणाले, ''मी रोज पहाटेच आईचं दर्शन घेऊन येतो. नवरात्रात देवी

दर्शनाचा माझा कित्येक वर्षांचा शिरस्ता आहे. तुम्ही एवढ्या लांबून ह्या भागात आला आहात, जा, अवश्य जाऊन दर्शन घ्या.'' अमरला त्यांचं देवभोळं सात्त्विक रूप पाहायला मिळालं. देवावरची श्रद्धा अशी उपयोगात आली होती. अमरनं त्याच्या सगळ्या धरणांच्या व कालव्यांच्या कामाचं ह्या हंगामाचं सूक्ष्म नियोजन केलं होतं. दरमहाचं आर्थिक आणि भौतिक उद्दिष्ट ठरवलं होतं. निधीची उपलब्धता आणि आवश्यकता दर्शविणारी एक संक्षिप्त टिप्पणी तयार केली होती. ती बागुलसाहेबांच्या हातात दिली आणि त्यानं तोंडी आकडेवारीनिशी सगळं चित्र थोड्याच वेळात स्पष्ट केलं. संभाव्य अडचणी आणि त्या दूर करण्यासाठी मंडळ कार्यालयाकडून करावयाच्या कामाच्या अपेक्षाही त्यानं व्यक्त केल्या, सारं काही मुद्देसूद आणि थोडक्यात त्यानं अर्ध्या तासात मांडलं. अधीक्षक अभियंता त्याच्या ह्या तयारीवर व निवेदनावर खूश झाले. त्यांनी त्याची टिप्पणी इतर कार्यकारी अभियंत्यांना दाखवत त्यांना उद्देशून म्हटलं, ''बघा, यापुढे मीटिंगला येताना सगळ्यांनी अशी संक्षिप्त टिप्पणी करून आणा, म्हणजे आपल्या सगळ्यांचा वेळ वाचेल. छान. चौहानसाहेब तुम्ही जाऊ शकता.''

अमर शिंदेसाहेबांच्या घरी गप्पात रमलेल्या आरतीला आणि बाहेर शिंदेसाहेबांच्या मुलांसोबत खेळात रमलेल्या मुलांना घेऊन तुळजापूरच्या दिशेनं निघाला. त्या वेळी त्याला कर्तव्यपूर्तीचा आनंद होत होता. त्याच्या कार्यपद्धतीचं कौतुक त्याच्या वरिष्ठांची पाठीवर थाप पडल्यानं झालं होतं. आता तो नि:शंक मनानं देवीचं दर्शन घेऊ शकत होता. आरतीचा तर उपवासच होता. उपवासात ती कधी उपवासाची साबुदाणा खिचडी वगैरे काही खात नसे. मुलं शिंदेसाहेबांच्या घरी जेवली होती. त्याला भूक लागली होती, पण आधी देवपूजा मग पोट-पूजा म्हणून त्यानं महाद्वारापाशी गाडी उभी केली. तेव्हा देवीचे भोपे असलेले कदम त्यांची वाटच बघत होते.

भव्य दगडी कमानीतून पायऱ्या उतरता उतरता आरतीनं देवीसाठी साडी-चोळी आणि खणा-नारळाची ओटी घेतली. ड्रायव्हरनं अमरच्या हातात हार-फुलं आणून दिली. मुलांचं बोट धरून तो, मोहन ड्रायव्हर आणि आरती पायऱ्या उतरू लागली. अमरनं खरं तर लग्न झाल्या झाल्या पत्नीसह दर्शनाला यावं, अशी परंपरा होती. पण ती तुटली होती. आता लग्नानंतर थेट दहा वर्षांनी तो तीन मुलांना घेऊनच दर्शनाला येत होता. हाही एक दैवयोगच असावा. निदान आरतीला तरी तसं वाटत होतं, तुळजापूरची देवी भवानी त्यांचं कुलदैवत होतं. पण बाकी कुळाचार अमरला माहीत नव्हते. ते सगळे लग्न झाल्यावर अमरच्या बहिणींनी आरतीला सांगितले होते. त्यामुळं तो सगळा विषय आरतीचा समजूनच

तो वागत आला होता. अमर प्रथमच तुळजापूरला तुळजाभवानीच्या दर्शनाला येत असल्याचं समजल्यावर मंदिराविषयी कदमसाहेबांनी अमरला माहिती सांगण्यास सुरुवात केली, ''सर, निजाम राजवटीपासून तुळजाभवानी मंदिराचा कारभार हाकण्याकरिता संस्थानाची निर्मिती झाली. जिल्ह्याचे कलेक्टर प्रमुख असले, तरी प्रत्यक्ष देवीची पूजाअर्चा आमच्या कदम घराण्यातील सोळा घरांकडे आहे. आम्हाला देवीचे भोपी, तर जे दुसरे देवीचे नवस-सायास पार पाडतात त्यांना पाळीकर म्हणतात. त्यांच्यासोबत पातेरी मठाचे महंत असतात.'' अमरला त्याच्या गावी असलेल्या मंदिरांमध्ये आणि गंगाघाटावर असलेल्या गाईड लोकांच्या तोंडून अशी पाठ केलेली माहिती ऐकायची अन् सोडून द्यायची सवय होती. मात्र आरती ही माहिती कान देऊन ऐकत होती. त्यामुळे कदमनं अमरला सोडून आरतीला माहिती सांगण्यास सुरुवात केली, ''मॅडम, ह्या पाळीकरांच्या मुलींशी आमच्या कदम घराण्यांचा संबंध होत नाही.'' कदमसाहेब पुजाऱ्यांमध्येही आपलं श्रेष्ठत्व सांगत होते, ''मंदिर संस्थान आणि दानपेटीतील सोळा टक्के हिस्सा ह्या सोळा घराण्यांना मिळतो. भक्ताला लाखोनं देणारी देवी स्वत: मात्र पहिला नैवेद्य भाजी-भाकरीचा स्वीकारते. तुळजापुरात देवीच्या सेवेत सर्व जातिधर्मांना स्थान आहे. देवीला टोपासाठी पानं पुरवणारे तांबोळी मुस्लीम असले, तरी देवीची माळ, पोत, परडी तर पाळतातच; शिवाय घटस्थापनाही करतात.'' हे ऐकताच अमरचे कान कदमसाहेबांच्या बोलण्याकडे टवकारले गेले. म्हणजे तुळजाभवानी हिंदू-मुस्लीम ऐक्याचं प्रतीकच म्हणावं लागेल. सर्वधर्म समभावाची संकल्पना इथं प्रत्यक्ष आचरणात येत असल्याचं ऐकून अमरला धन्य वाटलं. ज्याप्रमाणे आई सर्वांना सामावून घेते, त्याप्रमाणे ही देवी असल्यानं श्री तुळजाभवानी देवी हीच महाराष्ट्राची कुलस्वामिनी आहे. आरतीनं थेट गाभाऱ्यात प्रवेश करून देवीची साडी-चोळी देऊन खणा-नारळानं ओटी भरली, तेव्हा तिला धन्य वाटलं!

दसऱ्याच्या मुहूर्तावर ठरल्याप्रमाणे अमरनं धरणांच्या व कालव्यांच्या कामांची नारळ फोडून सुरुवात केली. गेल्याच आठवड्यात अधीक्षक अभियंत्यांच्या कार्यालयात झालेल्या बैठकीत त्यानं ह्या वर्षीच्या कामाच्या हंगामाची सुरुवात दसऱ्यालाच करत असल्याचं सांगितलं होतं. तेव्हा सगळ्याच कार्यकारी अभियंत्यांनी 'हे अगदी लवकरच होतंय' असं मत व्यक्त केलं होतं. कारण मराठवाड्याच्या ह्या जिल्ह्यांमध्ये पाऊस येतोही उशिरा आणि जातोही उशिरा! पण इथं तर अमरनं भर पावसाळ्यातही जो 'ड्रायस्पेल' मिळाला होता, त्यातही काम केलं होतं. लांबलेल्या पावसासाठी किती वेळ थांबायचं ह्याला काही गणित नव्हतं. आणि समजा पाऊस

थोडा लांबलाच, तर थोडे दिवस काम बंद ठेवता येईल. पण पावसाच्या भीतीनं संपूर्ण महिनाभर कामाचं वेळापत्रक पुढे ढकलणं त्याला मान्य नव्हतं. शिवाय बैठकीत त्यानं जोरकसपणे मांडलेल्या भूमिकेला आणि त्याच्या ॲक्शनप्लॅनला अधीक्षक अभियंत्यांची मंजुरीही मिळाली होती. त्यामुळे त्याच्यात उत्साह संचारला होता. आतापर्यंतच्या त्याच्या पश्चिम महाराष्ट्रातील अनुभवानुसार त्यानं धरणांची असो की कालव्यांची, सर्वच कामं दसऱ्याला सुरू केली होती. हेही खरं होतं की, बाहेरच्या राज्यांतून येणारे मजूर दिवाळीनंतरच येत, पण कामाची तोपर्यंत जुगाड होत असे. स्थानिक मजुरांकडून करायची कामं पुढे सरकत.

सांडोळ, असर्जन ह्या प्रकल्पांच्या धरणांचं मातीकाम ज्या 'मोरेब्रदर्स' कंपनीकडे होतं, त्यांना त्यानं त्यांचा मुलाहिजा न ठेवता खरमरीत पत्र दिलं होतं. महिनाभर अगोदरच नोटीसवजा पत्र देऊन 'दसऱ्याला ह्या दोन्ही धरणांची कामं सुरू करा, नाहीतर दंड भरा', असं बजावलं होतं. पण ह्या निर्ढावलेल्या व राजकीय वरदहस्त असलेल्या कंपनीनं काम तर सुरू केलं नाहीच, पण त्याच्या पत्राला साधं उत्तरही दिलं नव्हतं. मात्र ह्या दोन्ही धरणांच्या सांडव्याचं गेल्या हंगामानंतर पावसाळ्यात बंद पडलेलं काम 'शर्मा अँड सन्स कंपनी'नं दसऱ्याच्या मुहूर्तावर अमरच्या हातून नारळ फोडून सुरू केलं होतं. तसंच अंबुलगा प्रकल्पाच्या धरणाच्या काँक्रीटच्या सांडव्याचं कामही 'फास्टर कन्स्ट्रक्शन्स' ह्या मुंबईच्या कंपनीनं सुरू केलं होतं. त्यासाठी त्यांना नदीपात्रातील सांडव्याच्या खोल खड्ड्यात पावसाळ्यात साठलेलं हजारो लिटर पाणी दिवसरात्र पंप लावून उपसावं लागलं होतं. तरीपण त्यांनी दसऱ्याचा मुहूर्त बरोबर साधला होता. दसऱ्याच्या मुहूर्ताला नारळ फोडण्यासाठी कंपनीचे मालक युसूफशेठ स्वत: हजर होते. यापूर्वी त्याची व युसूफशेठची साईटवर चुकामूक झाली होती, तर एकदा ते अमरच्या ऑफिसला त्याला भेटायला आले, तेव्हा अमर औरंगाबादला मुख्य अभियंत्यांच्या ऑफिसमध्ये मीटिंगला गेला होता. त्यानंतर पावसाळाच सुरू झाला होता. पण युसूफशेठचा त्याला फोन येत असायचा. त्यामुळे त्याची फोनवर ओळख झाली होती. शिवाय तो माजी मुख्यमंत्री सयाजीराव पाटील अंबुलगेकरांचा माणूस असल्याचं त्याला कळलं होतं आणि खुद्द माजी मुख्यमंत्र्यांनी अमरला समक्ष भेटीत 'युसूफशेठवर लक्ष ठेवा' असं सांगितलं होतं.

दसऱ्याला अमर सांडोळ, असर्जन धरणांची कामं सुरू करू शकला नाही, पण कालव्यांची कामं सुरू करून तो जेव्हा अंबुलगा धरणाच्या साईटवर पोहोचला, तेव्हा अंबुलग्याच्या कॅनॉल चौकीवर माणिकराव पाटील अंबुलगेकर आणि युसूफशेठ त्याचीच वाट बघत होते. डेप्युटी इंजिनियर पिंगळे खाली सांडव्याच्या

साईटवर पूजा मांडून त्याची वाट बघत होते. अमरची अॅबॅसिडर गाडी चौकीजवळ येताच युसूफशेठ उठून धावत आले. पांढराशुभ्र शर्ट, पांढरीशुभ्र पँट आणि पांढरेशुभ्र बूट. डोक्यावरचे सगळेच केस उडालेले. त्यांचं टक्कल उन्हात चमकत होतं. महाराजांसारखं लांबलचक नाक आणि तशीच काळीपांढरी दाढी. उंच शिडशिडीत देहयष्टी. अंगावर कुठंही इंचभर चरबी नाही.

''सलाम, साब, मैं युसूफ, फास्टर कन्स्ट्रक्शन, बंबई.''

''वालेकुम सलाम, युसूफशेठ. आपके बारेमें सुना तो बहुत है और फोन पे भी बहुत बार सुना है. लेकिन आज मिलके खुशी हुई.''

''मुझे भी बहुत खुशी हुई, चीफ इंजिनिअर अभंग साब और सेक्रेटरी साबभी आपकी तारीफ करते है. रातसा डॅम पे आपने बहुत काम किया है.'' माणिकराव पाटील अंबुलगेकर दोघांचं बोलणं ऐकत आश्चर्यानं बघत होते.

''सायब, आता बास करा की एकमेकांची तारीफ. मुहूर्त टळून चाललाय बघा. खाली पिंगळेसाहेब आणि भटूडं तुमची वाट बघताय. चला.''

माणिकराव पुढे आणि ते दोघं मागे बोलत चालले आणि शिडीवरून खाली खोल खड्ड्यात जिथं पूजा मांडली होती, तिथं उतरले. त्यांना बघताच खाली अंथरलेल्या सतरंजीवर भटजीनं बसायची खूण केली. अमरनं भटजींना शॉर्टकट पूजा करायला सांगितली. त्यांनीही पडत्या फळाची आज्ञा म्हणून चटावरचं श्राद्ध उरकावं तशी पटकन पूजा उरकली आणि मंत्रोच्चार करून दोघांच्या हातात नारळ दिले. गंध लावण्यासाठी अमरनं डोकं पुढं केलं, तर युसूफशेठनं डोकं मागं करून स्वत: गंध बोटांवर घेऊन गळ्याला लावलं आणि नारळ फोडण्यासाठी पिंगळे डेप्युटी इंजिनिअरच्या हातात दिला. युसूफशेठ मुसलमान असल्यानं त्यांच्या धर्मात गंध आणि नारळ फोडणं ह्या दोन्ही हिंदू धर्माच्या गोष्टी बसत नसाव्यात. अमर आणि पिंगळे डेप्युटी इंजिनिअरांपाठोपाठ माणिकराव पाटलांनीपण मुहूर्ताचा नारळ वाढवला आणि काँक्रीटचा पहिला घाणा पडला. खरं तर धर्मनिरपेक्ष देशात असे धार्मिक संस्कार नकोत, असं त्याला पहिल्यांदाच वाटलं.

●●

नंदकुमार हातात कंद घेऊन सकाळीच आला. त्याला बघून अमर आणि आरती बाहेर बागेत आले. तो हसून म्हणाला, ''हे बघा, वहिनीसाहेब, ग्लॅड्यूलाचे एक डझन कंद आणले आंहेत.'' कांद्यासारखे दिसणारे कंद अमर बघतच राहिला. या कंदांमधून इतकी सुंदर फुलं येतात, ट्यूलिपसारखी. विदेशी फुलांची

वाणं इथं ह्या देशी मातीत रुजतातच कशी, याचं त्याला आश्चर्य वाटलं. कारण मागे त्यानं काश्मीरहून मोठ्या हौसेनं आणलेले कंद आणि छोट्या रंगीत फुलांची बियाणं इथल्या मातीत काही केल्या रुजली नव्हती.

"कोणत्या रंगाची आहेत फुलं?" आरतीनं नंदकुमारला विचारलं.

"वहिनीसाहेब, ही सगळी एकाच रंगाची आहेत, पिवळी. यात जांभळी, लाल आणि पांढरीपण मिळतात. कंदावरून रंग ओळखणं कठीण असतं. म्हणून सध्या फक्त एकाच पिवळ्या रंगाची आणलीत. कुठं लावायची सांगा." आरतीनं बागेत फिरून ग्लॅड्यूलाच्या फुलांसाठीची जागा दाखविली.

"सर, आज रात्रीच्या कार्यक्रमाचं लक्षात आहे ना? कोजागिरी पौर्णिमेचं. तुम्ही सगळ्यांनी यायचं. तुमची आमच्या ग्रुपच्या मेंबर्सशी ओळख होईल. कार्यक्रमानंतर दुग्धपान आहे. तेव्हा मुलांनाही घेऊन या, सर." नंदकुमारनं पंधरा दिवसांपूर्वी आजच्या कार्यक्रमाचं दिलेलं निमंत्रण अमर साफ विसरला होता. गेल्या पंधरा दिवसांत दिवसागणिक रोज कुठल्यातरी कामांची सुरुवात तो भूमिपूजन करून करत होता. सतत दौऱ्यावर बाहेर साईटला जात होता. ऑफिसचं टपालही बघायला त्याला वेळ नव्हता. महत्त्वाच्या फायली, पत्रं तेवढी म्हस्के पी.ए. घरी पाठवत. ते रात्री उशिरा बघून शेरे मारून किंवा सही करून तो परत पाठवत होता. त्यातच ह्या कार्यक्रमाचं निमंत्रणपत्रदेखील असावं. पण त्याला आता आठवत नव्हतं.

रात्री बरोबर नऊ वाजता तो शहरातील एका मंगल कार्यालयात पोहोचला. ह्या शहरात असल्या सांस्कृतिक कार्यक्रमांसाठी एखादा हॉलही नसावा, हे त्याला सांस्कृतिक मागासलेपणाचं लक्षण वाटलं. लग्नाच्या हॉलमध्ये बिछायतींवर शे-दोनशे ज्येष्ठ नागरिक आपल्या कुटुंबांसह बसलेले होते. त्यानं हॉलमध्ये प्रवेश करताच कार्यक्रमाची निमंत्रक मंडळी त्याला बघून स्वागतासाठी झपझप पावलं टाकत पुढं आली. नंदकुमार नक्षीदार झब्बा घालून आला होता. त्यानं पुढं येऊन अमरची त्यांच्या 'माध्यम साहित्य-कला मंडळा'च्या पदाधिकाऱ्यांशी ओळख करून द्यायला सुरुवात केली,

"सर, हे जयप्रकाशजी रगडे, आमच्या ग्रुपचे संस्थापक आणि अध्यक्ष, हे डॉ. सूर्यनारायण रणशूर, हे प्रा. गोपाळ मोपलवार ... आणि हे आजचे दुसरे पाहुणे 'उचलेगिरी'चे लेखक राम गायकवाड."

अमरला इथं आल्यापासून गेल्या नऊ महिन्यांत पहिल्यांदा त्याच्या सरकारी कामाशिवाय बिनसरकारी माणसं भेटत होती. नंदकुमारनं ह्या कोजागिरीच्या कार्यक्रमाच्या निमित्तानं त्याला ह्या शहरातील साहित्य-कला क्षेत्रातील रसिक,

जाणकार मंडळींमध्ये आणलं होतं. त्यामुळे अमरला आनंद झाला, तसंच ह्या दिग्गज मंडळींचं दडपणही आलं. डॉ. सूर्यनारायण रणशूर हे प्रसिद्ध हिंदी साहित्यकार, अनुवादक आणि समीक्षक होते, तर प्रा. गोपाळ मोपलवार इथल्या कॉलेजमध्ये इंग्रजीचे प्राध्यापक होते, ते स्वत: इंग्रजी साहित्याचे अभ्यासक असल्यानं ते इंग्रजी पेपरमधून समीक्षा-परीक्षणं लिहीत असत. संस्थापक अध्यक्ष जयप्रकाशजी रगडे स्वत: कवी असून पत्रकारही होते. ते मराठवाड्यातील एका सुप्रसिद्ध दैनिकाचे ह्या शहराचे निवासी संपादक होते. ते स्वत: कवी असल्यामुळे अमरच्या कवी मित्रांशी त्यांची अंबाजोगाईच्या साहित्य संमेलनात ओळख झाली असल्याचे ते सांगत होते. त्यांच्याच कल्पनेनुसार आजच्या ह्या कार्यक्रमाचं आयोजन केलं गेलं होतं. 'शून्यातून विश्व' ह्या विषयावर बोलायला त्यांनी अमरला आणि राम गायकवाडांना बोलावलं होतं.

अमरनं इथं येण्यापूर्वीच राम गायकवाडांचं 'उचलेगिरी' हे आत्मकथन वाचलं होतं. त्यामुळे त्यालाही राम गायकवाडांना भेटायची उत्कंठा होती. इथल्या जमलेल्या सगळ्या दिग्गज मंडळींमध्ये त्याला राम गायकवाड जवळचे वाटले. ते तर त्याच्यापेक्षाही वयानं तरुण आणि देखणे होते. 'उचलेगिरी'चा वडार समाजाचा भटका-विमुक्त नायक म्हणून त्याच्या डोळ्यासमोर जो आला होता, त्याच्यापेक्षा अगदी वेगळं असं व्यक्तिमत्त्व राम गायकवाडांचं होतं. देखणं रूप. गोरा रंग, नीटनेटकं राहणं, अंगात सरकारी अधिकारी घालतात तसा सफारी. त्यांच्या वयामुळं, देखणेपणामुळं की जातीमुळं, पण अमरला राम जवळचा वाटला. राम गायकवाडांनादेखील एखादा एक्झिक्युटिव्ह इंजिनियर असलेला अमरसारखा सरकारी अधिकारी कवी, लेखक असू शकतो, हे नवीनच होतं. सरकारी अधिकाऱ्यांपासून दोन हात लांबच राहणारी साहित्यिक आणि कलावंत मंडळी ह्या प्रसंगानं 'माध्यम'च्या लोकांनी एकत्र आणली होती. विळ्या-भोपळ्याची मोट बांधायचा हा प्रयोग होता. त्यामुळं अमरला खूप वर्षांनी हा 'साहित्य सहवास' लाभला होता. त्याला हरवलेलं पाडस आपल्या कळपात परत येऊन आनंदानं हुंदडतं तसं वाटत होतं. तर तिकडे राम गायकवाडांचा लेखक म्हणून जन्म व्हायच्या आधीच्या काळात त्यांनी गुत्तेदार म्हणून केलेल्या कामाच्या वेळी आलेला सरकारी अधिकाऱ्यांचा अनुभव काही चांगला नव्हता. पण अमरचा 'गुलमोहोर' हा कवितासंग्रह आणि त्याच्या 'उचलेगिरी' या आत्मकथनाचा पुण्याचा प्रकाशक एकच आहे, हा समान धागा दोघांना एकत्र बांधायला पुरेसा होता. 'अमर' आणि 'राम' हे दोन विरुद्धार्थी वाटणारे शब्द, मात्र आता शेजारी शेजारी बसल्यानं समानार्थी वाटायला लागले. राम गायकवाडांनी, त्यांनी 'शून्यातून विश्व'

कसं साकारलं हे सांगायला सुरू केलं, तेव्हा तर अमरला ते आपलंच विश्व वाटू लागलं. राम गायकवाड म्हणाले, 'हे बघा, मी काय लेखक-बिखक न्हाई. मी तुमच्या समद्यांपेक्षा हलक्या जातीत जन्मालाव. मला ना घर, ना गाव, ना शेत. माजा बाप, भाऊ आन् साळंत असताना मीपण आठवडी बाजारात भारतपत्तीनं लोकायची खिसं कापायचा. पोलीस लोक आमच्या मागं मागं फिरायचे. पकडलं की, चौकीत न्हेऊन मार मार मारायचे. पैसे न्हाई दिलं, तर आमच्या बायाबापड्यांनापण चौकीत आनून हाणायचं. त्येनला बायास्नी मारायचं परमिट हाये म्हनायचं. अशा इपरित परिस्थितीमधी जगायचा मला लयी कटाळा आला, म्हणून मी तुमच्या गावच्या डाल्डा फॅक्टरीमंधी मजुरी करावा लागला. दिसा फॅक्टरीमधी काम आन् रातच्याला साळंमधी 'गमभन' गिरवू लागला. मला लिहाय-वाचायची लयी गोडी. पण मी काही केल्या मॅट्रिक पास हूना. मंग मी फॅक्टरीचा लिडर झालो. सगळं लेबर माज्या पाठीशी. मंग मी संप करून मालकाला नमवला, तर मला काँग्रेसच्या आमदारास्नी बोलवून माजी भाषनबाजी ऐकली आन् मला डायरेक इधानसभेला आमदारकीला उभा केला. मीपण थेट सयाजीरावाच्या इरूद्ध उभा ठाकलो. पडलो, पण मला लयी मोट्टा अनुभव आला. मोट्या लोकांचं खोटं जग पाहायला मिळालं. ते लोक मला अडानी समजून वागायचे. पन मला समदं दिसत व्हतं. कळत व्हतं. मला आमच्या चोरट्या-भामट्यांच्या जगापेक्षा तुमचं जग काय येगळं वाटलं नाय, म्हून मी रोज रात्री ते लिवून ठिवायला लागलो. तवा मी कालिदास देशपांड्यांच्या घरात भाडेकरू होतो. त्यो लई देवमाणूस. त्यानं माझं बाड इथं बसलेल्या ह्या मोठ्या इद्वान लोकायले दाखवलं. त्यांना ते जगापुढं दावावंसं वाटलं. मंग त्यांनी मी जसं लिवलं होतं, तसंच पुस्तक छापलं आणि तुमा समद्यांना ते आवडलं. तुमी समद्यांनी लई कवतिक केलं. मला इथं लेखक म्हून बशिवलं. पण मी काय लेखक-बिखक न्हाई. तसलं खोटं खोटं लिवनं आपल्या बापजल्मी जमणार न्हाई. मी हाडाचा कार्यकर्ता हाय. मी आमच्या जातीसाठी, गरिबांसाठी, मजुरांसाठी शेवटपर्यंत चळवळी करत राहीन अन् एक ना एक दिवस त्या समद्यांनापण तुमच्यासारखं ह्या इथं बिछायतीवर बसविन आन् दूध पाजीन. अजून मला लई पुढं जायचंय, लई लिवायचंय, लई काम करायचंय, पण तुमी आजच मला मोटा माणूस करून ह्या सायेबांच्या जवळ बसविला. आन् म्या 'शून्यातून विश्व' निर्माण केल्याबद्दल माजा सत्कार केला, त्याच्या बद्दलबी मी तुमचा आभारी हाये. पण एकट्या राम गायकवाडचा न्हाई, तर माझ्या समद्या भटक्या-विमुक्त भावांचा जवा तुमी सत्कार कराल, तवाच माझा खरा सत्कार व्हईल!'

राम गायकवाडांचं भाषण संपल्यावर टाळ्यांचा प्रचंड कडकडाट झाला. माध्यम साहित्य-कला मंडळाच्या एका 'एलाईट' (हा प्रा. मोपलवारांचा शब्द) श्रोत्यांपुढे रामनं केलेलं त्याच्याच भाषेतलं प्रकट चिंतन अमरलाही आवडलं. खरं तर राम गायकवाडांच्या भाषणात तो स्वत:लाच शोधत होता. 'राम गायकवाड ह्या लेखकांनंतर अमर चौहान हे कवी बोलतील' असं सांगितलं गेलं. राम गायकवाडांच्या प्रांजल आत्मकथनानंतर अमरला बोलण्याऐवजी आत्मचिंतन करावंसं वाटलं. अमर श्रोत्यांना उद्देशून म्हणाला, आता राम गायकवाड जसं म्हणाले, की ते लेखक नसून चळवळीतले कार्यकर्ते आहेत, तसा मीदेखील कवी नसून एक कार्यकर्ताच आहे. ते सामाजिक चळवळीतले, परिवर्तनाच्या लढ्यामध्ये काम करून नवीन समाज निर्माण करणारे, तर मी प्रत्यक्ष समाजाला उपयोगी पडणारी धरणांची बांधकामं करणारा कार्यकर्ता आहे. ते शिकले नाहीत, मी शिकलो एवढंच, पण आम्हा दोघांची तळमळ सारखीच आहे. एका गवंड्याच्या पोटी मी जन्मलो. पण माझे वडील नुसतेच गवंडी नव्हते, तर 'माझ्या मुलाच्या हाती मी थापी देणार नाही, त्याला मी मोठा इंजिनियर करीन', असं स्वप्नं बघणारे होते. अशा एका असामान्य गवंड्याच्या पोटी जन्मलेल्या माझ्यासारख्या सामान्य पोराला रक्तातूनच बांधकामाच्या कौशल्याचं हे पूर्वसंचित मिळालं आणि इमारती, धरणांचं वास्तुशिल्प घडविण्यासाठी ते उपयोगी पडावं, हा नियतीचाच एक पूर्वनियोजित खेळ असावा. अतिशय गरिबीतून शिकत मी माझ्या हुशारीवर जिद्दीनं माझं इंजिनिअरींगचं शिक्षण पूर्ण केलं. त्यासाठी वयाच्या सत्तराव्या वर्षी माझ्या वडिलांनी हातात थापी घेतली आणि उंच पहाडीवर चढून काम केलं. ज्या वयात लोक हातात काठी घेतात, त्या वयात त्यांनी थापी घेऊन माझ्यासाठी जिद्दीनं काम केलं. मीदेखील इंजिनिअर होऊन त्यांची स्वप्नं पुरी केली. एवढंच नाही, तर पुढे स्पर्धा परीक्षेमध्ये उतरून वर्ग१ चा अधिकारी झालो आणि अगदी कमी वयात कार्यकारी अभियंता म्हणून इथं तुमच्या सेवेत रूजू झालो. मी कवी असलो, तरी नवनिर्माणाची स्वप्नं बघणारा आहे. म्हणून माझ्या कवितासंग्रहात तुम्हाला परागंदा झालेला सारस्वत कवी दिसेल, आणि माझ्याभोवती गवंडी-सुतार-लोहार ह्या बारा बलुत्यांचं संमेलन भरलेलं दिसेल. मी इथं नुसत्याच कविता करण्यासाठी आलेलो नाही, तर ह्या जिल्ह्यातील चारही धरणं येत्या तीन-चार वर्षांत पूर्ण करून हा दुष्काळी जिल्हा सुजलाम्-सुफलाम् करायला आलो आहे!'' अमरच्या ह्या भाषणानंतर अमरनं त्याच्या कविता वाचल्या आणि कोजागिरीच्या दुधात साखर पडली!

तोरणा वसाहतीचा आराखडा आणि बांधकाम पोरेसाहेबांनी फार विचारपूर्वक केलं होतं. अधिकाऱ्यांच्या बंगल्यासाठी स्वतंत्र प्रवेशद्वार होतं, तसंच कर्मचारी राहत त्या इमारतींकडे जाण्यासाठी स्वतंत्र प्रवेशद्वार होतं. दोन्हींमध्ये लांबलचक हरितपट्टा. दोन्ही प्रवेशद्वारांना लागून खाली गायी-गुरं आत येऊ नयेत, म्हणून लोखंडी पाईपच्या जाळ्या केल्या होत्या. त्यामुळे मोकाट जनावरांचा वसाहतीत वावर नसे. हरितपट्ट्यातील झाडं त्यामुळे सुरक्षितपणे उंच उंच वाढत होती. त्यांचं एक छानसं छायाबनच तयार झालं होतं. मात्र रस्त्यांवरली भटकी कुत्री त्या जाळ्या चुकवून आतमध्ये येत आणि ह्या छायाबनामध्ये आश्रय घेत. त्यांना आरती खायला देई. रात्रपाळीला सगळी कॉलनी मिळून एकच पहारेकरी होता. तो एकदा रात्री बारा वाजता शिट्या वाजवून काठी आपटत गेला, की रात्रभर सगळं सुनसान. तेव्हा ह्या छायाबनातील कुत्रीच त्याचं काम करीत. कुठं खुट्ट झालं, की भुंकत. त्यांच्या भुंकण्याच्याही वेगवेगळ्या तऱ्हा होत्या. कॉलनीतली अधिकाऱ्यांची गाडी आली, की ती दबक्या मवाळ आवाजात भुंकत. तर कोणी अनोळखी इसम दिसला, की आक्रमक होऊन झोप उडवत. त्यांनी एकसुरात भुंकणं सुरू केलं, की मग पहारेकरी काठी आपटत दूर वरून येई. ह्या कुत्र्यांच्या कळपात 'राणी' नावाची एक कुत्री फारच समजदार व प्रामाणिक होती. ती अमरच्या बंगल्याच्या आवारात थेट मुख्य द्वारापाशी येत असे. आरतीला पहिल्यापासूनच मुक्या प्राण्यांचं वेड असल्यानं तिला राणीला भूक लागल्याचं फक्त तिच्या डोळ्यांमध्ये बघून कळे. ती जणू आरतीची सखी असल्यासारखी रात्री येऊन बसे. आरतीला तिची आणि तिची आरतीला भाषा समजत असे. अमर साईटला गेलेला असला किंवा मीटिंगसाठी दौऱ्यावर गेला असला, की त्याला रात्री घरी परतायला उशीर होत असे. त्या वेळी आरती मुलांना घरात निजवून व्हरांड्यातल्या पायऱ्यांवर बसून अमरची वाट पाहत बसे. त्या वेळी राणी निमूटपणे येऊन हिच्या पायांशी बसे. मग आरतीचं आणि राणीचं हितगूज चाले. अमरची गाडी फाटकातून आत येईपर्यंत राणी आरतीला सोबत करी आणि अमर गाडीतून उतरताच ती निमूटपणे निघून छायाबनात जाई. राणी काही पाळलेली कुत्री नव्हती, पण ती ह्या वसाहतीमध्ये अमर आल्यापासून रोजच आरतीकडे चक्कर मारी. राणीला दिवस गेलेले होते, त्यामुळे आरतीला तिची जास्तच काळजी वाटे. ती तिच्यासाठी शिळं अन्न देण्याऐवजी ताज्या चपात्या, पाव, दूध असं अन्न काढून ठेवी. पाळलेल्या कुत्र्यासारखा पट्टा अडकवलेला नसल्यानं ती दिवसभर फिरून यायची.

एकदा छायाबनात एकच गलका झाला. तिथं अधिकाऱ्यांची अन् कर्मचाऱ्यांची मुलं सावलीला खेळत असत. कुत्रीही तिथंच असत. मुलांचा मोठा गलका

झाल्यामुळे मुलांना काही झालं तर नाही ना, असं वाटून आरती धावतच विश्रामगृहाच्या कोपऱ्याकडे गेली. सगळी मुलं तिकडेच खेळायला गेली होती. तिचा काळजीमुळे ऊर धपापला. राणीसुद्धा कुठं दिसत नव्हती. राणी मुलांसोबत असली, की घरी आरती निश्चिंत असायची. आरतीला लांबूनच मुलं दिसल्यानं हायसं वाटलं. जवळ जाऊन बघते, तर 'राणी' बाळंत झालेली. तिनं चार-पाच गोंडस पिलांना जन्म दिलेला. ती पिलं तिनं झाडाखाली सावलीला हिरवळीवर सुरक्षित ठेवली होती. पिलं लुचूलुचू तिचं दूध पीत होती. त्यांचे डोळे मिटलेले होते. राणी मात्र सजगपणे सगळीकडे बघत होती. मुलं तिच्या पिलांना हात लावण्यासाठी पुढं येताच ती मुलांवर गुरकावत होती. पिवळ्या-पांढऱ्या रंगाची कापसासारखी पिलं बघून मुलांना त्यांना स्पर्श करायचा मोह अनावर होत होता. त्यातच मधल्या वैभवला तर प्राण्यांचं आरतीसारखं प्रचंड वेड होतं. तो सारखा एकटक त्या पिलांकडे बघत, तो 'कपाळावर पांढरा पट्टा असलेलं पिलू माझं' म्हणून हट्ट धरून बसला. आरतीनं त्याची कशीबशी समजूत काढून त्याला घरी आणलं आणि राणीला दूध नेऊन दिलं. 'आता त्यांना त्रास देऊ नका, नाहीतर राणी चावेल' असं धमकावलं, तेव्हा कुठं मुलं पांगली. पण रोज राणी आणि तिच्या पिलांची खुशाली बघायला सगळ्या कॉलनीतली मुलं शाळेत जाताना-येताना छायाबनात डोकावत होती.

शेवटी एका आठवड्यानं वैभवनं त्याच्या आवडीचं कपाळावर उभा पांढरा पट्टा असलेलं ते गोंडस पिलू कमरेवर उचलून घरी आणलं. त्याच्या पाठोपाठ राणी कुत्रीदेखील जड अंत:करणानं यावी तशी चालत आली. आरतीनं ते दृश्य बघितलं, ती धावतच बाहेर आली आणि वैभववर ओरडू लागली. क्षणभर तिला राणी वैभवला चावेल असं वाटलं. ती घाबरली, "आधी त्या पिल्लाला खाली ठेव" म्हणाली. त्यावर वैभवनं रडत रडत "तो माझा मोती आहे, तो आपल्याच घरी राहणार" म्हणून त्याला खाली हिरवळीमध्ये ठेवलं. कोपऱ्यातून एक वेताची पाटी आणली. तिच्यात कापसाची उशी ठेवली आणि त्या पिल्लाला अलगदपणे पाटीत ठेवलं. इतका वेळ आरती आणि राणी दोघीही त्याच्याकडे शांतपणे बघत राहिल्या. मग राणी निमूटपणे परत फिरली अन् निघून गेली. तिचं पिल्लू योग्य ठिकाणी योग्य घरी गेल्याचं जणू तिला कळलं होतं. आरतीच्या संसारात बालहट्टामुळे आणखी एक जीव 'मोती' आला होता. मालकाशी प्रामाणिक राहणारा जानवळी कुत्रा घरात आला होता.

पाच

"हॅलो... हॅलो... कोण बोलतंय?" अमरनं सकाळी फोनची रिंग वाजताच डोळे चोळत चोळत फोन उचलला.

"मी अभंग बोलतोय. चीफ इंजिनिअर."

"येस सर, गुडमॉर्निंग. चौहान बोलतोय."

"अहो, चौहान, तुम्ही ते सांडोळ, असर्जनची कामं सुरू केली नाहीत, म्हणून मोरेब्रदर्सला पत्र लिहिलंय म्हणे?"

"हो, सर, त्यांनी वर्षभरापासून कामं बंद ठेवलीत. दसऱ्याला मी बाकीची सगळी कामं सुरू केलीत, पण त्यांनी काम सुरू केलं नाही."

"बरं मग, पुढं काय?"

"सर, मी नियमाप्रमाणे त्यांना दंडाची नोटिस पाठवली आहे."

"अरे, हो, पण तसं करण्यापूर्वी तुम्ही वरिष्ठांची परवानगी नको का घ्यायला, तुमच्या वरती एसई, चीफ इंजिनिअर आहेत, हे विसरलात वाटतं? एकदम दंडाची नोटिस?"

"सर, ते माझ्या साध्याशा पत्राला उत्तरंही देत नाहीत, कामंही सुरू करत

नाहीत. मी ह्या वर्षी ह्या धरणांचं गॉर्ज फिलिंग करायचं प्लॅनिंग केलंय, पण ते रिस्पॉन्सच देत नाहीत. मग मी दंड लावू नको, तर काय करू?''

''हे बघा, चौहानसाहेब, असं एकदम करायचं नसतं. ते मोरेब्रदर्स मोठं प्रस्थ आहे. तुम्ही ह्या भागात नवीन आहात. तुम्ही असं करा, उद्या माझ्या ऑफिसला सगळी कागदपत्रं घेऊन या. मी बागुलसाहेबांना आणि मोरेब्रदर्संनाही बोलावतो. त्या बैठकीत निर्णय घेऊ.''

''येस सर, मी उद्या येतो.'' अमरनं चीफ इंजिनिअर अभंग साहेबांचा फोन ठेवला आणि तो विचार करू लागला, 'खरंच आपलं काही चुकलं का? दंड लावायची नोटिस देणं, ही आततायी कारवाई कशी होऊ शकते? ती तर आपल्या अधिकारातील गोष्ट आहे. मग आपण वरच्यांना विचारायला पाहिजे? आपण जे करतोय ते कामासाठीच आणि निविदा शर्तीतील तरतुदीनुसार, कायदेशीर असल्यानं. थेट चीफ इंजिनिअर साहेबांनी त्यात लक्ष घालून बैठक लावावी असं काय आहे?'

ऑफिसला येताच अमरनं म्हस्के पी.ए.नां बोलावलं. उद्याच्या चीफ इंजिनिअर साहेबांच्या मीटिंगसाठी सांडोळ, असर्जन प्रकल्पांच्या फायली मागवल्या. त्यानं त्या दोन्ही प्रकल्पांच्या फायली सुरुवातीपासून शेवटपर्यंत शांतपणे वाचल्या. पंधरा दिवसांपूर्वी दिलेली दंडाची नोटिस पुन:पुन्हा वाचली. अगदी शब्दश: वाचली. सरकारी भाषेतील कोरडेपणा सोडल्यास त्यात गैर वाटावं, असं काहीच नव्हतं. मग नोटिशीला उत्तर देण्याऐवजी मोरेब्रदर्संनी त्याचा प्रतिष्ठेचा प्रश्न करून थेट चीफ इंजिनिअरकडे तक्रार करण्यामागे काय कारण असू शकतं? त्याला कळेना म्हणून त्यानं सहजपणे त्याचे पीए म्हस्के डेप्युटी इंजिनिअरांना शंका विचारली. म्हस्के डेप्युटी इंजिनिअर केस पिकलेला अनुभवी गृहस्थ होता. शिवाय मराठवाड्यातील सगळ्याच जिल्ह्यांत त्याची नोकरी झालेली. त्यामुळे तो इथल्या जवळपास सगळ्याच अधिकारी आणि कंत्राटदारांना ओळखत होता. अमरला अस्वस्थ झाल्याचं बघून तो म्हणाला, ''साहेब, आपल्या मराठवाड्यात ह्याच पाच पांडवांचं राज्य चालतं. हे लोक बाहेरच्या कुणा गुत्तेदाराला इथं काम मिळू देत नाहीत. हेच पाच लोक रिंग करून आपापसांत कंत्राटं वाटून घेतात. यांचं कोणी ऐकलं नाही, की त्याचा काटा काढतात.''

''हो, पण त्याचा इथं काय संबंध?'' अमरनं उद्विग्नतेनं विचारलं.

''साहेब, संबंध आहे. त्याचं काय झालं, हे टेंडर भरताना पश्चिम महाराष्ट्रातला एक मोठा गुत्तेदार आला. तो हटून बसला. त्यानं या पाच पांडवांचं ऐकलं नाही. यांना काही रिंग करता आली नाही.''

"मग काय? पुढं काय झालं?"

"पुढं हेच, जे व्हायला नको, ते झालं. त्याला काम मिळू नये, म्हणून त्यांनी इतक्या कमी म्हणजे मायनस पंधरा टक्क्यांनी टेंडर भरलं. लोएस्ट म्हणून ह्यांना काम मिळालं. पण चार-सहा महिन्यांतच परवडत नाही म्हणून काम बंद ठेवलं. एक नाही, दोन्ही कामं अशीच मिळवली अन् अशीच बंद ठेवलीत."

"पण ह्यांना मोबाईल आणि मशिनरी अॅडव्हान्स तर दिला आहे ना?" अमर.

"त्योपण पहिले साहेब देत नव्हते. पण त्यांना वरतून चीफ इंजिनिअर साहेबांनी फोन करून दबाव आणला. मग त्यांना द्यावाच लागला."

"अरे, पण आता जागेवर तर त्यांची काहीच मशिनरी नाहीये."

"तीच तर गंमत झाली ना, साहेब. त्यांनी असर्जनच्या डेप्युटी इंजिनिअरला सांगितलं, 'आधी सांडोळचं काम पुरं करायला साहेबांनी सांगितलं, म्हणून तिकडं मशिनरी नेतोय' अन् इकडं सांडोळच्या डेप्युटी इंजिनिअरला उलटंच सांगितलं, की 'साहेबांनी आधी असर्जनचं काम कराया लावलं म्हणून.' "

"मग?"

"मग काय, त्यांनी दोघांनाही फशिवलं अन् रातोरात मशिनरी दुसरीकडंच हलवली. उचल तर घेऊन बसले. काम बंद ठेवलं. आपण आलो गोत्यात."

म्हस्केसाहेबांच्या खुलाशानं अमरच्या डोक्यात लख्ख प्रकाश पडला. काम बंद ठेवल्याचं खरं कारण कळलं. त्याच्या एकाही पत्राला उत्तर न देण्याचं कारण कळलं. त्याच्याआधीचा कार्यकारी अभियंता कच्चा लिंबू होता. तो दबावाला बळी पडला होता. निमूटपणे निवृत्त झाला. पण हे घोंगडं त्यानं अमरच्या गळ्यात घातलं होतं. त्यात ज्यांच्याकडे दाद मागावी, ते चीफ इंजिनिअरसुद्धा अमरला समजून घेणारे आहेत का?

अडीचशे किलोमीटरचा प्रवास करून अमर चीफ इंजिनिअर अभंग साहेबांच्या ऑफिसात पोहोचला. त्यानं चीफ इंजिनिअर साहेबांच्या पीएला गाठलं. त्याला वाटलं, अकरा वाजून गेलेत म्हणजे आपल्याला उशीर झाला. चांगला पंधरा मिनिटं. साहेब ह्याच कारणावरून रागवायचे आणि आपलं म्हणणं नीट ऐकून घेणार नाहीत किंवा उशीर झाल्याच्या अपराधीपणामुळे आपल्याला नीट सांगता येणार नाही. पण त्यांचे पीए सरोदेसाहेब हसत हसत अमरला म्हणाले, "चौहानसाहेब, रिलॅक्स, काय चहा घेणार का? 'अरे, कांबळे, दोन ग्लास पाणी आणि दोन कप चहा आण.' " सरोदेसाहेब चीफ इंजिनियर अभंगसाहेबांचे पीए असलेतरी ते

स्वत: कार्यकारी अभियंता म्हणजे अमरच्याच दर्जाचे अधिकारी होते. क्षेत्रीय कामांचा भरपूर अनुभव घेऊन निवृत्ती जवळ आल्यानं तब्येतीच्या कारणास्तव त्यांनी हे पद स्वीकारलं होतं. पण काम करताना त्यांच्या अनुभवाचा उपयोग करून ते मुख्य अभियंत्यांना योग्य तो तांत्रिक सल्ला देत असत. मुख्य अभियंताही तो मानत असत. अमरला हे माहीत असल्यानं त्यानं चहा पिता पिता आधी महादेवाच्या नंदीचं दर्शन घ्यावं, त्याचे कान फुंकून मनातलं ईप्सित सांगावं, तसं सरोदे साहेबांना सगळी केस सांगितली. तेव्हा ते हसत हसत म्हणाले, "तो मोरेब्रदर्स माणूसच तसा आहे, पण काय करणार, ते पडले सरकारचे जावई ना! शिवाय अभंगसाहेबपण दोन वर्षांनी रिटायर होतायत. मग त्यांची सोय नको का बघायला?"

"म्हणजे?" मोरेब्रदर्सशी.

काही न समजल्यानं अमरनं भाबडेपणानं विचारलं.

"अहो, एक विद्या प्रसारक संस्था आहे ना जिल्ह्यात! मोठी शिक्षणसंस्था. जिल्ह्यात कैक शाळा, कॉलेजेस, मेडिकल कॉलेज, आता तर इंजिनिअरिंग कॉलेजची जुळवाजुळव चाललीय. आपले साहेब सभासद आहेत त्या संस्थेचे. पण ह्यांना त्यांच्या कार्यकारिणीवर बसायचंय."

"मग? त्यात काय एवढं मोठं? घेतील की त्यांना कार्यकारिणीवर."

"घ्या, तुम्हाला काहीच माहिती नाही. अहो, ही संस्था आहे बहुजन समाजाची. त्यांनी नावापुरतं इतर समाजांतल्या लोकांना घेतलं. आता आपले साहेब पडले इतर समाजाचे, त्यांना कशाला घेतील ते लोक कार्यकारिणीवर? उद्या हेच डोईजड होऊन बसले तर?"

"म्हणजे सगळं राजकारण आहे तर?"

"नाहीतर काय? म्हणून त्यांचा विश्वास संपादण्यासाठी आपले साहेब त्यांना दुखवायला तयार नाहीत. बाकी काही नाही. साहेब तसा सभ्य माणूस. पैशासाठी बाटलेला नाही. देवमाणूस. आताही बघा, देवपूजा करून कपाळाला गंध लावून येत असतील ऑफिसला."

गाडीचा हॉर्न वाजला. तसा लाल पट्टेवाला शिपाई पुढे धावला. अमर पीएच्या केबिनच्या खिडकीतून बघत होता. पट्टेवाल्या शिपायानं गाडीचा दरवाजा मोठ्या अदबीनं उघडला. गाडीतून एक बुटकीशी, पण टुमटुमीत व्यक्ती सावकाश उतरली. कपाळाला गंध, उलटे वळवलेले विरळ काळे केस. चपचपीत तेल लावल्यामुळे चकचकीत, पण विरळ दिसणारे. चौफेर फिरणारे डोळे. सिगारेट पिणाऱ्या व्यक्तीसारखी काळी पडलेली ओठांची छोटीशी जिवणी. उतरताना

हसले, तेव्हा तोंडात पान असल्याचे दिसले, पण सगळे तोंडातल्या तोंडात. बाहेर पानाच्या रसाचा मागमूस नाही. सावधानतेनं पान खाणारे, कोणाला कळू नये अशी काळजी घेणारे. बारीक चौकडीचा अर्ध्या बाह्यांचा बुशशर्ट आणि पांढरीशुभ्र पँट. पायात बाटाच्या अघळपघळ, पण चकचकीत पॉलिश केलेल्या चपला. गाडीतून उतरून पोर्चमधून कॉरिडॉर ओलांडून केबिनपर्यंतच्या वाटेत पाच-पन्नास माणसांचा त्यांना वाकून नमस्कार झडत असल्याचं अमरला दिसलं. तेसुद्धा थांबून कोणा शेतकऱ्याच्या खांद्यावर हात टाकत बोलत पुढे येत होते, तर कोणी कर्मचारी त्यांच्या हातात निवेदनाचा, अर्जाचा कागद देत होते. तेही तो न रागावता शांतपणे स्वीकारत होते.

केबिन जवळ आल्यावर पट्टेवाल्यानं वाकून दार उघडलं. शांतपणे पावलं टाकत चीफ इंजिनिअरसाहेब केबिनमध्ये गेले. अमर चीफ इंजिनियर अभंगसाहेबांचं नाव ऐकून होता, पण आज प्रथमच त्यांचं दर्शन झालं होतं. बैठकीच्या निमित्तानं त्यांची समक्ष भेटही आजच होणार होती. त्यानं त्यांच्याविषयी जसं ऐकलं होतं, तसंच त्यांचं व्यक्तिमत्त्व होतं. एवढ्या मोठ्या पदावर असून ही त्यांना पदाचा कुठलाही दुराभिमान नव्हता. एखाद्या पुढाऱ्यासारखे ते सामान्य माणसं आणि कर्मचारी यांच्यात लोकप्रिय होते. त्यांच्या नजरेत प्रेमळ बेरकीपण असल्याचं अमरला जाणवलं. अभंगसाहेबांना लोकांचा आणि लोकप्रियतेचा सोस असावा. म्हणूनच ते जिल्ह्यातल्या वेगवेगळ्या संस्थांमध्ये सभासद होते. एवढंच नाही, तर निवृत्तीनंतर ते थेट विधानसभेची निवडणूक लढवून आमदार होणार, अशीही वदंता होती. मराठवाड्यातील सगळ्याच जिल्ह्यांतील लघु पाटबंधारे प्रकल्पाच्या साईट त्यांनी शोधल्या होत्या. सर्व्हेक्षणासाठी ते गावोगाव पायी लेव्हल दांडा घेऊन फिरले होते. त्यामुळे खेडोपाडीचे लोक त्यांना नुसतेच ओळखत नव्हते, तर मानतही होते. त्यांची पाटबंधारे खात्यात हैद्राबाद स्टेटमधून थेट डेप्युटी इंजिनिअर म्हणून निवड झाली होती. ते उस्मानिया विद्यापीठाचे ग्रॅज्युएट इंजिनिअर होते. स्टेट रिऑर्गनायझेशननंतर ते महाराष्ट्र राज्याच्या सेवेत आले होते. सगळी सेवा मराठवाड्यात झाल्यानं त्यांना मराठवाड्याचे भूमिपुत्र आणि पाटबंधारे प्रकल्पाचे भाग्यविधाते म्हणूनही एक लौकिक प्राप्त झालेला होता.

निजामाच्या राजवटीत हा प्रदेश पाटबंधारेंच्या सोयींपासून पूर्णतः वंचितच होता. त्यामुळे मराठवाडा मुक्तिसंग्रामानंतर हा प्रदेश महाराष्ट्र राज्यात विलीन झाला. त्या वेळीच जी मराठवाड्यातील तरुण आणि बुद्धिमान इंजिनिअर मंडळी उस्मानिया विद्यापीठातून इंजिनिअर होऊन हैद्राबाद स्टेटच्या सेवेत होती, ती त्यांच्या पदासह महाराष्ट्र राज्याच्या सेवेत सन्मानानं आली होती. त्यातले काही

तर माजी मुख्यमंत्र्यांच्या खास मर्जीतले होते. त्यांनीच इथल्या मंत्र्यांना, आमदारांना पाटबंधारे प्रकल्पांची बाराखडी शिकवली होती. जमिनीवर हे प्रकल्प साकारून गेल्या चाळीस-पन्नास वर्षांत दुष्काळी मराठवाड्याचा पट्टा काही मोठ्या प्रकल्पांमुळे हिरवागार झाला होता. मैलोन्‌मैल पसरलेले दुष्काळी माळ हरित झाले होते. ही हरितक्रांती होण्यासाठी राजकीय इच्छाशक्तीबरोबरच जी तांत्रिक शक्ती लागते, ती ह्या पंधरा-वीस इंजिनिअरांनी पणाला लावली होती. हा सगळा भूभाग पश्चिम महाराष्ट्राच्या बरोबर आणण्याचं स्वप्न ही राजकारणी आणि अधिकारी मंडळी बघत होती. त्यामुळे इथल्या अधिकाऱ्यांना राजकारणी मंडळी जितकी मानत होती, तितकीच सामान्य जनतादेखील. साहजिकच पाटबंधारे खात्यातील ह्या उच्चपदस्थ अधिकाऱ्यांसारखाच मान थेट तळाला काम करणाऱ्या ज्युनिअर इंजिनिअरलादेखील मिळत होता.

ह्या गोष्टीमुळे इथं काम करणं राज्यातील इतर प्रदेशांपेक्षा मोठंच सन्मानाचं असल्याचा अनुभव अमर इथं हजर झाल्यापासून घेत होता. हा मान ज्यांच्यामुळे मिळत होता, त्यांच्यापैकीच एका वरिष्ठ अधिकाऱ्यांसोबत आज आपण बैठक करणार आहोत, ह्याची कृतज्ञ जाणीव अमरला झाली आणि तो अभंगसाहेबांच्या केबिनमध्ये गेला,

"मे आय कम इन सर?" अमरनं विनम्रपणे विचारलं.

"या, या, चौहाण साहेब, कसा झाला प्रवास? मोरे आलेत का?"

"सॉरी, सर, मी त्यांना ओळखत नाही, पण पीए साहेबांकडे कोणी नव्हतं."

अभंगसाहेबांनी इंटरकॉमवर पीएंना विचारलं आणि त्यांना आत बोलावलं. सरोदे पीए फायली घेऊन आत आले. त्यांनी अभंगसाहेबांना ब्रीफ केलं. अमरनं त्यांना जसं सांगितलं होतं, अगदी तसंच. "मे आय कम इन सर?" केबिनचा दरवाजा उघडून अमरचे अधीक्षक अभियंता बागुलसाहेब आणि शेजारच्या जिल्ह्यातील सहकारी कार्यकारी अभियंता व्ही. व्ही. शिंदेसाहेब हसत हसत आत आले. त्या दोघांच्याही चेहऱ्यावर मुख्य अभियंत्यांचा कोणताही ताण नव्हता. अमर मात्र अंग चोरून बसलेला होता. बागुलसाहेब आणि व्ही.व्ही. शिंदेसाहेबही मराठवाड्याचेच भूमिपुत्र. त्यामुळे त्या तिघांची कारकिर्द ही मराठवाड्यातच झालेली. तिघांच्या ओळखीदेखील खूप आधीपासूनच्या. बागुल आणि शिंदे, अभंगसाहेबांच्या नंतरच्या पिढीचे. म्हणजे जेननेक्स्ट. तिघांनी इथल्या प्रकल्पांवर कधी एकत्र, तर कधी दोघा-दोघांनी मिळून काम केलेलं. तिघांचाही ध्यास एकच; मराठवाड्याचा सिंचनाचा अनुशेष भरायचा. त्यामुळे त्यांच्यात एक बंधुत्वाची, सहकार्याची भावना रुजलेली होती. अमर तेवढा तिथं बाहेरून आलेला. उपरा. त्यांना एकमेकांशी हसत-

खिदळताना बघून अमरला उपरेपणाची जाणीव झाली आणि तो आणखी संकोचून बसला.

तेवढ्यात बाहेरून मोठमोठ्या आवाजात कोणाशीतरी बोलत एक मध्यम वयाचे गृहस्थ केबिनचे दार ढकलून आत आले. त्यांच्या राहणीमानावरून ते अधिकारी वाटत होते. पण इथल्या सर्वोच्च अधिकारी असलेल्या चीफ इंजिनिअरपेक्षा कोणीही मोठं नव्हतं. व्यवस्थित शर्ट इन केलेली उंचपुरी व्यक्ती. सावळा रंग, मोठे भोकरे डोळे, तरतरीत नाक, पानानं ओठ रंगलेले, त्यावर बारीक कोरलेल्या मिशा. चीफ इंजिनिअर साहेबांनी बसा म्हणायच्या आत ते खुर्ची ओढून बसले.

"नमस्कार, साहेब, सॉरी, मला उशीर झाला. आमदारसाहेबांबरोबर मीटिंग होती, म्हणून उशीर झाला. आलेत का चौहानसाहेब?"

"मी चौहान..." अमरनं त्या गृहस्थांकडे बघत स्वत:चीच ओळख करून दिली आणि आवाजावरून हेच मोरेब्रदर्सचे प्रोप्रायटर असल्याचं ओळखलं. "नमस्कार, चौहानसाहेब, मी कमलाकर मोरे." अमरशी बोलता बोलता त्यांनी बागुलसाहेब व व्ही. व्ही. शिंदेसाहेबांशी हस्तांदोलन केलं. थोडा वेळ शांतता पसरली. ह्या गृहस्थाची इथं असलेल्या सगळ्यांशीच चांगली ओळख आहे तर! क्षणभर अमरला एकटं पडल्यासारखं वाटलं.

"हं. बोला, चौहानसाहेब, तुमचं काय म्हणणं आहे?" चीफ इंजिनिअर अभंगसाहेबांनी विषयाला सुरुवात केली.

"सर, ह्या वर्षीच्या वर्किंग प्लॅनप्रमाणे आपण ह्यांच्याकडे असलेल्या सांडोळ अन् असर्जन ह्या दोन्हीं धरणांची गॉर्ज फिलिंग करायचा प्रोग्राम केला आहे. पण मी इथं आल्यापासून गेले सहा-सात महिने ह्यांनी काम सुरू केलं नाही. मी इथं येण्याच्या आधी वर्षांपासून काम बंदच आहे. टेंडरप्रमाणे कामाचा निम्म्यापेक्षा जास्त कालावधी संपला आहे. मी ह्यांना काम सुरू करा, म्हणून खूप पत्रं लिहिलीत. आपल्यालाही प्रती दिल्या आहेत. पण ह्यांनी काम सुरू करणं तर सोडाच, माझ्या पत्राला साधं उत्तरही दिलं नाही; म्हणून मग मी टेंडर कंडिशनप्रमाणे दंडाची नोटिस दिली." अमरनं उसनं अवसान आणून एका दमात सगळं सांगून टाकलं. मगच कमलाकर मोरेंकडे बघितलं.

कमलाकर मोरेंच्या चेहऱ्यावरचे हसरे भाव बदलत बदलत क्रुद्ध झाले, "पत्राचं उत्तर दिलं नाही म्हणून लगेच दंडाची नोटिस? मध्ये कोणी तुमचे वरिष्ठ एसई, चीफ इंजिनिअर नाहीत का? त्यांना नको विचारायला?" कमलाकर मोरेंनी कुत्सितपणे अमरला विचारलं आणि सगळ्यांकडे पाठिंब्यासाठी बघितलं.

"पण मी तुम्हाला लिहिलेल्या सगळ्या पत्रांच्या प्रती त्यांना देऊन अवगत करत होतो अन् दंडात्मक कारवाई करण्यासाठी मी सक्षम आहे. त्यासाठी मला कुणाला विचारायची गरज नाही, हे मला चांगलं माहीत आहे. ते कृपया तुम्ही मला शिकवू नका." अमरनं खणखणीत उत्तर दिलं. एखादं नाणं जमिनीवर पडून खणखण वाजावं, तसा अमरचा आवाज थोडा वेळ गुंजत राहिला. थोडा वेळ शांतता आणि अस्वस्थता दाटली. "सर, चौहानसाहेब म्हणतात ते बरोबर आहे. ते टेंडर ऑपरेटिंग अधिकारी असल्यानं ते सक्षम आहेत. त्यांना कुणाला विचारायची आवश्यकता नाही." व्ही. व्ही. शिंदेसाहेबांनीपण तितकंच ठणठणीतपणे सांगितलं आणि अधीक्षक अभियंता बागुल यांच्याकडे बघितलं. त्यावर बागुलसाहेब म्हणाले, "बरोबर आहे, चौहानसाहेबांनी मला विचारलं होतं. मी त्यांच्या प्रस्तावाला मंजुरी दिल्यावरच त्यांनी पुढं दंडाची नोटिस दिलीय अन् त्यासाठी ते सक्षम आहेत." बागुलसाहेब हे एक सौम्य प्रकृतीचे ऋजू अधिकारी असल्यानं त्यांनी हसत हसत वातावरणातला तणाव घालवण्यासाठी सांगितलं. तिन्ही अधिकाऱ्यांचं एकमत झालेलं दिसल्यानं मोरेंनी चीफ इंजिनिअरसाहेबांकडे बघत हताशपणे म्हटलं,

"करा, तुम्हाला वाटेल तो दंड करा. पण माझ्या मागण्या पुऱ्या केल्याशिवाय मी काम सुरू करू शकणार नाही."

"काय आहेत तुमच्या मागण्या? जरा सांगा ना." चीफ इंजिनिअर म्हणाले.

"साहेब, हे टेंडर कोणत्या परिस्थितीत भरलंय तुम्हाला माहितीय. पंधरा टक्के कमी दरानं. काम कसं करणार? त्यात आता गल्फवॉरमुळे पेट्रोल, डिझेलचे भाव कुठल्या कुठे वाढलेत. डिझेल तर मिळतही नाही बाजारात."

"अहो, पण तुमचं कॉन्ट्रॅक्ट आहे त्याच दरानं तुम्ही काम पूर्ण करून देणं तुमची जबाबदारी आहे." चीफ इंजिनिअरसाहेबांनी समजावणीच्या सुरात सांगितलं.

"साहेब, ते सगळं खरंय, पण मला परवडलं तर पाहिजे ना? मला तुम्ही भाववाढ मंजूर करा. तुमचे अधिकार आहेत. ह्या अशा गल्फवॉरमुळे तुम्ही भाववाढ देऊ शकता. मला भाववाढ दिली, तरच मी पुढं काम करू शकेन." कमलाकर मोरेंनी आता नरमाईचा सूर लावला होता. "तुम्ही तसा प्रस्ताव पाठवला का?" चीफ इंजिनिअरसाहेबांनी विचारलं.

"नाही, सर, तुमच्याशी बोलून पाठवणार होतो. उद्या पाठवतो." कमलाकर मोरेंनी ती पडत्या फळाची आज्ञा घेतली आणि विजयी मुद्रेनं सगळ्यांकडे पाहिलं. "चौहान, तुम्ही तो प्रस्ताव तपासून पाहा." अमरकडे पाहत चीफ इंजिनिअर म्हणाले. कमलाकर मोरे 'थँक्यू' म्हणून बाहेर पडले. चीफ इंजिनिअरसाहेबांनी

डोळे मिचकावून अमरला सांगितले, ‘‘हे बघा, मी प्रस्ताव पाठवायला सांगितलं याचा अर्थ तो मी मंजूरच करीन असं नाही. तुम्ही निविदेतील अटी-शर्ती तपासून तुमच्या सारासार विवेकबुद्धीनुसार कारवाई करा.’’ अमरला त्यांच्या डोळ्यातला जाणवलेला बेरकीपणा दिसून आला. तसाच त्यांच्या वागण्यातला मुत्सद्दीपणा त्यानं ओळखला.

बैठक संपवून सगळे बाहेर पडले, त्या वेळी अमरच्या डोक्यावरचा ताण खूपच कमी झाला होता. ह्या प्रदेशात आपण उपरे, एकटे असल्याची भावना निघून गेली होती. त्याला शिंदे साहेबांनी पाठिंबा दिला होता. शिंदे जरी त्याच्यासारखेच कार्यकारी अभियंता असले, तरी ते अनुभवानं, बुद्धीनं, कर्तृत्वानं त्याच्यापेक्षा श्रेष्ठ होते. त्यांचा तिथं एक दबदबा होता. त्यांच्या शब्दाला मान होता. त्यांचे वरिष्ठदेखील त्यांचा मान राखत होते. ‘‘शिंदेसाहेब, थँक्यू, आज तुम्ही माझ्या बाजूनं बोललात, मला धीर आला.’’

‘‘अहो, चौहानसाहेब, मी तुमच्या बाजूनं नाहीतर सत्याच्या बाजूनं खरं तेच बोललो. बऱ्याचदा काय असतं, की ह्या वरच्या अधिकाऱ्यांनाही टेंडर, कंडिशन माहीत नसतात. मात्र आपण लोक टेंडरचा मूळ मसुदा लिहितो, ड्राफ्ट टेंडर पेपर्स आपणच तयार करतो, ते आपल्याइतके ना आपल्या वरिष्ठांना माहीत असतात ना ह्या कॉन्ट्रॅक्टर लोकांना. ते काय, फक्त न वाचता सह्या ठोकणारे सयाजीराव. मी तर अनेक कॉन्ट्रॅक्टर अंगठेबहाद्दर पाहिलेयत. पण अंगठेबहाद्दर असलेतरी बेटे पैशाच्याबाबतीत मात्र हुशार असतात. चला, निघायचं का?’’

अमरनं ‘‘हो’’ म्हटलं.

‘‘आता चला की, गप्पा मारतच जाऊ या एकत्र माझ्या गाडीतून. तुमची गाडी येऊ द्या मागं मागं. येडशी फाट्यापर्यंत बरोबरच जाऊ.’’

अमर, शिंदेसाहेबांच्या गाडीत बसला आणि त्यांच्या गप्पा सुरू झाल्या. शिंदे साहेब त्याला थोरल्या भावासारखे जवळचे वाटले. त्यांनी त्यांच्या जीवनातल्या अनेक गोष्टी सांगितल्या. अगदी त्यांच्या शिक्षणापासून लग्नापर्यंतच्या. त्यांचे वडील त्या काळचे वकील होते. पण समाजातल्या गरीब मुलांना शिकण्यासाठी त्यांनी बोर्डिंग स्कूल सुरू केले. सुरुवातीला तर बोर्डिंगमधल्या विद्यार्थ्यांना त्यांची आई, आजी, चुलत्या स्वत: घरी भाकऱ्या थापून, भाजी-भाकरीचं जेवण वाढत. पुढं प्राथमिक शाळेचं हायस्कूल झालं आणि आजतर कॉलेज झालंय. हजार-बाराशे मुलं तिथं शिकताय. त्यांच्या बोर्डिंग स्कूलमध्ये शिकलेली गरीब शेतकऱ्यांची मुलं डॉक्टर, इंजिनिअर, वकील तर आहेतच, पण कलेक्टरही झाली आहेत.

समाजसेवकाच्या पोटी जन्माला आलेले शिंदेसाहेब तोच वारसा चालवतायेत, हे ऐकून अमरचा त्यांच्याविषयीचा आदर दुणावला.

●●

नवरात्र, दसरा, कोजागिरी पौर्णिमा जाऊन आता दिवाळी जवळ आली होती. अमर होळी आणि दिवाळीच्या सणाला कुठंही असलातरी गावाला जात असे. कारण ह्या दोन सणांला जशा नातेवाइकांच्या भेटीगाठी होतात, तशाच सगळ्या विखुरलेल्या मित्रांच्या. सगळ्या मित्रांनी तर ठरवूनच टाकलं होतं, की काही झालं, तरी ह्या दोन सणांना सगळ्यांनी गावी यायचंच. त्यासाठी काहीही करावं लागलं, तरी बेहत्तर! त्यामुळे लहान मुलांसारखी त्यांना ह्या दोन सणांची ओढ लागायची. इकडं पावसाळा जेमतेमच. पावसाचे दिवसही मोजून वीस-पंचवीस, त्यामुळे जमिनीत पावसामुळे आलेली ओलही जेमतेम. खरिपाची पिकं निघून गेलेली. रब्बी ज्वारीची अन् तुरीची पेरणी झालेली. कुठंकुठं गहू पेरलेला. कुठं सूर्यफूल. आता आता लहान-मोठ्या तळ्यांमुळे पाटपाण्याची सोय कुठंकुठं झालेली. त्यामुळं ही नवी नवी पिकं, नाहीतर पूर्वी रब्बीतल्या दसरा-दिवाळीच्यामध्ये पडलेल्या एखाद-दुसऱ्या पावसावर शेतकरी तुरी फेकत पाटीमधून मूठ मूठ घेऊन. आल्यातर आल्या तुरी तरतरून, नाहीतर गेल्यातर गेल्या मरमरून. सगळा रामभरोसे कारभार. रब्बीवर फारसा भरोसा नाही. खरिपाच्या पावसावरच सगळा भरोसा. पण गेल्या तीस-चाळीस वर्षांत पाटपाण्याच्या सोयीमुळं रब्बीचं दुबार पीक घ्यायला शेतकरी शिकले आणि इकडे कुठं पिकांचा दुसरा हंगाम सुरू झाला. रब्बीला आवश्यक असलेली थंडीतरी इथं पडतीय का नाही कुणास ठाऊक?

अमरला सकाळी जागच थंडी पडल्यामुळे यायला लागली. थंडीची ही चाहूल म्हणजे दिवाळीची चाहूल. शुभशकुनांची चाहूल. दसऱ्याच्या मुहूर्तावर त्यानं होता होईल तेवढ्या कामांची जुगाड केली होती. पावसाळ्यानंतर परत कामांनी वेग घ्यायला सुरुवात केली, की परत पंधरा दिवसांत दिवाळी येते. आपल्यासाठी दिवाळी म्हणजे मोठा व्यत्यय. म्हणूनच शेजारच्या राज्यांतून येणारे पालमोरी मजूर थेट दिवाळी आटोपूनच येत. ते आल्यानंतरच कामाला खरा वेग येई. यंदाही तसंच होणार होतं, म्हणून अमरनं दरवर्षी जातो त्याप्रमाणे दिवाळीला घरी जायचं ठरवलं, पण ह्या वर्षी घरी जास्त न रेंगाळता लगेचच परतायचं ठरवलं. कारण काय, तर हे पालमोरी मजूर कामावर आले, की त्यांना लगेचच काम मिळावं.

तशी दोन दिवसांवर दिवाळी आली, तरी अमरला कामातून फुरसत मिळत नव्हती. मुलांनी आणि आरतीनं त्याच्या पाठीमागे सारखा धोशा लावल्यानं तो आज गावी जायला निघाला. एसटीचे रिझर्वेशन अगोदरच फुल्लं झालेलं. एका कंत्राटदारानं त्याची गाडी आणि एक मुस्लीम ड्रायव्हर देऊन अमरची सोय केली. अमरला त्याचे मोठेच उपकार वाटले. तो त्याचे सतरा वेळेस आभार मानू लागला, तसा तो कंत्राटदार म्हणाला, ''साहेब, ही तुमचीच गाडी समजा. माझे आभार कशापायी? तुम्ही फक्त मागा. दहा गाड्या तुमच्या दारापुढं उभ्या राहतील. आज माझी गाडी तुमच्या सेवेला देतो, हे मी माझं भाग्यच समजतो.''

अमरनं सणासुदीला छोट्या गुत्तेदारांना मजुरांना पैसे वाटता यावेत, म्हणून रात्री उशिरापर्यंत बसून कामाची बिलं पास केली. चेक काढले आणि आता कोणी मागे राहिला नाही, अशी खात्री करूनच सकाळी गावाकडे तो निघाला. आरती आणि मुलं इथं आल्यापासून प्रथमच गावी जात असल्यानं खूश होती. हा भाग दुष्काळी असला, तरी आता मधूनच हिरवी पिकं दिसत होती. हिवाळ्यातलं दुपारचं ऊनदेखील मवाळ झालं होतं. बदलीवर इकडे येताना अंग कसं उन्हानं भाजून निघालं होतं. घामाच्या धारांवर बाहेरचं गरम वारं जणू जखमेवर मीठ चोळावं, असं वाटत होतं. पण गेल्या आठ महिन्यांत सृष्टीचं रूप किती पालटलं होतं. दुपारचं ऊन, ऊन वाटत नव्हतं. मांजरसुंब्याला त्यांनी टोपलीभर सीताफळं घेतली होती. त्याचा घमघमाट सुटला होता. मागच्या वेळेचा अनुभव लक्षात घेता अमरनं मुलांना अजिबात हात न लावू देता पाटी डिक्कीमध्ये ठेवली होती. छोटे-मोठे घाट ओलांडत गाडी चालली होती. घाटमाथ्यावरून पाझरतलावांच्यामुळे निर्माण झालेली हिरवी-पिवळी शेतांची बेटं किती छान दिसत होती. हीच हिरवी किमया आपल्याला त्या दुष्काळी जिल्ह्यात निर्माण करायची आहे, असा सुखद विचार तो करत असतानाच त्याला एक जीप आडवी झाली. ड्रायव्हरनं कच्चकन ब्रेक लावून गाडी उभी केली. जीपमधून डेप्युटी इंजिनिअर पाटील, रेड्डी कंत्राटदार आणि जोशी ऑडिटर उतरले. ते बिलाचे कागद, मेझरमेंट बुक आणि चेकबुक घेऊन बिचकत पुढे आले. रेड्डीनं माफी मागितली. आणि लेबर पेमेंटला पैसे नसल्यानं तुमचा पाठलाग करत इथपर्यंत आल्याचं नम्रपणे सांगितलं. अमरला सुरुवातीला राग आला. काल रात्री बारा वाजेपर्यंत सगळं पेमेंट संपवल्याची खात्री करूनच तो निघाला होता. पण मजुरांच्या दिवाळीसाठीच्या पेमेंटचं कारण ऐकताच त्यानं राग गिळला. गाडीत बसून रस्त्यावरच त्यानं चेकवर सही केली. तेव्हा इथपर्यंत पाठलाग करत आलेल्या त्या सगळ्यांचेच चेहरे

उजळले. रेड्डी पाठोपाठ सगळेच म्हणाले, ''हॅप्पी दिवाळी, सर.'' मग अमरनं त्यांनाही हसत शुभेच्छा दिल्या.

ह्या वर्षी दिवाळी संपल्याबरोबर अमर गावाहून परत फिरला. त्याला धरणं आणि कालव्यांची कामं बोलावत होती. नेहमीप्रमाणे तो नातेवाईक आणि मित्रांच्या गोतावळ्यात अडकला नाही. त्याला दिवाळीनंतर येणाऱ्या पालमोरी मजुरांचं, आंध्र-कर्नाटकातून येणाऱ्या मजुरांना द्यायचं काम खुणावत होतं. एकदा का हे मजूर कामांवर गुंतले, की तो निश्चित होणार होता. जर का हे मजूर दुसऱ्या कुठल्या कामावर पळवले गेले, तर काही केल्या परत अमरच्या कामावर फिरकणार नव्हते. खरं तर ह्या मजुरांचा प्रश्न हा गुत्तेदारांचा होता. पण त्यांना एवढी समज नव्हती, म्हणून अमरला प्रत्येक गोष्टीमध्ये डोकं घालावं लागत होतं. अमर परतला त्याच्या दुसऱ्याच दिवशी सकाळी बेल वाजली, म्हणून अमरनं दार उघडलं. बघतो तर दारात राम गायकवाड उभे. त्यानं नमस्कार करून त्यांना व्हरांड्यातल्या ऑफिसात बसवलं आणि घरामध्ये जाऊन कपडे बदलले. तो आरतीला चहा टाकायला सांगून ऑफिसमध्ये येऊन बसला.

''बोला, गायकवाड, कशी झाली दिवाळी?''

''साहेब, आमची दिवाळी कसली, लई वाईट दिवाळी गेली...''

''का? काय अडचण?''

''अडचण? अडचणींचा डोंगरच उभा ठाकला बघा. हाताला काम न्हाई, हातात पैसा न्हाई. लेकराबाळांची शिक्षणं चालू. समदीकडूनच अडचणी. त्यात आमच्या जातपंचायतीनं उभा दावा मांडला. त्येच्यात आमच्या भावकीमधलीच माणसं हाईत बघा. त्यांनी माझ्या घरावर दगडफेक केली. माझ्या नावानं लई वाईट वाईट शिवीगाळ केली. कालिदास देशपांड्यांच्या माझ्या घरमालकाच्या वाड्यासमोर लय वंगाळ बोलून माझी बेइज्जती केली. त्याच्यात आमचे चुलते, चुलतभाऊ सोडाच, पण सख्खा भाऊबी सामील व्हता. 'तू लिवलेल्या 'उचलेगिरी' पुस्तकामुळं समदी जात बदनाम झाली. तुला लई नाव अन् पैसा मिळाला, पन आमची समदी इज्जत गेली. तुला आम्ही जिता सोडणार नाही', म्हणून राडा केला. लई महाभारत झालं बघा.''

राम गायकवाड एवढा मोठा प्रामाणिक आत्मकथन करणारा लेखक हतबल होऊन डोळ्यांत पाणी आणून अमरपुढे साक्षात त्याचं दुःख कथन करत होता. अमरला आपला मोठा भाऊ समजून विश्वासानं आणि तितक्याच प्रामाणिकपणे सगळं सांगत होता.

''राम, तुम्ही आधी शांत व्हा. मी काय करू शकतो ते सांगा.''

"साहेब, तुम्ही मला काम द्या. मी तुमच्याकडं पैसा मागत न्हाई. माझी लेबर सोसायटी आहे. मला दोन-पाच लाखांचं एखादं काम द्या."

"बस्स, इतकंच? दिलं." अमरच्या डोळ्यांत वीज चमकून गेली.

आरतीनं आणलेला चहा पिऊन राम गायकवाडांना तरतरी आली.

"मग सध्या काय लिहिताय?" अमरनं विषयांतर केलं.

"कसलं काय, साहेब, इथं आधी जगायचं कसं ते पडलं. जगलं, तर लिवनं व्हईल अन् मी सांगितलं ना, की मी चळवळीतला कार्यकर्ता आहे, पण त्यालाबी पोट हायेना, चळवळीलाबी पोट असतंच ना? लिवायला काय कमी विषय होते का? पन लेकरा-बाळांना उपाशी ठेवून मी कसा लिहू? त्यांना शाळेत शिकायला न पाठवता मी कसा लिहू?"

"खरंय तुमचं, स्वत:ला सावरा. जातपंचायतीकडे लक्ष देऊ नका. तुमचं काम करा. तुम्ही असं करा, दुपारी मला ऑफिसला येऊन भेटा." अमरला नमस्कार करून निघताना राम गायकवाडांच्या चेहऱ्यावरचा ताण कमी झाला होता.

ऑफिसला आल्यावर अमरनं असर्जन धरणाच्या पिचिंगच्या कामाच्या तुकडे प्रस्तावाला मंजुरी दिली. कालपरवापर्यंत अमर ज्या प्रस्तावाला मंजुरी द्यायला तयार नव्हता, त्याला आज कशी काय जादूची कांडी फिरवल्यागत मंजुरी मिळाली, याचं प्रोजेक्ट ब्रँचच्या ज्युनिअर इंजिनिअरच्या चेहऱ्यावरचं नवल लपत नव्हतं. एखाद्या मोठ्या कामाला जर मोठं टेंडर बोलावून काम सुरू करायला वेळ लागत असेल, तर अशा आणीबाणीच्या परिस्थितीमध्ये त्या कामाचे तुकडे पाडून ते काम टेंडर बोलावून मोठ्या कंत्राटदारांकडून करून घेण्याऐवजी असा तुकडा प्रस्ताव मंजूर करता येतो व तेच काम एका कंत्राटदाराऐवजी अनेक छोट्या मजूर सहकारी सोसायट्यांमार्फत तातडीची बाब म्हणून कार्यकारी अभियंत्याला आपल्या अधिकारात करता येतं. आज राम गायकवाडांसाठी अमरनं तो अधिकार वापरला होता. कायद्याच्या आणि नियमांच्या चौकटीत राहूनच अमरनं रामला मदतीचा हात दिला होता. राम गायकवाड दुपारी ऑफिसला येताच अमरनं त्यांच्या हातात लेबर फेडरेशनला द्यायचं ह्या कामाचं पत्र दिलं. रामच्या चेहऱ्यावरची कृतज्ञतेची भावना बघून अमरलाच आपण एका लेखकाच्या मदतीला येतोय, याची कृतज्ञ जाणीव झाली. रामनं दोन दिवसांत फेडरेशनकडून त्याच्या सोसायटीला काम द्यावं अशी शिफारस आणून दिली आणि असर्जन धरणाच्या पिचिंगच्या कामाची वर्कऑर्डर म्हणजे कार्यारंभ आदेश अमरनं त्याला दिले. ही बातमी कळताच काही फुटकळ गुत्तेदार आणि बाकीच्या लेबर सोसायट्यांचे तथाकथित चेअरमन

अमरकडे येऊन राम गायकवाडला काम कसे दिले, म्हणून तक्रार करू लागले. तेव्हा अमरनं त्यांना एकच प्रतिप्रश्न केला, ''का देऊ नये त्याला काम? तो काय पाकिस्तानचा नागरिक आहे का? त्यालाही तुमच्या इतकाच ते काम मिळण्याचा हक्क आहे.''

दिवाळीनंतरच खरा कामाचा हंगाम सुरू झाला होता. सांडोळ, असर्जन, अंबुलगा मध्यम प्रकल्पांच्या कालव्यांच्या कामावर पालमोरी आणि कर्नाटकातले मजूर आल्यानं मजुरांची संख्या वाढली होती. कालव्यांच्या कडेकडेनं मजुरांच्या राहण्यासाठी कंत्राटदारांनी पत्र्याच्या शेड ठोकल्या होत्या. कुठंकुठं बांबू-तट्ट्यांच्या भिंती आणि वर पत्रे अशा झोपड्या होत्या. कालव्याच्या कामांची तपासणी करता करता अमरला ह्या लेबरकँपमध्ये झोळीमध्ये तान्ही मुलं रडताना दिसायची. कंत्राटदारांचा मुकादम त्यांना पाजण्यासाठी त्यांच्या आयांना सोडत नसायचा, तेव्हा अमर त्यांच्यावर ओरडे. तसंच जिथं लहान मुलांची संख्या जास्त असे, तिथं मुलांना सांभाळण्यासाठी दाईची व्यवस्था करायला कंत्राटदारांना भाग पाडी. त्याच्या ह्या सक्तीमुळं ह्या सोयी झाल्यानं बायाबापड्या त्याच्याकडं आदरानं बघत. त्यांच्या चेहऱ्यावरचं हसू अन् डोळ्यांतले भाव काही न बोलताही त्याला समजत. पोट खपाटीला असलेले हे मजूर लोखंडी जाळ्यांची कावड करून श्रावणबाळाच्या निष्ठेनं खोदकामातून निघालेले मोठे मोठे दगडांचे टोळे दूरवर खांद्यावरून वाहून नेत, तेव्हा त्याच्या पोटात कळवळे. जे पोट भरण्यासाठी, ते हे जीवापाड कष्ट करतायत, ते पोट तर कधीच भरलेलं दिसत नव्हतं. सदैव पोट खपाटीलाच, मग ह्या कष्टांचा काय उपयोग? मात्र त्यांच्यावर देखरेख करणाऱ्या मुकादमापासून थेट आपल्यापर्यंत सगळ्यांचीच पोटं सुटलेली. कष्ट आणि अन्न यांचं हे विषम समीकरण बघून अमरला वाईट वाटायचं, पण उद्या ह्या कष्टकऱ्यांची पोटंही आपल्यासारखी सुटू लागली, तर ही कष्टाची कामं करणार कोण? त्याचंही उत्तर काही यादवसारख्या धोरणी कंत्राटदारांनी शोधलं होतं. मोठ्या धरणांच्या कामावर पोकलेन मशीन खोदकाम करून त्याच्या बकेटनं खोदाईचा मलबा डंपर्समध्ये अलगद टाकत असे आणि डंपर्स त्याची वाहतूक करून पाहिजे तितक्या दूर काही मिनिटांत नेऊन टाकत असे. जिथं माणसं टिकाव-फावडं-घमेल्यांनी तासन्तास खोदत बसत, तिथं काही मिनिटांत एक्सव्हेटर-डोझर नावाचं अजस्त्र यंत्र माणसांच्यापेक्षा जास्त मलबा खोदून काढत. पण ही अजस्त्र यंत्रं धरणावरच ठीक आणि परवडणारी होती. कालव्यासारख्या छोट्या आणि अरुंद जागेत पारंपरिक पद्धतीनं मजुरांमार्फतच खोदाई केली जायची. मात्र यादवसारख्या तरुण सुशिक्षित बेरोजगार अभियंत्यानं त्याच्या इंग्लंडमधल्या मेहुण्याकडून माहिती घेतली आणि

पोकलेनसारखंच, पण छोटी बकेट अन् क्षमता असलेलं, कालवा खोदाईला अत्यंत उपयुक्त असलेलं एक नवंच यंत्र थेट इंग्लंडमधूनच मागवलं. त्याचं नाव होतं, जेसीबी.

यादव स्वत: सुशिक्षित बेरोजगार अभियंता होता. सरकारनं ह्या नव्यानं पदवीधर किंवा पदविकाधारक अभियंत्यांना नोकऱ्या देण्याऐवजी त्यांनी कंत्राटदार होऊन स्वयंरोजगार उभारावा व स्वयंपूर्ण व्हावं, म्हणून काही सवलती जाहीर केल्या होत्या. त्यानुसार त्यांना कार्यकारी अभियंता पाच लाख किमतीचं काम थेट देऊ शकत होते, मात्र त्यासाठी त्यांनी त्यांचं सुशिक्षित बेरोजगार म्हणजेच 'सुबे' असल्याचं नोंदणीकरण केलेलं असणं बंधनकारक असायचं. यादव आणि रेड्डी हे दोघंही 'सुबे'च होते. यादवनं जेसीबी यंत्र आणून कालवा खोदाईच्या कामात कमालीचा वेग आणून वेगळीच क्रांती केली होती. त्याचं हे नवीन यंत्र-तंत्र बघायला अनेक छोटे-मोठे गुत्तेदार येत आणि असं यंत्र आपणही घ्यायचं, असा संकल्प करून जात. ह्या जेसीबीनं मात्र अनेक मजुरांचा रोजगार हिरावला. स्वत: यादव बेरोजगार अभियंता होता. सरकारनं त्याला काम देऊन रोजगार दिला खरा, पण त्यानं जेसीबी आणून अनेक मजुरांनाच बेरोजगार केलं होतं.

यादवचं बघून मग रेड्डीनंही जेसीबी मशीन बँकेतून कर्ज घेऊन आणलं. यादवनं थोडगा ह्या 'युसेड'च्या प्रकल्पाचा उजवा कालवा, तर रेड्डीनं डावा कालवा ह्या जेसीबी यंत्राच्या साहाय्यानं दिवस-रात्र दाणदाण खोदायला सुरुवात केली. माणसांसारखं हे यंत्र थकत नव्हतं. त्याला डिझेल पाजलं, की ते राक्षसासारखं न थकता खोदाई करत पुढं पुढं पळत होतं. खोदाईतून निघालेला मलबा घेऊन डंपर्स तुरुतुरु पळत अन् कालव्याचे भरावही करत पुढे-पुढे जात. थोडगा प्रकल्पाचे कालवे चांगले वीस-पंचवीस किलोमीटर लांबीचे होते. कुठं खोल खोल तीन-चार मीटरची खोदाई, तर कुठं तीन-चार मीटर उंचीचे भराव येत. मजुरांकडून वर्षांनुवर्षं चालणारी ही कामं अवघ्या सात-आठ महिन्यांतच संपत आली. मातीकामाबरोबरच कालव्यांवरचे पूल, मोऱ्या ही कामंही मग अमरनं छोट्या-छोट्या गुत्तेदारांकडून करून घेण्याचा सपाटा लावला. त्याच्या नशिबानं संपूर्ण लांबीत जमीनमालक शेतकऱ्यांनी कुठंही कामाची अडवणूक केली नाही. कामांचा झपाटा बघून शेतकऱ्यांमध्येही उत्साह वाढला. आपल्या शेतात पुढच्याच वर्षी पाणी खेळू लागेल, याची त्यांना खात्री वाटू लागली. इकडे धरणाच्या गॉर्ज फिलिंग म्हणजे घळभरणीचं कामही सुरू झालं. ह्या कामासाठी अमरनं परवानगी मिळताच टेंडर बोलवून कंत्राटदाराला काम देण्याऐवजी सरळ हे काम खात्याच्याच

यांत्रिकी विभागामार्फत करण्याचं आव्हान स्वीकारलं. हा एक धाडसी प्रयोगच होता. आतापर्यंत धरणाच्या दोन बाजूंचं मातीकाम यांत्रिकी विभागामार्फत करण्यात येई. मात्र नदीपात्रातील घळभरणीचं काम ह्या यांत्रिकी विभागामार्फत कालमर्यादेत पूर्ण करण्याची जोखीम घ्यायला कोणी तयार नसायचं. कारण एकदा का टेंडर बोलावून कंत्राटदारांमार्फत हे काम करायचं ठरवलं, की जोखीम कंत्राटदाराची आणि अंदर की बात म्हणजे त्याच्याकडून मिळणारं परसेंटेज! त्यामुळे कोणीही अधिकारी हा खुष्कीचा मार्गच स्वीकारायचा. मग कामाचं तिकडे काय होईल ते होवो. कंत्राटदार चांगला निघाला, तर काम चांगलं आणि वेळेवर होई. नाहीतर कामही खराब आणि वेळेत झालं नाही, पावसाळ्यापूर्वी झालं नाही, तर अर्धवट झालेलं काम पुराच्या पाण्यानं वाहून नुकसान झालंच, तर तेही त्याचंच! अधिकारी परसेंटेज घेऊन मोकळे.

अमरला हे पटत नव्हतं. शेवटी कंत्राटदाराचं नुकसान हेही राष्ट्रीय नुकसानच ना! त्यामुळं त्यानं हे काम खात्यामार्फत स्वत:च्याच जोखमीवर करायचं ठरवलं. खात्याच्या यांत्रिकी विभागाला ज्याला सगळे 'मेकॅनिकल' म्हणत, त्यांच्याकडची मशिनरी काहीशी जुनी-पुराणी; पण ती चालवणारे अनुभवी आणि कुशल. विशेषत: मातीधरणांच्या बांधकामाचा त्यांचा अनुभव खाजगी कंत्राटदारांच्या लोकांपेक्षा जास्तच. वर्षानुवर्षं अनेक धरणांची कामं करून त्यांनी आत्मविश्वास तर कमावला होताच; पण कामाच्या दर्जाची त्यांना जाण आली होती. माती-मुरुमाचा थर किती जाडीचा पसरावा, कुठं पसरावा, त्याची जाडी काय असावी, दबाईसाठी रोलरच्या लोखंडी चाकांमध्ये किती वजन असावं, किती वेळा रोलर फिरवावा, म्हणजे किती पासेस असावेत, किती घनता येईपर्यंत दबाई करावी, पाणी किती शिंपावं ह्या सगळ्या तांत्रिक बाबी त्यांना चांगल्याच अवगत होत्या. त्यामुळे मेकॅनिकलकडे एकदा काम सोपवलं, की त्याचा दर्जा उत्तम राहणार आणि आणीबाणीची वेळ आलीच, तर त्यांच्या यांत्रिकी संघटनेकडे असलेली राज्यात विखुरलेली वेगवेगळ्या प्रकारची यंत्रसामुग्री – मग पोकलेन असो, डोझर असो, की रोडरोलर, डंपर्स असोत, ते रात्रीतून साईटवर आणणार याचीही अमरला खात्री होती. इतर अधिकाऱ्यांसारखा चार पैसे मिळण्यासाठी त्याला काहीही करण्यात रस नव्हता, उलट स्वत:वर कामाची जोखीम स्वीकारून उत्तम दर्जाचं काम आणि तेही वेळेत करण्यावर त्याचा कटाक्ष होता. इतर सहकारी अधिकाऱ्यांनी त्याला वेडं ठरवलं, तरी त्यानं हे काम मेकॅनिकलकडूनच करायचं ठरवलं. त्यानं टेंडरच्या प्रक्रियेत वेळ दवडायचं टाळलं. त्याचा परिणाम चांगलाच झाला. थोडगा धरणाचं घळभरणीचं काम नदीपात्रातलं पाणी आटताच सुरू झालं. नदीपात्रात

जलरोधी खंदकाची खोदाई करण्यासाठी पात्रात पोकलेन यंत्र उतरलं, तेव्हा अमरला कोण आनंद झाला!

धरणात साठणाऱ्या पाण्याच्या उंचीइतकाच हा जलरोधी खंदक नदीपात्रात खोल खोदावा लागतो किंवा कठीण कातळाचा थर लागला, की थांबवावा लागतो. त्याला मातीधरणाचा पायाच म्हणायचं. कठीण पायाचा दगड काही मीटर खोलीवर लागला, तर नशीबच समजायचं, म्हणजे तेवढंच खोदाईचं आणि खोदलेला खंदक अपारगम्य काळ्या मातीनं दाबून भरायचं काम कमी. एकदा का जलरोधी खंदकात काळी माती दाबून भरून परत नदीपात्रात जमिनीवर आलं, की मग मात्र प्रत्यक्ष धरणाच्या भिंतीचा भराव सुरू. मग गाभ्याच्या भागात तीच अपारगम्य काळी माती भरायची. तिच्यातून पाणी पाझरत नाही किंवा पाझरलंच, तर खूपच कमी प्रमाणात पाझरतं. ह्या गाभ्याच्या दोन्ही बाजूला म्हणजे पाण्याकडच्या बाजूला आणि त्याच्या विरुद्ध बाजूला पाणी पाझरून धरणाच्या बाहेर निघून जावं, म्हणून मुरुमाचं आवरण टाकायचं. मात्र हा मुरुमदेखील रोडरोलरनं योग्य घनता येईल इतका दाबायचा. धरणाच्या खालच्या बाजूला धरणातून पाझरलेलं पाणी गोळा करण्यासाठी एक नाली खोदायची. धरणाच्या खालच्या बाजूच्या टोकाला जिथून पाणी पाझरून ह्या नालीत पडतं, तिथं पाणी उपळून परत धरणाची झीज होऊ नये म्हणून वजनदार दगड रचून एक 'रॉक-टो' तयार करायचा. नालीतलं पाणी उतार देऊन परत नदीच्या पात्रातच खालच्या बाजूला सोडायचं. अशी एकंदरीत ह्या मातीच्या धरणाची रचना. धरणाचा गाभा, बाह्य आवरण म्हणजे कवच, पाण्याचा निचरा करणारी नाली ह्या सगळ्या बाबी एकदा धरणाचं मातीकाम सुरू झालं, की त्याच्यासोबतच काळजीपूर्वक कराव्या लागतात.

थोडगा धरण हे 'युसेड' म्हणजे अमेरिकन सरकारच्या मदतीनं बांधण्यात येत होतं. त्यांचा नियंत्रणकक्ष पुण्यात होता. तिथं दरदिवसाला कामाचा प्रगती अहवाल पाठवला जायचा. खुद्द अमेरिकन सरकारनं नेमलेले संनियंत्रक अधिकारी पुण्याहून दर महिन्याला साईटवर येऊन कामाची प्रगती आणि दर्जा बघत. हा 'तिसरा डोळा' कामावर लक्ष ठेवत असल्यानं अमर स्वत: जास्तीत जास्त वेळ ह्या कामावर भेट देऊन लक्ष ठेवी. धरण असो की कालवे, त्यांची कामं वेगात आणि उत्तम दर्जाची व्हावीत, यावर अमरचा कटाक्ष असे. त्याची दर आठवड्याला दर सोमवारी कामाला भेट ठरलेली असे, त्यामुळे साईटवरची मंडळी जागरूक असायची. कामाच्या अडीअडचणी तो जागेवरच निर्णय देऊन सोडवत असे. त्यासाठी ऑफिसला वेगळा पत्रव्यवहार करायची गरज नसे. मात्र तो साईट व्हिजिट करून ऑफिसला गेला की कामाची निरीक्षणं, टिप्पणणी काढून त्यात

तपशीलवार सूचना, जागेवर घेतलेले निर्णय, करायची अंमलबजावणी लगेच लेखी कळवत असे.

●●

अमर आणि आरती सकाळी बंगल्याच्या आवारातील बागेत फिरून एकेक फुलझाडं आणि झाडं बघत होती. गेल्या तीन-चार महिन्यांत अमेरिकन ब्लू ग्रासची लॉन चांगलीच तरारून वर आली होती. तिच्या निळ्या-हिरव्या पात्यांवर पडलेल्या उन्हाच्या तिरप्या कवडशांमध्ये दवबिंदू स्फटिकांसारखे चमकत होते. हवेत चांगली हुडहुडी भरावी अशी गुलाबी थंडी होती. तेवढ्यात नंदकुमार स्कूटरवरून आले. त्यांच्या चेहऱ्यावर काहीतरी लुटून आणल्याचा आनंद होता. आरती आणि अमरला बघून तर त्याला आणखीच आनंद झाला, कारण त्याची आणि अमरची भेट आजकाल दुर्मीळ झाली होती. कामाचा हंगाम सुरू झाल्यापासून दिवाळीनंतर नंदकुमारची आणि अमरची भेट होत नव्हती. अमर सकाळीच साईटवर निघून जात असे. त्यामुळे एकसारखी चुकामूक होत असे. आज मात्र रविवार असल्यानं अमर बागेत फेरफटका मारत आरतीच्या बागकामाचं कौतुक करत असतानाच नंदकुमार आला.

"गुडमॉर्निंग, साहेब, आज आमचं मोठं नशीबच म्हणायचं, तुमच्या भेटीचा योग आहे. हे घ्या, वहिनीसाहेब, लाल ग्लॅड्यूलांच्या फुलांचे कंद." नंदकुमारने सरप्राईज द्यावं तसे कंद असलेली पिशवी आरतीच्या हातात दिली. दोघांच्याही चेहऱ्यावरचा आनंद लपत नव्हता.

"चला, चहा घेऊ या. बऱ्याच दिवसांनी भेटतोय. आज रविवार आहे. निवांत गप्पा मारू." अमरनं नंदकुमारला फर्माईश केली. आरती लगबगीनं पुढे चहा ठेवायला घरात गेली. मग अमर आणि नंदकुमार हिरवळीवर उन्हात फिरत बागेत फेरफटका मारू लागले.

"अहो, येताय ना चहाला? चहा गार होतोय." आरतीनं व्हरांड्यातील ऑफिसमधल्या टेबलवर चहाचा ट्रे ठेवून हाक मारली. तसे ते दोघं गप्पांमधून भानावर आले. नंदकुमारजवळ गप्पांसाठी विषयांचा तोटा नसायचा. एक राजकारण सोडल्यास कोणत्याही विषयावर तो भरभरून बोले. त्याची सगळ्याच विषयात गती आणि मती चांगली होती.

"साहेब, तुम्ही हैद्राबादच्या नुमाईशला गेलाय का?" नंदकुमार.

"नाही बुवा? काय असतं ते?"

"साहेब, नुमाईश म्हणजे काय नसतं ते विचारा. नुमाईश म्हणजे प्रदर्शन. हैद्राबादच्या आखिरी निझामानं म्हणजे मीर उस्मान अलीखान यानं सन १९३८ पासून हे प्रदर्शन भरवायला सुरुवात केली. आज जवळ जवळ पन्नास वर्षं होऊन गेलीत. उस्मानिया विद्यापीठातल्या पदवीधर विद्यार्थ्यांनी सर्वप्रथम हैद्राबाद आणि निजामाच्या राज्यातील स्थानिक वस्तूंचं प्रदर्शन भरवलं. तेव्हा अवघे शंभर स्टॉल होते. आता तर ते स्टॉल मोजता येत नाहीत. अक्षरश: हजारो स्टॉल झालेत."

"पण एवढं काय असतं त्यात?"

"साहेब, काय नसतं त्यात? अक्षरश: टाचणीपासून मोटारकारपर्यंत सगळ्या वस्तूंची दुकानं लागलेली असतात. तुम्ही म्हणाल ती आणि मागाल ती वस्तू तिथं मिळते. ती ही देशभरातून नव्हे तर जगभरातून आलेली असते. देशी, विलायती सगळ्या ब्रँडच्या वस्तू तिथं हाजिर."

"हो का? अरे व्वा, मग जायला पाहिजे एकदा, पण मुलं कंटाळतील तिथं?"

"नाही, साहेब, अजिबात नाही. उलट तीच जास्त आनंद घेतील. मुलांसाठी जॉय राईड्स आहेत. वहिनीसाहेबांसाठी सगळ्या भारतातून आलेल्या हस्तकला वस्तू आहेत आणि बरं का, हे सगळं एका दिवसात नाही बघून होत, चांगले दोन-तीन दिवस हवेत. मुक्कामच करावा लागतो."

"बरं, बरं, पण जाणार कसं आणि थांबणार कुठं? मीतर कधी हैद्राबादला आजपर्यंत गेलो नाही."

"साहेब, तुम्ही फक्त हो म्हणा. मी सगळी व्यवस्था करतो. आमच्या कंपनीची गाडी आणि उस्मान ड्रायव्हर देतो. तो हैद्राबादचाच आहे. खुशीनं येईल. सगळं हैद्राबाद-गोवळकोंडा फिरवून आणील. तिथं मध्यभागी ॲबिडला 'हॉटेल अन्नपूर्णा' आहे. आमच्या कंपनीच्या गेस्टसाठी दोन-तीन रूम्स कायमच्या बुक केलेल्या आहेत. तुम्ही जाऊन आरामात राहू शकता तिथं. पाहिजे तितके दिवस, नो प्रॉब्लेम."

अमरला हैद्राबादच्या नुमाईशचं आकर्षण निर्माण झालं. गेले तीन महिने सकाळ-दुपार-संध्याकाळ आणि रात्रही कामात जायची. आरती आणि मुलंही कंटाळली होती. ह्या गावात धड ना सिनेमा थिएटर ना मुलांना खेळायला मोठं गार्डन. अमरचा दिवस तर कामानं उजाडे आणि कामातच रात्र होई. पण बाकीच्यांचं काय? शुक्रवारी सव्वीस जानेवारी. ध्वजवंदनानंतर करायचं काय? तशात सव्वीस जानेवारीला राष्ट्रीय सण म्हणून सगळी कामं बंद. शनिवार-रविवारची सुटी. त्यामुळं सलग तीन दिवसांच्या सुटीचा मुलांचा योग आलेला.

आरतीपुढे कल्पना मांडताच तिचा चेहरा खुलला. मुलं आनंदानं नाचू लागली. तिनं हलकेच विचारलं, "रासणे फॅमिलीला घेऊ या का सोबत?" अमरनं लगेच फोन फिरवला. तिकडून भारत रासणेंचा होकार आला. त्यांची दोन छोटी मुलं, अमरची दोन मुलं आणि ते चौघं. एका अँबॅसिडर कारमध्ये दाटीवाटीनं का असेना, पण मौज करीत जायचं ठरलं. अमरनं लगेच नंदकुमारला फोन फिरवला. काही मिनिटांतच पुढची व्यवस्था झाली. खूप दिवसांनी काहीतरी छान बघायला मिळेल ह्या कल्पनेनं मुलंच नाही, तर अमर आणि भारत रासणे यांनाही साहित्यिक गप्पा मनसोक्त मारायला मिळतील, याचा आनंद झाला. सव्वीस जानेवारीच्या झेंडावंदनानंतर सगळी वरात हैद्राबादला निघाली.

राज्याची सीमा ओलांडून जेव्हा आंध्रप्रदेश मध्ये प्रवेश झाला, तेव्हा रस्ता अत्यंत खराब होता. आपल्या राज्यातील रस्ता एकपदरी असलातरी चांगला होता, पण सीमेवरचा चेकपोस्ट ओलांडताच फरक जाणवायला लागला. खड्ड्यांमुळे गाडी आदळत होती. गाडीचा वेगही मंदावला होता. खड्डे चुकवत गाडी रांगत रांगत चालली होती. आपल्या राज्यातील गावं कशी बागायतीमुळे हिरवीगार होती, तसं इथं काही नव्हतं. इथपर्यंतचा प्रवास मुलांच्या गप्पा-गाणी मौजमस्तीत चालला होता. अमर आणि रासणे साहेबांच्या गप्पा थोडगा प्रकल्पाच्या भूसंपादनाच्या विषयावरून नकळतपणे साहित्याकडे वळल्या होत्या. मात्र सीमा ओलांडताच गाडीचा आवाज इतका वाढला, की काय बोलतोय ते कुणालाच कळेना, म्हणून मग त्यांनी मौन पत्करलं, पण आरती आणि लीना वहिनींच्या गप्पा थांबत नव्हत्या. बऱ्याच दिवसांनी त्यांना एकत्र वेळ मिळाला होता. वाटेत हुमनाबादला एका फॅमिली धाब्यावर थांबून त्यांनी जेवण घेतलं. तेवढं एकच 'फॅमिली ढाबा' नावाचं हॉटेल थांबावं असं होतं. बाकी दुतर्फा सगळीकडे टायरच्या चळती रचलेल्या आणि खाटा टाकलेल्या ड्रायव्हर लोकांसाठी 'खटियेपे खाना, खटियेपे सोना' असे धाबे होते.

पुढे रस्ता बरा होता. नॅशनल हायवे. ह्या हायवेवर मोठमोठे कंटेनर्स रस्त्यानं पळत होते. त्यापेक्षा जास्त धाब्यांसमोर थांबलेले. त्यांना चुकवत-चुकवत हैद्राबादच्या जवळ गाडी आली, तेव्हा रस्त्याच्या दोन्ही बाजूला मोकळे रान आणि जमिनीवर लगोऱ्या रचून ठेवल्यासारखे मोठेमोठे गोल-गोल दगडांचे टोळ. अमर ह्या दगडांकडे बघत त्यांच्या जिऑलॉजिकल फॉर्मेशनचा विचार करत होता, तर लेखक भारत रासणे ह्या जमिनीतून उगवून आलेल्या पाषाणांच्या रचना बघत त्यातील सौंदर्य शोधत होते. हैद्राबादकडे जातानाच काहीसा भ्रमनिरास झाल्यासारखं वाटत होतं. कुठंही निसर्गसौंदर्य दिसत नव्हतं. पण इकडच्या लोकांना ह्या

निजामाच्या शहराचं केवढं कौतुक! निजाम राजवटीतील राजधानी म्हणून मराठवाड्यातील लोकांचं ह्या शहराशी एक भावनिक नातं निर्माण झालं होतं. ह्यांचे सगळे व्यवहार ह्या शहराभोवती गुंतले होते. शिक्षण, व्यापार, सोयरिकी सगळ्या ह्या महानगरावर अवलंबून होत्या. उर्वरित महाराष्ट्राला जसं आपली राजधानी म्हणून मुंबईचं भूषण, तसंच ह्यांना हैद्राबादचं आजही भूषण वाटत होतं. त्यामुळे अगदी छोट्या-मोठ्या गोष्टींच्या खरेदीसाठी हे लोक इथं येत-जात. आपणही जसं लग्नाच्या बस्त्याला किंवा एखाद्या मोठ्या खरेदीला मुंबईला जावं, तसं. मुंबईत जसं सगळं आधुनिक आणि नवनवीन मिळतं, तसंच इथं मिळणार ही इथली ठाम समजूत. त्यामुळे इथल्या लोकांना हैद्राबाद जवळचं, तर मुंबई स्वप्ननगरी.

दुपार कलता कलता जेव्हा हैद्राबाद शहरात प्रवेश झाला, तेव्हा सगळीकडे मिनार आणि गोल घुमट दिसायला लागले. सगळीकडे हिरवे झेंडे आणि त्यावर चाँद-तारा. रस्त्यावरची माणसं चौकटीच्या लुंग्या, डोक्यावर विणलेली कशिद्याची गोल पांढरी टोपी, तर काळा पायघोळ अंगरखा घातलेल्या, डोक्यावरून बुरखा ओढलेल्या स्त्रिया. बुरख्याच्या जाळीदार नक्षीतून जगाकडे बघणारे काळे काजळ घातलेले डोळे तेवढे दिसत. 'मेरे मेहेबूब'च्या बुरख्यातील साधनाचे डोळे अमरला आठवले आणि क्षणभर तो 'मेरे मेहेबूब'मधला शायर अन्वर झाला.

मुस्लीम सौंदर्याच्या तो नजाकती शोधू लागला आणि त्याच्या कानात 'मेरे मेहेबूब तुझे मेरे मुहब्बत की कसम' ह्या गाण्याच्या ओळी रुंजी घालू लागल्या. तो असा रुमानी झाला असतानाच मागून आरतीनं वैतागून विचारलं, "अहो, अजून किती वेळ लागणार हॉटेलवर पोहोचायला?"

"मॅडेम, बस अब आ ही गया ॲबिड सर्कल. आगे के चौक मे है अपना होटल अन्नपूर्णा!" उस्माननं सांगितलं. तसं प्रवासानं आंबलेल्या त्या दोघींना आणि मुलांना हायसं वाटलं.

दुपारी सालारजंग-म्युझियम बघायला गेल्यावर अमर आणि रासणेंना खजिना सापडल्याचा आनंद झाला. जगातल्या सगळ्यात श्रीमंत नवाबानं जगातून काय काय आणि किती किती सुंदर वस्तू जमा केल्या होत्या, ते बघून त्याच्या सौंदर्यदृष्टीला त्यांनी सलाम केला. जगप्रसिद्ध चित्रकारांची ओरिजनल मोठमोठी पेंटिंग्ज, छोट्या-मोठ्या मीनाकारी केलेल्या फुलदाण्या, वस्तू, पर्शियन गालिचे अशा शोभेच्या अक्षरशः हजारो वस्तू; तर काही दालनांमध्ये संगमरवरांपासून. ब्रॉंझचे छोटे छोटे पुतळे. व्हीनस, हर्क्युलिस, डेव्हिड अशा मायकेल अँजेलो ह्या दैवी प्रतिभेच्या शिल्पकारानं घडविलेल्या शिल्पांच्या प्रतिकृती. एक एक पेंटिंग, एक एक शिल्प, एक एक वस्तू बघायला वेळ कमी पडत होता. नबाबाच्या त्या

भव्य प्रासादात अतिशय कलात्मकतेनं मांडलेल्या जगभरातल्या त्या अमूल्य गोष्टी अधाशासारख्या बघताना अमरचं कलासक्त मन भरत नव्हतं. तो प्रथमच एवढं मोठं वस्तूसंग्रहालय बघत होता, त्यामुळे त्याला काय बघू नि काय नको असं झालं होतं. इथं दोन-तीन तास कसे निघून गेले होते, ते कळलंच नव्हतं. फिरून फिरून पायाचे तुकडे पडायला लागल्यासारखं झालं होतं. पण अजून कितीतरी दालनं फिरायचं बाकी होतं. आरती आणि मुलं कंटाळून 'आम्ही बाहेर थांबतो' सांगून केव्हाच निघून गेली होती. त्यांचा आणखी छळ नको, म्हणून अमर आणि रासणेंनी मग नाइलाजानं काढता पाय घेतला; तो पुढच्या वेळी फक्त आपण दोघांनी येऊन निवांतपणे अख्खं म्युझियम बघायचं ठरवून. बाहेर पडताना गरीब जनतेच्या पैशावर डल्ला मारून निजामानं मांडलेल्या ह्या प्रदर्शनाचं शल्य अमरच्या मनात कुठंतरी बोचत होतं.

संध्याकाळी हुसेन सागर तलावातील भव्य बुद्ध मूर्ती बघतानाही त्याला असंच वाटलं. बोटीतून मुलांसह त्या पुतळ्याला चक्कर मारली, तेव्हा त्या मूर्तीवर सोडलेल्या रंगीबेरंगी प्रकाशझोतांनी ती मूर्ती उजळून निघाली होती खरी, पण त्याला ह्या प्रदर्शनापेक्षा अजंठ्याच्या गुंफेत अंधारात सूर्यकिरणांच्या मंद कवडशात उजळून आलेली बद्ध पद्मासनामधील गंभीर ध्यानस्थ बुद्धमूर्ती आठवली. ती भगवान गौतमाच्या प्रज्ञा-शील-करुणा ह्या त्रिसूत्रीच्या जवळ जाणारी होती. समोरच्या लुंबिनी गार्डनमध्येही प्रजासत्ताक दिनानिमित्त केलेल्या रोषणाईमध्ये मुलं-माणसं आनंदानं बागडत होती. अमरनं मुलांना तिथं नेले. तोही त्यांच्याबरोबर खेळला-बागडला. त्याचा हा नवा अवतार बघून मग आरती, रासणेवहिनी, मुलं सगळीच त्यात सामील झाली. भारत रासणे मात्र गौतम बुद्धाच्या स्थितप्रज्ञेनुसार ह्या आनंदमेळ्याकडे अलिप्तपणे बघत स्मित करत होते.

दुसऱ्या दिवशी सकाळीच कुतुबशाहीचा मानबिंदू असलेला गोवळकोंडा किल्ला बघायला मंडळी गेली. जमिनीवरच्या पूर्वेकडच्या प्रवेशद्वारातून खंदक ओलांडून जाताना जणू काळाची तीनशे-चारशे वर्षं ओलांडून इतिहासात गेल्यासारखे वाटले. फतेह दरवाजा ह्या प्रवेशद्वाराच्या भव्य घुमटात वाजविलेल्या टाळ्यांचे पडसाद थेट टेकडीवरच्या किल्ल्यातील बाला हिसार सदरेमध्ये ऐकू जातात, हे बघून अमर थक्क झाला. ध्वनी-प्रतिध्वनींचा अचूक मेळ साधून त्या वेळी संदेशवहनाची ही बिनतारी यंत्रणा बघून त्या अनाम स्थापत्य कारागिरांना त्यानं सलाम केला. अशा अनेक अनाम कल्पक कारागिरांमुळेच ह्या राजे लोकांना कितीतरी गोष्टींवर नियंत्रण ठेवता आलं असेल. कोणत्याही ऐतिहासिक स्थळाला बघायला गेलं, की तिथला इतिहास कळल्याशिवाय तिथलं स्थळमाहात्म्य कळत

नसतं, म्हणून किल्ला चढण्यापूर्वीच अमरनं मागे लागलेल्या एका मुस्लीम गाईडला सोबत घेतलं. त्या गाईडनं माहिती द्यायला सुरुवात केली,

''भाइयों और बहनों, और तुम बच्चा लोगा सुनो, हम म्हमदू, तुमारा गाईड. अब इस गोलकोंडा के अंदर हम बताएगा वो सुननेका और वैसाच करनेका.'' सगळ्या मुलांना त्याची हैद्राबादी दख्खनी हिंदी ऐकून गंमत वाटली. त्यांनी हसून टाळ्या वाजवून त्याला प्रतिसाद दिला. ''अब ये मेरे पिछे जो है, उसको गोलकोंडा फोर्ट यानी की किला बोल्ता है, ये फोर्ट गोलकोंडा मने 'शेपर्ड हिल' पे बनाया गया है। ये हिल ग्रनाईट पत्थरसे बना है, इसके आजूबाजू डायमंड मने हिरोंका खदान था, इधरसे ही दुनियाका मोटा मोटा हिरा निकाला है। जैसा बर्तानिया मे सफेद रंग का कोहिनूर, अमेरिका मे निला रंग का होप, इराण मे गुलाबी रंग का दरिया-ए-नूर, फ्रान्स मे सफेद रंग का रिजंट नाम का हिरा है। अभी भी कोई कोई बडा हिरा जैसा अकबर शा और ग्रेट मुगल नामका हिरा जो चोरी हुवा हौ, उसका पता नही लगा है।'' असं म्हणून तो स्वतःच्या नावावर विनोद करून हसू लागला.

''अरे, म्हमदू भाई, हिरों की बात छोडो, अब किले के हिरों के बारे मे बताओ...'' अमरनं त्याला रुळावर आणलं.

''बताता हूँ, भाई, तो ये किला रानी रुद्रामा देवी नामके हिंदू रानी ने बनवाया, बाद मे उसके वारिस प्रतापरुद्राने बनाया. बहामनी राजमें जो तुर्की सुल्तान कुतुब-उल-मुल्क था, इसवी १४७७ से १५४३ तक उसने बहामनी राज खतम करके खुदकी कुतुबशाही इसवी १५३८ मे शुरु की । उस वक्त उसने ५ किलोमीटर का दिवार बनाया, मने तटबंदी, बादमे इसे बढाकर इसवी १५९० मे १० किलोमीटर किया हौ। बाद मे इसवी १५९० मे राजधानी गोलकोंडासे हैद्राबादमे चली गयी । इस किलेने बहुत जंग देखे । दो सौ साल किले ने हार नही मानी। आखिर इसवी १६८७ मे औरंगाजेब ने इस किले पे फतेह पायी । वो और उसके सिपाई इसी दरवाजेसे अंदर आये करके इसको 'फतेह दरवाजा' कहते है।''

किल्ल्याची माहिती सांगताना महंमद गाईड दख्खनचा इतिहास सांगत होता. विजयनगरच्या हिंदू साम्राज्याला लागून असलेलं बहामनी साम्राज्य, मुस्लीम साम्राज्य होतं आणि हा भक्कम १० किलोमीटरची तटबंदी असलेला किल्ला दक्षिणेकडून विजयनगर आणि उत्तरेकडून अहमदनगरच्या आदिलशाहीशी टक्कर देत कुतुबशाहीचं साम्राज्य राखत होता. ह्या किल्ल्याची एकेक वैशिष्ट्ये ऐकत आणि बघत अमर आणि मंडळी चारशे फूट वर चढून आली, ते गाईडच्या रंजक

माहितीमुळे त्यांना कळलेसुद्धा नाही. वर आल्यावर ती दहा किलोमीटरची चारी बाजूंची केलेली तटबंदी, तिला असलेले अर्धवर्तुळाकार ८७ बुरूज, आजही काही बुरुजांवर ठेवलेल्या प्रचंड मोठ्या तोफा, किल्ल्याचे खंदक ओलांडायला चार उघडझाप करणारे पूल, आठ प्रवेशद्वारं सगळं दिसत होतं. वर किल्ल्याच्या आत अनेक महाल, राजा-राण्यांची दालनं, मंदिरं आणि मशिदी होत्या. कुतुबशाहीतील कुतुबांच्या कबरी होत्या. मुख्य दरवाजावर मोर आणि सिंह यांची शिल्पं कोरलेली होती. ती राणी रुद्राम्मा देवीची निशाणी होती. खुलताबादच्या देवगिरी किल्ल्यापेक्षा भव्य हा गोवलकोंडा किल्ला कुतुबशाहीच्या निधर्मी राज्याच्या खुणा गेली पाचशे वर्षं जपत होता.

किल्ला बघून झाल्यावर ज्या नुमाईशची एवढी तारीफ ऐकली होती, ती बघायला नामपल्लीच्या गांधी मैदानावर अमर सगळ्यांना घेऊन आला. आतमध्ये प्रवेश करताच एका भव्य नगरीत आल्यासारखं वाटलं. नंदकुमारनं सांगितल्यानुसार खरोखरीच इथं दुनियेतल्या तमाम गोष्टी अवतरल्या होत्या. मुलांना जत्रेत आल्याचा आनंद झाला. मोठेमोठे जायंट व्हील, जॉय राईड्स बघून ते तिकडे पळाले. रासणे साहेब त्यांच्या मागे धावले. ते खुणेनंच म्हणाले, ''मी मुलांना सांभाळतो, तुम्ही फिरून परत इथंच या.''

नुमाईश म्हणजे गेल्या काही वर्षांत 'ऑल इंडिया इंडस्ट्रियल एक्झिबिशन' असं नामांतर झालेलं प्रदर्शन होतं. पन्नास वर्षांपूर्वी स्थानिक कारागिरांच्या हस्तकलेला वाव देण्यासाठी सुरू झालेलं प्रदर्शन बघता बघता आता राष्ट्रीय आणि आंतरराष्ट्रीय झालं होतं. औद्योगिक प्रदर्शनाच्या गाळ्यांमध्ये शेतीपंपापासून मोटार कारपर्यंत सगळं काही होतं. तिथं बघण्यापलीकडे काही खरेदी करण्यासारखं नसल्यामुळं आरती आणि सौ. लिना वहिनींनी साड्यांच्या दालनाकडे मोर्चा वळवला. 'कलकत्ता कॉटन' साड्या बघून त्या हरखून गेल्या. सहसा न दिसणारे रंग आणि डिझाईन बघून त्यांनी खरेदी केली. शेजारच्या दालनातही विविध रंगांच्या पिशव्या, लेडीज पर्स आणि ज्वेलरी बघून घासाघीस करत खरेदी करण्यात किती वेळ गेला, त्यांनाही कळलं नाही. अमरला ह्या खरेदीचं ओझं झालं, तेव्हा तो वैतागला. पण तेवढ्यात त्याचं लक्ष पश्चिम बंगालच्या एका हस्तकलेच्या दालनाकडे गेलं. तिथं छोट्या छोट्या सहा इंचाच्या प्लास्टर ऑफ पॅरिसच्या सुबक मूर्ती होत्या. बंगाली भजन-वादन करणाऱ्यांच्या जिवंत वाटणाऱ्या, चेहऱ्यावरचे भाव हुबेहूब दिसणाऱ्या ह्या 'मिनिएचर्स' बघून त्यालाही मोह अनावर झाला. ह्या अनामिक बंगाली मंडळींना घेऊनच मग तो तिथून निघाला. नुमाईशमध्ये प्रचंड गर्दी होती आणि दर तासागणिक ती वाढत होती. थोड्या थोड्या अंतरावर खाद्यपदार्थांचे स्टॉल्स

लागलेले. बिर्याणी आणि कबाबचा सर्वत्र दरवळ. भूक लागल्यानं रासणे काकांसोबत मुलंही अमरला बघून धावत आली. अमर आणि रासणेंनी हैद्राबादी दम बिर्याणीचा स्वाद घेतला, तर बाकीच्यांनी छोले-भटुरे खाऊन वरून आईसस्क्रीम घेतले. अमरनं इथला प्रसिद्ध फालुदा प्यायला. हातातले खरेदीचे ओझे जड झाले. पायदेखील थकल्यामुळे जडावले, तसे सगळे बाहेर पडले. नुमाईश बघून मन भरलं नव्हतं. एवढ्या मोठ्या 'नुमाईश'चा बराच भाग अजून फिरायचा शिल्लक होता. पण दरवर्षी एक जानेवारी ते पंधरा फेब्रुवारीपर्यंत चालणारं, पंचेचाळीस दिवसांचं प्रदर्शन पुढच्या वर्षी पुन्हा बघायचं ठरवलं.

हैद्राबादच्या मोत्यांच्या बाजाराविषयी खूप ऐकलं असल्यामुळं आरतीच्या आग्रहावरून तो तिथं गेला. चारमिनारच्या समोरच्याच रस्त्यावर हा मोतीबाजार आहे, रस्त्याच्या दुतर्फा खऱ्या-खोट्या मोत्यांची असंख्य दुकानं बघून तो चकित झाला. त्याला स्वत:लाही सोन्या-चांदीच्या दागिन्यांपेक्षा मोत्यांचे दागिने आवडतात, ते सोन्या-चांदीच्या दागिन्यांपेक्षा स्वस्त असतात म्हणून नव्हे; तर मोत्यांच्या नैसर्गिक सौंदर्यामुळे. मोत्यांची निर्मिती ज्या शिंपल्यात, ज्या नैसर्गिकपणे होते, त्यामुळे त्याला एक जैविक नातं माणसाशी बांधून ठेवत असावं, असं अमरला वाटलं. मात्र कृत्रिम किंवा कल्चर्ड मोत्यांमध्ये हे मुलासारखं सहज उमलून येणारं खऱ्या मोत्यांचं सौंदर्य नसल्यानं त्यानं खात्रीपूर्वक खरे मोती मिळतील त्याच 'मंगतराय'च्या दुकानातून आरतीसाठी मोत्याचा कंठा, कंगन आणि कर्णफुलं घेतली. आरती ह्या दागिन्यांनी इतकी हरखून गेली, की तिलादेखील त्यांपुढे सोन्या-चांदीचे दागिने फिके वाटले!

चारमिनारच्या आजूबाजूच्या गल्ल्यांमध्ये मिनाबाजार भरला होता. तिथं खास मुस्लीम पद्धतीचे दागिने, बिंद्या, सऱ्या, कंगन, बांगड्या बघून त्यांचा साज-शृंगार किती वेगळा आहे, असं आरतीला वाटलं. चारमिनारचं चित्र ह्यापूर्वी अमरनं सिगारेटच्या पिवळ्या पाकिटावर तेवढं पाहिलं होतं, पण जागेवर त्याला त्याची भव्यता कळाली. तो एका मिनाराच्या पोटातील जिन्यामधून गोल गोल चढत थेट वरपर्यंत गेला. मिनाराच्या वरच्या गच्चीमधून त्यानं चौफेर बघितलं. चारी दिशांनी शहर आडवं-तिडवं पसरलं होतं. सगळीकडे धाब्याच्या इमारती. मधूनच घुमटाकार इमारती. बहुधा सरदारांच्या जुन्या हवेल्या किंवा मशिदी असाव्यात. तिथून पश्चिमेकडे बडी मज्जिद दिसत होती. तिच्या घुमटावर आणि खाली आवारातही असंख्य कबुतरं दाणे वेचताना दिसत होती. तोच अजानची बांग आली आणि 'अल्लाह हूं अकबर'च्या आवाजात त्या आवारात शेकडो मुस्लीम बांधव एका शिस्तीत नमाज पढताना दिसू लागले. जमिनीवर पालथे

गुडघे टेकून हात वर करून ते अल्लाहकडे दुवा मागत होते. नंतर तेच हात आपल्या चेहऱ्यावर फिरवून परत गुडघ्यावर टेकवत आपला माथा जमिनीवर टेकवत होते. वरतून त्याला हे दृश्य मनोहारी दिसत होतं. अल्लाहवरच्या या असीफ श्रद्धेमुळे त्यांनी दख्खनच्या पठारावर गेली शेकडो वर्षं निजामशाहीचा अंमल केला असावा. हैद्राबादहून परतीच्या प्रवासात त्याला त्या निजामाच्या अस्तंगत झालेल्या निजामशाहीचं आणि मराठवाड्यातील लोकांनी ह्या निजामशाहीला 'मोगलाई' म्हणत स्वीकारलेल्या राजवटीचं गूढ हळूहळू उलगडत होतं. ह्या मोगलाईची मुळं ह्या प्रदेशाला सहजासहजी सुटत नव्हती.

●●

सहा

संध्याकाळी लवकरच अमर साईटवरून परतला. साईटवरचे धुळीनं माखलेले कपडे काढून त्यानं अंघोळच केली. प्रवासाची दगदग वाटली म्हणून तो अंग टाकतो, तोवर बेल वाजली. त्यानं थोडा आळस केला. गड्यानं दार उघडले. बालाजी मध्ये येऊन सांगू लागला, ''साहेब, भाईर कोनी डाक्टर साब आले हैत, ते तुमास्नीच भेटायचं म्हणताय.'' अमरनं नाइलाजानं अंगावर कपडे चढवले. संध्याकाळचे सात ही काही भेटायची वेळ नाही, पण इथं आल्यापासून वेळ-काळाचं भानच हरवलेल्या लोकांना काय सांगणार? तिकडं दूर अमरजा कॉलनीत राहत होतो, ते चांगलं होतं. ऑफिसच्या वेळेनंतर तिथपर्यंत कोणी येत नसायचं. पण इथं तोरणा कॉलनीत राहायला आल्यापासून ऑफिस जवळ असल्यानं साहेब ऑफिसात नसले, की घरी हमखास सापडणारच असं समजून लोक भेटायला घरी येऊन बिनदिक्कत घराची बेल वाजवत. साहेब जरी लोकसेवक असला, तरी तोही माणूसच आहे ना, त्यालाही विश्रांती आणि खाजगी आयुष्य आहे ना. आणि शेवटी वेळ-काळ, शिष्टाचार असतो ना? अमर काहीसा अनिच्छेनं रागावूनच बाहेर आला.

"साब, सलाम, हम डाक्टर खय्यूम. इधर गोलाई के बाजू मे हमारा दवाखाना है." एक काळाकुळ्या रंगाचे, दणकट बांध्याचे, मध्यम वयाचे गृहस्थ दारात उभे होते. अंगातला पांढराशुभ्र सफारी काळ्या शरीरावर उठून दिसत होता. डोक्यावरचे निम्मेअधिक केस उडालेले, उरलेले काळेपांढरे झालेले. जाड ओठांवर जाड जाड मिशा. अमरनं त्यांना व्हरांड्यातल्या ऑफिसमध्ये बसायला सांगितलं. तसं चोरट्या अंगानं दोघं जण पाठोपाठ येऊन त्यांच्या शेजारी बसले. डॉक्टर खय्यूमनं त्यांचं कार्ड अमरला दिलं.

"बोलो, डॉक्टरसाब, क्या काम है?"

"बोले तो काम-वाम वैसा कुच बडा नही है, परसो डाक्टरसाबने बुलाया था मिलनेकु. अबी इलेक्शन आनेवाले है ना..." इलेक्शन म्हटल्यावर अमरला पाटबंधारे मंत्री डॉक्टर रणसिंह पाटीलसाहेबांनीच ह्यांना बोलावल्याचा संदर्भ लागला.

"डाक्टरसाब और हम बहोत पुराने दोस्त है, मेडिकल कालिज से बॉक्सिंग में मेरेकू मार गिराते थे, पर मैं कभी कभी सॉलिड पंच लगाता था..." असं म्हणून डॉक्टर खय्यूम स्वत:वर खूश होत मोठ्यानं हसले. अमरच्या हातात त्यांनी दिलेल्या व्हिजिटींग कार्डनुसार हे गृहस्थ युनानी डॉक्टर होते; तर पाटबंधारे मंत्री एम.बी.बी.एस. डॉक्टर होते. आता ह्या दोघांनी कुठं आणि कधी 'बॉक्सिंग' केलं होतं, अल्लाह जाणे!

"साब, हमारी एक शिकायत है, आप आपके लोगाकोच काम देते हो. हमारे लोगाके ओर ध्यानच नहीं देते, करके हमने डाक्टरसाबको बोला. तो वो बोले, तुम मेरा नाम लेके चौहानसाब से मिलो."

"अरे, डॉक्टरसाब, मैं तो दूरसे इधर आया हूँ, मेरा यहाँ कोई रिश्तेदार नहीं है."

"अरे, साब, वो राम गायकवाड नै क्या? उसको आपने असर्जन डॅमका पिचिंग दिया है, वो तो बता रहा, के वो आपका रिश्तेदार है."

"अरे, डॉक्टरसाब, वो बडा रायटर है, मैं भी शायर हूँ, इसलिए हम एकही बिरादरी के है, करके उसने बताया होगा..."

"खैर कोई बात नहीं. वो भी तो हमाराही आदमी है. पिछले इलेक्शन में वो खडा था, तो हम मुसलमानोंने उसको ही वोट डाले थे."

"फिर वो तो तुम्हारा भी आदमी है ना?"

"हां साब, बात सही है, लेकिन अब हमारे साथ आया है ना ये सय्यद, ये मेरे चचेरे भाई का लडका है । इसको भी असर्जन डॅम का पिचिंग का काम दोगे

तो दोनों साथ मिलके अच्छा काम करेंगे.''

अमरनं सय्यदकडे पाहिलं. पंचवीस-तीस वयाचं, तांबूस केसांचं, तपकिरी डोळ्यांचं चुणचुणीत पोरगं अमरकडे आशाळभूतपणे बघत होतं. अंगावरील कपड्यावरून गरिबी दिसत होती.

''लेकिन काम के लिए पैसा कहाँ से लायेगा सय्यद?'' अमरची शंका.

''साब, हम है ना बैठेला. हम देंगा, आप सिर्फ काम दो. बहोत मेहनती लडका है. साब इधर जो मारवाडी लोगा है, उनके पास सब धान का व्यापार हौ, जो लिंगायत लोगा है, उनका साहूकारी है, जो मुसलमान हौ, वो बिचारे सब गरीब हौ, उनको कुछ कामधंदा नही हौ, वो सब लोगा हमाली करता हौ, जादा पढा-लिखा नहीं हौ ना.''

डॉक्टर खय्यूमनं बोलता बोलता इथलं समाजकारण आणि अर्थकारण सांगितलं होतं. अमर स्वत:ही इथं आल्यापासून हेच बघत होता. इथले मराठे पाटील-देशमुख पिढीजात शेती व्यवसायात मातब्बर होते, ते राजकारणात रमलेले. ह्या मागासलेल्या प्रदेशाला राज्याच्या मंत्रीमंडळात झुकतं माप मिळालेलं. यामुळे इकडे मंत्रीपदांची खैरात होती. एवढंच नाही, तर सध्या मुख्यमंत्रीपदही ह्याच प्रदेशाला मिळालेलं. पण इथं ते स्वजातीच्या बळावर निवडणुकांचं राजकारण करू शकत नव्हते. कारण इथं त्यांच्याविरोधात कायम ह्या 'मामुलि' म्हणजे 'मारवाडी-मुस्लीम-लिंगायत' ह्या तीन परस्परविरोधी लोकांची युती होती. निवडणूक जिंकायची, तर ही युती तोडून यातला गरीब वर्ग हाताशी धरणं भाग होतं. मारवाडी आणि लिंगायत तसे धनाढ्य असल्यानं ते सहजासहजी हाती लागत नव्हते. अशा परिस्थितीत त्यांना मुस्लीमभाई जवळचे वाटत आणि तेदेखील सत्तेच्या जवळ असणाऱ्या मराठ्यांनाच साथ देत, असं अमरचं निरीक्षण होतं. राजकारण एक वेळ बाजूला राह्यलं, तरी ह्या गरीब मुस्लिमांना मदत केली पाहिजे, शेवटी तेदेखील ह्या देशाचेच नागरिक आहेत ना?

●●

एक सांडोळ, असर्जन धरणांच्या घळभरणींची कामं सोडल्यास कालव्यांची कामं जोरात सुरू होती. तिकडे थोडगा धरणाच्या घळभरणीचं कामही यांत्रिकी विभागामार्फत तीन महिन्यांत निम्मं झालं होतं. जानेवारी संपून फेब्रुवारी महिना सुरू झाला होता. पुढील तीन महिने महत्त्वाचे होते, मे अखेरपर्यंत थोडगा धरणाचं काम पूर्ण होईल अशी अमरला खात्री वाटत असतानाच साईटवरून पाटील

साहेबांचा फोन आला,

"साहेब, साईटवरचं डोझर युनिट बंद पडलंय. आणखी दहा-पंधरा दिवस तरी दुरुस्त होईल असं वाटत नाही." अमरच्या डोळ्यांत चिंतेचं सावट दाटून आलं. त्यानं विचारलं, "दुसरा स्टँडबाय डोझर होता ना तिथं?"

"हो, साहेब, पण काम सुरू झाल्यापासून हाच डोझर व्यवस्थित काम करत होता. म्हणून मेकॅनिकल डेप्युटी इंजिनिअर साळुंकेंनी तो गेल्या आठवड्यात दुसऱ्या साईटवर पाठवला."

"मला न विचारता? आणि तुम्ही मला हे आज सांगता? तुम्ही काय झोपला होता का? अरे, हे गॉर्ज फिलिंगचं काम आहे. काय चेष्टा समजला का?" अमरनं रागारागानं फोन आदळला आणि मेकॅनिकलच्या कार्यकारी अभियंत्यांना फोन लावला, "पाळणीकर, काय लावलंय हे? डिप्लॉयमेंटच्या मीटिंगमध्ये मी गॉर्ज फिलिंगच्या कामासाठी मला स्टँडबाय डोझर युनिट पाहिजे, म्हणून भांडून मागून घेतलं अन् तुम्ही ते परस्पर मला न विचारता दुसऱ्या साईटवर कसं पाठवलं?"

"साहेब, तिथल्या आमदारांचा खूप आग्रह होता, की इलेक्शन लागण्यापूर्वी त्यांच्या गावच्या तळ्याचं धरणाचं काम लोकांना दिसलं पाहिजे म्हणून." पाळणीकर फोनवरूनच अमरची समजूत काढत होते. त्यावर अमर आणखीच उसळला, "पाळणीकर, तुमचं डोकं ठिकाणावर आहे का? आम्ही गॉर्जमध्ये काम करतोय. मे महिन्यापर्यंत काम पुरं झालं नाही, तर किती अनर्थ घडेल याची तुम्हाला कल्पना आहे का? आमदारांच्या त्या तळ्यापेक्षा मुख्यमंत्र्यांच्या जिल्ह्यातल्या धरणाचं काम महत्त्वाचं नाही का?"

"तुमचं बरोबर आहे, साहेब, पण त्यांनीच मुख्यमंत्र्यांना सांगितलं, म्हणून त्यांच्या पीएचा फोन होता."

"अहो, पण मग ह्याच कामावरचं डोझर युनिट पाठवा, असं म्हणाला का तो? तुम्हाला तुमचं डोकं नको का वापरायला? मला ते काही माहीत नाही, मला उद्याच माझं युनिट परत पाहिजे. नाहीतर गाठ माझ्याशी आहे." अमरनं परत रागानं फोन आदळला. पाटील साहेबांना, 'उद्या मला डोझर युनिट आलं की कळवा' असं बजावलं आणि त्यानं मोरेब्रदर्स ह्या कॉन्ट्रॅक्टरच्या दरवाढीच्या प्रस्तावामध्ये परत डोकं खुपसलं. रात्रभर तो बेचैन होता. दुसऱ्या दिवशी दुपारी पाटील डेप्युटी इंजिनिअरचा साईटवर डोझर आल्याचा फोन आला, तेव्हा त्याचा जीव भांड्यात पडला.

मुख्य अभियंत्यांच्या बैठकीत मिळालेल्या सूचनांनुसार अमरनं एका आठवड्यानं

भाववाढीचा प्रस्ताव तयार करून अधीक्षक अभियंत्याकडे पाठवला होता. गल्फवॉरमुळे वाढलेले पेट्रोल, डिझेलचे दर लक्षात घेऊन त्यानं पीओएल म्हणजे पेट्रोल-ऑईल-ल्युब्रिकंट कॉपोनंट काढला होता. तसंच चालू तिमाहीचा घाऊक किंमत निर्देशांक विचारात घेऊन दर पृथ:करण केलं होतं. दर पृथ:करण करण्यात तो स्वत:च तरबेज असल्यानं त्यानं निविदेमधल्या सगळ्या बाबींचे बिनचूक दर काढले होते. निविदेमध्ये भाववाढीची तरतूद होती. त्यामुळे त्यानं प्रस्तावाची शिफारस केली. स्वत: अधीक्षक अभियंत्याच्या कार्यालयात जाऊन प्रस्तावावर चर्चा करून तो मुख्य अभियंत्याकडे पाठवला होता. त्यालाही आता महिना होत आला होता. अमर मुख्य अभियंत्याच्या कार्यालयात फोननं विचारणा करी तेव्हा, ''अजून चेकिंग चालू आहे, झाले की मुख्य अभियंत्यापुढे ठेवू.'' असं एकच छापाचं उत्तर येई. इकडे तो थोडगा धरणाच्या घळभरणी कामावर अडकला होता. तो सांडोळ, असर्जन आणि अंबुलग्याच्या कालव्यांवर रोजच फिरत होता. कधी अर्धा दिवस ऑफिस करून साईट व्हिजिटला जाई, तर कधी सकाळी लवकरच साईट करून दुपारी ऑफिसला येऊन वेगवेगळे प्रस्ताव तयार करी. कंत्राटदारांच्या पत्रांना उत्तरं देई, तर कधी कर्मचाऱ्यांच्या मागण्यांना तोंड देत असे. मधूनच एखाद्या कर्मचारी युनियनची धमकी, तर एखाद्या कर्मचाऱ्याच्या उपोषणाची नोटिस. मग त्याची मनधरणी करून त्याला उपोषण मागे घ्यायला लावायचं. तोपर्यंत दुसऱ्या हट्टी आणि हेकेखोर कर्मचाऱ्याचं त्याच्या मनधरणीला झुगारून त्याच्या नाहीतर डेप्युटी इंजिनिअरच्या सबडिव्हिजनच्या ऑफिससमोर उपोषणाला बसणं. असं सारखं चालू असायचं.

रात्री घरी आला, की त्याचं दिवसभराचं टपाल येऊन पडायचं. त्याला ह्या टपालांच्या पॅडचं भारी ओझं वाटायचं. शाळेत असताना जसा रोजचा गृहपाठ रोज करायची त्याची सवय होती, तसंच तो ऑफिसच्या टपालाचा रोजच्या रोज निपटारा करी. त्याशिवाय त्याला झोपच यायची नाही. रात्रीचं जेवण करून तो टपाल तपासायला बसे, त्या वेळी तिकडे आरती मुलांचा गृहपाठ आणि अभ्यास घ्यायची. मुलं अभ्यास झाला, की कंटाळून झोपायला जायची. मग आरतीदेखील जांभया देत देत त्याच्या व्हरांड्यामधल्या ऑफिसमध्ये येऊन बसायची. व्हरांड्याच्या ऑफिसला फक्त लोखंडी जाळ्या होत्या. तिथं थंडी वाजायला लागली, की आरती हळूच मागून येऊन त्याच्या खांद्यावर शाल पांघरायची. ती झोप आवरत त्याला म्हणायची,

''अजून किती वेळ चालणारंय तुमचं ऑफिस? मला बाई झोप आलीय?''

''बस्स झालंच. एवढं अर्जंट टपाल काढलं की आलोच. तू जा झोप.'' पण

आरती काही जागेवरून हलायची नाही. ती तिथंच टेबलवर डोकं टेकवून झोपायची.

●●

दुपारी ऑफिसमध्ये त्याची सगळ्या डेप्युटी इंजिनिअरांसोबत कामाच्याविषयी मासिक आढावा बैठक चालू होती. एक सांडोळ, असर्जनच्या धरणांची कामं सोडल्यास बाकीची कामं त्यांच्या नियोजनानुसार चालली होती. थोडगा धरणाची घळभरणी सध्या नादुरुस्त डोझर युनिट दुरुस्त करून सुरू झाली होती. धरणाच्या मध्यभागी असलेल्या घळीमध्ये माती, मुरुमाचे थरांवर थर चढत होते. अमरला ते ऐकून समाधान वाटत होतं. पण वाढणाऱ्या थरांमुळे धरणाचं काम लवकरच पूर्ण होईल आणि येत्या पावसाळ्यात धरणात पाणीही साठेल ह्या कल्पनेमुळे बुडितातील शेतकरी भयभीत झाले आहेत, ते काम बंद पाडायच्या विचारात आहेत, असं जेव्हा पाटीलसाहेबांनी अमरला मीटिंगमध्ये सांगितलं, तेव्हा तो अस्वस्थ झाला. ही वेळ यायच्या आत काहीतरी केलं पाहिजे, म्हणून त्यानं भूसंपादन अधिकारी भारत रासणेंना मीटिंग चालू असतानाच फोन लावला,

“नमस्कार, रासणेसाहेब, आपल्या थोडग्याच्या भूसंपादनाच्या अॅवार्डचं कुठपर्यंत आलंय?”

“चौहानसाहेब, गेल्याच आठवड्यात कमिशनर ऑफिसमधून त्या प्रस्तावावर काही शेरे आलेत. त्यांची पूर्तता करून समक्ष तिकडे जायचं म्हणतोय, पण इकडे गाडीची व्यवस्था होत नाही.”

“अरेच्चा! एवढंच ना? मग कळवायचं की मला. मी केली असती व्यवस्था. असं करू या. आपण दोघं मिळून उद्या सकाळीच जाऊ या औरंगाबादला. माझंही चीफ इंजिनिअर ऑफिसला काम आहे. एका दगडात दोन पक्षी.”

रासणेसाहेबांबरोबर औरंगाबादला जायचं, म्हणजे मोठाच ‘साहित्य सहवास’ घडणार, ह्या कल्पनेनं अमर सुखावला होता. गाडीनं शहराची हद्द ओलांडताच, त्यानं कामाचे विषय बंद केले. थंडी संपता संपता सकाळी लवकरच प्रवास सुरू झाला. ह्या समशीतोष्ण हवेत म्हटलं तर सुखद गारवा आणि थोडीशी ऊबही होती. मग त्यानंच रासणेसाहेबांमधला डेप्युटी कलेक्टरऐवजी लेखक जागा केला. त्यांना त्यांच्या राज्यनाट्य स्पर्धेतील नाटकांवर बोलतं केलं. एकेका नाटकाची संहिता, ती सूचण्याची कारणं यावर भारत रासणे सांगत होते. ते ऐकताना अमरला ते रंजक वाटत होतं. तसंच त्यांच्या कथांची बीजं, त्यांच्या कथेतील पात्रं

त्यांना कुठं नि कशी भेटली, त्यांच्याविषयी ऐकताना त्याला मोठीच गंमत वाटत होती. ही सगळी पात्रं म्हणजे लेखकाच्या भोवतीच वावरत असतात. लेखकाचा म्हणूनही एक धाक ह्या माणसांवर पडत असतो. लेखक आपल्या तिसऱ्या डोळ्यानं बघून जे टिपत असतो, ते ह्या पात्रांनाही कळतं, तेव्हा ती माणसंही जागरूक होतात, तशी काहीशी अस्वस्थही. खुद्द कलेक्टर जयंत जावळे यांच्यामध्येही ती अस्वस्थता अमरनं पाहिली होती.

कमिशनर ऑफिसच्या आवारात गाडी घुसली, तेव्हा सकाळचे अकरा वाजले होते. पाच तासांचा प्रवास करून दोघं इथे पोहोचले, तेव्हा कमिशनर ऑफिसमध्ये जाग येत होती. शिपाई मंडळी तेवढी आली होती. अजून साहेब लोकांच्या केबिनची कुलपं उघडलेली नव्हती. त्या प्रचंड दगडी इमारतीमध्ये आताशा कुठं माणसं हळूहळू येत होती. निजामशाहीची अंगात मुरलेली सुस्ती गेली पन्नास वर्षं होऊन देखील संपली नव्हती. दुपारून फुलून येणाऱ्या पाय ठेवायला जागा नसलेल्या ह्या कँटिनचं रूप वेगळंच वाटत होतं. मात्र गर्दी नसल्यामुळे त्यांनी झटपट नाश्ता संपवला. चहा घेतला आणि रासणेसाहेबांना सोडून अमर निघाला. त्या वेळी संध्याकाळी काम झाल्यावर भेटू, असं म्हणून त्यांनी एकमेकांचा निरोप घेतला.

चीफ इंजिनिअर साहेबांचे पीए सरोदे फायलीमध्ये डोके खुपसून वाचत होते. अमरला बघताच त्यांच्या चेहऱ्यावर हसू पसरले. ते म्हणाले, "बरं झालं, साहेब, तुम्ही आलात. अहो, तुमचा तो भाववाढीचा प्रस्ताव येऊन महिना झाला. पण इथं आमच्या प्रोजेक्ट ब्रँचमधल्या लोकांना तुमचं ते दर पृथ:करण काही समजेना हो, दरवेळी नवेच शेरे काढून माझ्याकडं पाठवतात. चीफ इंजिनिअरसाहेब, सारखं झालं का म्हणून विचारतात." पीए सरोदेसाहेबांना सुटल्यासारखं झालं. मग अमर स्वत: प्रोजेक्ट ब्रँचमध्ये गेला. त्यानं एकेक करून चाळीस बाबींच्या दर पृथ:करणावर उपस्थित केलेल्या शेऱ्यांचे निराकरण केलं. दरवाढीचे मुख्य कारण गल्फवॉरमुळे वाढलेले इंधनाचे दर होते, त्यानं चालू तिमाहीचं दराचं पुस्तक, पीओएल कंपोनंट, घाऊक बाजार निर्देशांक यांच्या प्रती सोबत आणल्या होत्या. त्या त्यांना दिल्या आणि दरवाढीचा प्रस्ताव तपासून बरोबर असल्याचा पीएचा शेरा मारून तो मुख्य अभियंत्याकडे मंजुरीसाठी पाठवला. त्यांच्या येण्याची वाट बघत मग तो पीए सरोदेसाहेबांशी गप्पा मारत बसला.

चीफ इंजिनिअर दुपारी दोन वाजता पान चघळत चघळत आले. नेहमीप्रमाणे लोकांचे कुर्निसात स्वीकारत, लोकांची चौकशी करत ते केबिनमध्ये गेले. अमर आज अभ्यागतासारखा भेटायला आला होता. म्हणून त्यानं भेटण्यासाठी पट्टेवाल्या

शिपायाच्या हाती चिठ्ठी पाठवली. पट्टेवाला शिपाई बाहेर आला. त्यानं साहेब फोनवर बोलताय अशी खूण करून ''थोडं थांबा'' म्हणाला. अमर परत पीए सरोदेंच्या केबिनमध्ये बसला. थोड्या वेळानं चीफ इंजिनिअरसाहेबांनी त्याच्याऐवजी पीए सरोदेसाहेबांनाच आत बोलावलं. अर्ध्या तासांनी ते बाहेर आले आणि कपाळावर हात मारून ते म्हणाले, ''साहेबांनी तुमचा भाववाढीचा प्रस्ताव वाचला अन् माझीच उलटी हजामत केली. मी त्यांना सांगितलं, चौहानसाहेब आले आहेत, तर मला म्हणाले, मग तुम्ही काय तपासलं ते सांगा.'' आता आत गेल्यावर ते आपलीपण खरडपट्टी काढणार म्हणून अमरवरही ताण आला. आपण उगाचच चिठ्ठी आत पाठवली. नसती पाठवली तरी सरोदेसाहेबांनी त्यांना आपण आल्याचं सांगितलंच असतं. त्याला तिथून निघून जावंसं वाटलं. पण हा पळपुटेपणा काही बरा नाही. जे होईल ते होईल, आता माघार नाही. आपण जे केलंय, ते बरोबरच असताना घाबरायचं कशाला? अमर स्वत:चीच समजूत काढत स्वत:लाच धीर देत होता. थोड्या वेळानं शिपाई आला. चीफ इंजिनिअर साहेबांनी बोलावलं म्हणून सांगून गेला. अमर मनाचा हिय्या करून केबिनमध्ये गेला. ''या, चौहानसाहेब, अरे, तुम्ही काय केलंय हे! तुम्हाला सांडोळ, असर्जनचं काम करायचंय की नाही?''

''हो, साहेब, करायचं म्हणून तर हा प्रस्ताव आणलाय.''

''अरे, कसला प्रस्ताव आणलाय. डोंगर पोखरून उंदीर काढलाय तुम्ही.''

''म्हणजे, साहेब, मी चालू तिमाहीचेच निर्देशांक धरून दर काढलेत.''

''अरे, हो, पण कंत्राटदारांच्या हाती काय पडणार आहे? हे तर टेंडर कंडिशन्सप्रमाणे त्याला मिळणारच आहे. तुम्ही विशेष बाब म्हणून त्यात काय डोकं लावलं?''

''पण सर, मी टेंडर कंडिशन्सच्या पलीकडे काही करू शकत नाही.''

''मग बसा बोंबलत. आता मी मोरेब्रदर्सला फोन लावला होता. त्यांना हे दर मान्य नाहीत. काय करणार?''

''सर, त्यांना हे दर मान्य नसतील, तर माझापण नाइलाज आहे. नाहीतरी त्यांना कितीही दर दिले, तरी आता कामाचे दोन-तीनच महिने शिल्लक आहेत ह्या हंगामाचे. ते काही गॉर्ज फिलिंगचं काम सुरू करणार नाहीत.''

''मग काय करायचं?''

''साहेब, मी ह्याच दरात हे काम खात्यामार्फत पुढच्या हंगामात करून देतो.''

''म्हणजे? ते कसं?''

''साहेब, मी त्यांना लावलेला दंड कमी करणार नाही किंवा मागे घेणार नाही.

त्यांनी काम सुरू केलं नाही, तर मी त्यांचं काम काढून घेईन.''

''बरं, मग?''

''मी ते काम थोडगा धरणासारखं, खात्यामार्फत म्हणजे मेकॅनिकलकडून पुरं करून दाखवीन.'' अमर आत्मविश्वासानं बोलला. ते बघून चीफ इंजिनिअर म्हणाले, ''ठीक आहे. करून दाखवा. त्या मोरेंच्या रोषाला कसं तोंड द्यायचं ते बघा.'' अमर तिथून बाहेर पडला त्याच वेळी त्याच्या डोक्यात पुढच्या वर्षीचे प्लॅनिंग सुरू झालं. ह्या कंत्राटदारांच्या मुजोरीला खात्यामार्फत काम करणं, हेच उत्तर होतं आणि ते कामखात्यातील त्याच्या पूर्वसुरींनी मोठमोठ्या मातीच्या आणि दगडी धरणांवरदेखील यशस्वी करून सिद्ध केलं होतं. त्याच्या डोक्यावरचं कंत्राटदाराचं भूत उतरलं होतं, त्यामुळे हलकं हलकं वाटत होतं.

रासणेसाहेबांचं कमिशनर ऑफिसमधलं काम आटोपल्याचा निरोप मिळाल्यावर तो त्यांना घ्यायला गेला. बराच उशीर झाला होता, तरी तिकडे त्यांनीही किल्ला लढवला होता. भूसंपादनाच्या अॅवार्डला कमिशनरची मंजुरी मिळाली होती. त्यांनी अमरला ही बातमी सांगताच थोडगा धरणाच्या कामातील आडकाठी दूर झाली होती. आता पावसाळ्यापूर्वी म्हणजेच धरणात पाणी साठण्यापूर्वीच तो जमीनमालकांना जमिनीचा मोबदला देऊ शकणार होता आणि त्यांना दिलेला शब्द खरा ठरणार होता. त्यामुळेही त्याला हलकं वाटत होतं. ह्या आनंदात दोघांनी सेलिब्रेट करायचं ठरवलं आणि जेवणासाठी एका प्रसिद्ध हॉटेलात तो रासणेसाहेबांना घेऊन गेला.

''रासणेसाहेब, काय घेणार? जेवणापूर्वी ड्रिंक्स चालतील का?''

''नो, थॅंक्स. मी अजून दारूला स्पर्श केला नाही. मला लिखाणाची नशा आहे.'' असं म्हणून ते मोठ्यानं हसले. मात्र ते उत्तम खवय्ये असल्यानं त्यांनी अमरनं पुढं केलेलं मेन्यूकार्ड बघून चोखंदळपणे ऑर्डर केली. त्या हॉटेलचं नॉनव्हेज प्रसिद्ध असलं, तरी त्यांनी सोबत पालक-पनीरही मागवलं. दोघंही रिलॅक्स मूडमध्ये गाणी गुणगुणत ऑर्डर येण्याची वाट बघत होते. इतक्यात शेजारच्या टेबलवर बसलेल्या दोन तरुणांमध्ये भांडण सुरू झालं. एक तरुण कोरलेल्या दाढीवरून आणि डोळ्यांतल्या सुरम्यावरून मुस्लीम वाटत होता, तर त्याचा मित्र कपाळावरच्या भगव्या टिळ्यामुळे हिंदू असावा. त्यांचा आवाज दारू प्यायल्यामुळे चढला होता. आता तर ते हमरीतुमरीवर येऊन एकमेकांचा गळा पकडायला लागले. त्यांची मारामारी सुरू झाली. त्यांच्या टेबलवरच्या बाटल्या आणि काचेचे ग्लास खळ्ळकन फुटले. त्यांच्या तोंडातून अर्वाच्च शिव्या बाहेर पडू लागल्या. वातावरण तंग झाले. वेटर त्यांना आवरायचा प्रयत्न करत होते, पण त्यांनाही ते आवरत नव्हते. मालकही काऊंटर सोडून आला आणि त्यांना

शांत करू लागला. त्या धुमश्चक्रीमुळे तिथले सगळे दाणाफाण झाले. रासणेसाहेब एका कोपऱ्यात जाऊन भयभीत होऊन बघू लागले. तो थरार बघून त्यांचेच हातपाय थरथरू लागले. आयुष्यात प्रथमच ते असली मारामारी बघत असावेत. अमरला मात्र साईटवर दारू प्यायलेल्या लेबरांचे मारामारीचे असे प्रसंग बघायची आणि मिटवायची सवय होती. त्याला त्याचं काही वाटलं नाही, तो भांडण मिटविण्यासाठी पुढे होताच, रासणेसाहेबांनी त्याचा हात धरून मागे ओढलं. ''मला इथं जेवण जाणार नाही.'' म्हणत ते अमरला घेऊन बाहेर पडले.

●●

सांडोळ आणि असर्जन धरणांच्या घळभरणी कॉन्ट्रॅक्टरच्या अडेलतट्टूपणामुळे ह्या हंगामात होऊ शकल्या नाहीत, ह्याचं अमरला फार वाईट वाटल होतं, पण एक घळभरणी सोडल्यास धरणाची बाकीची कामं म्हणजे सांडव्याचं बांधकाम, अस्तरीकरण, कालव्यांची खोदाई, कालव्यांवरचे सेतू, जलसेतू, मोऱ्या ही कामं धडाक्यात चालू होती. ह्याच वर्षी घळभरणी होणार असं समजून त्या कामांवर कुठलाही परिणाम त्यानं होऊ दिला नाही, कारण तसं कळलं, की इतरही कामं आपोआपच थंडावतात. त्याची दर आठवड्याला होणारी या कामांवरची भेट काही चुकत नव्हती. सांडोळची पाहणी करून तो असाच एका दुपारी असर्जन धरणावर आला. त्या वेळी धरणाच्या दोन्ही उजव्या आणि डाव्या बाजूच्या भरावावर शेकडो माणसं कामाला बिलगलेली दिसली. काही मोठमोठे दगडांचे टोळे फोडत होते. त्यांच्या हातातील घणांचे घाव अचूकपणे टोळ्यांच्या नसांवर पडत होते,' त्या सरशी त्यांचे दोन तुकडे होत होते. घणांच्या घावांचा घण घण ध्वनी त्या दुपारच्या तळपत्या उन्हात घुमत होता.

अमर ते काम बघण्यासाठी पायी उतरून चालत होता. सालीचा लालपांढरा दगड पिचिंगसाठी वापरू नका, म्हणून सूचना करत होता. तोच डोक्याला गमछा बांधलेला, घामानं निथळणारा राम गायकवाड हातात घण घेऊन पुढे आला. त्यानं अमरला बघून हसत हसत, ''राम राम, साहेब'' म्हणून रामराम केला, तसं अमरही चमकून त्याच्याकडे बघत म्हणाला, ''राम राम. अरे, राम, तुम्ही स्वत: दगड फोडताय?''

''व्हय, साहेब, मी जातीचा वडार हाय, मला दगडाची नस बरोबर समजतीय, एका फटक्यात दोन तुकडे बराबर करताव. त्यो लालसालीचा दगूड म्याच बाहेर टाकलाव. ते बदबद वाजणारे दगड, तो मांजऱ्या दगूड मी पिचिंगला वापरत

न्हाई. आपलं पिचिंग बघा कसं सरळ लाइन दोरीत हाय. कुटंबी खड्डा न्हाई की कुटंबी टेंगूळ न्हाई. अवो साहेब, ह्याच्यावर पाण्याचा, वाऱ्याचा मारा व्हणार हाय वर्षांनुवर्षं. पिचिंग टिकलं, तर धरण टिकंल. न्हाईतर धरण फुटलंच म्हणून समजा.''

रामसारख्या एका सर्जनशील लेखकाच्या हातात हा घण बघून अमरला तो नियतीचा क्रूर शाप वाटला. क्षणभर रामच्या जागी तो स्वत:च हातात घण घेऊन उभा असल्याचा भास त्याला झाला. कुठल्याही इंजिनिअरिंग कॉलेजात न जाता राम त्याला पिचिंग कसं महत्त्वाचं आहे, हे ज्ञान सांगत होता. ते ऐकून अमरही चकित झाला. दगडाची नस पकडून बरोबर घाव घालणारा राम, माणसांची नस पकडून त्यांच्यावर लिहिणारा राम तोच होता. त्याच्या आईच्या दुधातूनच त्याला हे उपजत ज्ञान मिळालं होतं. त्याला रामचं मोठं कौतुक वाटलं आणि त्याच्या हातात लेखणीऐवजी घण देणाऱ्या व्यवस्थेचा त्याला राग आला. त्या व्यवस्थेचा तो स्वत:ही एक भाग असल्याबद्दल अमर शरमिंदा झाला. अमर आणि राम दोघंही एका सर्जनशील राकट हाताच्या बापांच्या पोटी जन्मले होते. पण दोघंही एका व्यवस्थेपुढे शरणागत होते. त्याच व्यवस्थेनं एकाच्या हाती लेखणी दिली होती, तर दुसऱ्याच्या हाती घण. राम गायकवाड जणू रागारागानं ह्या विषम व्यवस्थेवरच घणाचे घाव घालून तिचे तुकडे तुकडे करत होता.

''पण राम, तुम्ही स्वत: कशाला करताय हातात घण घेऊन हे काम?'' अमरनं न राहवून आतल्या उमाळ्यानं त्याला विचारलं.

''सायेब, मंग कोन करंल? हे सगळे हातात घण घेतलेले लोकही माझेच नातेवाईक हायेत. कोणी सख्खे, कोणी चुलत-निलत एवढंच. पन आम्ही सगळं वडारच. दगडफोडे पाथरूट. काहीच काम न्हाई मिळालं, तरी आम्ही घरापुढं दगड फोडत पाटे-वरवंटे घडवत बसतूच की.''

''म्हणजे, तुम्ही अजूनही हे पाटा-वरवंटा घडवता?''

रामनं घण खाली टाकला. त्याचे दोन्ही हाताचे तळवे अमरसमोर धरले. त्याच्या हाताला घण-छिन्नी-हातोडीचे घट्टे पडलेले होते. शाळेत पहिला नंबर आल्यावर हेच अरबट-चरबट हात अमरच्या डोक्यावरून फिरत. त्यांचा तो स्पर्श त्याला आता क्षणभर जाणवला. बापाच्या आठवणीनं, की रामच्या सर्जनशील राकट हातांनी त्याच्या डोळ्यांत पाणी आलं.

''सायेब, आम्हा कष्टकऱ्यांना हरामाचा पैसा नकोय. म्हणून मी तुम्हाला पहिल्याच दिवशी सांगितलं व्हतं, मला पैसा नको, काम द्या.'' राम म्हणाला.

"अरे, हो, पण इथली तुझी माणसं असताना तू स्वत: करशील असं वाटलं नव्हतं."

"साहेब, मी त्यांच्यापासून वेगळा न्हाई. मी काही त्यांचा पुढारी नाही की बॉस न्हाई. मी ह्या 'मारुती वडार को-ऑपरेटिव्ह लेबर सोसायटी'चा चेअरमन असलाव तरी त्यांच्यातलाच एक हाय. दुसऱ्या सोसायट्यांच्या चेअरमनसारखा पांढऱ्या कपड्यामधला कमिशन खाणारा न्हाई." अमरनं रामकडे बघत नकळत हात जोडले. त्यानं श्रमाच्या प्रतिष्ठेला कृतज्ञतेनं तो नमस्कार केला होता. त्यावर राम गायकवाडलाही गहिवरून आलं. अमरकडे बघत तो म्हणाला, "साहेब, तुमी हात कशापायी जोडताव. तुमी माझ्या थोरल्या भावासारखे. तुमी मला काम देऊन मदत केली. माझ्या लेकराबाळांचं पोट नि पाटी चालू ठेवली. मी तुमचे हे उपकार कधीच विसरणार नाही." अमरनं रामची पाठ थोपटली, तेव्हा साईटवरचे मजूर, डेप्युटी इंजिनिअर आणि ज्युनिअर इंजिनिअर सगळेच हा 'रामलक्ष्मण' भेटीचा सोहळा आ वासून बघत राहिले. तेवढ्यात डावीकडच्या धरणाच्या भिंतीवरून लुंगी घातलेला, डोक्यावर गमछा बांधलेल्या तरुणानं धावत येऊन अमरला वाकून नमस्कार केला. "अरे, सय्यदभाई, तुम भी साईट पे खुद काम करते हो क्या?" अमरनं प्रश्न विचारला.

"हौ, साब, हम को भी हरामका पैसा नको, कुर्राण कुबूल नहीं करता." अमरला आपण ह्या दोघांना काम दिल्यानं पुण्य लाभलं, असं वाटलं.

एक हिंदू धर्माच्या जातिव्यवस्थेतील अज्ञानाचा बळी. जात आणि धर्म कोणताही असो, शिक्षणाअभावी ह्या दोघांची ही गत झालेली. आपणही जातीच्या उतरंडीमध्ये तळाला असून केवळ शिक्षणामुळे ह्यांच्यापासून वेगळे झालोत. शंभर वर्षांपूर्वी महात्मा जोतीराव फुल्यांनी ही शिक्षणाची गंगा बहुजन समाजातल्या तळागाळापर्यंत आणली नसती, तर आपणही आज शूद्र म्हणून जगत राहिलो असतो. 'विद्येविना मति गेली, मतिविना नीती गेली, नितिविना गति गेली, गतिविना वित्त गेले, वित्ताविना शूद्र खचले, इतके अनर्थ एका अविद्येने केले.' असं सांगणारा तो द्रष्टा महात्मा झालाच नसता, तर आपणही कुठं शिकलो असतो. दुसरा महामानव डॉ. बाबासाहेब आंबेडकर झालाच नसता, तर अज्ञानाच्या अंधारात आणि चातुर्वर्ण्याच्या नरकात आपणही खितपत पडलो असतो. ह्या दोन महामानवांमुळे आपल्या हातातील घण-हातोडी-छिन्नी सुटली; पण अजूनही लाखो बांधवांच्या हातात ती आहे. अगदी रामसारख्या लेखकाच्या हातातही, ही कधी सुटणार, कोण सोडवणार? मदरशाच्या पलीकडे जाऊन ह्या लाखो बालकांना आधुनिक विज्ञानाच्या प्रकाशाकडे कोण नेणार? जगात जगण्यासाठी आवश्यक असलेले जीवनशिक्षण कोण आणि

कसं देणार? जोपर्यंत हे प्रश्न सुटत नाहीत, तोपर्यंत ह्या विषमव्यवस्थेचे लक्षावधी, कोट्यवधी बळी पडतच राहतील. त्यासाठी किती महात्म्यांना कितीदा जन्म घ्यावे लागणार?

साईटवरून परतताना अमर अशा उत्तरं नसलेल्या प्रश्नांच्या गर्तेत खोल खोल बुडत गेला. तो परत फिरला, त्या वेळी पश्चिमेला सूर्याचा नारंगी गोळा क्षितिजाकडे झेपावत होता. त्याच्याकडे बघत तो मावळतीचे रंग बघत होता. एक प्रकारची विषण्णता त्याच्या मनात दाटून आली होती. नेहमीप्रमाणे साईटवरून परतताना तो पुढच्या कामाचा विचार करत नव्हता. कामाच्या विचारांपेक्षा त्याला ह्या पददलितांचे विचार महत्त्वाचे वाटत होते. आपण आपल्या ह्या 'मटेरियल लाइफ'मध्ये गेली काही वर्षं कसे बुडून गेलो आहोत, ह्याचं त्याला वैषम्य वाटलं. आपण किती स्वयंकेंद्री झालो आहोत, ह्या व्यवस्थेचे आणि शासकीय यंत्रणेचे बळी पडलो आहोत! आपलं सामाजिक भानही हरवून गेलो आहोत. अगतिक आणि हतबल झालो आहोत.

इतक्यात क्षितिजापाशी येऊन टेकलेला सूर्याचा नारंगी गोळा क्षितिजाच्या खाली लपलेल्या अदृश्य हातांनी ओढला जावा, तसा गप्पकन खाली ओढला गेला आणि क्षितिजरेषेच्या काळ्याभोर अंधाराच्या समुद्रात बुडाला. अमरला आणखीन विषण्ण वाटलं. बाहेर सगळ्या दिशांनी काळोख दाटून आला होता. त्यानं डोळे मिटले. बंगल्याच्या दारात गाडी आल्यावर मोहननं सवयीप्रमाणे हॉर्न वाजवला. त्यानं डोळे उघडले. समोर दारात आरती हसत उभी होती.

अमरच्या उदास चेहऱ्याकडे बघून आरती विचारात पडली. एरव्ही कितीही थकून-भागून आलेला असला, तरी अमरच्या चेहऱ्यावर आरतीला बघताच कळी खुलायची. तो सगळा थकवा विसरून तिला आज साईटवर काय घडलं, काय जेवला, कुणाला झापलं वगैरे वगैरे सगळं गमतीनं सांगायचा. त्यामुळे साईटवर न जाताही तिला ती सोबत गेल्यासारखं सगळं कळायचं. आज मात्र अमर तिच्याशी काही बोलायला तयार नव्हता.

"का हो, काय झालं? ऊन लागलं का आज साईटवर?" आरतीनं न राहवून विचारलं.

"नाही गं, तसं काही नाही." अमरनं त्रोटक उत्तर दिलं. आता हिला नेमकं काय अन् कसं सांगावं? म्हटलं तर तसं काही विशेष घडलं नव्हतं, पण काहीतरी घडलं होतं. अस्वस्थ करणारं, एवढं खरं.

"मग आज गप्प गप्प का? कुणाशी भांडलात का? कोणी उलटून बोललं का?"

“नाही गं, बाई, तसं काही झालं नाही. आज साईटवर राम गायकवाड भेटला होता.”

“मग त्यात काय एवढं?”

“त्याच्या हातात घण होता.”

“अग्गं बाई! तुमच्यावर धावला का तो?”

“नाही गं. तो घणानं दगड फोडीत होता. ज्या हातात लेखणी पाहिजे, त्या हातानं तो घण घेऊन दगड फोडीत होता, ते बघून मला वाईट वाटलं.”

“एवढंच ना? त्याला तुम्ही काम दिलं. ते काम तो स्वत: आनंदानं करत होता. त्याला त्याचं काही वाटत नव्हतं. मग तुम्हाला कशाला वाटायला पाहिजे?” आरतीचं म्हणणं वरवर खरं होतं. कष्टकऱ्यांच्या जातीत जन्मलेल्या माणसाला कष्टाची लाज वाटत नसते. राम ह्या कष्टकऱ्यांचा प्रतिनिधी होता. त्याच्या आत्मकथनामुळे तो जरी आज पांढरपेशा समाजात आणि बुद्धिजीवी वर्गात लेखक म्हणून ओळखला गेला असला, तरी जगण्याला तेवढं पुरेसं नव्हतं. ह्या देशात केवळ लेखक म्हणून कोणीच पोट भरू शकत नाही. जगणं वेगळं आणि लिहिणं वेगळं.

“हे बघा, सगळे दिवस सारखेच नसतात. तुमच्या आधारानं त्यांना चार पैसे मिळाल्यावर ते थोडेच कायमचे घणानं दगड फोडीत बसणारेत? ते चाफळकर नाही का? तुमच्याकडं गाढवांवर माती, मुरुम वाहून पाझर तलावांचं काम करायचे. तेपण गाडी वडार-माती वडारच होते ना? दहा वर्षांत कष्ट करून ते मोठे ठेकेदार झालेच ना? त्यांचं गाढव सुटलं, त्यांनी जेसीबी, पोकलेन मशीन घेतलं ना स्वत:चं? त्यांनी म्हणे त्यांच्या देव्हाऱ्यात सोन्याचं गाढव बसवलं. तसं रामपण ठेवतील सोन्याचा घण त्यांच्या देव्हाऱ्यात एक दिवस. त्यांचेपण दिवस बदलतील. चला, जेवायला.” अमरची मरगळ आरतीनं एका वाक्यात झटकली. तिच्या ह्याच आशादायी विचारांनी त्याला कितीदातरी बळ मिळालं होतं.

मार्च एंड. आज अमर सकाळी लवकरच साईटवरून ऑफिसला आला होता. तसं तर गेल्या आठवड्यापासून त्याला साईटवर जायला वेळ मिळत नव्हता. सध्या त्याच्या टेबलवर एम. बी. म्हणजे मेझरमेंट बुकांचा ढीग पडला होता. त्यासोबत कामांची रनिंग बिल्स म्हणजे चालू देयकांची कागदपत्रं होती. तो मेझरमेंट बुकांमध्ये त्याने साईट व्हिजिटमध्ये जागेवर मापं तपासून केलेल्या स्वाक्षऱ्या शोधत होता. शासकीय नियमांनुसार कोणतंही देयक पारित करण्यापूर्वी त्यातील मोजमापं कार्यकारी अभियंत्यानं पाच टक्के स्वत: तपासणं बंधनकारक होतं. त्याच्यामागे शासनाचा उद्देश स्पष्ट होता. काम न करता किंवा खोटी

मोजमापं नोंदवून कोणी बिलं काढून शासनाची फसवणूक करू नये. ह्या उद्देशाला जागून तो प्रामाणिकपणे जेव्हा जेव्हा साईटवर जात असे, तेव्हा कामाचा दर्जा तर बघत असेच; पण मोजमापंही स्वत: डंपी लेव्हल लावून, हातात टेप घेऊन मोजत असे. कुठं थोडं जरी माप चुकलं असलं, तरी तो ज्युनिअर इंजिनिअरवर डाफरत असे. ती मापं शंभर टक्के तपासल्याचं प्रमाणित करणाऱ्या डेप्युटी इंजिनिअरला सगळ्यांसमोरच झापत असे. जिथं चूक झाल्याचे आढळे, तिथं तो ती दुरुस्त करे. पण कधी त्याला मापं लिहिणाऱ्याच्या प्रामाणिकपणाचीच शंका आली, तर तो त्यांचे मापं लिहिण्याचे अधिकार कठोरपणे काढून घेत असे. त्यामुळे त्याची जागेवरची मापं तपासणी होईपर्यंत सगळ्यांनाच एक धाक वाटत असे. शेवटी सरकारचा प्रत्येक पै-पैसा म्हणजे जनतेचाच असतो. त्यांच्याच करातून प्रकल्पांना पैसे उपलब्ध होतात, त्यामुळे त्यात कोणतीही कसूर होऊ नये, कोणतीही अफरातफर होऊ नये, याची तो काळजी घेई.

मार्च महिना म्हणजे आर्थिक वर्षाचा अखेरचा महिना. त्यामुळे ह्या आर्थिक वर्षात उपलब्ध झालेला निधी शंभर टक्के खर्च व्हावा, एक रुपयादेखील परत जाऊ नये, असं त्याला वाटे. त्यासाठीच तर तो एवढा आटापिटा करत असे. प्रत्येक कामाचं सूक्ष्म नियोजन केलेलं असे. त्याच्या ह्या भौतिक आणि आर्थिक नियोजनाच्या वेळी तो प्रत्येक महिन्याचा, ऋतुमान, सणवार ह्यांचा बारकाईनं विचार करी व त्यानुसार प्रत्येक महिन्याची कामांची उद्दिष्टं ठरवी. त्यानुसार आपोआपच आर्थिक उद्दिष्टं ठरत आणि कामाची अंमलबजावणी होण्यासाठी डेप्युटी इंजिनिअरांसोबत मासिक बैठका घेऊन काही अडचणी आहेत का ते विचारी, तर दर आठवड्याला प्रत्येक प्रकल्पाच्या साईटला जाऊन जागेवरच त्या सोडवी. साईटवर जाऊन जागेवरच निर्णय देण्याच्या त्याच्या ह्या पद्धतीमुळे कामांना खूपच चालना मिळे. त्यानं स्वत:च पाडलेल्या ह्या पायंड्यामुळे सगळ्यांना आपोआपच कामाची शिस्त लागली होती.

त्याच्या ह्या नियोजनबद्ध काम करण्याच्या शैलीमुळे त्याच्या विभागात एक नवंच 'वर्क कल्चर' उदयास आलं होतं. त्याचा परिणाम फारच सकारात्मक झाला होता. त्यामुळे वर्षाच्या शेवटी रात्री जागून अभ्यास करणाऱ्या मुलांसारखं त्याला आणि त्याच्या हाताखालच्यांना काम करावं लागत नव्हतं. वर्षभर नियमित खर्च होत होता, तरी मार्च महिन्यात कामाचा जोर वाढून त्याला अखेरीस रात्री उशिरापर्यंत ऑफिसमध्ये थांबावं लागायचं. कारण ह्या सगळ्या उपविभागांनी केलेल्या कामांची बिलं त्याला एकट्यालाच मंजूर करावी लागायची. मेझरमेंट बुकमध्ये मोजमापं नोंदवून, टेंडरच्या दरानं प्रत्येक बाबीच्या परिमाणाला गुणून

त्याची रक्कम काढली जायची आणि सगळ्या रकमेची बेरीज करून बिलाची एकूण देय रक्कम काढली जायची. यालाच कामाचा 'गोषवारा' म्हणत. ह्या गोषवाऱ्यासह मेझरमेंट बुक उपविभागातून त्याच्या विभागीय कार्यालयात येई. इथं त्यांची प्रकल्पशाखेत तांत्रिक तपासणी व्हायची. नंतर ते बिल लेखाशाखेत ऑडिटर्स तपासणी करत. ते बिल अंकगणितीय दृष्टीनं तपासून बरोबर असल्याचं प्रमाणित केलं जायचं. मग ते त्या शाखेचा प्रमुख असलेल्या अकाऊंटंट पुढे ठेवलं जायचं. हा अकाऊंटंट म्हणजे केंद्र सरकारचा माणूस असायचा. तो कुठं अनियमितता होत नाही ना? निविदेच्या अटी आणि शर्तींनुसारच देयक म्हणजे बिल तयार केलं आणि तपासलं आहे ना, याची खात्री करी. त्याला काही शंका आल्यास तो त्याच्या हिरव्या शाईत शेरे लिहून कार्यकारी अभियंत्यापुढे टिप्पणी लिहून पाठवी. त्या बघूनच मग कार्यकारी अभियंता ते बिल पास करायचा निर्णय घेई. बिल पास झालं की, कंत्राटदाराला दिलेल्या मटेरियलची म्हणजे सिमेंट, स्टीलची किंमत त्यातून वजा करून त्याला निव्वळ रकमेचा धनादेश दिला जाई. तो धनादेशही योग्य रकमेचा असल्याची खात्री अकाऊंटंट करी आणि त्या धनादेशावर बाजूला तोही स्वाक्षरी करी. म्हणजे एवढ्या सव्यापसव्यानंतर कॉंट्रॅक्टरच्या हातात चेक पडे, तेव्हा त्याला धन्य झाल्यासारखं वाटे. बरं, ह्या प्रत्येक चाळणीतून जाताना तिथं झारीतले छोटे-छोटे शुक्राचार्य लपलेले असत. त्यांचं तोंड बंद करत-करत शेवटी सगळ्यात मोठे शुक्राचार्य म्हणजे हे अकाऊंटंट. ते आपली 'वॉचडॉग'ची भूमिका बजावत. ते सरकारनं त्यांना दिलेल्या अधिकाराचा दुरुपयोग करून कंत्राटदारांची मुद्दाम अडवणूक करत. त्यांना कामाची प्रगती, आर्थिक-भौतिक प्रगती, उद्दिष्टं यांच्याशी काही देणं-घेणं नसायचं. उन्हात राबून काम करणारे छोटे-मोठे कंत्राटदार आणि इंजिनिअर यांच्याशी जणू यांचं हाडवैर असायचं. छोटे कंत्राटदार यांचं गुमान ऐकत, मात्र मोठे कंत्राटदार यांच्याशी त्यांनी केलेल्या अवाजवी मागण्यांवर भांडत.

त्या दिवशीही असंच झालं. अमर मार्च एंडची बिलं तपासून मंजूर करत होता. त्याच्या केबिनच्या बाहेर कंत्राटदारांची रीघ लागलेली. तसंच प्रोजेक्ट ब्रँचमध्ये आणि अकाऊंट ब्रँचमध्ये टेबलांभोवती छोटी-मोठी कंत्राटदार मंडळी घुटमळत होती. आपापली बिलं पास करून कधी धनादेश खिशात टाकतो, असं सगळ्यांनाच झालेलं. हा 'रश ऑफ एक्सपेंडिचर' टाळण्यासाठी अमर गेल्या पंधरवाड्यापासून रोज शक्य होईल, तितकी बिलं पास करत होता. तेवढ्यात केबिनच्या बाहेर एकच गर्दी झाली. त्याच्या केबिनचं दार ढकलून अकाऊंटंट आणि यादव कंत्राटदार आत आले. ''सांग आता साहेबांपुढेच, तुझं परसेंटेज सांग हरामखोर,

आम्ही काय फुकटाचे पैसे मागतो काय?'' यादव हा सुशिक्षित अभियंता होता, पण त्यानं आता रूद्रावतार धारण केलेला. त्यानं चक्क अकाऊंटंटची गच्ची धरली होती. अकाऊंटंट भीतीनं थरथर कापत होता. यादवचेही डोळे संतापानं लाल झाले होते.

''साहेब, हा खोटं बोलतोय. मी याच्याकडे पैसे मागितले नव्हते. टेंडरप्रमाणे मी सिमेंट-स्टीलचे पैसे वजा करायचे राहिले म्हणून दाखवले, तर हा या वेळी राहू द्या, पुढच्या बिलातून वजा करा म्हणू लागला. मी नियमाप्रमाणे काम करतो, ह्यात माझी काही चूक आहे का?''

''अरे, भाड्या, तू नियम शिकवतोय व्हय आमाला? तुला तू म्हणशील ते पैसे दिले, की कुठं जातात बे तुझे नियम? त्या रेड्डीनं तुला जास्तीचे पैसे दिले, तर तू गुमान रिकव्हरी बाजूला ठेवली...'' यादवनं अकाऊंटंटच्या वर्मावरच बोट ठेवलं, तेव्हा इतका वेळ अमरच्या आश्रयाला आलेल्या अकाऊंटंटनं खाली मान घातली. तो म्हणाला, ''साहेब, मला माफ करा. माझी चूक झाली. पण यादवपासून वाचवा.''

''यादव, तू कंत्राटदार असलातरी सुशिक्षित अभियंता आहेस, हे असं वागणं शोभत नाही. तुझी तक्रार असली, तर माझ्याकडे यायला हवं.'' अमरनं यादवला फटकारलं.

''साहेब, हा फार हरामखोर माणूस हाव. माणूस न्हाई, पैशाला चटावलेलं जनावर हाव. सरकारी तिजोरीवरचा भुजंग. बाकी गुत्तेदारास्नी विचारा. प्रत्येक बिलाला आम्हा सगळ्यांना छळतात. किडे पडून मरंल एक दिवस!''

यादव हा प्रामाणिक काम करणारा कंत्राटदार होता. बेरोजगार अभियंत्यांना रोजगार मिळावा म्हणून सरकारनं सुरू केलेल्या योजनेचा तो लाभार्थी होता. पण लाचार नव्हता. अमर त्याला चांगलाच ओळखत होता. पण अकाऊंटंटचं हे रूप त्याला माहीत नव्हतं. अकाऊंटंट हिरव्या शाईत त्यालाही बाण मारत असायचा. त्याच्यामागं त्याचा हेतू शुद्ध नसायचा हे त्याला कळायचं, पण मग तो त्याला त्याच्याच भाषेत निळ्या शाईनं उत्तर देऊन निष्प्रभ करायचा.

ह्यात सरकारचीपण तेवढीच चूक होती. काम करणाऱ्या अभियंत्यावर सरकारनं अविश्वास दाखवून ह्या नॉनगॅझटेड अकाऊंटंटला कार्यकारी अभियंत्याच्या बरोबरचा दर्जा नकळतपणे दिला होता. आता तर ह्या नव्या नियमानुसार कार्यकारी अभियंत्याच्या बाजूला चेकवर अकाऊंटंटचा सही-शिक्का लागणार होता. म्हणजे अडवणुकीची आणखी एक जागा तयार केली होती. त्याला अर्थात काही बेजबाबदार कार्यकारी अभियंता असलेले अधिकारीच कारणीभूत होते. पण म्हणून अशा शुक्राचार्यांच्या

हातात हे वज्रास्त्र द्यायचं? ते तर केंद्रशासनाच्या सेवेतले. त्यांची निष्ठा तपासायला केंद्र सरकार थोडंच येतंय? वर्ष-दोन वर्षांनी कधीतरी अकाऊंटंट जनरलच्या ऑफिसमधून सीनिअर ऑडिटर येत. ते महालेखापालांची माणसं इथल्या कारभाराची लेखा तपासणी म्हणजे ऑडिट करायचे. नकळतपणे झालेल्या किंवा न झालेल्या अनियमिततांवर ते शेरे उपस्थित करायचे. त्या मंडळींना तांत्रिक गोष्टी समजत नसत. त्यामुळे ते काहीही बाष्कळ शेरे द्यायचे. त्या वेळी कार्यकारी अभियंत्यांच्या ऑफिसमधला हा घरभेदी अकाऊंटंटच त्यांना माहिती पुरवायचा. त्यालातरी कुठं त्या विषयाचं तांत्रिक ज्ञान असायचं? चार-पाच दिवस चालणाऱ्या ह्या तपासणीमध्ये त्या मंडळींची अशी ठेप ठेवली जायची, की जशी वरपक्षाच्या वऱ्हाडाची. तेव्हा अकाऊंटंट वधूपित्यासारखा वावरायचा. त्या मंडळींना लागणाऱ्या बनियन-अंडरवेअर आणि साबणाच्या वड्यांपासून त्यांना रात्रीच्या मद्य पार्टीपर्यंत सगळं पुरवलं जायचं. तेव्हा अकाऊंटंट हा फार पॉवरफूल माणूस असायचा. तो अमरला न कळवता सगळ्या डेप्युटी इंजिनिअरांकडून वर्गणी गोळा करायचा. शिवाय काही कंत्राटदारांना धमकावून ह्या ऑडिट पार्टीला जवळपास फिरवून मौज-मजा करवायचा. एवढं सगळं करून जाताना त्या ऑडिटच्या शेवटच्या दिवशी तपासणीमध्ये उपस्थित केलेल्या शेऱ्यांचं वाचन अमरच्या समोर व्हायचं. त्याला 'मेमो रिडिंग' म्हणत. अमर त्यांनी अकाऊंटंटच्या सांगण्यावरूनच उपस्थित केलेल्या शेऱ्यांना म्हणजे ड्राफ्ट ऑडिट पॅरांना असे समर्पक उत्तर देई, की त्यांना ते शेरे मागे घेणे भाग पडे. त्या वेळी ती मंडळीदेखील अमरच्या हुशारीपुढे नमत. तेव्हा अकाऊंटंटच्या मनातला जळफळाट अमरला स्पष्ट दिसे आणि त्याला मनातल्या मनात हसू येई.

अमरनं ह्या वर्षीचा मार्च एंड त्याच्या अचूक नियोजन आणि अंमलबजावणीमुळे यशस्वीरीत्या पार पाडला होता. गेल्या कित्येक वर्षांत ह्या वर्षी मिळालेलं अनुदान शंभर टक्के खर्ची पडलं होतं. हा एक चमत्कारच होता. मराठवाड्याचा अनुशेष भरण्याच्या दृष्टीनं हे पहिलं पाऊल पडलं होतं.

एकदाचा मार्च एंड झाला आणि अमरसोबत सगळ्या इंजिनिअरांच्या डोक्यावरचं ओझं हलकं झालं. ऑफिसमधलं तणावाचं वातावरण निवळलं. पण घरातलं वातावरण मुलांच्या परीक्षांमुळे मात्र तसंच तणावाचं होतं. मोठा मुलगा इयत्ता चौथीमध्ये, तर मधला अजून पहिलीतच बाराखडी गिरवीत होता. तरीपण घरातला टी.व्ही. आरतीनं बंद केला होता. त्यामुळे घरात एक तणावपूर्ण शांतता नांदत असायची.

"अहो, ऐकलं का, आज मुलांची स्कूलबस येणार नाही म्हणून ड्रायव्हर काकांचा फोन आला होता. त्याच्या घरी काहीतरी वाईट घडलंय म्हणे."

“बरं मग? मी काय करू?”

“आज तुम्ही कुठं साईटला जाणार नसाल, तर तुमच्या गाडीनं मोहन मुलांना शाळेत सोडेल का? परीक्षा आहे म्हणून विचारते.”

“हं. घेऊन जाऊ दे मोहनला गाडी आणि परीक्षा संपेपर्यंत तिथंच थांबून त्यांना परत घरी घेऊन ये म्हणावं.”

आरतीचा जीव भांड्यात पडला. एप्रिलच्या ह्या तळपत्या उन्हात मुलांना अमरच्या गाडीनं जायला मिळतंय, अमरनं तिचं ऐकलंय हे बघून ती सुखावली. अमरनं मोहन ड्रायव्हरला तशी सूचना केली आणि तो ऑफिसला चालतच गेला. ऑफिसमध्ये सगळा कारभार थंडावला होता. पण अमरच्या डोक्यात ह्या बजेटमध्ये त्याच्या प्रकल्पांना जो निधी मिळाला होता, तो कसा आणि कुठं खर्च करायचा ह्याचा विचार चालू होता. परत एकदा सगळ्यांना कामाला जुंपावं लागेल, पावसाळ्यापूर्वीचे हे दोन महिने कामाच्या दृष्टीनं तितकेच महत्त्वाचे होते.

एका सकाळी दारावरची बेल वाजली. रोजच्याप्रमाणे नंदकुमार आला असेल. म्हणून तो स्वत:च दार उघडायला गेला. दारात एक खादीचा किरमिजी झब्बा घातलेली व्यक्ती उभी होती. एवढ्या सकाळीदेखील तोंडात पान होतं. तो पान चावत हसत हसत म्हणाला, “येऊ का, साहेब? मी सोमेश्वर भट्टड. साप्ताहिक ‘रणगर्जना’चा संपादक.” अमरनं हे नाव काही ऐकलं नव्हतं. त्याचे पत्रकार मित्र जयप्रकाश रगडे यांच्यासोबत काही स्थानिक पत्रकारांची ओळख झाली होती. ते मुंबई-पुण्याच्या दैनिकात बातमीदारी करत होते.

“बोला, भट्टडसाहेब. काय काम काढलं सकाळी सकाळी अन् तेही घरी?”

“काही नाही, सहज. म्हटलं, आज सकाळचा चहा सायेबांच्या घरी घ्यावा. तसा नंदकुमार जो तुमचा आणि माझाही मित्र आहे, तो म्हणतो की, साहेब फार फ्रेंडली आहेत.” अमरनं शिष्टाचार म्हणून घरात चहा टाकण्यासाठी आवाज दिला. इतक्या निर्लज्जपणे घरात घुसून चहा मागणाऱ्या सोमेश्वर भट्टडची त्याला मनातून चीडच आली होती. पण कसा का असेना पत्रकार आहे. त्याच्याशी पंगा नको, म्हणून तो गप्प राहिला.

“बाकी काही म्हणा, साहेब, तुम्ही मात्र कमाल केली. पहिल्याच वर्षी सगळा निधी खर्ची पाडला. या पूर्वी असं कधी झालं नाही. सगळ्यांचा मार्च एंड दणक्यात झाला. तुमचं अभिनंदन!”

“अहो, माझं कसलं अभिनंदन? माझ्या सगळ्या सहकाऱ्यांनी मेहनत केली त्याला यश आलं. मी निमित्तमात्र. मी इथं मराठवाड्याचा विकास करायला आलोय.”

“करा, करा, मराठवाड्याचा विकास करा. पण जरा आमचाही विकास करा. आमचापण मार्च एंड द्या म्हणजे झालं.”

“म्हणजे?”

“म्हणजे आमच्या साप्ताहिक ‘रणगर्जना’चं आता दैनिक सुरू करावं, असा माझा प्लान आहे. त्यासाठी ऑफसेट मशिन घ्यावं लागेल. म्हणून थोडी मदत मार्च एंडच्या रूपानं द्या.” बशीतला चहा पिता पिता फुर्रकन आवाज करत सोमेश्वर बोलला. तेव्हा त्याचे तपकिरी डोळे बेरकी झाले.

“हे बघा मिस्टर, मार्च एंड म्हणजे काही खिरापत नाही, वाटेल त्याला वाटत सुटायला.” अमर काहीशा रागात स्वत:वर नियंत्रण ठेवत बोलला.

“बरं, राहिलं, पण हे बघा.” असं म्हणून त्यानं गळ्यातल्या शबनम पिशवीमधून एक फोटो काढला. तो अमरला दाखवत बेरकी हसू लागला. अमरनं नीट निरखून पाहिलं. त्याची अँबॅसिडर गाडी आणि मोहन ड्रायव्हर बाजूला उभा. त्याला काही अर्थबोध होईना. तो म्हणाला, “हो, ही माझीच गाडी अन् माझाच ड्रायव्हर आहे, पण त्याचा काय संबंध?”

“साहेब, जरा डोळे उघडून बघा. गाडीत आपले चिरंजीव आहेत अन् त्यांना शाळेत सोडायला तुमची गाडी घेऊन ड्रायव्हर आलाय. तुम्ही सरकारी वाहनाचा गैरवापर करताय, ही बातमी उद्याच्या साप्ताहिक रणगर्जनामध्ये पहिल्या पानावर लावलीय. उद्या मुख्यमंत्री येताय. त्यांच्याकडे हा पेपर देणाराय. बघा, तुम्हीच ठरवा.”

“यू बास्टर्ड, तुम्ही मला ब्लॅकमेल करताय. मी तुमच्या अशा धमक्यांना भीक घालत नाही. तुम्हाला माहीत नाही, मी रोजच्या रोज गाडीचा लॉगबुक भरतोय. आणि त्या दिवशीची म्हणजे ५ एप्रिलची लॉगबुकची एंट्री बघा. मी तीन तासांच्या खाजगी वापराचे पैसे भरले आहेत आणि डुप्लिकेट रिसिटही फाडली आहे. तशी एंट्रीपण माझ्या कॅशबुकला आहे. आऊट, गेट आऊट! तुम्ही माझ्या घरी येऊन मलाच धमकावताय? घरी आलेल्या पाहुण्यांशी मी सौजन्यानं वागतो, ह्याचा गैरफायदा घेऊ नका. आऊट!” अमरचा संताप आता अनावर झाला होता. त्याचा चढलेला आवाज ऐकून आरती बाहेर आली. मोहन ड्रायव्हर आणि बालाजी आला. तसा सोमेश्वर भट्टडही, “बघून घेईन, सोमेश्वर भट्टडशी गाठ आहे.” म्हणून बाहेर पडला, तेव्हा मोती त्याच्यावर भुंकत होता.

दारावरच्या शिपायानं निरोप दिला, म्हणून अमर त्याच्या केबिनमधून उठला. पोरेसाहेबांनी ह्या वेळी कशासाठी बोलावलं असेल, ह्या विचारातच तो शेजारच्याच त्यांच्या कार्यालयातील केबिनचं दार ढकलून गेला. ज्याला बघून पोरेसाहेबांनी, "या, या, चौहानसाहेब," म्हणत हसून स्वागत केलं. त्या वेळी त्यांच्या चेहऱ्यावर आलेला ताण विरघळत होता. केबिनमध्ये काही ओळखीच्या कर्मचाऱ्यांचे, तर काही त्यांच्या पुढाऱ्यांचे चेहरे अजूनही तणावग्रस्त दिसत होते. पोरेसाहेब त्याला खूप सीनिअर होते. पण त्याला त्यांच्याबद्दल ते केवळ ज्येष्ठ आहेत म्हणून आदर नव्हता, तर त्यांच्या 'साधी राहणी आणि उच्च विचारसरणी' ह्या गुणांचा तो आदर करत असे. मग आज त्यांनाच कुठला प्रश्न पडला असावा, याचा विचार करत तिथं जमलेल्यांचे तणावग्रस्त चेहरे तो न्याहाळत असताना पोरेसाहेब म्हणाले, "हे बघा, हे अमरसिंह चौहानसाहेब, हे इथं येऊन वर्ष होत आलंय. तुम्ही ह्या वेळी त्यांनाच कार्यक्रमाचे अध्यक्ष करून पुढचं ठरवा. पण माझं स्पष्ट मत आहे, की गावात लोक ज्या पद्धतीनं शिवजयंती साजरी करतात, त्या पद्धतीनं इथं नको. ते ढोलताशे, गुलाल उधळणं, नाचगाणी आणि मिरवणूक काढू नका. त्याऐवजी शिवाजीमहाराज कोण होते, त्यांचं कार्य किती मोठं होतं, यांविषयी बोलणाऱ्या कोणी अभ्यासू वक्ता, विचारवंताला बोलवा. आपल्यापैकी किती जणांना शिवाजीमहाराजांचं कार्यकर्तृत्व माहिती आहे? त्यांचे विचार माहिती आहेत?"

त्यांच्या ह्या प्रश्नावर जमलेल्या सगळ्यांनीच एकमेकांकडे बघायला सुरुवात केली. "म्हणून म्हणतो, आपण त्या थोर राजाचे विचार समजून घेऊ या. आपल्या मुलाबाळांनाही ते कळू द्या. ती खरी शिवाजीमहाराजांची जयंती साजरी करणं होईल. काय चौहानसाहेब, तुम्हाला काय वाटतं?"

"अगदी योग्य सूचना आहे तुमची, साहेब." अमरनं पोरेसाहेबांना दुजोरा दिला. त्या वेळी काही लोक हिरमुसलेले दिसले.

"आपण असं करू या, साताऱ्याच्या गोपाळराव मालुसरे यांनाच बोलवू या. ते फार छान बोलतात असं ऐकलंय. त्यांचं एक पुस्तकही प्रसिद्ध आहे म्हणे."

"हो, साहेब, मी करतो त्यांच्याशी संपर्क." अमरनं उठता उठता सांगितलं. बाहेर पडताना काही जण नाराजीच्या सुरात कुजबुजत होते,

"हे आर्यसमाजी लोक असेच असतात. त्यांना मूर्तिपूजा मान्य नाही, म्हणून आम्ही काय आमच्या राजाचं दर्शनही घ्यायचं नाही का?" अमरच्या हे कानावर पडावं म्हणून मुद्दामच मोठ्यानं बोललं गेलेलं हे वाक्य ऐकून तो म्हणाला, "तसं काही नाही. आपण महाराजांच्या प्रतिमेला अभिवादन करू, निश्चिंत राहा."

संध्याकाळी ऑफिस सुटल्यावर घरी न जाता तो शेजारीच राहणाऱ्या पोरेसाहेबांच्या बंगल्यावर गेला. तो आलेला बघून पोरेसाहेबांच्या कुटुंबात एक सुखद लहर आल्यासारखी झाली. एरव्ही आरती आणि अमरची मुलं तेवढी पोरेसाहेबांच्या बंगल्यात जात. आरती दुपारच्या वेळी पोरेवहिनींशी गप्पा मारायला, तर मुलं संध्याकाळी त्यांच्या मुलीबरोबर खेळायला जात. अमरला पाहताच पोरेसाहेबही बाहेर आले आणि दोघंही बागेतल्या खुर्च्यांवर बसले. तेवढ्यात पोरेवहिनींनी चहा आणून ठेवला आणि त्या आरतीशी गप्पा मारायला गेल्या. अमरनं चहा पिता पिता शिवजयंतीचा विषय काढला.

''मी आर्यसमाजी आहे, माझ्या घरात देवघर नाही. देव-देवकी पूजापाठ नि मूर्तिपूजा नाही. मी जन्मानं शहाण्णव कुळी मराठा आहे. माझे पूर्वज सरदार होते. ह्याच जिल्ह्यातलं सरदारवाडी हे माझं गाव. पण माझे वडील मराठवाडा मुक्ती संग्रामात सहभागी झाले. स्वामी रामानंद तीर्थ यांचे अनुयायी झाले नि आमचं सगळं आयुष्यच बदलून गेलं. शहाण्णव कुळी मराठा असल्याचा अभिमान म्हणा की दुराभिमान म्हणा, आम्ही खुंटीला टांगला.''

''पण मग तुमचं स्वत:चं असं परिवर्तन कसं झालं?''

''सांगतो. आर्य समाजाचे संस्थापक महर्षी दयानंद सरस्वती स्वत: गुजराती ब्राह्मण. हिंदू धर्माच्या सुधारणेसाठी त्यांनी १८७५ साली आर्य समाजाची मुंबईत स्थापना केली. त्यांचा शुद्ध वैदिक परंपरेवर विश्वास होता. मूर्तिपूजा, अवतार कार्य, बळी, कर्मकांड, अंधश्रद्धा नि जातिभेद यांना त्यांचा विरोध होता. स्त्रिया व शूद्रांनीही जानवे धारण करून वेदपठण करावे, अशी त्यांची शिकवण. घरात रोज वातावरण शुद्धतेसाठी अग्निहोत्र करावे. अग्निहोत्र करण्यामागे एक शास्त्रीय विचार आहे. तो त्यांनी त्यांच्या ग्रंथामध्ये मांडला आहे.''

''कोणत्या ग्रंथात?''

''त्यांचा मूळ ग्रंथ 'सत्यार्थ प्रकाश' आहे. त्यात त्यांनी 'कृण्वतो विश्वमार्यम' म्हणजे विश्वाला श्रेष्ठ बनवू या, हा उदात्त विचार मांडला आहे.''

''पण तो कसा?''

''त्यांनीच प्रथम त्या पारतंत्र्याच्या काळात 'स्वराज्य' शब्द वापरला. त्यामुळे त्यांना भारतीय असंतोषाचे जनक म्हटलं गेलं. स्वदेशीचा वापर नि राष्ट्रवादी विचार यांमुळे त्या वेळी गोपाळ कृष्ण गोखले, महादेव गोविंद रानडे ह्या नेमस्त विचारांच्या समाजसुधारकांपासून सशस्त्र क्रांतीचे जनक सावरकर, मदनलाल धिंग्रा, भगतसिंग हेदेखील त्यांचे अनुयायी होते. त्यांच्या या प्रेरक विचारांमुळे देशाला स्वातंत्र्य मिळालं. पुढे त्यांचे शिष्य रामानंद तीर्थ यांच्यामुळे इथं मराठवाड्याला

स्वातंत्र्य मिळालं. निजामाची मोगलाई संपली, पण आता इथं खरी शिवशाही नांदावी, खरे शिवभक्त तयार व्हावेत. नुसतेच गुलाल उधळून ढोलताशांवर नाचणारे नवीन रझाकार नकोत.''

''रझाकार म्हणजे?'' अमरला हा शब्द नवा होता, म्हणून त्यानं विचारलं.

''हो. तुम्ही प्रथमत: मराठवाड्यात आलात नाही का? त्यामुळं तुम्हाला रझाकार म्हणजे कोण माहीत नसावं. तुमच्यासारख्या बऱ्याच जणांना ते माहीत नाही. रझाकार ही एक निजामाचा सेनापती कासीम रझवी यानं स्थापन केलेली संघटना होती. संघटना हे फारच सोज्ज्वळ झालं. खरं तर ती एक 'पॅरा मिलिटरी' सेनाच होती. देश स्वतंत्र झाल्यावर भारतात सगळी संस्थानं विलीनीकरणाचं वारं वाहू लागलं. काही राजे-रजवाड्यांनी त्यांची संस्थानं विलीनदेखील केली. निजाम यास तयार नव्हता. त्याला त्याचं स्वतंत्र हैद्राबाद संस्थान हवं होतं. मात्र इथल्या जनतेला भारतात विलीन व्हायची इच्छा होती. त्या वेळी हैद्राबाद संस्थानापासून मुक्ती मिळविण्यासाठी गावोगावी चळवळ सुरू झाली. त्यालाच 'मराठवाडा मुक्ती संग्राम' म्हणतात. त्याचं नेतृत्व स्वामी रामानंद तीर्थ यांनी केलं. ही चळवळ मोडून काढण्यासाठी ह्या रझाकारांचा वापर केला गेला. ह्या सशस्त्र रझाकारांनी गावोगावी हिंदू स्त्री-पुरुषांवर अत्याचार सुरू केले. कित्येक सत्याग्रही आर्यसमाजी लोकांना प्राण गमवावे लागले. ह्या संस्थानात कायद्याचं राज्य नव्हतं. बाहेर देशात ब्रिटिशांनी सत्ता सोडल्यामुळे लोकशाही येऊन कायद्याचं राज्य येत असताना हैद्राबाद संस्थानात मात्र अनागोंदी माजली होती. रझाकार शिरजोर होऊन इथं मोगलाई सुरू झाली होती.''

''बरं, बरं, रझाकारांची सेना म्हणजे अत्याचारी मोगलाई होती तर?''

''निजामाचं सैन्य त्याच्या संस्थानच्या सीमा राखण्यासाठी, तर हे रझाकार संस्थानच्या आतील लोकांपासून निजामाला संरक्षण देण्यासाठी. लोकांवर दडपशाही करण्यासाठी होतं. त्या काळच्या क्रूरकहाण्या बाहेर फारशा लोकांना माहीत नाहीत. मीपण तीन-चार वर्षांचा होतो. घरातील बाया-बापड्यांच्या तोंडून ऐकतच मी मोठा झालो.''

''बरं, म्हणून इथं हिंदू-मुसलमान यांचं वैर आहे वाटतं?''

''नाही, तसं नाही. निजामशाहीत तसं काही वैर नव्हतं, पण ह्या लढ्यात तेढ निर्माण झाली, ती ह्या रझाकारांमुळे. ही एक बिनडोक सेना होती. पण त्या वेळचा सूड आताच्या मुसलमानांवर घेणं योग्य नाही अन् तेव्हादेखील कित्येक मुसलमानांनी हिंदूंना वाचवलं, तर रझाकारांनी काफिर म्हणून मुसलमानांनाही ठार केलंच ना?''

"मला वाटतं, ह्या इतिहासामुळे हिंदू समाजाकडून आता शिवजयंतीसारखे उत्सव मोठ्या धूमधडाक्यात साजरे करण्याची प्रेरणा मिळत असावी."

"हो, खरंय तुमचं म्हणणं. पण हे उत्सव, ही काळ्या इतिहासाला प्रतिक्रिया नसावी. ह्यात सुडाची भावना निर्माण होऊ नये, ही काळजी आपण आयोजक म्हणून घ्यावी. म्हणून माझा प्रयत्न असतो. शिवाजीराजांचा हा लढा स्वराज्यासाठी होता. कोणत्या धर्माविरुद्ध नव्हता. विचार महत्त्वाचे."

"बरोबर, पण विचारसुद्धा लोक नुसतं पुस्तकं वाचून घेत नाहीत. त्यांच्या डोळ्यांसमोर ह्या विभूतींच्या मूर्ती, तसबिरी हव्याच असतात. आर्यसमाजात मूर्तिपूजा मान्य नसेल, पण शिवाजीराजे तर सर्वांचेच आहेत. त्यामुळं शिवजयंतीच्या कार्यक्रमात आपण प्रतिमापूजन ठेवलं पाहिजे."

"हो, हो, तुमचं पटतंय, माझी काही हरकत नाही. प्रतीकांना विरोध कशाला, आपण तुमच्या म्हणण्यानुसार करू या."

अमरनं शिवजयंतीच्या कार्यक्रमाची रूपरेषा सगळ्या कर्मचारी आणि कार्यकर्त्यांना सांगितली. तेव्हा कार्यालयामध्ये उत्साहाचं वारं संचारलं. त्यानं कार्यक्रमाचे पाहुणे व प्रमुख वक्ते कॉ. गोपाळराव मालुसरे यांच्याशी बोलून 'गाडी पाठवू का' असं विचारलं, तर त्यावर त्यांनी नम्र नकार देऊन 'मी एस.टी.नंच येतो' सांगितलं.

तोरणा वसाहतीमधल्या सांस्कृतिक केंद्रात शिवजयंतीच्या कार्यक्रमाची जोरदार तयारी चालू होती. वसाहतीचा सगळा परिसर भगव्या पताकांनी सजला होता. तिकडे गावात शिवजयंतीची धामधूम चालू होती. मिरवणुका निघाल्या होत्या. गुलाल उधळला जात होता. ढोल-ताशांचे पडघम थेट कॉलनीपर्यंत ऐकू येत होते. मात्र सांस्कृतिक केंद्रात शिवाजी महाराजांचा पोवाडा ऐकू येत होता. कार्यक्रमासाठी वसाहतीमधील स्त्रिया, मुलं आधीच येऊन हॉलमध्ये बसली होती. कॉ. गोपाळराव मालुसऱ्यांना अमर स्वत: घेऊन आला. त्यानं त्यांची ओळख पोरेसाहेबांशी करून दिली. व्यासपीठावरील शिवाजीमहाराजांच्या प्रतिमेस पुष्पहार अर्पण केला. समई प्रज्वलित केली. व्याख्यानास सुरुवात झाली, तेव्हा संपूर्ण हॉल गर्दीनं फुलून आला होता. श्रोत्यांमध्ये कर्मचारी, अधिकारी, कामगार, पुढारी, तरुण-वृद्ध, स्त्रिया-मुलं, मुस्लीमबांधव सगळेच गोपाळरावांचं व्याख्यान ऐकण्यास उत्सुक होते.

"शिवप्रेमी बंधू-भगिनींनो, आपल्या भारत देशात काश्मीरपासून ते थेट कन्याकुमारीपर्यंत, इतिहासापासून ते भारत देश स्वतंत्र होईपर्यंत अनेक राजे होऊन गेले. पण त्या राजांच्या कुणी जयंत्या किंवा मयंत्या साजऱ्या करीत नाही. परंतु शिवाजीमहाराज हे एकमेव राजे आहेत, की त्यांची जयंती अख्ख्या देशभरात

साजरी केली जाते. का बरं? कारण शिवाजीमहाराज म्हणजे, निश्चयाचा महामेरू, जाणता राजा होता. त्यांचं वेगळेपण आपण समजावून घेतलं पाहिजे. त्यामुळे आजच्या व्याख्यानातून आपण तेच समजून घेणार आहोत. छत्रपती शिवाजीमहाराज हे वारसाहक्कानं राजे बनले नव्हते. माता जिजाऊनं बाळपणीच दिलेल्या शिकवणुकीनं त्यानं स्वत:च स्वत:चं राज्य निर्माण केलं. असा तो स्वयंभू शिवंभू राजा होता. त्यानं शेतकऱ्यांचं सैन्य निर्माण केलं आणि त्यामुळे तो रयतेचा कणव असलेला राजा झाला. कारण त्याला ठाऊक होतं, की शेतीशी जिवंत संबंध असलेला मनुष्य लुटारू होऊ शकत नाही. रयतेच्या भाजीच्या देठालाही सैन्याने हात लावू नये, सैन्याचा जनतेला त्रास होता कामा नये, हा राजेंचा कटाक्ष होता. सैन्यातील घोड्यांना दाणा-वैरणसुद्धा रोख रक्कम देऊन खरेदी झाली पाहिजे, हे राज्य जनतेला आपलं राज्य वाटलं पाहिजे, असा महाराजांचा आदेश होता.

"जी गोष्ट शेतकऱ्यांची, तीच गोष्ट व्यापाऱ्यांची. महाराजांनी परराज्यातून येणाऱ्या मालावर जबर कर बसवून स्वदेशी मालाला संरक्षण व उत्तेजन दिलं. तसंच त्या काळी चालत असलेल्या स्त्रियांच्या व गुलामांच्या व्यापारावर बंदी आणली. मानवमुक्तीच्या लढ्याची मुहूर्तमेढ रोवली. त्यांनी स्त्रियांच्या अब्रूची काळजी केली. मग ती स्त्री कोणत्याही जाती-धर्माची असो. कल्याणच्या सुभेदाराकडे त्याची सून मोठ्या मानानं व मनानं परत पाठवली. स्त्रियांकडे बघायचा त्यांचा दृष्टिकोन 'परस्त्री मातेसमान' होता. म्हणूनच 'अशीच अमुची आई असती सुंदर रूपमती, आम्हीही सुंदर झालो असतो, वदले छत्रपती.' त्यांच्या राज्यात ज्यांनी ज्यांनी स्त्रियांचा अपमान केला, त्यांना जबर शिक्षा ठोठावली, असा हा नीतिमान राजा होता.

"शिवाजीमहाराज धर्मश्रद्ध होते, धर्मद्वेष्टा नव्हते. हिंदू धर्मावरील निष्ठेमुळे त्यांना यश मिळाले, हे ही खरं नाही. धर्मरक्षणाखेरीज त्याहून दुसरं लोककल्याणकारी असं काहीतरी चांगलं करायला ते निघाले होते. शिवाजीची लढाई म्हणजे काही धर्मयुद्ध नव्हतं. तसं पाहिलं तर काही मुस्लीम राज्यकर्तेदेखील हिंदू धर्माबद्दल सहिष्णू होते. विशेषत: दक्षिणेतील निजाम, कुतूब व आदिलशाहीतील मुस्लिमांचे हिंदूंशी कौटुंबिक व राजकीय संबंध होते. शिवाजीच्या पदरीही अनेक मुसलमान सरदार होते. त्यांच्या आरमाराचा प्रमुख दर्यासारंग दौलतखान होता, तर अंगरक्षक मदारी म्हैतर होता. ह्याच मदारी म्हैतरनं त्यांना आग्र्याहून सुटका करताना मदत केली होती. अफजलखानाचा वकील कृष्णाजी भास्कर, तर शिवाजीचा वकील काजी हैदर होता. महाराजांचे सरदार सिद्दी हलाल, तर सरनौबत नूरखान बेग होते. त्या काळी मुसलमान राज्यकर्त्यांच्या पदरीही हिंदू सरदार असत, आदिलशहाचे

सरदार खुद्द महाराजांचे वडील शहाजी महाराज होते, तर शहाजी महाराजांचे सासरे लखूजी जाधव निजामाचे मनसबदार होते. विजापूरच्या आदिलशहाचे मनसबदार जावळीचे चंद्रराव मोरे, फलटणचे राजे निंबाळकर होते. एवढंच नाही, तर खुद्द औरंगजेबाच्या दरबारात हिंदू मनसबदारांचं प्रमाण दहा टक्क्यांनी वाढून एकतीस टक्के झालं होतं. सांगायचा मुद्दा हा की, त्या वेळी 'राज्य' ही मुख्य, 'धर्म' ही दुय्यम गोष्ट होती. आज आपण ही गोष्ट समजून घेत नसल्यानं आपली गल्लत होतेय.''

ह्या वाक्यानंतर त्यांनी श्रोत्यांकडे बघितलं, तेव्हा श्रोत्यांमध्ये बसलेल्या गोल टोपीवाल्या मोजक्या संख्येच्या मुस्लिमांच्या चेहऱ्यावर इतका वेळ जाणवणारा तणाव सैल पडत चाललेला दिसला.

गोपाळराव पुढं त्यांच्याकडे बघून म्हणाले, ''मुस्लीम राजांनी देवळं पाडली, त्याला कारण राज्यच आणि देवळांना इनामं दिली, त्याला कारणही राज्यच.'' मग इतर श्रोत्यांकडे बघत म्हणाले, ''शिवाजीमहाराज हिंदू होते. त्यांची धर्मावर श्रद्धा होती. ते धर्मासाठी देव-दानवांना व संतांना दान करत होते. हे खरं, पण ते मुस्लीम धर्माचा द्वेष करत नव्हते. मुस्लिमांचे 'हिंदूकरण' किंवा 'मराठीकरण' करण्याचा त्यांचा इरादा नव्हता. मुळात मंदिर असलेली, पण मुसलमानांनी मशिदीत रूपांतर केलंय अशी एकही मशिद पाडून तिथं पुन्हा मंदिर बांधल्याचं एकही उदाहरण नाही. मात्र याउलट मशिदींना दान व इनाम दिल्याच्या नोंदी आहेत.'' गोपाळरावांनी शिवचरित्रातील बखरीमधील, ग्रँड डम ह्या परदेशी चरित्रकाराच्या शिवाजीवरील चरित्रग्रंथाचा हवाला देऊन हे ऐतिहासिक सत्य सांगितलं खरं, पण एका मोठ्या गटात चुळबुळ सुरू झालेली दिसली. ती बघून गोपाळराव पुढे म्हणाले. ''अहो, मुसलमानांचं सोडा, पण महाराजांना खुद्द मराठे व हिंदूंशी लढावं लागलं. विजापूरकरांचे सरदार मोहिते, मोरे, सावंत, दळवी, सुर्वे, निंबाळकर यांच्याविरुद्ध ह्या सगळ्यांविरुद्ध ते आयुष्यभर लढले.'' गोपाळराव ज्या मराठा सरदारांची नावं घेत होते, तेव्हा त्या आडनावाच्या श्रोत्यात बसलेल्या मंडळींची मान शरमेनं खाली जात होती. खरं तर ह्या मंडळींना तसं वाटायचं काही कारण नव्हतं. पण ज्या दुरभिमानानं ही मंडळी इथं आली होती, त्यांना इतिहासानं दिलेला काव्यगत न्याय होता. पुढं श्रोत्यांमधील अभिजनवर्गाकडे बघत गोपाळरावांनी आपली तलवार आणखी परजली, ते म्हणाले, ''महाराजांनी स्वत:ला कधी 'गो-ब्राह्मण प्रतिपालक' म्हणवून घेतलं नाही. छत्रपतींच्या राज्याभिषेकास इथल्या ब्राह्मणांचाच विरोध होता.

म्हणून त्यांना काशीचा ब्राह्मण गागाभट्ट बोलवावा लागला. पण गंमत अशी की, त्याचंही मूळ घराणं इथलं मराठवाड्यातील नांदेडचं. मात्र त्यांनी राज्याभिषेक सोहळ्याची दक्षिणा म्हणून प्रचंड सोनं दिलं, इतकं की, ते त्याला रायगडावरून खाली उतरून नेणंही जड गेलं.'' हे ऐकताना व्यासपीठावर आणि सभागृहात पुढच्या खुर्च्यांवर बसलेल्या ब्रह्मवृंदालाही अवघडल्यासारखं झालं.

''असं असलं तरी शिवाजीमहाराज हा जाणता राजा होता. तो कुणाचा धर्म, जात बघत नव्हता; तो गुणधर्म बघत होता. म्हणूनच तर पुण्याचे कारभारी दादोजी कोंडदेव होते. त्यांचे मुख्य प्रधान मोरोपंत पिंगळे होते. आग्र्याहून सुटकेसाठी त्र्यंबकपंत डबीर ह्या ब्राह्मणानं त्यांना मदत केली.

''अहो, शहाण्णव कुळी म्हणवणाऱ्या मोरे, जाधव ह्या कुळांनीदेखील राज्याभिषेकाला विरोध केला होता, तेव्हा उच्चवर्णीय ब्राह्मण असो वा मराठे चातुर्वर्ण्य व्यवस्थेचा त्रास महाराजांनाही झाला होता. अगदी औरंगजेबही त्यांना राजा मानीत होता. पण आमचे काही लोक तयार नव्हते. महात्मा ज्योतीराव फुल्यांनी त्यांना त्यांच्या पोवाड्यात 'कुळवाडी भूषण' म्हटलं आहे. शिवाजीमहाराजांना 'क्षत्रिय कुलावतंस' म्हणा असा आग्रह असतो. खरं तर शिवाजीमहाराजांचं मूळ आणि कूळ शोधण्यापेक्षा त्यांनी काय केलं, किती मोठं काम केलं हे महत्त्वाचं. कुठं जन्माला यावं, हे आपल्या हातात नसतं; पण काय काम करावं, हे मात्र आपल्या हातात असतं.'' गोपाळरावांनी असं शिवचरित्रातून सामान्यांनी काय बोध घ्यावा, हे सांगितलं. शिवाजीसारख्या महापुरुषाला आपण आपल्या धर्मापुरता आणि त्यापुढंही जाऊन आपल्या एका जातीपुरता मर्यादित करतोय, हे किती संकुचित विचाराचं आहे, याची जणू सर्व श्रोत्यांना जाणीव झाली. समारोप करताना गोपाळराव म्हणाले, '' 'जय भवानी जय शिवाजी'चा घोष केला किंवा 'शिवाजीमहाराज की जय' असा जयघोष करणं म्हणजे शिवजयंती साजरी करणं नव्हे. नामांतराच्या वेळी, दलित वस्त्यांवर हल्ले करताना ह्या जयघोषणांनी शिवाजीमहाराजांच्या विचारांना हरताळ फासला गेला आहे. शिवाजीमहाराजांचा खरा इतिहास आपण शोधला पाहिजे. आजही उपयोगी पडेल असं त्यांच्या विचारात बरंच काही आहे. त्यात काळानुसार सुधारणा करून, आपण पुढं जायला पाहिजे, तरच आपण खऱ्या शिवशाहीचे पाईक आहोत, असं म्हणता येईल. धन्यवाद.''

व्याख्यान संपवून गोपाळराव बसले, त्या वेळी श्रोते दिङ्मूढ झाले होते. मग अमरनंच टाळ्या वाजवायला सुरुवात केली. तेव्हा बराच वेळ टाळ्यांचे प्रतिध्वनी

त्या सभागृहात येत राहिले. अमरला एका नव्या शिवशाहीचं आवाहन दिसत होतं. त्यानं गोपाळरावांचे मनापासून आभार मानले. पोरेसाहेबांनी गोपाळरावांना अभिवादन करताना म्हटले, ''फार छान बोललात. मी आपलं पुस्तक वाचलंय. तेव्हापासून आपलं व्याख्यान ऐकायची इच्छा होती. तुम्ही आम्हा सगळ्यांच्याच डोळ्यांत अंजन घातलंय.''

''अहो, साहेब, समाजपरिवर्तनाचा वसा घेऊन मी गेली तीस-चाळीस वर्षं स्वखर्चानं फिरतोय. आपला समाज वैचारिकदृष्ट्या फारच स्थितिशील झालाय. भूतकाळात रमलाय. म्हणून ठरवलंय, त्या भूतकाळात जाऊनच सगळ्यांना वर्तमानात ओढून आणायचं नि आदर्श समाजाचं भविष्यकाळातील चित्र दाखवायचं. बघू या किती यश येतंय?''

अमरनं गोपाळरावांना निरोप दिला खरा, पण त्यांच्या विचारांना तो निरोप देऊ शकला नाही. त्याला प्रशासनात 'शिवशाही' आणायचं स्वप्न पडत होतं.

●●

ऑफिसमध्ये लवकर जाऊन गेले दोन-तीन दिवस शिवजयंतीच्या तयारीत साचलेलं टपाल अमर तपासत होता. तेवढ्यात दारावरच्या शिपायानं त्याला भेटू इच्छिणाऱ्यांची चिट्ठी आणून त्याच्या हातात ठेवली. अतिशय सुबक अक्षरात त्यावर नाव लिहिलं होतं, 'प्रा. नागोराव सुतार. काम-सामाजिक.' ह्या प्रकारचं काम असलेली ही पहिलीच व्यक्ती होती. नाहीतर खाजगी किंवा सरकारी, नोकरी किंवा तक्रार असलंच काहीतरी गिचमिड अक्षरात लिहिलेलं असायचं. भेटू इच्छिणाऱ्याच्या हस्ताक्षरावरूनच त्याला भेटणाऱ्यांच्या मन:स्थितीचा अंदाज यायचा. इतक्या स्वच्छ अक्षरात नाव आणि काम स्पष्ट लिहिणारी व्यक्ती नक्कीच विचारांचीही स्पष्टता असणारी असणार. पण ह्या प्राध्यापक मंडळींचं त्याच्यासारख्या बांधकामांच्या ऑफिसमध्ये नक्की काय सामाजिक काम असणार याचा आणखी विचार करत बसण्यापेक्षा त्यानं शिपायाला 'पाठव' म्हणून सांगितलं. एक साधारण उंचीचे गृहस्थ आत आले.

''नमस्कार, साहेब, मी प्रा. नागोराव सुतार. इथल्या विवेकानंद कॉलेजात समाजशास्त्राचा प्राध्यापक आहे.'' त्यांनी हसत स्वत:ची ओळख करून दिली.

''बोला, सर. काय काम काढलं?''

''काम तसं महत्त्वाचं नाही. पण तुमचं अभिनंदन करावंसं वाटलं. तुम्ही शिवजयंतीचा जो कार्यक्रम केला, ती बातमी वाचून आलो. ह्या शहरात एक

पुरोगामी विचाराचा अधिकारी आला आहे, म्हणून आनंद झाला.'' अमरला उलगडा झाला. आपल्या कॉलनीमधल्या एका कार्यक्रमाची दखल घेतली गेली, याचा त्याला आनंद झाला.

''सर, शिवाजीमहाराजांची, त्यांच्या विचारांची खरी ओळख व्हावी हा आमचा उद्देश होता. शिवजयंती म्हणजे नुसता धार्मिक उत्सव होऊ नये.''

''बरोबर आहे तुमचं. पण साहेब, कालच आणखी एका मोठ्या समाजसुधारकाची म्हणजे महात्मा फुल्यांची जयंती होती. ती तुम्ही विसरलेला दिसता.''

''खरंय तुमचं, सर. खरं तर आजच आमच्या ऑफिसमधल्या काही लोकांनी शिवजयंतीप्रमाणेच परवा चौदा एप्रिलला डॉ. बाबासाहेब आंबेडकरांची जयंती साजरी करावी, अशी इच्छा व्यक्त केली. दरवर्षी ह्या ऑफिसचे लोक शिवजयंती साजरी करतात, पण आंबेडकर जयंतीला सुटी असूनही सगळे घरीच बसतात, अशी तक्रार केली.'' अमरनं त्यांना आंबेडकर जयंती साजरी करायचं आश्वासन दिलं खरं. पण दोन दिवसांत आंबेडकरांवर व्याख्यानासाठी कोणाला बोलवायचं त्याला सुचत नव्हतं. अचानक त्याच्या डोक्यात एक विचार चमकून गेला. तो प्रा. नागोराव सुतारांना म्हणाला, ''सर, अजूनही वेळ गेलेली नाही, परवाच्या आंबेडकर जयंतीच्या वेळी आपण महात्मा फुले नि बाबासाहेबांची अशी दोघांची जयंती एकत्रितपणे करू या. तसंही डॉ. बाबासाहेब, महात्मा फुलेंना गुरुस्थानी मानत. आपण प्रमुख वक्ता म्हणून यावं.''

आंबेडकर जयंतीसोबत महात्मा फुले जयंतीचा कार्यक्रम ठरला. ह्या कार्यक्रमाला पुरेसा वेळ नव्हता, तसेच पुरेसे कार्यकर्तेही नव्हते. ह्या ऑफिसमध्ये पहिल्यांदाच आंबेडकर जयंती साजरी होणार होती. तीच गोष्ट फुले जयंतीची. हे दोघंही ज्या दलितांच्या उद्धारासाठी लढले त्यांची सरकारी कार्यालयामधील भरती अजूनही अनुशेष न भरल्यानं मर्यादित होती. साहजिकच शिवजयंतीच्या तुलनेत कार्यकर्ते आणि श्रोतेही थोडेच होते. गर्दी नसली, तरी उत्साह तसाच होता. अमरनं सहकारी कार्यकारी अभियंता पोरेसाहेब, सोनवणेसाहेब, कुलकर्णीसाहेब यांना फोनवरूनच आमंत्रण दिलं. ह्या कार्यक्रमाचा तोच तर यजमान होता. त्याच्या पुढाकारामुळे हा कार्यक्रम ऑफिसमध्ये होतोय, याचाच आनंद इतकी वर्षं दबलेल्या कर्मचाऱ्यांच्या चेहऱ्यावर दिसत होता. सांस्कृतिक केंद्राच्या सभागृहाऐवजी ऑफिसच्या वरच्या मोठ्या हॉलमध्येच कार्यक्रम घ्यायचं अमरनं ठरवलं होतं.

ड्राफ्ट्समन विजय वाघमारेंनी आपल्या सुबक अक्षरात जयंतीचा फलक लावला होता. त्यांचे सहकारी सोनकांबळे, माळी यांनी दोन्हीं महापुरुषांचे फोटो अमरच्या ऑफिसच्या केबिनमधून आणले होते. एका टेबलावर स्वच्छ पांढऱ्या

चादरीवर ते शेजारी शेजारी ठेवले होते. शेजारी एक मोठी पितळी समई. साधीशी सजावट. हॉलमध्ये एका टेबलावर पांढरी स्वच्छ चादर आणि पाठीमागे चार खुर्च्या, समोर मोठ्या सतरंजीवर श्रोत्यांना बसण्यासाठी व्यवस्था केली होती. कार्यक्रम ऑफिसमध्येच वरच्या हॉलमध्ये असला, तरी वसाहतीतील सगळ्या चतुर्थश्रेणी कर्मचाऱ्यांची कुटुंबांसह उपस्थिती होती. शिपाई, ड्रायव्हर, स्वच्छक आणि तुरळक कारकून, अधिकारी मंडळी. आज जयंतीची सुटी असलीतरी काही सवर्ण मंडळी अमरच्या आमंत्रणामुळे हजर होती. छोटासा हॉल शे-दोनशे श्रोत्यांमध्येही तुडुंब भरलेला होता.

अमर इतर अधिकाऱ्यांसह हॉलवर आला. पाठोपाठ प्रमुख पाहुणे प्रा. नागोराव सुतार आणि प्रा. सोनकांबळे आले. प्राध्यापक सुतारांनी त्यांना वक्ता म्हणून सोबत आणलं होतं. त्यांनीच अमर आणि इतर अधिकाऱ्यांशी त्यांची ओळख करून दिली. दोघांनी फुले-आंबेडकरांच्या प्रतिमेला पुष्पहार घातले. समई प्रज्वलित केली आणि कार्यक्रम सुरू झाला. अमरनं विजय वाघमारेंना प्रास्तविक करायला सांगितलं, पण ते त्याच्या कानात लाजत-बुजत कुजबुजले, मग त्यांनी जगतापांना खुणावलं, जगताप धीटपणे पुढे आले आणि म्हणाले, ‘‘सन्माननीय व्यासपीठ आणि माझ्या कर्मचारी बंधू-भगिनींनो, आज प्रथमच आपल्या ऑफिसमध्ये क्रांतिसूर्य डॉ. बाबासाहेब आंबेडकर व महात्मा फुले जयंतीचा कार्यक्रम होत आहे. ह्या कार्यक्रमासाठी उपस्थित झालेल्या मान्यवर पाहुण्यांचं मी स्वागत करतो. आम्हा दलितांच्या जीवनातला हा अतिशय आनंदाचा क्षण आहे. आमची विनंती मान्य करून साहेबलोकांनी हा कार्यक्रम आयोजित केल्याबद्दल आम्ही त्यांचे अत्यंत आभारी आहोत, तसंच मान्यवरांचे विचार ऐकायला उत्सुक आहोत. कृपया त्यांनी आम्हाला मार्गदर्शन करावे...’’

जगताप कसेबसे चार वाक्यं बोलून बसले. अमरनं प्रा. नागोराव सुतार यांना आपले विचार व्यक्त करण्याची विनंती केली. तसे प्रा. नागोराव उठले.

‘‘बंधू-भगिनींनो परवाच तुमच्या इथं शिवजयंती धुमधडाक्यात साजरी झाल्याची बातमी वाचली. तुम्ही ज्या पद्धतीनं एका विचारवंताला प्रमुख वक्ता म्हणून आणलं, ते मला आवडलं. त्याबद्दल मी आपलं आणि आयोजकांचं अभिनंदन करतो. एप्रिल महिन्यात दरवर्षी दोन-चार दिवस मागे-पुढे ह्या थोर पुरुषांची जयंती येते. युगपुरुष छत्रपती शिवाजीमहाराज, महात्मा जोतिबा फुले आणि महामानव डॉ. बाबासाहेब आंबेडकर यांची जयंती खरं तरं आपण यापुढं एकत्रित साजरी करावी, अशी माझी नम्र सूचना आहे. कारण ही तीनही केवळ आपल्या समाजाची नव्हे, तर संपूर्ण देशातील जनतेची दैवतं आहेत. ह्या वर्षी महात्मा फुल्यांची

स्मृतीशताब्दी आहे, तर डॉ. बाबासाहेब आंबेडकरांची जन्मशताब्दी आहे. त्या निमित्तानं महात्मा फुल्यांचेच विचार मी आपणासमोर मांडणार आहे.'' असं प्रास्तविक करून पुढं नागोराव म्हणाले,

''महात्मा फुले, सर्व माणसं समान आहेत. बुद्धिमत्ता पिढीजात नाही असं मानत, तसंच स्त्री-पुरुष भेद अनर्थकारी आहेत, उलट स्त्री-पुरुषांपेक्षाही श्रेष्ठ आहे.

'विद्येविना मती गेली, मतीविना नीती गेली
नीतीविना गती गेली, गतीविना वित्त गेले
वित्ताविना शुद्र खचले, इतके अनर्थ एका अविद्येने केले'

शूद्रांच्या अवनतीला कारण अविद्या आहे. त्यामुळे त्यांनी हंटर कमिशनपुढं १८८२ साली साक्ष देताना मोफत आणि सक्तीच्या प्राथमिक शिक्षणाचा आग्रह धरला. पुढं भारताला स्वातंत्र्य मिळाल्यावर डॉ. बाबासाहेब आंबेडकरांनी याच विचारांची अंमलबजावणी १९५० साली घटनेमध्ये तशी तरतूद करून केली. जिच्यामुळं तुम्ही-आम्ही, गोरगरीब आणि तळागाळातील मुलं शिकतो. त्यांचा ब्रिटिशांच्या मेकॉलेने १८३३ साली दिलेल्या शिक्षणपद्धतीला विरोध होता. कारण ती वरून खाली झिरपणारी होती. महात्मा फुलेंनी तिला आव्हान दिलं. भारतासारख्या जातिबद्ध समाजात ही पद्धती योग्य नाही, हे सांगितलं. अशा समाजामध्ये शिक्षण वरून खाली झिरपत जाणार नाही. ते शहरी भागातून ग्रामीण किंवा आदिवासी भागात जाणार नाही. त्यासाठी ते खालून वर गेलं पाहिजे, म्हणून या देशात प्राथमिक शिक्षण सक्तीचं आणि मोफत केलं पाहिजे.

''महात्मा फुले मानवमुक्तीचे थोर प्रणेते होते. त्यांना भारताच्या कृषिक्रांतीचे तसंच कामगार चळवळीचे अग्रदूत म्हणावं लागेल. त्यानी शेतकऱ्यांच्या दैन्यावस्थेचा अभ्यास केला होता. आपल्या 'शेतकऱ्याचा आसूड' ह्या ग्रंथात तर त्यांनी शेतकऱ्यांसाठी पाटपाण्याची सोय करावी यासाठी पाटबंधारेची कामं करायच्या काही सूचनाही केल्या आहेत. त्या आजही लागू आहेत. उदाहरणार्थ *'उतारावरील शेतांना तालीवजा बंधारे, काळे-गोरे लष्कर व पोलीस खात्यातील फालतू शिपायांकडून बांधून घ्यावेत.'* आज आपण हे काम रोजगार हमी योजनांमार्फत करत आहोत. तसंच *'डोंगर-टेकड्यांमधील दऱ्या-खोऱ्यात, तलाव तळी जितकी होतील, तितकी बांधून काढावी म्हणजे विहिरी तळ्यांना-पाणी राहून बागायत वाढेल.'* आज हे काम आपण तुमच्या पाटबंधारे खात्यामार्फत छोटी-मोठी धरणं बांधून मोठ्या प्रमाणावर करत आहोत. *'धूप थांबवण्यासाठी ताली बांधाव्यात'* आज हे काम

आपण कंटूर नालाबंडिंग बांधून कृषिविभागाकडून मृदसंधारणाच्या योजनेमधून करत आहोत. *'सरकारने विहिरी बांधण्यासाठी पाणथळ जागा शोधून काढल्यास हेच काम बिनसरकारीरीत्या होण्यासाठी बक्षिसे द्यावी.'* आज आपण भूजल सर्वेक्षण विभागाकडून यंत्राद्वारे शास्त्रोक्त पद्धतीनं विहिरींच्या साईट शोधून करतोय. तर विहीर तगाई देऊन शेतकऱ्यांना विहिरी खोदण्यास मदत करतोय. *'नदी-नाले व तळ्यातील गाळ शेतकऱ्यांना फुकट नेऊ द्यावा.'* आज आपण पाझरतलाव, मोठ्या धरणांच्या गाळपेर जमिनी म्हणून गाळ शेतकऱ्यांना फुकट घेऊन जाण्यास परवानगी देतो. महात्मा फुले एवढंच सांगून थांबले नाहीत तर, *'शेतकऱ्यांना शेतीविषयक प्रशिक्षण द्यावे. दरसाल प्रदर्शने भरवावीत. शेतीशिक्षण घेणाऱ्यांना पदव्या द्याव्यात. शेतकऱ्यांना लोहारी-सुतारी हे कामपण शिकवावे.'* आज आपण राज्यात अनेक कृषिमहाविद्यालयं काढलीत. म. फुलेंच्या नावानं राहुरी इथं कृषिविद्यापीठ काढलं. तिथं शेतकऱ्यांची मुलं कृषिपदवीधर होतायत, तर संशोधनासाठी परदेशी विद्यापीठात जातायत. शेतकरीसुद्धा शेतीप्रदर्शन भरवत आहेत. कोपरगाव इथं दर महाशिवरात्रीला भरणारं प्रदर्शन त्याचंच द्योतक आहे. पाटबंधारे खात्यानंदेखील शेतकऱ्यांना आधुनिक पद्धतीनं सिंचन कसं करावं ह्यासाठी औरंगाबाद इथं 'वाल्मी' म्हणजेच जल आणि भू-व्यवस्थापन संस्था सुरू केली आहे. *'गाई व बैल यांची पैदास वाढविण्यासाठी गाई कापू नयेत, गाई न मारण्याचा कायदा करावा. पशुधन विकासाच्या दृष्टीनं उत्तम प्रकारच्या शेळ्या-मेंढ्यांची निपज करावी.'* अशा सूचना केल्या. म्हणजे शेती व शेतकरी यांच्या विकासासाठी एवढा सर्वंकष विचार त्यांच्या पूर्वी आणि नंतरही कोणी केलेला दिसत नाही. आपण आजही त्यांच्या विचारानुसारच शेतीमध्ये बदल करत असलो, तरी अजूनही खूप मोठं काम बाकी आहे. म्हणून हा 'शेतकऱ्याचा आसूड' जो फुल्यांनी ब्रिटिशांविरूद्ध उगारला होता, तो आता आपल्या राज्यकर्त्यांविरुद्ध उगारला पाहिजे.

"महात्मा फुल्यांनी शिक्षण, शेती तसंच आर्थिक विकासावर भर दिला, तसेच सामाजिक विषयांवरही त्यांनी जे विचार व्यक्त केले आणि ते प्रत्यक्ष अमलात आणण्यासाठी महाराष्ट्रात मोठी सामाजिक चळवळ उभी केली. समाजात सगळ्यात तळागाळातील जो अस्पृश्य वर्ग होता, त्याची अस्पृश्यता निवारणासाठी स्वत:चा हौद पिण्याच्या पाण्यासाठी खुला केला. त्यांना जातिभेद नष्ट करायचा होता. त्यांचा ब्राह्मणांना विरोध नव्हता, तर ब्राह्मण्याला विरोध होता. त्यांना पुरोहितशाही व कर्मकांडाचे उच्चाटन करायचे होते. पण त्याच वेळी ते धर्म व ईश्वर मानणारे होते. त्यांची धर्मकल्पना फार वेगळी होती. त्यासाठी त्यांनी सत्यशोधक चळवळ

सुरू केली आणि सत्यधर्माची स्थापना केली. हा धर्म म्हणजे हिंदू धर्मापेक्षा कोणता वेगळा धर्म नव्हता, तर हिंदू धर्मातील अनिष्ट रूढी, परंपरा, कर्मकांड, अंधश्रद्धा यांना त्यांनी फाटा दिला. धर्मातील सत्य शोधून, असत्य ते सोडून, उरलेला धर्म 'सत्य धर्म' असा विचार दिला. सत्यशोधक समाजात ईश्वराची प्रार्थना होत असे. ते ह्या सृष्टीचा निर्माता एकच आहे असे मानत, त्याला ते 'निर्मिक' म्हणत. तो निर्मिक कनवाळू, न्यायी, उद्धारक आणि क्षमाशील आहे. तो असीम आहे. त्यामुळं त्याची भेट घेण्याची इच्छा करणं किंवा प्रयत्न करणंही निरर्थक आहे, असे ते समजत. त्यांचे विचार हे विज्ञानवादी, बुद्धिप्रामाण्यवादी होते, पण सर्वसामान्य माणूस हे विचार जसेच्यातसे पेलू शकत नाही. त्यामुळे त्यांना ईश्वर आणि धर्मकल्पनांचा आधार घ्यावा लागला. त्यांनी त्यासाठी आजही बहुतेकांना न पटणारी, न पचणारी अशी एक पर्यायी धर्मकल्पना मांडली. त्या कल्पनेनुसार एकाच कुटुंबात विविध धर्मांचं पालन करणारे लोक असावेत. असे आदर्श सर्व-धर्म-समभावाचं स्वप्न ते बघत होते. त्यांना अभिप्रेत असलेला सत्य धर्म हा होता.'

''महात्मा फुल्यांनी केवळ दलितांच्या उद्धारासाठी काम केलं असं नाही. त्यांनीच प्रथम 'दलित' हा शब्द दिला असला, तरी त्यांच्या दृष्टीनं ज्यांच्यावर अन्याय-अत्याचार होतो, ते सगळे दलितच. त्यांच्यावरील अत्याचार दूर करण्यासाठी त्यांनी जातपात बघितली नाही. विधवा ब्राह्मण स्त्रियांचे 'केशवपन' थांबवण्यासाठी त्यांनी लढा दिला. ह्या विधवा स्त्रिया विरोधासाठी बाहेर पडू शकणार नाहीत, म्हणून त्यांनी पुण्यात न्हाव्यांचा संप पुकारला. त्यांनीच संपाचे अस्त्र शेतकरी-कामगार वर्गाला दिलं. ब्रिटिश सरकारच्या काळात खोत-सावकारांविरुद्ध अभूतपूर्व संप घडवून आणला. तो संप इसवी सन १८८३ ते १८८६ एवढा प्रदीर्घ काळ म्हणजे तीन वर्षं भट-सावकारांविरोधी होता. म्हणून ते शेतकऱ्यांच्या असंतोषाचे आद्य जनक ठरतात. तसेच कामगारांचे शोषणही त्यांच्या नजरेतून सुटले नाही. रा. बा. नारायणराव मेघाजी लोखंडे यांच्या साहाय्यानं मुंबईत कामगार चळवळ उभारून कामाचे तास, विश्रांतीची सुट्टी, स्त्रियांसाठी कामाच्या सोईस्कर वेळा, बालकामगारांना विरोध ह्या मागण्या त्यांनी पदरात पाडून घेतल्या. पण सर्वांत महत्त्वाचं म्हणजे १ मे १८९० पासून साप्ताहिक सुटीची त्याची मागणी मंजूर झाली.

श''महात्मा फुल्यांच्या समकालीन सुधारकांमध्ये ब्राह्मण समाजाचे गोपाळ हरी देशमुख ऊर्फ 'लोकहितवादी' यांचे कार्यही मोठे आणि परस्परांना पूरक होते. लोकहितवादींनी ब्राह्मणांच्याच चुका मांडल्या; तर फुल्यांनी ब्राह्मणेत्तर समाजाच्या.

लोकहितवादींनी सामाजिक आणि आर्थिक प्रश्नांवर लिहिले; तर फुल्यांनी धार्मिक प्रश्नांवरही लिहिले. त्यांनी 'सार्वजनिक सत्यधर्म' हा सत्यशोधक समाजाचा प्रमाणग्रंथ लिहिला. 'साप्ताहिक दीनबंधू' हे सत्यशोधक समाजाचे मुखपत्र आर्थिक तोटा सोसून चालविले. तुकारामांच्या धर्तीवर त्यांनी अभंगांप्रमाणेच 'अखंड' रचले. ह्या सोप्या भाषेतील अखंडांमधून त्यांनी अनिष्ट प्रथांवर कोरडे ओढले. आपला 'गुलामगिरी' हा ग्रंथ त्यांनी अमेरिकेतील कृष्णवर्णियांची गुलामगिरी संपविणाऱ्या उदार नेत्यांना अर्पण केला. महान समाजसुधारक 'जोतिराव गोविंदराव फुले' यांना मुंबईतील एका सभेत इ. स. १८८८ साली जनतेनं 'महात्मा' ही उपाधी दिली. जनतेनं उपाधी दिलेला हा पहिला 'महात्मा'. ज्याचे विचार आज जवळ जवळ शंभर वर्षं आपल्याला मार्गदर्शक ठरलेत आणि समतेचा लढा संपेपर्यंत, जाती-अंताचा लढा संपेपर्यंत असेच मार्गदर्शक ठरतील, धन्यवाद!''

महात्मा फुल्यांचे विचार सांगून प्रा. नागोराव सुतार थांबले, तेव्हा अमरसह सगळ्याच श्रोत्यांना महात्मा फुल्यांच्या अनेक नव्या गोष्टी कळल्या होत्या. प्रा. नागोरावांच्या अभ्यासपूर्ण व्याख्यानामुळे सगळ्यांनाच विचार करण्यास प्रवृत्त केले होते. डॉ. बाबासाहेब आंबेडकर त्यांना का गुरुस्थानी मानत, ह्याचंही उत्तर आपोआपच मिळालं होतं.

प्रा. नागोराव सुतारांनंतर अमरनं प्रा. सोनकांबळे यांना डॉ. बाबासाहेब आंबेडकर यांच्याविषयी त्यांचे विचार प्रकट करायची विनंती केली.

''क्रांतिसूर्य महात्मा जोतिबा फुले आणि परमपूज्य महामानव भारतरत्न डॉ. बाबासाहेब आंबेडकर ह्या दोन महामानवांची जयंती एकत्रितपणे साजरी करण्याचं आयोजन केल्याबद्दल, मी आयोजकांचेही आभार मानतो. म. फुल्यांचे गेल्या शतकातील क्रांतिकारी विचार आपण ऐकले आणि डॉ. बाबासाहेब आंबेडकर त्यांना गुरुस्थानी का मानत, ते आपल्या सगळ्यांनाच कळले असेल. म. फुलेंनी ब्रिटिश राजवटीमध्ये जे स्वातंत्र्य-समता-विश्वबंधुत्वाचे विचार मांडून एक स्वप्न पाहिलं होतं, त्या विचारांचं प्रत्यक्ष जीवनात आचरण करण्यासाठी बाबासाहेबांनी स्वातंत्र्यानंतर भारताच्या संविधानात तशा तरतुदी केल्या. म्हणजेच त्यांनी एक प्रकारे आपल्या गुरूंना गुरुदक्षिणाच दिली. पण खरोखरच आज प्रत्यक्ष जीवनात जे स्वातंत्र्य मिळालं, ते स्वातंत्र्य आहे का? तर ते केवळ राजकीय स्वातंत्र्य आहे. सामाजिक स्वातंत्र्यासाठी आज पन्नास वर्षं आपण लढतोय. आर्थिक आणि रूढी-परंपरांच्या गुलामगिरीमधून आपला देश ज्या दिवशी मुक्त होईल, त्या दिवशी आपल्याला खरं स्वातंत्र्य मिळेल. 'स्वातंत्र्य-समता-बंधुत्व' ह्या त्रिसूत्रीवर आपलं संविधान आधारलेलं आहे. पण केवळ स्वातंत्र्य मिळालं म्हणजे समता मिळाली,

असं नव्हे. सामाजिक आणि आर्थिक या दोन्ही दृष्टीनं समता निर्माण झाली पाहिजे. स्वातंत्र्य आणि समता ह्या एकाच नाण्याच्या दोन बाजू आहेत. ह्यांपैकी एक बाजू नसली, तरी ते नाणं खोटं ठरतं.

''मग ही समता कोण देणार आहे? ब्रिटिशांनी स्वातंत्र्य दिलं. पण समता आपल्यालाच मिळवावी लागणार आहे. ती कशी मिळवायची, तर चळवळी, आंदोलन, सत्याग्रह करून. म्हणून महामानव डॉ. आंबेडकर यांनी स्वातंत्र्यपूर्व काळात लढे दिले आणि स्वातंत्र्यानंतर स्वतंत्र भारताचे पहिले कायदामंत्री म्हणून घटनात्मक तरतुदी करून ठेवल्या. तरीही अजून समता मिळाली नाही. म्हणून परत फुले-आंबेडकरांच्याच मार्गानं जाऊन म्हणजे चळवळी आणि आंदोलनांच्या मार्गानं आपल्याला लढे द्यावे लागतील. गेली दहा-बारा वर्षं आपण चालू ठेवलेलं नामांतराचं आंदोलन म्हणजे ह्याच समतेसाठी चालवलेली लढाई आहे. हे केवळ कुण्या महापुरुषाच्या नावासाठी चालवलेलं आंदोलन नाही, तसंच ह्याकडे कोणी प्रादेशिक अस्मितेचा प्रश्न म्हणून बघू नये; कारण नामांतरामुळे ह्या प्रदेशाचीच प्रतिष्ठा वाढणार आहे. 'डॉ. बाबासाहेब आंबेडकर मराठवाडा विद्यापीठ' म्हणताना ह्या मराठवाड्यातील सगळ्याच जनतेची प्रतिष्ठा ह्या ज्ञानसूर्याच्या नावानं उजळून निघणार आहे. हा समतेचा विचार ज्यांना पटला, त्यांनी ह्याला पाठिंबा दिला. म्हणून सरकारनं घेतलेल्या ह्या निर्णयाला पाठिंबा देण्यासाठी दलितांच्या बरोबर खांद्याला खांदा लावून भाई एस.एम.जोशी, बाबा आढाव, बापुराव जगताप, डॉ. कुमार सप्तर्षी, डॉ. नरेंद्र दाभोळकर, कॉ. शरद पाटील यांच्यासारखी समाजवादी आणि पुरोगामी विचारांची मंडळी रस्त्यावर उतरली. पुरोगामी लोकशाही दलाच्या सरकारनं घेतलेल्या ह्या निर्णयाला काही प्रतिगामी, जातीयवादी मंडळींनी विरोध केला. वैचारिक विरोध केला असता, तर त्याला विचारांनी उत्तर देऊन खंडन करता येतं, म्हणून ह्या मंडळींनी मराठवाड्यातल्या गावखेड्यांमधून जाळपोळ करून दलित बांधवांची घरं जाळली, आमच्या आया-बहिणींची अब्रू लुटली. त्यांना नग्न करून त्यांची धिंड काढली. खेड्या-पाड्यांतून अल्पसंख्य असलेल्या आमच्या समाजावर असे अत्याचार करून दहशत माजविली. पण दहशतीनं कोणतंही आंदोलन दडपता येत नाही. ह्या आंदोलनात सव्वीस जणांनी आत्माहुती दिली. गौतम वाघमारे यांनी स्वत:ला जिवंत जाळून घेतलं, तर सवर्ण समाजातील विलास ढोणेसारख्या समता परिषदेच्या तरुण संवेदनशील कार्यकर्त्यानं त्याच्या समाजाच्या वाढत्या विरोधामुळे उद्विग्न होऊन रेल्वेखाली आत्महत्या केली. दलितांबरोबरच सवर्ण समाजातील पुरोगामी विचारांच्या लोकांनी दहशतीच्या जोरावर सरकारला वेठीस धरलं आहे. त्यांनीच समाजस्वास्थ्य बिघडवलं आहे.

त्यामुळेच ही चळवळ बदनाम झाली आहे आणि नामांतराचं काम लांबणीवर पडलं आहे. पण मला खात्री आहे, ह्या समाजपरिवर्तनाच्या लढ्याला एक दिवस यश येईल आणि परत एकदा इथं सौहार्दाचं वातावरण निर्माण होईल. आज इथं आपण एकत्रितपणे जो फुले-आंबेडकर जयंतीचा कार्यक्रम आयोजित केला, तो या येणाऱ्या निळ्या पहाटेची नांदी ठरणार आहे आणि लवकरच समता येणार आहे. पण नुसतेच स्वातंत्र्य-समता येऊन भागणार नाही, त्याबरोबर या त्रिसूत्रीमधील 'बंधुत्व' येणंही आवश्यक आहे. बंधुत्व निर्माण व्हावं, हे समतेचं अंतिम ध्येय आहे आणि बंधुत्व ही भावना परस्परांवरील विश्वास व प्रेमामुळे निर्माण व्हावी लागेल आणि जेव्हा हे बंधुत्व निर्माण होईल, तेव्हाच खरी शांतता नांदेल आणि शांतता नांदेल तेव्हाच, सगळ्यांचा विकास होईल. त्यासाठी बाबासाहेबांनी दिलेल्या शिकवणीनुसार 'शिका, संघटित व्हा आणि संघर्ष करा' ह्या तीन गोष्टी लक्षात ठेवून वागलं पाहिजे. म्हणून तीच खरी डॉ. बाबासाहेब आंबेडकरांना श्रद्धांजली ठरेल. धन्यवाद!''

व्याख्यान संपलं, तेव्हा अमर आणि पोरेसाहेबांच्या टाळ्या वाजल्या. बाकी सारं शांत होतं.

जयंतीचा कार्यक्रम संपला. एखादा शोकात्म चित्रपट बघून सुन्न व्हावं, तशा मन:स्थितीमध्ये लोक विचार करत करत हॉलच्या बाहेर पडले. प्रा. नागोराव सुतार व प्रा. सोनकांबळे सरांच्या व्याख्यानाचा परिणाम लोकांना विचार करायला प्रवृत्त करणारा होता. टाळ्या जरी कमी पडल्या, तरी परिणाम महत्त्वाचा होता. अमरनं दोघांचे आभार मानून त्यांना निरोप दिला, त्या वेळी प्रा. नागोराव म्हणाले, ''अहो, साहेब, खरं तर आम्हीच तुमचे आभार मानतो. तुमच्यामुळं आम्ही आज इथं येऊन फुले-आंबेडकर विचारांचं माहात्म्य लोकांना पटवून देऊ शकलो.''

''हो ना, तुमच्यामुळं मी नामांतराविषयी माझी मतं पहिल्यांदाच लोकांसमोर मांडली, नाहीतर अशा मिश्र श्रोत्यांपुढे आम्हाला बोलावतंय कोण? आणि ऐकतंय कोण? पण तुमची इथली माणसं मला आवडली. त्यांनी माझी बाजूदेखील ऐकून घेतली. आम्ही आमच्या दलित बांधवांसमोर बोलतो, पण आमच्या वस्त्यांमधूनही आमची भाषणं इतक्या शांतपणे ऐकून घेतली जात नाहीत. आमच्या दलित समाजामध्येदेखील आता इतके गट-तट पडलेत की, एक नाही एकात अन् बाप नाही लेकात.'' प्रा. सोनकांबळे अगदी मनापासून बोलले.

कार्यक्रम संपल्यावर अमर आणि पोरेसाहेब दोघंही ऑफिसमधून पायीच

बोलत बोलत घराकडे निघाले. अमर मराठवाड्यात गेल्या वर्षी बदलीवर आला होता. गेले काही महिने तो ह्या टोकाच्या जिल्ह्यात धरणांच्या आणि कालव्यांच्या बांधकामाच्या निमित्तानं अगदी कानाकोपऱ्यांत, खेड्यापाड्यांत, वाड्यावस्त्यांवरून फिरत होता. विशेषत: कालव्यांची लाईन टाकण्याच्या सर्वेक्षणासाठी त्याचा सगळ्याच जाती-धर्माच्या लोकांशी संबंध येत होता. गावच्या पाटलापासून बौद्धवाड्यातील बौद्धांपर्यंत. ही सगळी माणसं त्याला आपली वाटत होती, तर तोदेखील त्यांना आपलं माणूस वाटत असल्याचं त्यांच्या बोलण्यावरून वाटत होतं. 'पाटील' आडनावामुळे त्याची फसगत होत होती, तो ज्यांना मराठा-पाटील समजत असे, ते लिंगायत-पाटील निघत, तर ते त्याला मराठा समजून पाहुण्यासारखं वागवत. अमरला आडनावावरून जात ओळखता यायची नाही. त्यांनं कधी तसा प्रयत्न केला नव्हता, की त्याला तशी कधी गरजही वाटत नसायची. त्याला सगळ्याच ठिकाणी सगळ्याच माणसांचा अनुभव चांगलाच येत होता. दलित असो की सवर्ण त्याच्याशी चांगलेच वागत. त्याला प्रश्न पडे की, आपण नेमके कोणत्या जातीचे आहोत हे माहीत नसल्यामुळं हे होतंय की आपल्या अधिकारी असण्यामुळे? पण तसं पाहिलं तर, आपल्या ह्या अधिकारपदाचा त्या लोकांना कुठला फायदा होतोय? शिवाय आपल्या हाताखालच्या डेप्युटी इंजिनिअर, ज्युनिअर इंजिनिअरनी ह्या लोकांना आपली जात सांगितली नसणार कशावरून? मग मघाशी प्रा. सोनकांबळे यांनी नामांतराच्या लढ्यात जी जातीय तेढ निर्माण झाली असं सांगितलं, ती तर कुठं दिसत नाही. ह्याच विचारात असताना त्याला पोरेसाहेबांनाच विचारावंसं वाटलं. कारण ते मराठवाड्याचेच. मराठवाड्यात गेली दहा-बारा वर्षांपासून वेगवेगळ्या जिल्ह्यांत नोकरीच्या निमित्तानं फिरलेले, आता जातिभेद मानत नसलेले आर्यसमाजी असले, तरी मुळात शहाण्णव कुळी मराठा. ते स्वत: सोडल्यास त्यांचे ह्याच जिल्ह्यातले नातेवाईक तर मराठाच. मग हे असं कसं? "साहेब, माफ करा, पण गेल्या वर्षभरात मला कुठंच जातीय तेढ दिसली नाही. नाही दलित-सवर्णांमध्ये की हिंदू-मुसलमानांमध्ये. मग सोनकांबळे म्हणतात तसं खरंच घडलं होतं का?"

"अहो, साहेब, ते फारच संयत बोलले. ते बोलले त्याच्या कैकपटीनं इथं महाभारत घडलंय. मी त्याचा चक्षुर्वैयी सत्यम साक्षीदार आहे. तेव्हा मी शेजारच्या जिल्ह्यातल्या एका तालुक्याच्या गावी राहत होतो. ती सगळी घटना मला आठवतेय. ऑगस्ट १९७८ मध्ये नामांतराचा ठराव विधिमंडळाच्या दोन्ही सभागृहात पारित झाला. त्यानंतर इथं तब्बल अकरा दिवस जातीय दंगल उसळली. त्यात आमच्या तालुक्यातल्या गावातील दलितांची घरंदारं रात्रीतून पेटवून देण्यात आली. एवढंच

नाहीतर त्यांना जिवंत जाळण्यात आलं. महिलांवर अत्याचार झाले. त्यांच्या संसाराची राखरांगोळी करण्यात आली. माझ्याकडे मस्टरवर असलेल्या मजुराला, त्याच्या बायकोला जिवंत जाळण्यात आलं. सगळं मोठं भयंकर होतं. कोणी एकटा त्या माथेफिरूंना अडवू शकत नव्हता. स्वत:ला मराठवाडा मुक्ती संग्रामाचे नेते म्हणविणाऱ्यांनी पेपरातून आणि भाषणांमधून लोकांच्या डोक्यात विष पेरलं होतं. तब्बल अकरा दिवस हे चाललं होतं. आम्ही सरकारी वसाहतींमध्ये राहत होतो, म्हणून सुरक्षित होतो. सगळ्या फोन लाईन्स तोडण्यात आल्या होत्या. सगळीकडे अत्याचार आणि अनागोंदी. निजामाच्या राजवटीमध्ये जशा रझाकारांनी मनमानी करून हत्या केल्या होत्या असं आम्ही लहानपणी ऐकलं होतं, तसंच तीस वर्षांनी परत घडत होतं. फक्त हे रझाकार हिंदू होते. पोलिसांचं नियंत्रण सुटलं होतं. परत एकदा इथं 'मोगलाई' अवतरली होती. कायद्याचं राज्य संपुष्टात आलं होतं. कोण कोणाला का मारतंय, हेच कळत नव्हतं. सुरुवातीला दलित बेसावध होते, संघटित नव्हते; मात्र नंतर तेही संघटित झाले आणि आक्रमक झाले. मग तर आणखीच दहशत निर्माण झाली. सगळी गावं सरळ-सरळ दोन गटांत विभागली गेली. तिथं कोण पुरोगामी आहे, कोण समाजवादी आहे, कोण समतावादी आहे हे महत्त्वाचं नव्हतं, कारण तसं काही लेबल नसतं ना कुणाच्या कपाळावर. जात ही एकच ओळख उरली होती. छत्रपती सेनाविरुद्ध दलित सेना. ह्या दोन सेनांमधलं तुंबळ युद्ध. त्याचा थरार सर्वत्र!''

''पण केवळ नामांतराच्या प्रश्नावरून एका रात्रीत एवढा मोठा उद्रेक व्हायचं काय कारण असावं?'' अमरला इथलं भूराजकीय वास्तव माहीत नसल्यामुळं त्यानं विचारलं.

''त्याला कारण माझ्या मते पुन्हा बाबासाहेबच. त्यांनी मागासवर्गियांना 'चला शहराकडे' असा आदेश दिला. कारण प्रगतीसाठी शिक्षण, नोकरी आणि मजुरांना रोजगारासाठी शहरं महत्त्वाची होती. त्यामुळे बहुतांश दलित शहरात येऊन हळूहळू स्थिरावले. भूमिहीन आणि हातावर पोट असलेली दलित कुटुंबं मजुरीसाठी शहराकडे धाव घेत होती. शहरांकडे धाव घेणारे कुणी एका जातीचे नव्हते, तर अठरापगड जातीचे बारा बलुतेदार होते. त्यामुळे खेड्यातील बलुतेदारी नष्ट झाली. ग्रामीण जीवनावर आणि अर्थव्यवस्थेवर याचा मोठाच परिणाम झाला. शेतीची घडी विस्कटली. शेतीसाठी मजूर मिळेनासे झाले. त्यात १९५६ साली धर्मांतर झालं. दलितांनी गावगाड्याची कामं सोडलीच होती, आता हिंदू धर्मही सोडला. हजारो वर्षांच्या गुलामगिरीचे साखळदंड तोडून दलित स्वतंत्र देशाचे स्वतंत्र समानमूल्य असणारे नागरिक झाले होते. कालपर्यंत जो खाली मान घालून

चालणारा 'जी मालक', 'जोहार मायबाप' म्हणत कायम कमरेत वाकलेला होता, तो ताठ मानेनं वावरू लागला. त्यांचा स्वाभिमान अनेकांना मुजोरपणा वाटत होता. बाबासाहेबांचं अर्थशास्त्र यशस्वी ठरत होतं. कामधंद्याला शहरात गेलेली ही मंडळी सणासुदीला अंगभर कपडे घालून टेचात गावात यायची. गाठीला पैसाअडका असायचा. बायकांच्या अंगांवर नवं लुगडं, एखाददुसरा खरा-खोटा दागिनाही दिसायला लागला. त्यांच्याकडं जे होतं, ते त्यांच्या कष्टाचं, घाम गाळून कमावलेलं होतं. तरीही ते इतरांना बघवत नव्हतं. शिक्षणात, नोकरीत राखीव जागांचे फायदे दलितांना काही प्रमाणात का होईना मिळत होते. त्यामुळे खेड्यांबरोबरच शहरांतूनही सवर्णांच्या मनात ह्या ना त्या कारणानं असूया वाढत होती. त्यामुळे हा सगळा रोष ह्या नामांतरात उफाळून आला.'' पोरेसाहेबांनी केलेलं हे तर्कशुद्ध सामाजिक विश्लेषण ऐकून अमर थक्क झाला. त्यांनी इतक्या सहज आणि ओघवत्या शैलीत, चालता चालता सांगितलं, की अमरला त्यांच्या बुद्धीविषयी असलेला आदर आणखीच वाढला. पण त्यापेक्षाही त्यांनी त्यांच्या घरीच दंगलीत निराधार झालेली एक दलित मुलगी दत्तक घेऊन तिच्या शिक्षणाचा खर्च, पालन-पोषण एवढंच काय, तिचं लग्न लावून देण्यापर्यंतची जबाबदारी घेतली असल्याचं त्याला कळल्यावर तर त्यानं त्यांना हातच जोडले. ज्या भूमीत ज्या आंदोलनात माणसं पशूसारखं वागली, तिथंच पोरेसाहेबांसारखी देवमाणसं आहेत, ही केवढी आशेची बाब होती! अंधारात उजेड दाखवणाऱ्या मिणमिणत्या पणतीसारखी!

सात

"हॅलो, मी कलेक्टर जावळे बोलतोय. तुमच्या थोडगा प्रकल्पाचं भूसंपादनाचं काम अजून झालं नाही का?''

"नाही, सर, प्रकरण अॅवॉर्ड जाहीर करायच्या स्टेजला आहे.'' अमर.

"पण तुम्ही तर गॉर्ज फिलिंगचं काम पूर्ण केलंय, मग लोकांच्या जमिनी त्यांचं पेमेंट न करताच पाण्यात बुडवणार का?''

"सर, मागच्या आठवड्यात मी अन् रासणे साहेबांनी साईट व्हिजिट केलीय. आता आपली मान्यता मिळाली, की अॅवॉर्ड डिक्लेअर करणार, असं रासणेसाहेब म्हणत होते.'' अमरनं खुलासा केला.

"तुम्ही असं करा, आत्ताच्या आत्ता माझ्या ऑफिसला या.'' जावळेसाहेबांनी फोन ठेवला. पण फोन ठेवल्याच्या आवाजावरून तो त्यांनी वैतागून आदळला असावा, असं अमरला वाटलं. तो फाईल घेऊन लगेच कलेक्टर ऑफिसकडे निघाला. कलेक्टर ऑफिसच्या आवारात काही शे-पन्नास शेतकरी हातात फलक घेऊन घोषणा देत होते, "पंधरा दिवसांत आमच्या जमिनीचा मुआवजा मिळाला पाहिजे, नाहीतर आम्ही धरणाचं काम बंद पाडू.'' घोषणांचा आवाज बुलंद होता.

अमरला बघताच काही ओळखीचे शेतकरी त्याच्या दिशेनं धावले आणि त्याला म्हणू लागले, "साहेब, आम्ही तुमच्या शब्दांवर विश्वास ठेवून आमच्या जिमिनी दिल्याव. आता धरणाचं कामबी झाला, पन आजूनबी मुआवजाची बात न्हाई. काहीतरी करा, नाहीतर आमी काम बंद पाडू बघा."

"बरं, बरं, त्यासाठी कलेक्टरसाहेबांकडे चाललोय. थोडा धीर धरा." अमर कलेक्टरसाहेबांच्या केबिनमध्ये गेला, तेव्हा त्याला तिथं आमदार भाऊसाहेब जाधव बसलेले दिसले. त्यानं त्यांना नमस्कार केला. पण ते घुश्श्यात होते. ते कलेक्टरसाहेबांशी काहीतरी तावातावानं बोलत होते. अमरला बघताच त्याच्याकडे मान वळवून ते म्हणाले, "हे बघा, चव्हाणसाहेब, तुमी आमाला सांगितल्याप्रमाणे आम्ही गप्प राहिलो. आता धरणाची गॉर्जपण भरून झाली, तरी अजून मुआवजा न्हाई. शेतकरी रोज माझं डोकं खाताव. म्हून आज शेवटी नाविलाजानं आम्हाला मोर्चा आणावा लागला."

अमरनं लाचारीनं कलेक्टर जावळेंकडे बघितलं. तोच रासणेसाहेब आतमध्ये फाईल घेऊन आले. ते आल्याबरोबर कलेक्टर जावळेंचा चेहरा पडला, पण पुढच्याच क्षणी त्यांनी उसनं अवसान आणून म्हटलं, "रासणेसाहेब, अॅवॉर्डला एवढा डिले कसा?"

"सर, आपण मसुरीच्या ट्रेनिंगसाठी गेला होता, त्यामुळे एक आठवडा डिले झाला, पण आपण आल्याबरोबर मी आपली सही घेतली. उद्याच्या पेपरात अॅवॉर्डची नोटिस येईल. आम्ही पंधरा दिवसांत वाटप करू." रासणेसाहेबांनी अमरकडे बघत शांतपणे एकेक वाक्य उच्चारलं. तेव्हा कलेक्टर साहेबांनी आमदार भाऊसाहेबांकडे बघत विचारलं, "आता काही शंका?"

त्यावर भाऊसाहेबांनी तोंडातल्या पानाचा रस गिळत रासणेसाहेबांकडे बघत म्हटलं, "साहेब, तुमचा रेव्हेन्यूचा कारभार लई थंडा. दोन महिन्यांपूर्वी चव्हाणसाहेबांची अन् माझी साईटवर गाठ पडली होती, तेव्हा त्यांनी गॉर्ज फिलिंगला सुरुवातच केली होती. आज त्यांच्या धरणाचं काम पुरं झालं, तरी अजूनबी तुमचं कागदी घोडं नाचवणं चालूच हाय म्हणायचं."

"अहो, आमदारसाहेब, १८९४ चा भूसंपादन कायदा ब्रिटिशांनी केलेला. त्यात जी प्रोसिजर दिलेली आहे, तिच्या बाहेर जाऊन आम्ही काही करू शकत नाही. मोठी वेळखाऊ प्रोसिजर आहे ती." कलेक्टर.

"मग आम्ही काय करावं म्हणताव प्रोसिजर बदलण्यासाठी?" आमदार जाधव.

"आपण विधिमंडळात ह्या ब्रिटिशांच्या जुन्या कायद्याविरोधात आवाज उठवावा.

त्यात सुधारणा करून सोपी-सुटसुटीत कमी वेळाची प्रोसिजर असणारा कायदा करावा.'' आता कलेक्टर अधिकारानं बोलत होते.

''म्हंजी पुन्ना आमच्या तंगड्या आमच्याच गळ्यात म्हनावं.'' असं म्हणत ठो ठो हसत आमदार उठले, तेव्हा त्यांच्या तोंडातून पानाचा लाल रस ओघळला. त्यांनी तो हातातल्या स्वच्छ रूमालाच्या पांढऱ्या बोळ्यानं पुसला आणि हसत हसत ते म्हणाले, ''पण, साहेब, आता हे शेवटचं. पंधरा दिवसांत मुआवजा मिळाला पायजे म्हणजे पायजेलच!''

आमदार भाऊसाहेब जाधव केबिनमधून बाहेर पडले. तेव्हा खाली आवारात शेतकऱ्यांचा गलका हळूहळू कमी झाला. कलेक्टर जावळे अमरला म्हणाले, ''बघा, तुम्ही दोघं मिळून काहीही करा, पण हे मॅटर सीरियस समजून, पेमेंट करूनच मला भेटा.''

अमर आणि रासणेंनी मग पुढचं सगळं ठरवलं. जागेवर जाऊन अॅवॉर्ड डिक्लेअर केलं. अमरनं त्याच्या हाताखालच्या दोन-चार डेप्युटी इंजिनिअरांना त्यांच्या गाड्या, टायपिस्ट, स्टाफसह रासणेसाहेबांकडे सोपवलं. त्यांनी अॅवॉर्डप्रमाणे प्रत्येक जमीनधारक शेतकऱ्याच्या नावाचे धनादेश तयार केले. आमदार भाऊसाहेब जाधवांनाच बोलावून त्यांच्या हस्ते धनादेशांचं वाटप केलं. तेव्हा मोर्चामध्ये अमरला भेटलेले, त्याच्या दिशेनं धावलेले, आक्रोश करणारे शेतकरी त्याच्या पाया पडू लागले. तेव्हा त्यानं विशेष भूसंपादन अधिकारी रासणेसाहेब आणि आमदार भाऊसाहेब जाधव यांच्यामुळे हे शक्य झालं, असं सांगून ह्या गोष्टीचं सगळं श्रेय ह्या दोघांना दिलं, तेव्हा गर्दीतून पुढं येत एक शेतकरी म्हणाला, ''ते तुम्ही कायबी म्हणा, सायब, पण धरणात पाणी यायच्या आधी तुम्हाला पैसे मिळतील, हा शब्द मातुर तुम्ही खरा करून दाखवला.''

थोडगा धरणाची घळभरणी होऊन आता पाण्याच्या बाजूनं पिचिंगचं म्हणजे अस्तरीकरणाचं काम सुरू झालं होतं. आमदार भाऊसाहेबांच्या रेट्यानं म्हणा, की अमर आणि भारत रासणे ह्या दोन संवेदनशील अधिकाऱ्यांमुळे म्हणा, प्रकल्पग्रस्त शेतकऱ्यांना त्यांच्या जमिनीचा मोबदला अमरनं दिलेल्या आश्वासनानुसार 'धरणात पाण्याचा पहिला थेंब' यायच्या आत वाटप झाला होता. अमर आज साईटवर आला, तेव्हा शेतकरी त्याला भेटून दुवा देत होते. पण अमरचं लक्ष पिचिंगच्या कामाकडे लागलं होतं. तो आणखी मजूर वाढवून हे काम लवकर पूर्ण करण्याच्या सूचना कंत्राटदारास करत होता. सुदैवानं बुडीत क्षेत्रात एकही मोठं गाव नव्हतं. बुडितात ज्या वस्त्या होत्या, त्या शेतकऱ्यांनी बुडिताच्या वर हलवायला सुरुवात केली होती. आमदार भाऊसाहेब जाधव म्हणाले होते, ते अगदी खरं होतं.

शेतकरी म्हटला, की तो कधीच एकटा नसतो. सरकारी नोकरांचं एक बरं असतं. बदली झाली, की ते रात्रीतून गादी-बिस्तरा गोळा करून निघून जातात. पण शेतकऱ्याचं तसं नसतं. त्याचा बारदाना मोठा असतो. गाई-बैलं, शेळ्या-मेंढ्या, कोंबड्या, नांगर-वखर, पाभर, औत आधी उचलावं लागतं; मग त्याचा संसार, भांडी-कुंडी, गाद्या-गोधड्या काही जास्त नसतं. अमरला थोडग्याच्या धरणावर जाताना वाटेत हा 'बारदाना' वाहून नेताना शेतकरी दिसत होते. कित्येक पिढ्यांचे त्यांच्या जमिनीचे ऋणानुबंध सोडून जाताना त्यांचे चेहरे रडवेले झालेले दिसत होते. ते थांबून थांबून अमरला 'राम-राम' म्हणत होते; पण त्यात काही 'राम' नव्हता.

बदलीवर जाताना अमरला असाच त्रास व्हायचा. त्याचे हातपाय जड पडत. तेव्हा आरती त्याला साथ द्यायची. त्यांच्या संसाराचा बारदाना ती एकटी उचलायची आणि त्याचा हात हातात घेऊन निघायची. पुरुषाला बाईचा असा आधार लागतो कधीकधी. तो दिसत नसतो कधी दुसऱ्याला. इथंही तेच होत असावं, बाप्ये माणसं पुढं बैलाचा कासरा आणि हातात आणि खांद्यावर नांगर टाकून निघाले होते. त्यांच्या बाया-बापड्या मागून बैलगाडीतून डोक्यावर पदर घेऊन निघाल्या होत्या. इथं बाईच बाईला आधार होती. बाप्यांच्या एकटेपणाला बायांचा आधार बघणाऱ्याला दिसत नव्हता, पण बाप्ये मागं वळून त्यांच्या जनान्याकडं सारखं बघत होते. तर बाया डोईवरला पदर बाजूला सारून पुढं त्यांच्या धन्याकडं बघत होत्या.

ग्रीष्माचा प्रकोप चालूच होता. परंतु अमरचा हा दुसरा उन्हाळा असल्यामुळं गेल्या वर्षीपेक्षा आता तो त्याला सुसह्य वाटत होता. त्याच्या घरच्या मंडळींच्याही या वर्षी फारशा तक्रारी नव्हत्या. गेल्या वर्षी उजाड माळरानावरच्या अमरजा वसाहतीमध्ये उन्हाच्या ज्या उष्ण झळा यायच्या, तसा प्रकार इथं नव्हता. तोरणा वसाहतीमधल्या ह्या नव्या टुमदार बंगलीभोवती भरपूर झाडी असल्यानं वारं थंड असायचं. समोरच्या बागेतल्या हिरवळीत मुलं झाडांच्या सावलीत हुंदडायची. गेल्या वर्षीच्या उन्हाळ्यात आलेली भाचरं परत आली होती. इथल्या थंड आणि शांत वातावरणामुळे सुखावली होती. ती परतायचं नाव घेत नव्हती. अमरच्या मुलांना व आरतीलाही त्यामुळे गावी जायची गरज वाटत नव्हती.

अमरच्या साईट व्हिजिट मात्र दर आठवड्याला ठरल्याप्रमाणे चालू होत्या.

कधी थोडगा, तर कधी अंबुलगा. एका आठवड्याला असर्जन, तर दुसऱ्या आठवड्याला सांडोळ. मुलं कंटाळली, की तो त्यांनाही बदल म्हणून सोबत नेत असे. आरतीला तर त्याच्या कामातही रस वाटे. त्यामुळे तीही उत्सुकतेनं साईटवर येई आणि ज्युनिअर आणि डेप्युटी इंजिनिअरांबरोबर काही टेक्निकल बाबींविषयी विचारी, तेव्हा तिचं धरणांविषयीचं ज्ञान बघून तेही चकित होत आणि मोठ्या उत्साहानं माहिती सांगत. इथं मराठवाड्यात एखाद्या साहेबाच्या बायकोनं साईटवर येणं, हेच खूप मोठं अप्रूप होतं. इथल्या खानदानी म्हणवणाऱ्या साहेबांच्या बायका अजूनही 'मोगलाई' असल्यासारख्या कामाशिवाय घराच्या बाहेर पडत नसत. पडल्यातरी डोक्यावर पदर. त्यामुळे इथल्या पुरुषांनाच बाई-माणसांकडे बघताना लाजल्यासारखं वाटायचं. ते कधी नजर वर करून बघत नसत. ते बोलताना खाली मान करून मोठ्या अदबीनं बोलत. अमर आणि आरतीला हे सगळं नवं होतं. पश्चिम महाराष्ट्रातले पुरुष आणि स्त्रिया दोघंही धीट. त्यामुळे तिथं असा फरक नसायचा. इथं मात्र तो जाणवायचा.

यंदा सांडोळ आणि असर्जन धरणाची घळभरणी कंत्राटदाराच्या हट्टी आणि नाकर्तेपणामुळे होऊ शकली नाही, याचं शल्य अमरला सारखं टोचत होतं. या दोन्हीं धरणांवर फिरताना तो ते बोलूनही दाखवत असे. इथं आल्याबरोबरच त्यानं 'दरवर्षी एक धरण' हा पण केला होता. त्यानुसार पहिल्याच वर्षी त्यानं थोडगा धरणाची घळभरणी केली होती. 'आता काही झालं, तरी पुढच्या वर्षी ह्या दोन धरणांची घळभरणी करायचीच,' असा पण त्यानं मनोमन केला होता. त्या दृष्टीनं त्यानं झालेल्या मातीकामावरचं, अस्तरीकरणाचं कामही राम गायकवाड आणि सैय्यद ह्या छोट्या ठेकेदारांमार्फत पूर्ण केलं होतं.

दशकपूर्तीची आढावा बैठक मुख्यमंत्र्यांनी थेट मुंबईला मंत्रालयातच लावली होती. जिल्ह्यातल्या सगळ्याच विभागांच्या प्रमुखांना बोलावलं होतं. गेल्या दशकात हा नवीन जिल्हा निर्माण झाल्यापासून काय प्रगती झाली, याचा आढावा घेऊन एक भव्य प्रदर्शन इथल्या टाऊन हॉलमध्ये भरवायचं होतं. त्यासाठी कलेक्टरकडून वारंवार पत्रं येत होती. अमरही मुख्यमंत्र्यांना भेटायला गेला होता, त्या वेळी त्यांनी अमरला त्यांची पाटबंधारे कामांविषयी काय अपेक्षा आहे, ते सांगितलं होतं. अमरही ते लक्षात ठेवूनच गेले काही महिने काम करत होता. खरं तर त्याला एकाच वर्षात तीन धरणांच्या घळभरणी पूर्ण करायच्या होत्या, पण प्रत्यक्षात फक्त एकाच धरणाची घळभरणी करणं शक्य झालं होतं. तेवढ्यावरच त्याला ह्या जिल्ह्यात येऊ घातलेल्या हरितक्रांतीचं स्वप्न रंगवायचं होतं. पण स्वतः मुख्यमंत्री यांचं समाधान होणं महत्त्वाचं होतं.

ते कितपत होईल, याविषयी तो साशंक होता. त्यात त्यांना इथं दौऱ्यावर असताना सांगणं वेगळं आणि तिथं मंत्रालयात जाऊन बैठकीत सांगणं वेगळं, त्यामुळे त्याच्यावर प्रचंड दडपण आलं होतं. आधीच त्याला मुंबई शहराचं एवढं मोठं दडपण यायचं. जायचं कसं, राहायचं कुठं, हे प्रश्न त्याला पडायचे. एरव्ही प्रतिनिधी पाठवून वेळ मारता येत होती, पण इथं खुद्द मुख्यमंत्र्यांनी बोलविलेल्या बैठकीला मात्र स्वत: हजर राहणं भाग होतं.

अमर संध्याकाळी त्याच्या अँबॅसिडर कारनं सोलापूरला निघाला. सोलापूरहून रात्रीच्या सिद्धेश्वर एक्सप्रेसनं बसलं, की सकाळी सहा वाजता मुंबईला व्हीटीला उतरायचं. ह्या जिल्ह्यातले कलेक्टरपासून सगळेच अधिकारी रेल्वेनंच मुंबईला जाणं पसंत करत. रात्रीचा प्रवास झोपून व्हायचा. वेळेची बचत आणि सुरक्षितही. एवढंच काय, खुद्द मुख्यमंत्रीदेखील रेल्वेनंच मुंबईला येत-जात असत. मात्र अमरला रेल्वेच्या प्रवासाची सवय नसल्यानं त्याला रेल्वेचा प्रवास आणि तोही एकट्यानंच खूपच असुरक्षित वाटायचा. रेल्वेचा प्रवास म्हणजे गाडीच्या वेळेवर स्टेशनावर पोहोचायचं. त्यात आपला डबा शोधत सामानासह शिरायचं. तिकिट आणि पाकिट सांभाळायचं. टिसीला तिकिट दाखवून झाल्यावर मगच आपल्या सीटवर टेकायचं किंवा बर्थवर पसरायचं. हे सगळं सव्यापसव्य करत अमर स्टेशनवर पोहोचला. मोहन ड्रायव्हरनं सामान उचलून त्याच्या डब्यापर्यंत आणलं. आतमध्ये सीटवर सामान ठेवलं. अमरनं त्याला खर्चायला पैसे देऊन पाटबंधारे खात्याच्या विश्रामगृहात गाडी लावून थांबायच्या सूचना दिल्या. परवा सकाळी त्याला घ्यायला यायची वेळ बजावून सांगितली. तेवढ्यात गाडी सुटली. तो आपल्या सीटवर येऊन बसला. आजूबाजूला सगळी अनोळखी माणसं. त्याला विलक्षण एकाकी वाटलं.

सतत ओळखीची माणसं अवतीभोवती वावरत असतात, तेव्हा कसं सुरक्षित वाटत असतं. तेव्हा ती माणसं आपण कोणीतरी उच्चपदस्थ असल्याची जाणीव करून देत असतात. इथं कोण कुणाला विचारत नसतं. जो तो आपल्या-आपल्यात दंग. सगळेच असुरक्षित; पण सुरक्षित असल्यासारखं भासवणारे. त्यातल्या त्यात जे कुटुंबासह आलेले असतात, ते घरी असल्यासारखं वागून प्रवासाचं दडपण घालवत असतात; तर मित्रांसोबत असलेले पत्त्यांचे डाव टाकून गावगप्पा मारत असतात. गप्पांमध्ये राजकारण येत असतं, तसं स्थानिक पुढाऱ्यांचा उद्धार होत असतो. काही एकटे प्रवासी मात्र पुस्तकात किंवा पेपरात डोकं घालून वाचत बसल्याचं दाखवतात, पण ह्या गदारोळात खरंच का ते वाचत असतात. अमरलातरी प्रवासात पुढचं पडलेलं असल्यानं कधी एकाग्र होऊन वाचता येत

नसे. मग तो पुस्तकाच्या वाटेला न जाता आजूबाजूची माणसंच वाचत बसे. एकाच ह्या डब्यात किती वेगवेगळी माणसं. हल्ली अशा सामान्य माणसांमध्ये बसून त्यांच्याबरोबर गप्पा मारायची सवयच ह्या साहेबीपणामुळे राहिली नसल्यानं त्याची आणखीच गोची झालेली.

मग त्यानं आरतीनं आठवणीनं दिलेला टिफिन काढला. सोबतचा पेपर सीटवर अंथरला आणि जेवायला सुरुवात केली. आजूबाजूची माणसं बुभुक्षितपणे बघत असताना त्यांच्याकडे दुर्लक्ष करत रगेलपणे खाणं त्याला जमेना. डब्याचं जेवण म्हणजे कोरडं पिठलं-भाकरी, मेथीची भाजी, चटणी. घरच्याच भाज्यांना इथं खूपच चविष्ट स्वाद आलेला. त्यानं मग जेवणावर लक्ष केंद्रित केलं. डबा खाऊन साफ केला. टॉयलेटजवळच्या वॉश बेसिनमध्ये जाऊन स्वच्छ धुतला. खरकटं तिथं डस्टबिनमध्ये पेपराची पुडी करून टाकलं. मिनरल वॉटरच्या बाटलीतलं कोमट पाणी प्यायलं. ढेकर देत त्यानं आपला बर्थ झटकला. पोट भरलं होतं की नव्हतं काही कळत नव्हतं. आरतीनं बजावलं होतं, 'बाहेरचं काही खाऊ नका, पोट रिकामं राहिलं तरी चालेलं, पण बिघडू देऊ नका.' बाकीची मंडळी रेल्वे पँट्रीचं जेवण जेवत होती. त्याचा एक विचित्र वास डब्यात सुटला होता. सगळीच मंडळी जेवत असल्यानं बडबड कमी झाली होती. टिसी येऊन गेल्यावर अमर निर्धास्त झाला. त्यानं बर्थवर बेडरोलमधील पांढरी चादर दोनदा दुणून आंथरली. चालत्या गाडीत ह्या चादरी एकट्यानं अंथरण्याचं कसब त्याच्याजवळ नव्हतं, त्यामुळं जमेल तसं त्यानं ते केलं. त्याच्या ह्या अजागळपणे अंथरलेल्या चादरींकडे टक लावून पाहणाऱ्या समोरच्या बर्थवरील प्रवाशाकडे त्यानं काहीसं रागानंच पाहिलं. मग एसीच्या ब्लोअरच्या विरुद्ध दिशेनं डोकं करून त्यानं फॅन आणि दिवा विझवला. डोक्यावरून रग घेतला. डोळे मिटले, तर सारखी आरतीची आठवण. ती घरी काय करत असेल, जेवली असेल का? भांडी घासत असेल का?

रात्रभर त्याला मंत्रालयात मीटिंग चालू असल्याचे भास होत होते. सहाव्या मजल्यावरील बैठक कक्षात मुख्यमंत्री त्याला झापत आहेत. कलेक्टरकडे बघून 'अॅक्शन घ्या' म्हणत आहेत असं काहीतरी, तर मध्येच आरतीचा हसरा चेहरा दिसे. सांधे बदलताना होणारा खडाडखट्ट आवाज ऐकू आला, की हे सगळं स्वप्न होतं, असं जाणवून त्याला बरं वाटायचं!

पहाटे चारला कल्याण स्टेशन आलं. गाडी थांबली. तेव्हा त्याला गोंगाटानं जाग आली. 'ए वडा वडा गरमागरम वडा, पॅटिस समोसा, चाय, चाय...', 'ए चाय-कॉफी', डब्यात घुसलेल्या चहा, वडा-पाववाल्यांनी सगळ्या प्रवाशांना

उठवायचं ठरवलं होतं. एवढ्या पहाटे कोण खाणारंय यांचा वडा-पाव आणि कोण पिणारंय यांचा चहा? त्याला पडलेल्या प्रश्नाला लगेच उत्तर मिळालं होतं. रात्रीपासून दोन-चारदा तळलेल्या वड्यांचा गरम वास सुटला होता. त्यामुळं की रात्री न जेवल्यामुळे काही प्रवासी वडा-पाव, समोसे-पॅटिस खात होते, तर काही बर्थवर अंथरुणात बसून चूळ न भरताच बेड टी पीत होते.

त्यानं खिडकीतून बाहेर पाहिलं. बाहेर अजून उजाडलंही नव्हतं, तोच स्टेशनवरील दिव्यांच्या प्रकाशात दिवसासारखी वर्दळ सुरू झाली होती. हातात ऑफिस बॅगा घेऊन चाकरमाने इकडून तिकडे धावतपळत होते. सालं, काय लाइफ आहे. इकडं कल्याण-ठाण्यापासून मुंबईचं धावपळीचं जिणं सुरू होतं. पोटासाठी धावणारी माणसं रात्रंदिवस नुसती धावतच असतात. ज्या वेळी गावाकडची माणसं साखरझोपेत असतात, तेव्हा इथली माणसं अंघोळी करून इस्तरीचे कपडे घालून वरतून सेंट फवारून मिळेल त्या मेल-एक्सप्रेस गाड्या, नाहीतर स्लोफास्ट लोकल पकडण्याच्या तयारीत असतात. ही माणसं जेवताना तर दिसतात, पण ही रात्री झोपतात तरी का? ह्यांना 'साखरझोप' हा शब्द तरी माहीत आहे का? अमरच्या डोक्यात असे विचार सुरू झाले. मग त्याला परत झोपावंसं वाटेना. आजूबाजूचं जग असं जागं झालेलं असताना आपण मुडद्यासारखं झोपायचं. त्याची झोप पुरती उडाली होती. त्याला आपलं गावाकडचं आयुष्य किती सुखी आहे, ह्याची जाणीव झाली.

सकाळी व्हीटी स्टेशनला उतरून तो बाहेर आला. कालीपिली टॅक्सी पकडून वरळीच्या 'शेल्टर' गेस्ट हाऊस वर आला. तिथला माणूस त्याच्या पीएच्या गाववाला. ओळखीचा होता. पीडब्ल्यूडीचं हे ऑफिसर्ससाठीचं गेस्ट हाऊस होतं. फक्त वर्ग एकच्या अधिकाऱ्यांसाठी. पण अवस्था मात्र खरोखरच एका रात्रीपुरती 'शेल्टर' दिल्यासारखी. इथंपण आमदार निवासासारखीच बिनसरकारी माणसांची गर्दी होती. त्याच्या नावावर खोली आरक्षित होती. ते बघून त्याच्या मनावरचा कुठं राहायचं ह्या प्रश्नामुळे आलेला ताण सुटला.

मंत्रालयात सहाव्या मजल्यावरच्या समितीकक्षात त्यानं प्रवेश केला. तेव्हा त्याच्या छातीची धडधड वाढली होती. ती सहा जिने चढून आल्यामुळे, की मुख्यमंत्र्यांच्या दडपणामुळे, त्याला कळत नव्हतं. समितीकक्षात तो कलेक्टर जावळेंना बघून सुखावला. तो थेट त्यांच्या बाजूच्या खुर्चीत जाऊन बसला. कलेक्टर जावळे आय. ए. एस. असले, तरी कार्यकारी यंत्रणांच्या अधिकाऱ्यांना सन्मानानं वागवत. नाहीतरी अगदी साठ-सत्तरच्या दशकापर्यंत कार्यकारी अभियंता हे पद समकक्ष होतं आणि आताही त्याचं कुठं अवमूल्यन झाल्याचा

सरकारी फतवा निघालेला नव्हता. पण भ्रष्टाचारामुळे आलेल्या न्यूनगंडामुळे कार्यकारी यंत्रणेचे अधिकारी कलेक्टरपासून चार हात अंतर ठेवून लांब राहू लागले होते. अमरला तसला कुठलाच गंड नसल्यानं तो कलेक्टर जावळेंच्या शेजारी बसला.

बरोबर अकरा वाजता मुख्यमंत्री अमरसिंह देखमुख समितीकक्षात आले. त्यांच्या पाठीमागून लाल पट्टेवाला शिपाई हातात फायली घेऊन आला. सगळे अधिकारी उभे राहिले. मुख्यमंत्री त्यांच्या विशेष खुर्चीत बसले. तेव्हा इतर अधिकारी बसले. लाल पट्टेवाल्या शिपायानं मुख्यमंत्र्यांसमोर फायली ठेवल्या आणि तो मागे सरकून त्यांच्या उजव्या हाताला भिंतीजवळ उभा राहिला. मुख्यमंत्री अमरसिंह देशमुखसाहेबांनी त्या लंबगोल टेबलाच्या मागे बसलेल्या सगळ्या अधिकाऱ्यांकडे हसत हसत नजर फिरविली. तर तसे प्रत्येक अधिकाऱ्यानं त्यांना हात जोडून नमस्कार केला. मुख्यमंत्री व्हायच्या आधीही अमरसिंह देशमुख पालकमंत्री असल्यानं, त्यांच्या बैठकीला हजर राहत असलेल्या बहुतेक खात्याच्या अधिकाऱ्यांना ते ओळखत असत. मुख्यमंत्र्यांची स्मरणशक्ती खूपच तल्लख होती. 'एकदा का ओळख झाली, की ते त्या व्यक्तीला नावानिशी ओळखत. मग तो अधिकारी असो की पुढारी,' असं अमरनं त्यांच्याबद्दल सहकारी अधिकाऱ्यांकडून ऐकलेलं होतं.

मुख्यमंत्री हसतमुख आणि प्रसन्नतेनं बघत होते. त्यांचं ते रुबाबदार खानदानी देशमुखी व्यक्तिमत्त्व मुख्यमंत्र्यांच्या खुर्चीला शोभत होतं, तसं छापही पाडत होतं. त्यांनी त्यांच्या लकबीप्रमाणे आधी त्यांच्या कोरीव मिशांवर आणि नंतर काळ्याभोर केसांच्या कोंबड्यावरून हलकेच हात फिरवला आणि म्हणाले, ''येत्या पंधरा ऑगस्टला म्हणजे आपल्या स्वातंत्र्य दिनाच्याच दिवशी आपल्या जिल्ह्याच्या निर्मितीला दहा वर्षं पूर्ण होताय. आदरणीय माजी मुख्यमंत्री सयाजीराव अंबुलगेकर पाटीलसाहेब यांनी ह्या जिल्ह्याची निर्मिती केली. आता ह्या जिल्ह्याचं पालकत्व आमच्यावर आहे. ह्या राज्याचं पालकत्वही आमच्यावरच आहे. पण म्हणून आमच्या जिल्ह्याकडे दुर्लक्ष होऊ नये, याची आम्ही सतत काळजी करत असतो. तेव्हा ह्या दहा वर्षांत जिल्ह्यानं काय प्रगती केली, ते आपल्याला दशकपूर्तीच्या समारंभात जनतेला दाखवायचंय आणि म्हणून आजची ही बैठक आहे. तेव्हा कलेक्टर जावळेंनी आधी वेगवेगळ्या विभागानं काय काम केलं, उद्दिष्ट काय होतं, साध्य काय झालं ते सांगावं.''

''सर, आपण गेल्या दहा वर्षांत पुष्कळच प्रगती केली आहे. जिल्हा निर्मितीच्या वेळी आणि आता दहा वर्षांनंतरची आकडेवारी मी आपल्याला दिलेल्या टिप्पणीमध्ये

सादर केली आहेच. त्याप्रमाणे जिल्ह्याच्या विकासामध्ये प्रामुख्यानं पीडब्ल्यूडी आणि पाटबंधारे खात्याचं योगदान मोठं आहे. पीडब्ल्यूडीनं ओडीआर म्हणजे इतर जिल्ह्यांना जोडणारे रस्ते; एमडीआर म्हणजे जिल्ह्यातील प्रमुख रस्ते, ग्रामीण रस्ते यांचं काम करून दुर्गम भाग मुख्य शहराला जोडले आहेत. पण अजून जे काम बाकी आहे, त्याच्याबद्दल संबंधित कार्यकारी अभियंत्यांनी त्यांच्या अडचणी सांगाव्यात.''

''सर, मी जाधव, कार्यकारी अभियंता. आमची अडचण मुख्यत: भूसंपादनाची आहे. त्यामुळे आमच्या रस्त्यांची कामं तुटक-तुटक झाली आहेत, जर मधल्या लांबीच्या रस्त्यांच्या जमिनी ताब्यात मिळाल्या, तर आम्ही दोन महिन्यांत पाचशे किलोमीटरचे रस्ते पूर्ण करू शकू.'' त्यावर मुख्यमंत्र्यांनी कलेक्टरला भूसंपादन प्रक्रिया जलद करावी, असे आदेश दिले. त्यानंतर कलेक्टर म्हणाले, ''सर, जिल्ह्यामध्ये गेल्या दहा वर्षांत पाटबंधारे खात्यानं खूपच मोठं काम केलं आहे. आपल्या जिल्ह्यात मोठ्या प्रकल्पाच्या साईट नसल्यामुळे मध्यम प्रकल्प, लघुप्रकल्प व कोल्हापूर टाइप बंधारे बांधून मोठ्या प्रमाणावर पाणी अडवलं आहे. ह्या वर्षीच थोडगा धरणाचं काम पूर्ण झालं आहे. बाकीच्या सांडोळ, असर्जन, अंबुलगाविषयी कार्यकारी अभियंता चौहान माहिती देतील.

''सर, मी अमरसिंह चौहान. कार्यकारी अभियंता, मध्यम प्रकल्प विभाग. माझ्याकडच्या चार धरणांपैकी एका धरणाचं काम मी पूर्ण केलं आहे. कालव्याचं काम पूर्ण झाल्यावर ह्या वर्षी दोन हजार हेक्टर क्षेत्र ओलिताखाली येईल. आणखी तीन मध्यम प्रकल्पांपैकी सांडोळ, असर्जन ह्या दोन धरणांच्या घळभरणीचा कार्यक्रम ह्या वर्षी होता; पण कंत्राटदाराच्या हट्टी व नाकर्तेपणामुळे तो होऊ शकला नाही. कंत्राटदाराला दंड लावला आहे. त्यांच्याकडून हे काम काढून आम्ही खात्याच्या यंत्रसामुग्रीमार्फत ह्याच वर्षी पूर्ण करू आणि आणखी दहा हजार हेक्टर ओलिताखाली आणू.''

''कोण आहे हा कंत्राटदार? त्याला ब्लॅकलिस्ट करा. टेक ॲक्शन.'' मुख्यमंत्री.

''येस सर. मेसर्स मोरेब्रदर्स.'' अमरनं ठामपणे कंत्राटदाराचं नाव सांगितलं, तेव्हा मुख्यमंत्र्यांचा चेहरा बदलला. तोपर्यंत बाण सुटला होता. अमरला आता जणू ह्या कंत्राटदाराविरुद्ध काम करायचं अभयच मिळालं होतं.

''हे बघा, पाटबंधारे विभागाचं हे हरितक्रांतीचं स्वप्न प्रत्यक्षात येतंय असं तुम्ही प्रदर्शनात चित्रं, फोटो लावून दाखवा. तुमच्या कामावरच जिल्ह्याचं भवितव्य अवलंबून आहे, तेव्हा लक्षात ठेवा.'' मुख्यमंत्री.

"होय, सर."

"आणि हे बघा, नांदेड रस्त्यावरचा शहराच्या बाहेर पडणारा जो पूल आहे ना, तिथं के.टी. विअर बंधारा करता येईल का बघा. म्हणजे टेक्निकली हे कितपत जमेल मला माहीत नाही, पण नव्या पुलाच्यावरती जो जुना छोटा दगडी पूल आहे, त्याच्या कमानी लहान आहेत, पुलाचे दगडी खांबही नऊ-दहा फुटांवरच आहेत. तो पूल आता वाहतुकीला बंदच आहे. त्याच्या कमानीमध्ये तुमच्या लोखंडी फळ्या टाकून के.टी. विअरसारखं पाणी अडवता येईल का तपासावं. प्रयोग करायला काय हरकत आहे? पीडब्ल्यूडीकडून तो पाटबंधारे खात्यानं हस्तांतरित करून घ्यावा." मुख्यमंत्री.

"हो, सर, आम्ही प्रयत्न करतो." अमर.

"करा. काहीतरी नवीन करा. ती भूसणी गावची मंडळी सारखी मागणी करत असतात, म्हणून मला हे सुचलं." मुख्यमंत्री.

अमर इंजिनिअर असून मुख्यमंत्र्यांनी केलेल्या सूचनेमुळं चकित झाला. पोलिटिकल लोकांना इंजिनिअरिंगमधलं काय कळतं, असा त्याचा आणि सगळ्याच इंजिनिअर मंडळींचा समज होता. त्याला हा मोठाच धक्का होता. पण कल्पक असणं, ही काही फक्त इंजिनिअरांची मक्तेदारी नाही. त्यानं मनोमन मुख्यमंत्र्यांच्या ह्या कल्पकतेला सलाम केला आणि परत गेल्यावर ह्या सूचनेनुसार पाहणी करायचं ठरवलं.

दुपारी मीटिंग संपल्यावर तो मंत्रालयातल्या दुसऱ्या माळ्यावरच्या पाटबंधारे विभागाच्या कार्यालयात डोकावला. दुसऱ्या माळ्यावरच्या दर्शनी भागातल्या कॉरिडॉरमधून फिरत फिरत तो केबिनच्या बाहेरचे शिसवी नामफलक व त्यांवर सोनेरी अक्षरात कोरलेली अक्षरे बघत चालला. सगळ्यात आधीच्या कोपऱ्यावर पाटबंधारे मंत्री डॉ. रणसिंह पाटील यांचं दालन होतं. तो सहजपणे मध्ये डोकावला. मंत्र्यांच्या चेंबरच्या बाजूला तीन-चार साहाय्यकांची टेबलं दाटीवाटीनं बसविलेली होती. टायपिस्ट लेडी मानेवर खडा ठेवल्यासारखी मान वर न करता फास्ट लोकल ट्रेनसारखी टायपिंग करत होती. तिला येणाऱ्या-जाणाऱ्यांशी काही देणं-घेणं नव्हतं. ती आपलं काम प्रामाणिकपणे करत होती. तिच्या टायपिंगच्या धडधड आवाजामुळे शांतता भंग पावत होती. तिच्या मागच्या बाजूला पाटबंधारे मंत्र्याचे दोन साहाय्यक बसले होते. ते टेबलावरच्या फायलीत मान खुपसून होते. बाकी सारं शांत होतं. बहुधा मंत्री महोदय दौऱ्यावर किंवा बंगल्यावर असावेत. त्यामुळे इथं दालनाभोवती गर्दी नव्हती. एरव्ही गुळाला मुंगळे चिकटावेत, तसे गावाकडचे कार्यकर्ते इथं चिकटलेले असतात. त्यांच्या कलकलाटामध्ये ह्या

कर्मचाऱ्यांना काम करणं कसं जमत असावं, बहुधा ते अंध-मुके-बहिरे होऊनच काम करत असावेत. त्याला बघताच एका साहाय्यकानं ओळखीचं हास्य केलं. गेल्या खेपेला तेच मंत्र्यांसोबत दौऱ्यावर आले होते म्हणून.

''बसा, साहेब, केव्हा आलात? काय काम काढलं?'' शिंदे साहाय्यक.

''आज दशकपूर्तीची मीटिंग होती, सहाव्या मजल्यावर मुख्यमंत्र्यांकडे.''

''बरं. मग आमच्या साहेबांना बोलावलं नव्हतं वाटतं?'' त्यानं त्याच्या टेबलवर ठेवलेल्या पाटबंधारे मंत्र्यांच्या कार्यक्रम पत्रिकेवर नजर टाकत म्हटलं.

''नसावं. कोणत्याच खात्याचे मंत्री नव्हते. फक्त सचिव होते आणि आमचे कलेक्टर व आम्ही कार्यकारी यंत्रणा.'' अमरनं सांगितलं.

''मुख्यमंत्री साहेबांचं एक बरं असतं. ते उगाच गर्दी जमवत नाहीत. शिवाय त्यांच्याच जिल्ह्याची मीटिंग. मग काय, त्यांना सगळं तोंडपाठ असतं आणि ते सगळ्या अधिकाऱ्यांनाही ओळखतात. हुशार माणूस आहे.'' शिंदे साहाय्यकानं मुख्यमंत्र्यांची हुशारी प्रमाणित केली, तेव्हा अमरला हसू आलं. ते बघून शिंदे म्हणाले, ''ते सांस्कृतिक मंत्री असताना मागच्या टर्ममध्ये मी होतो ना त्यांच्याकडे तीन वर्षं... बरं, काय घेणार. चहा की जेवण मागवू कँटिनमधून स्केअर मील?'' शिंदे साहेबांनी अमरनं त्यांची दौऱ्यात ठेवलेली बडदास्त आठवून विचारलं.

''नको, नको. मीटिंगमध्ये खाणं झालंय, म्हटलं भेटावं सहज. एरव्ही मिनिस्टरसाहेब असताना तुम्हाला बोलायला वेळ नसतो.''

''हो ना. खरंय. आज मिनिस्टर बंगल्यावरच बसून फायली बघतायत. सकाळीच महत्त्वाच्या फायली तिकडे पाठवल्यात. सध्या बदल्यांचं वारं आहे ना. त्यामुळं साहेब दौऱ्यावर आहेत असं सांगावं लागतं.''

''पीएस भोयरसाहेब आहेत का?'' अमरनं शिंदे साहाय्यकांना विचारलं.

''हो, आहेत की. आताच बंगल्यावरून आलेत काही फायली घेऊन.''

''बरं, आलोयच तर भेटून घेतो. सहज आपला कर्टसी कॉल.'' अमर.

अमरनं हळूच केबिनचं दार लोटलं, ''येऊ का, साहेब?''

''या, या साहेब.'' भोयरसाहेबांनी अमरला ओळखत स्निग्ध हास्य केलं. भोयरसाहेब पाटबंधारे मंत्र्यांचे स्वीय साहाय्यक होते. म्हणजे मंत्र्यांचे खाजगी सचिव. त्यामुळे मंत्र्यांच्या अगदी खाजगीतले. मंत्र्यांनीच त्यांना विश्वासू व प्रामाणिक म्हणून निवडलेलं. तसे ते डेप्युटी कलेक्टरच्या दर्जाचे वर्ग एक अधिकारी. अतिशय सुसंस्कृत, मितभाषी आणि चेहरा बघून माणूस ओळखणारे. त्याचं काय काम असावं, हे ओळखणारे ज्योतिषीच जणू. मंत्री महोदयांच्या बायकोपेक्षा ह्यांना

मंत्र्यांच्या सगळ्या खाजगी गोष्टी माहिती असणार. पण मितभाषी स्वभावामुळे मोजूनमापून शब्द वापरणारे. भोयरसाहेब टेबलवर बसूनच टिफिन खात होते. एवढासा टिफिन. त्यात दोन फुलक्यासारख्या चपात्या. सुकटची कोरडी भाजी. मुंबईत भाज्यांचा दुष्काळ असल्यासारखी. पण ते मिटक्या मारत खात होते.

''बोला, साहेब, काय काम काढलं?''

''काही नाही. रोजगार हमीच्या कामावरून इकडे बदली झाल्यापासून मंत्रालयात काही चक्कर झाली नाही. तेव्हा म्हटलं, भेटावं आपल्या साहेबांना.'' अमर.

''बरं, बरं! बरं झालं भेटलात. अहो, तुमच्या पोस्टिंगवरून गेल्या वर्षी आमचे साहेब आणि सीएम साहेबांमध्ये किती लागली होती. शेवटी मी आमच्या साहेबांना म्हणालो, एका तरुण डायरेक्ट क्लास वनला किती वर्षं इजीएसमध्ये सडवायचं? मग साहेबांनी माझं ऐकलं.'' भोयरसाहेबांनी वर्षांनंतर तोंड उघडलं होतं. तेव्हा अमरला आपल्या बदलीमागे नुसतेच 'अत्युत्कृष्ट' हे गोपनीय अहवालातील शेरे नसून भोयरसाहेब आहेत, हे कळलं. त्यानं हात जोडले. तेव्हा ते म्हणाले, ''मी तुम्हाला ओळखतो. मी आधी तुमच्या सेक्रेटरींच्याकडे होतो. सेक्रेटरी तुमच्याविषयी चांगलं बोलायचे. सेक्रेटरींचीपण इच्छा होती, की तुम्हाला योग्य असं मोठं काम करायची संधी द्यावी म्हणून.''

अमरला हे गोपनीय फायलींमधलं गुपित पहिल्यांदाच कळत होतं. त्यानं मनोमन सेक्रेटरीसाहेबांचे आभार मानले आणि तो बाहेर त्यांना भेटायला निघाला. तेव्हा सेक्रेटरीसाहेब घाईघाईत फायली सांभाळत सहाव्या मजल्यावर मीटिंगसाठी निघालेले दिसले. त्यांना अमरनं नमस्कार केला, तेव्हा त्यांनी अमरकडे बघून स्मितहास्य केलं. तेव्हा अमरला आपण डिपार्टमेंटमध्ये कोणीतरी आहोत, याची सुखद जाणीव झाली. एरव्ही ह्या एवढ्या मोठ्या पाटबंधारे खात्यात आपल्याला कोण ओळखतंय? असं, 'आयडेंटिटी लॉस' झाल्यासारखं त्याला वाटे. क्षुद्र आणि शूद्र. पण आजच्या प्रसंगामुळे त्याला वेगळीच उभारी आली. मग तो उत्साहानं दुसऱ्या मजल्यावरच्या वेगवेगळ्या सेक्शनमध्ये गेला. सुधारित अंदाजपत्रकांच्या मान्यतेसाठी संबंधित अंडर सेक्रेटरींनी उपस्थित केलेले शेरे बघून तिथंच त्यानं उत्तरं लिहून दिली. पुढं डेप्युटी सेक्रेटरींना दाखवून चर्चा केली आणि त्यांच्या मंजुरीचा शेराही घेतला. एरव्ही त्याला मंत्रालयातल्या शिपायांचंही दडपण यायचं. पण आज तो आत्मविश्वासानं डेस्क ऑफिसर, अंडर सेक्रेटरी, डेप्युटी सेक्रेटरी यांच्या टेबलवरून त्याची सुधारित अंदाजपत्रकांची फाईल फिरवत फिरवत त्यानं थेट चीफ इंजिनिअर, प्रोजेक्ट यांच्यापर्यंत नेली होती. त्याच्या ह्या कर्तबगारीमध्ये तो मुख्यमंत्र्यांच्या जिल्ह्यातील प्रकल्पांचा अधिकारी असल्याचंही

कारण असावं. पण आपण मंत्रालयातील फायली फिरवू शकतो, असं त्याला वाटलं.

दुपारी आकाशवाणीसमोरील आमदार निवासातल्या कँटिनमध्ये अमर आला. त्याला एकट्यानं जेवायला आवडत नाही. म्हणजे इथं तसे बरेच लोक जेवत होते, पण ओळखीचं कोणी नव्हतं. कूपन घेऊन तो एका मोठ्या टेबलच्या कोपऱ्यात जाऊन बसला. बाकीची टेबलं भरलेली होती. हा विभाग खास आमदारांसाठी होता. पण वर्ग एकचे अधिकारी, आमदार आणि त्यांच्यासोबत येणाऱ्यांना प्रवेश होता. त्यातही काही टेबलं 'फक्त आमदारांसाठी' म्हणून आरक्षित होती. त्याला 'ॲनिमल फार्म'च्या जॉर्ज ऑर्वेलच्या त्या सुप्रसिद्ध वाक्याची आठवण झाली, ''सर्व प्राणी समान आहेत, पण काही प्राणी जास्त समान आहेत.''

त्याच्या टेबलवर थाळी आली. त्यानं वेटरकडे कूपन दिलं. त्यानं ताट डोळे भरून बघितलं. त्यात ज्वारीची मोठी गोल भाकरी. हिरवागार ठेचा, वाटीत पिठलं, उसळी, कांदा, लोणचं. अगदी गावांकडच्या खास आमदारांसाठी गावरान मेन्यू त्या मोठ्या ताटात अवतरला होता. जेवणाच्या शेवटी तोंड गोड करण्यासाठी एका वाटीत दोन गुलाबजाम. गरमागरम भाकरीच्या पापुद्र्यातून वाफ निघत होती. बोटं भाजत होती. अख्ख्या मुंबईतलं सुग्रास जेवण इथं मिळतंय, हे खुद्द मुंबईकरांनातरी माहीत असेल का? त्याचा मंदावलेला जठराग्नी प्रज्वलित झाला. मुंबईत आलं, की तो इथंच जेवत असे. त्याला बाहेरच्या गुजराती थाळ्या किंवा पंजाबी डिशेस खाणं बिलकूलच आवडत नसे. शर्टाच्या बाह्या वर करून त्यानं जेवायला सुरुवात केली. अनोळखी माणसांच्या गर्दीत एकट्यानं जेवताना त्याला संकोचल्यासारखं होत होतं. तोच त्याच्या पाठीवर थाप पडली आणि पाठोपाठ आवाज आला, ''काय, सायबा, अरे, तू ताज हॉटेलला सोडून इथं कुठं जेवतोय?'' त्यानं मागे वळून पाहिलं, तर अंगात खादीचा रंगीत कुर्ता, गळ्यात तसलीच शबनम पिशवी अडकवलेला त्याचा पत्रकारमित्र प्रवीण फर्दापूरकर त्याच्याकडे बघून हसत होता. दहा वर्षांपूर्वीची तशीच, पण आता थोडी काळीपांढरी झालेली दाढी आणि डोळ्यांवर काळ्या जाड फ्रेमचा चश्मा. अमरला जेवताना सोबत मिळाली होती. प्रवीणनं ओळखल्याचा त्याला आनंद झाला होता. प्रवीणनं मग गेल्या दहा वर्षांचा प्रवास सांगायला सुरुवात केली. तो जेवता जेवताच बोलत होता.

''चिपळूणला निशिकांतचं माझं काही पटलं नाही. तू गेलास आणि काही महिन्यांत मी बाहेर पडलो.''

''अरे, यार, पण चिपळूणसारखं रोमँटिक गाव सोडलं कसं? काय मजा

यायची नाही? दर रविवारी मी अलोऱ्याहून आलो रे, आलो रे म्हणून तुझ्याकडे यायचो भेटायला. तेव्हा आपण दोघंही कारेच होतो ना!''

''अरे, अमर, तुझ्या त्या पावसावरच्या मेलोडियस कविता, माझी ओल्ड मंक रम. पेग वर पेग आणि कवितांवर कविता. काय मस्त दिवस होते, यार.''

जेवण झालं, तरी दोघं कोरड्या हातांनी ताटांवर बसूनच होते. हरवलेल्या तारुण्याचे ते मुजोर अन् मधुर क्षण परत एकदा जगत होते. दुसऱ्यांदा वेटरनं येऊन ताट उचलू का विचारलं, तेव्हा त्यांचं लक्ष गेलं. वेटर ताट उचलून गेल्यावर नाइलाजानं त्यांना उठणं भाग पडलं. कँटिनची बडिशोप आणि खडीसाखर चघळत दोघं बाहेर पडले. प्रवीणनं विल्स सिगारेटचं पाकीट बाहेर काढलं. एक ओठांवर ठेवली आणि उघडं पाकीट त्यानं अमरसमोर धरलं. अमरनं नकारार्थी मान फिरवली. त्यावर तोंडातली सिगारेट परत हातात घेत तो म्हणाला, ''ए अमर, अरे, नाटकं नको हं. यार इतक्या वर्षांनी भेटतोय आपण, दारू नाही तर सिगारेट सही. चिपळूणला असताना तुला हे सगळं चालत होतं, मग आता वर्ज्य का? लग्न झालं म्हणून का?''

''नाही रे, तसं नाही. सवय सुटली बघ. अरे, कामाच्या रगाड्यात निवांतपणे झुरका घ्यायला वेळ आहे कुणाला?'' प्रवीणनं नकळतपणे त्याला आरतीची आठवण करून दिली. आरतीनं त्याच्यावर तसं काही बंधन टाकलं नव्हतं. पण लग्न झाल्यावर ते हनीमूनसाठी हिलस्टेशनवर गेले होते. तिथं एका नवीन लग्न झालेल्या जोडप्यातील पुरुषाला सिगारेटचा धूर सोडताना बघून आरतीनं नाक मुरडलं, तेव्हापासून कधीमधी सिगारेट पिणाऱ्या अमरनं सिगारेट सोडली ती कायमची. अमरनं तसं प्रवीणला विचारलं, ''तुझी बायको तुला दारू-सिगारेट प्यायला विरोध करत नाही?''

''अरे यार, आमची बेगमपण आमच्याच क्षेत्रातील आहे. तीपण पत्रकार आहे. त्यामुळे पत्रकारांचे सगळे चोचले तिला माहीत आहेत. तिचं एकच म्हणणं असतं, ''तू काहीपण कर, बेईमानी करू नको. पत्रकारितेचं व्रत प्रामाणिकपणे पाळ.''

''बरं, असते कुठं तुझी बेगम?'' अमरनं विचारलं.

''ती नागपूरला पत्रिकेमध्ये, मी इथं जनसत्ताचं मंत्रालय बीट कव्हर करतो. काही म्हण यार, पत्रकारिता करावी तर मुंबईतच. केवढं आव्हान आहे इथं. मंत्र्यांपासून स्मगलर्सपर्यंत, नेत्यांपासून अभिनेत्यांपर्यंत, उद्योगपतींपासून कामगारांपर्यंत. किती विषय, किती माणसं. क्षणाक्षणाला इथं काहीतरी घडत असतं. डायनॅमिक. इथं तुम्हाला बातमी शोधत हिंडावं लागत नाही, तर बातम्याच तुमच्यावर येऊन आदळत असतात. बाय द वे. आज रात्री बसू या का?''

"कुठं?" अमरनं सहज विचारलं.

"समोर, मनोरामध्ये. आमदार बंधूनं त्यांच्या फ्लॅटची चावीच माझ्याकडे दिली आहे. सध्या माझा मुक्काम तिथंच आहे."

"सॉरी, यार. आज रात्रीच्या ट्रेननं मी परत जातोय. चला, माझी मुंबईत राहायची सोय झाली. तीपण अगदी मंत्रालयाजवळ, नो टेन्शन!"

"अमर, यू आर ऑलवेज वेलकम. पण यार, तुझं असं गर्व्हमेंटलायझेशन झालेलं आवडलं नाही."

"म्हणजे कसं?" अमरनं आश्चर्यानं विचारलं. त्यावर अमरची कॉलर पकडत प्रवीण म्हणाला, "अरे, हे काय, तू सफारी वगैरे घालून, टिपिकल सरकारी ऑफिसर झालास."

"म्हणजे, मी आहेच क्लासवन सरकारी ऑफिसर. तुला काही शंका आहे का?"

"अरे, यार, तू मला त्या सरकारी क्लासवन ऑफिसरांचं सांगू नकोस. सगळे साले सरकारी नंदी बैल. गुबुगुबू वाजायला लागले, की माना डोलावणारे. अगदी आयएएस सेक्रेटरीसुद्धा. मी ह्या आयएएस लोकांच्या क्लबमध्ये बसून त्यांच्या सोबत दारू पिलोय. सगळे साले हस्तिदंती मनोऱ्यात बसून कारभार चालवतायत. ह्यांना जमिनीवरचं काहीच माहीत नाही. उंटांवरून शेळ्या हाकणारे. तुझं वेगळं आहे. तू त्यांच्यापेक्षा खूप वेगळा आहेस. मंत्रालयात एसीमध्ये बसून त्यांची डोकी गारठून गेलीयत. आता बघ ना, घामाच्या किती धारा वाहतायत बाहेर याची ह्यांना जाणीव आहे का? हे साले, कोट घालून टाय लावून बसलेत एसी केबिनमध्ये. ह्यांनी आपल्या बुद्धिमत्तेविषयी अशी हवा केलीय की मंत्रीसुद्धा टरकून असतात यांना."

"म्हणजे कसं?"

"म्हणजे, हे आपल्या ग्रामीण भागातल्या जेमतेम शिकलेल्या मंत्र्यांबरोबर इंग्रजीत बोलतात मुद्दामच. त्यांच्या न्यूनगंडाचा फायदा घेतात अन् ह्यांना करायचं तेच करतात. खरे पॉलिसीमेकर तर हेच असतात."

"म्हणजे, तुला म्हणायचंय का आपल्या इथं लोकशाही नसून नोकरशाहीच आहे."

"नाहीतर काय! अंग्रेज चले गये, औलाद छोड गये."

"प्रवीण, हे जरा जास्तच होतंय यार."

"मला वाटलंच, तुला असं वाटणार. तूपण आता ह्या यंत्रणेचाच एक भाग झालायस ना? पण लक्षात ठेव, तू यांच्यापेक्षा वेगळा आहेस."

ते दोघं फिरत फिरत थेट मरिन ड्राईव्हवर आले होते. समोर एक्सप्रेस टॉवरमध्ये प्रवीणचं ऑफिस होतं. पण त्याला वेळेचं काही बंधन नव्हतं आणि असलंच, तर तो ते पाळत नसावा, असं अमरला वाटलं. संध्याकाळच्या समुद्रावरून येणाऱ्या कोमट वाऱ्याच्या झुळका अंगावर घेत, काही उच्चभ्रू ललना थ्री फोर्थ, हाफ पँटमध्ये फिरत होत्या. त्यांच्या लालबुंद गोऱ्या मांड्या, पोटऱ्या बघून त्या मादक वाटत होत्या. अमर सभ्यपणे नजर चुकवत मरिन ड्राईव्हच्या विस्तीर्ण फूटपाथवरून फिरत हे स्त्रीदेहाचं प्रदर्शन बघत होता. त्या ललनांना त्याचं काहीच वाटत नव्हतं. गावाकडून आलेल्या सभ्य माणसांना हा एक 'कल्चरल शॉकच' होता. काळ्या मातीशी सुतराम संबंध नसलेल्या ह्या व्यापारी शहरात ह्या राज्याची राजधानी कोणी कशासाठी आणली असणार?

थोड्या वेळानं माणसांचे लोंढे फूटपाथवरून वाहू लागले. ऑफिसेस सुटली होती. खाजगी ऑफिसेस जरा लवकरच सुटतात. त्या वेळी मरिन ड्रायव्हच्या रस्त्यांवरून आलिशान गाड्यांचे तांडे वाहू लागले. त्यांच्यामध्ये काळ्या-पिवळ्या पद्मिनी प्रिमियर टॅक्सी अगदीच दीनवाण्या दिसत होत्या. मंत्रालयाच्या सगळ्याच गेटमधून माणसं आपापल्या हँडबॅगा घेऊन बाहेर पडत होती. सकाळी येताना ज्या सावधानतेनं ते ह्या हँडबॅग घेऊन येत होते, ती सावधानता आता संध्याकाळी दिसत नव्हती. बॅगेतले टिफिन आता रिकामे झाले होते. आजचे उदरभरण झाल्यानं आता ती रिकामी बॅग आपलं महत्त्व गमावून बसली होती. मंत्रालयात दिवसभर खर्डेघाशी करून, 'येस सर, येस सर' करून विटलेली माणसं परत आपल्या घरट्याकडे फिरणाऱ्या पक्ष्यांप्रमाणे चिवचिवाट करत झपाझप पावलं उचलत होती. बहुतेकांना फास्ट लोकल पकडून घरी जायचं होतं. दिवसभर घाण्याला जुंपलेल्या बैलांसारखं आयुष्य ही माणसं रोज जगत होती. अगदी आयुष्यभर. निवृत्त होऊन घरी बसेपर्यंत ह्यांचा प्रत्येक दिवस अगदी सारखा. सकाळी नऊ वाजून पंचेचाळीस मिनिटांनी ऑफिसमध्ये प्रवेश करणार. संध्याकाळी पाच वाजून पंचेचाळीस मिनिटांनी बाहेर पडणार. मधल्या आठ तासांत चहा-जेवणासाठी कँटिनला जाऊन थोड्याफार गप्पा. त्यातही परत विषय कामाचाच. कोणी कसा बॉसला उल्लू बनवला किंवा कोण्या बॉसनं कोणाला कसं झापलं, ह्यापलीकडे ह्यांचं विश्वच नाही. अमरला त्यांच्या ह्या झेरॉक्ससारख्या आयुष्याच्या कल्पनेनं उबग आला आणि कीवही आली. ही माणसं आहेत का यंत्रमानव?

अमरनं प्रवीणचा निरोप घेतला. टॅक्सीला हात केला. टॅक्सी भरून येत होत्या. प्रवीण चालत निघाला. तो दृष्टिआड झाला, तेव्हा याला टॅक्सी मिळाली. तो

शेल्टरवर आला. रात्री ९.३० वाजताची परतीची ट्रेन होती. 'रेल्वेत काही खाऊ नका' ही आरतीची आज्ञा त्याला आठवली. तो शेल्टरच्या कँटिनमध्ये कसाबसा जेवला. बॅग भरली. खाली रिसेप्शन काऊंटरवर रजिस्टरमध्ये सही करून पैसे दिले. त्याच्याभोवती हाफ चड्डीमधले बालगडी जमा झाले. 'साहेब, आज मुक्कामाला नाही' म्हणत त्याची उगाच काळजी घेऊ लागले. एकानं पुढं होऊन त्याची बॅग उचलली. एकानं पुढं जाऊन टॅक्सी थांबवली. त्याच्यावरचं त्यांचं प्रेम बघून त्यानं दोघांच्या हातांवर नोटा टेकवल्या. त्या वेळी त्यांनी अमरला अदबीनं सलाम करत नोटा कपाळाला लावल्या.

व्हीटी स्टेशनवरून रात्री गाडी सुटली, तेव्हा डब्यात गावाकडची बरीच मंडळी घुसली. 'करायले, बोलायले' ऐकून त्याला आपल्या माणसांमध्ये आल्यासारखं वाटलं. सुटली एकदाची मुंबई. समुद्रावरून येणारं खारं वारं कमी झालं. स्टेशनांमागून स्टेशनं टाकीत गाडी निघाली, तेव्हा त्याला आरतीची आठवण आली.

●●

मुंबईहून परतल्याच्या दुसऱ्याच दिवशी अमरनं मुख्यमंत्र्यांना दिलेला शब्द खरा करायचा ठरवलं. तो सर्वेक्षण पथकाला सोबत घेऊन भूसणी इथं आला. नांदेड रस्त्यावरील नव्या उंच पुलाच्या वरच्या बाजूला काही मीटरवर जुना चाळीस मोऱ्यांचा दगडी सबमर्सिबल पूल होता. नदीपात्रात पाणी नसल्यानं त्यानं जवळ जाऊन पाहणी केली. शंभर वर्षं झाली, तरी बांधकाम भक्कम होतं. चुन्यामधलं चिरेबंदी बांधकाम. एकही चिरा निखळलेला नव्हता. केवळ महापुरामुळे वाहतुकीचा खोळंबा व्हायचा. आता लोकांना थांबायला वेळ नाही, आयुष्यच गतिमान झालेलं, म्हणून हा भक्कम पूल बाद करून काही वर्षांपूर्वी नवा उंच पूल बांधण्यात आला होता. आपण ह्या उंच पुलावरून हजारदा ये-जा करत असूनही आपल्याला हे कसं सुचलं नाही, याचाच प्रश्न अमरला पडला होता. पण कल्पना कुणाचीही असली, तरी आता ती प्रत्यक्षात जलदगतीनं उतरवणंही तेवढंच महत्त्वाचं ठरणार होतं.

भराभर लेव्हल-दांडा काढून, ज्युनिअर इंजिनिअर नदीपात्रात पळत होते. टेप लावून अंतर मोजत होते. त्यानं डेप्युटी इंजिनिअरला सूचना केल्या. पुलाचं बंधाऱ्यात रूपांतर करायचं एक अभिनव काम राज्यात प्रथमच करायचं होतं. ब्रिज कम के.टी. विअर. हे काम सगळ्या पाटबंधारे खात्याला पथदर्शी ठरणार होतं. साधारणत: के.टी. विअरच्या माथ्यावर स्लॅब टाकून पूल केलेला

असतो. पण तो फक्त पाणी अडविण्यासाठी लोखंडी फळ्या गाळ्यामधून खाली उतरविण्यासाठी जाता येईल इतकाच. इथं त्याच्या उलट होणार होतं. आधी बांधलेल्या पुलाच्या रस्त्यावरून दोन स्तंभांमधल्या गाळ्यात लोखंडी फळ्या सोडून पाणी अडवलं जाणार होतं. चांगला चार-पाच मीटर खोलीचा बंधारा तयार होऊन मागे दोन-तीन किलोमीटर लांबीचं तळं निर्माण होणार होतं. त्या तळ्याच्या साठलेल्या पाण्यामुळे नदीपात्राच्या दोन्ही तीरांवर पंपानं पाणी उपसून शेकडो हेक्टरचं सिंचनक्षेत्र निर्माण होणार होतं. सगळं पाणी नदीपात्रातच साठणार असल्यानं भूसंपादनाचा प्रश्न येणार नव्हता. शेतकऱ्यांची एक इंचही जमीन न बुडविता शेकडो हेक्टरला पाणी मिळणार होतं. शेतीबरोबरच काठावरच्या गावांना पिण्याच्या पाण्याची, गुरा-ढोरांनाही पिण्याच्या पाण्याची सोय होणार होती. त्यासाठी होणारा खर्च अल्प आणि फायदा अधिक हे उघड होतं. तरी सरकारी कामांसाठी असणारा लाभ-व्यय गुणोत्तर काढणं अनिवार्य होतं. सगळ्या तांत्रिक बाबींसाठी तपशीलवार तांत्रिक आराखडा तयार करून त्यानुसार बंधारा उभारणीसाठी येणाऱ्या खर्चाचं अंदाजपत्रक तयार करून त्यास प्रशासकीय मान्यता घ्यावी लागणार होती, त्यानंतरच प्रत्यक्ष काम सुरू करता येणार होतं.

अशा प्रकारचं नदीपात्रामध्येच पाणी अडविण्याचं काम सर्वप्रथम कोल्हापूरचे राजे छत्रपती शाहू महाराजांनी त्यांच्या संस्थानात गेल्या शतकात मोठ्या प्रमाणात केलं होतं. राधानगरी धरणाच्या खाली भोगावती नदीवर ठिकठिकाणी त्यांनी दगडी स्तंभ बांधून त्यात लाकडी आडव्या फळ्या टाकून बंधाऱ्याच्या भिंती उभारल्या होत्या. ह्या फळ्यांमधून पाणी गळती होऊ नये, म्हणून घोड्याच्या लिदेचा वापर केला जात होता. अशा रीतीनं उपलब्ध असलेल्या स्थानिक सामग्रीचा वापर करून, स्थानिक कुशल कामगारांकडून अनेक बंधाऱ्यांची शृंखला तयार केली होती. त्यामुळे नदीपात्रात पावसाळ्यानंतरचं वाहून जाणारं पाणी अडवून नदी बारामास जिवंत ठेवली जात असे. त्यामुळेच ह्या बंधाऱ्यांना के.टी. विअर म्हणजे 'कोल्हापूर टाईप विअर' असं नाव पडलं. छत्रपती शाहू महाराज ह्या लोककल्याणकारी राजाची ही एक लोककल्याणकारी योजना पुढे संपूर्ण राज्यात जिथं छोटी-मोठी धरणं बांधणं शक्य नाही, तिथं राबविली जाऊ लागली. पाटबंधारे खात्यानं त्यातही ह्या जिल्ह्यातील दूरदर्शी पुढाऱ्यांनी ह्या कोप बंधाऱ्यांचा वापर करून ह्या प्रदेशातील सिंचनाचा अनुशेष भरून काढण्यासाठी सपाटा चालविला होता.

अमरला झटपट पाणी अडवायचं एक नवं तंत्र सापडल्यासारखं झालं. मग

त्यानं दिवस-रात्र मेहनत करून दोन महिन्यांत ह्या भूसणी कोप बंधाऱ्याचं काम पूर्ण केलं. दशकपूर्तीच्या सोहळ्याचा एक भाग म्हणून ह्या बंधाऱ्याचं उद्‌घाटनही मुख्यमंत्री अमरसिंह देशमुख यांच्या हस्ते झालं, तेव्हा मुख्यमंत्र्यांनाही त्याच्या ह्या कामाच्या झपाट्याचं आश्चर्य वाटलं. त्या वेळी त्यांनी अमरची पाठ थोपटली. आणि समारंभात जाहीर केलं की, ‘‘भूसणी कोप बंधारा हे माझं छोटंसं स्वप्न एका इंजिनिअरनं एवढ्या अल्पावधीत पूर्ण केलं, की माझाही विश्वास बसला नाही. शासकीय यंत्रणांनी जर ठरवलं, तर त्या किती वेगानं एखादं काम पुरं करू शकतात, याचा धडाच यांनी घालून दिला आहे. त्यासाठी मी अमरसिंह चौहानसाहेबांचं खास अभिनंदन करतो. त्यांच्यासारखे कर्तबगार अधिकारी ह्या जिल्ह्याला मिळाले, हे तुमचं-आमचं भाग्य आहे. त्यांच्या नेतृत्वामुळे ह्या जिल्ह्यातील लघु आणि मध्यम प्रकल्पांना गती मिळाली आहे आणि म्हणून येत्या दोन-तीन वर्षांतच आपल्या जिल्ह्यात हरितक्रांती घडेल आणि परिसर सुजलाम्-सुफलाम् होईल, याचा मला विश्वास वाटतो.’’

खुद्द मुख्यमंत्र्यांच्या तोंडून कौतुकाचे शब्द ऐकताना अमरचा आपल्या कानांवर विश्वास बसेना. आतापर्यंत त्यानं केलेल्या चांगल्या कामाच्या पावत्या त्याला त्याच्या वरिष्ठांकडून वेळोवेळी मिळाल्या होत्या. कधी पाठीवर थाप पडत होती, तर कधी गोपनीय अहवालात ‘अत्युत्कृष्ट’ शेरे मिळत होते. वेळोवेळी मिळणाऱ्या कौतुकाच्या शब्दांमुळे त्याला कधी आपण काही विशेष करतोय असं वाटलं नव्हतं, पण आज खुद्द मुख्यमंत्र्यांच्या तोंडून निघालेल्या कौतुकाच्या उद्‌गारांमुळे त्याला मूठभर मांस चढल्यासारखं झालं. खरं तर तो कोणत्याही राजकीय पुढाऱ्याचं व्यक्तिस्तोम मानत नव्हता. त्याला राजकारण आणि पुढारी या दोन्ही गोष्टींचं वावडंच होतं. तरीपण आपल्याला असं मूठभर मांस चढल्यासारखं वाटणं म्हणजे आपण आत्मस्तुतीचे बळी तर ठरत नाही आहोत ना, असं तो आत्मपरीक्षण करू लागला.

●●

ह्या वर्षी पंधरा ऑगस्टला जिल्ह्याच्या दशकपूर्ती सोहळ्याचा कार्यक्रम होता. मुख्यमंत्री ना. अमरसिंह देशमुख यांच्या हस्ते सकाळी नऊ वाजताच ध्वजवंदनाचा कार्यक्रम होता. त्यानंतर दशकपूर्तीच्या कार्यक्रमांना टाऊन हॉलमध्ये सुरुवात होणार होती. आज पंधरा ऑगस्ट ह्या देशाच्या ४४व्या स्वातंत्र्यदिनाच्या निमित्तानं अमरनं पहिल्यांदाच बंद गळ्याचा सरकारी कोट-सूट शिवला होता. आतापर्यंत

त्यानं त्याच्या अनेक वरिष्ठांना ह्याच वेशात ध्वजवंदन करताना बघितलं होतं. तेव्हापासून त्याच्या सुप्त मनात ह्या गणवेशाचं एक आकर्षण होतं. वर्ग एक अधिकारी म्हणजे बंद गळ्याचा कोट आणि पांढरी अँबॅसिडर गाडी, ही जणू सरकारी मानचिन्हंच. तो आता ह्या दोन्ही मानचिन्हांचा हक्कदार होता. सकाळी सात वाजताच तो बंद गळ्याचा कोट घालून ध्वजवंदनासाठी घरून जायला निघाला, तेव्हा आरतीनं त्याला कुंकुमतिलक लावून औक्षण केलं, नमस्कार केला, त्या वेळी त्याला जणू राष्ट्राच्या संरक्षणासाठी निघालेला योद्ध्यासारखं वाटलं. त्याची छाती फुलून आली. अंगात रक्त सळसळलं. त्या गरम रक्तामुळं की बंद गळ्याच्या कोटामुळे त्याला विलक्षण उबदार वाटलं.

ऑफिसच्या पुढं अर्धवर्तुळाकार आकारात ध्वजस्तंभापुढे चुन्यानं रांगोळी आखली होती. सर्व कार्यकारी अभियंता त्यांच्या जुन्या ठेवणीतल्या बंद कोटाच्या गणवेशात होते. वर्षभर पेटीत ठेवल्यामुळे त्याला पडलेल्या चुन्यादेखील तशाच होत्या. तर डेप्युटी इंजिनिअर मंडळी कडक सफारीमध्ये होती. बाकीचे रोज अजागळ वाटणारे कर्मचारी आज दाढी घोटून स्वच्छ गणवेशात आल्यानं ओळखता येत नव्हते. शिपाई आणि मोहन ड्रायव्हर शुभ्र पोशाखात उत्साहात वावरत होते. अमर ध्वजस्तंभाजवळ येताच होमगार्डच्या वेशातील एकानं, 'सावधान'ची आज्ञा दिली. शिपायानं अमरच्या हातात झेंड्याची दोरी दिली. अमरनं ती हलकेच ओढली, तेव्हा ती वर गेली. त्यानं वर ध्वजस्तंभाच्या टोकाकडे बघितलं, झटका दिला, तेव्हा गाठ सुटली आणि तिरंगा फडकला.

झेंड्याची घडी करून त्यावर गाठ बरोबर मारली होती, त्यामुळे तो सहज उलगडून फडकू लागला, तेव्हा त्यानं भगवा रंग वर असल्याची खात्री केली. त्याचा जीव भांड्यात पडला. मागं एकदा झेंडा उलटा फडकविल्यानं झेंड्याचा अपमान झाला, म्हणून एका कलेक्टरला सस्पेंड व्हावं लागलं होतं. त्याला कारण झेंड्याची गाठ मारणारा शिपाई चुकला होता. पण जबाबदार मात्र कलेक्टर ठरला होता. ती आठवण झाल्यानं त्यानं सगळ्यांच्या नजरा चुकवत खात्री केली. होमगार्डनं, "राष्ट्रध्वज को सलामी देंगे, सलामी दो," अशी खड्या आवाजात आज्ञा केली. तोच सगळ्यांनी एका सुरात 'जन-गण-मन' म्हणायला सुरुवात केली. राष्ट्रगीत संपताच सलामीसाठी उंचावलेले हात खाली आले. शिपायानं ध्वजापुढे एका ताटात गुलाल, फुलं आणि नारळ ठेवला होता, तो फोडण्याविषयी खूण केली. मात्र अमरनं त्यास नम्रपणे नकार दिला. कारण तसं करण्याची सूचना सरकारी परिपत्रकात किंवा कुठल्याही ध्वजसंहितेमध्ये नव्हती. तसं करणं म्हणजे विशिष्ट धर्माच्या परंपरेचा अवलंब करणं होतं, ते निधर्मी राज्याच्या संकल्पनेत

बसणारं नव्हतं. आजपर्यंत परंपरेनं सगळेच अधिकारी तसे करत आले होते, मात्र ते तसं का करत होते, याचं कारण शोधण्याचा कोणी प्रयत्न आजवर केला नव्हता. अमरनं त्या परंपरेला छेद दिला होता. त्यामुळं कर्मचाऱ्यांच्या आणि अधिकाऱ्यांच्याही चेहऱ्यावर पडलेलं प्रश्नचिन्ह त्याला स्पष्ट दिसत होतं. त्यावर त्यानं सगळ्या सहकारी कार्यकारी अभियंता व डेप्युटी इंजिनिअरांना त्याच्या केबिनमध्ये चहापानासाठी आमंत्रित केलं. त्यानं ध्वजाला नारळ फोडून प्रसाद वाटपाच्या धार्मिक विधीला जरी फाटा दिला असला, तरी त्यानंतर त्याच्या केबिनमध्ये सगळ्यांसोबत चहापानाची एक नवीनच प्रथा सुरू केली होती.

चहापानाच्या वेळी त्यानं सगळ्यांना स्वातंत्र्यदिनाच्या शुभेच्छा दिल्या. स्वातंत्र्यदिनाच्या दिवशी भाषण करणं अभिप्रेत नसल्यानं त्यानं आचारसंहितेचं काटेकोर पालन केलं. मात्र जाता जाता स्वातंत्र्यदिन आणि प्रजासत्ताकदिन ह्या दोन दिवसांना त्याच्या जीवनात 'राष्ट्रीय सण' म्हणून महत्त्व असल्याचं सांगितलं. अमरच्या घरी तो इतर सणांसारखा काहीतरी गोडधोड करून साजरा करत असल्याचं सांगितलं. तसंच सगळ्यांनीही घरी गोडधोड करून हा राष्ट्रीय सण म्हणून साजरा करावा, हे सांगायला तो विसरला नाही. नंतर ऑफिसच्या बाहेर पडताच, डोक्यावर होमगार्डची गोंड्याची खाकी टोपी घातलेल्या मोहन ड्रायव्हरनं त्याला कडक सॅल्यूट ठोकला. अदबीनं गाडीचा दरवाजा उघडला. त्यानं आत बसल्यावर सगळ्यांना नमस्कार केला.

अमर कलेक्टर ऑफिसला पोहोचला, तेव्हा तिथं जिल्ह्यातील वेगवेगळ्या खात्यांचे अधिकारी जमले होते. ते ध्वजवंदनासाठी आखलेल्या रांगांमध्ये उभे होते. पुढची रांग रिकामी होती. ह्या वेळी राज्याच्या मुख्यमंत्र्यांच्या हस्ते ध्वजवंदनाचा कार्यक्रम होता, म्हणून शहरातील मान्यवर येणार होते. स्वातंत्र्यसैनिक, मराठवाडा मुक्तिसंग्रामातील सैनिक आणि कोण कोण. अमर त्यांच्या मागील रांगेत येऊन उभा राहिला. कलेक्टर जावळेंनी त्याचंही हसून स्वागत केलं. कलेक्टरनी बंद गळ्याचा काळ्या रंगाचा कोट-सूट घातला होता. ते मोठे रुबाबदार दिसत होते. पण काळ्या रंगाचा सूट त्यांनी का घातला असावा, असा प्रश्न अमरला पडला होता. खरं तर स्वातंत्र्यदिन असो की प्रजासत्ताक दिन हे दिवस म्हणजे राष्ट्राच्या दृष्टीनं शुभदिन. पण ही आयएएस मंडळी ह्या दिवशी काळ्या रंगाचा ब्रिटिशांनी आणि आपणही अशुभ मानलेला पोशाख का बरं घालत असावीत? मुळात जिल्हाधिकारी म्हणजे स्वातंत्र्यपूर्व काळातील जिल्ह्याचा प्रमुख. हा ब्रिटिश अंमलदार. तो आधी कंपनी सरकार आणि नंतर राणी सरकारचा निष्ठावान सेवक. त्याच्या निष्ठा त्यांना वाहिलेल्या. त्यामुळे नाइलाजानं ब्रिटिशांना देशाला स्वातंत्र्य द्यावं

लागलं. त्याचा निषेध म्हणून तर ही मंडळी हा काळा कोट घालत नसावीत?

काळ्या कोटातल्या कलेक्टरनी मुख्यमंत्री महोदयांचं स्वागत केलं. मुख्यमंत्री आज नेहरू शर्टवर खादी सिल्कचं जाकिट घालून आणि डोक्यावर गांधी टोपी घालून आले होते. या पोशाखात ते अनोळखी दिसत असले, तरी अतिशय रुबाबदार दिसत होते. ते प्रसन्न मुद्रेनं ध्वजस्तंभाजवळ आले. कलेक्टरनी त्यांच्या हातात दोरी दिली. त्यांनी ती ओढली. ध्वज फडकू लागला. त्यांनी सलामी दिली, तशी पोलिसांच्या बँड पथकानं 'जन-गण-मन' ह्या राष्ट्रगीताची धून वाजविली. त्या वेळी सर्वत्र स्तब्धता होती. प्रत्येकाचं लक्ष ध्वजावर आणि हात सलामीसाठी वर होते. तीन मिनिटांची ती ध्वजवंदना; पण त्यासाठी कित्येक पिढ्यांनी बलिदान केलं होतं. ध्वजवंदनेनंतर मुख्यमंत्री पहिल्या रांगेतील मान्यवरांना हात जोडून नमस्कार करत अभिवादन करत होते. दुसऱ्या रांगेत कोपऱ्यावर उभ्या असलेल्या अमरकडे बघून त्यांनी त्याला नमस्कार केला. तेव्हा अमरनंही वाकून त्यांना विनम्रपणे नमस्कार करून स्वातंत्र्यदिनाच्या शुभेच्छा दिल्या.

मुख्यमंत्र्यांच्या गाड्यांच्या ताफ्यामागून अमरही टाऊन हॉलकडे निघाला. त्या वेळी मुख्यमंत्र्यांचा एस्कॉर्ट त्यांच्या पुढे-मागे असल्यानं त्यालाही सत्तास्पर्श झाल्यासारखं वाटलं. टाऊन हॉलवर गाड्या आल्या त्या वेळी तो धावतच उतरून पुढे गेला. प्रदर्शनातील पाटबंधारे विभागाच्या दालनाजवळ थांबला. मुख्यमंत्री मुख्य प्रवेशद्वारामधून फीत कापून आत आले. डाव्या बाजूला वळून ते एकेका विभागाच्या दालनांना भेट देत पुढे चालू लागले. सोबत कलेक्टर जावळे होते. संबंधित खात्याचे अधिकारी त्यांना माहिती देत होते. गेल्या दशकात जिल्ह्यानं केलेली प्रगती ते बघत-ऐकत होते. खरं तर ते ह्या सगळ्या गोष्टींचे साक्षी होते. तरीदेखील माहिती सांगणाऱ्यांचा उत्साह बघून ते ती माहिती प्रथमच ऐकत असल्यासारखा आविर्भाव करत होते. प्रथम कृषिविभाग मग त्याच्याशी संलग्न पाटबंधारे खात्याचं दालन होतं. ते कृषिविभागाच्या दालनाला भेट देऊन पाटबंधारे खात्याच्या दालनापाशी आले, त्या वेळी त्यांच्या चेहऱ्यावरची नाराजी स्पष्ट दिसत होती,

"अमरसिंह, तुम्ही आमचं नाव सार्थ केलंत. तीन महिन्यांत भूसणी के.टी.विअर बांधून दाखवलं. भूसणी के.टी.विअरचा हा फोटो म्हणजे आमच्या कल्पनेचं मूर्तिमंत रूप, छान. पण अशीच कामगिरी तुम्ही जिल्ह्यातल्या ह्या तिन्ही प्रकल्पांवर करून दाखवा. ही कामं पुरी झाल्यावर येत्या तीन वर्षांत जिल्ह्याचं तेहतीस टक्के क्षेत्र ओलिताखाली येईल, ग्रेट." मुख्यमंत्र्यांनी सर्वांसमक्ष अमरचं आणि त्याच्या पाटबंधारे खात्याचं कौतुक केलं. त्याचवेळी वळून कलेक्टर जावळेंकडे बघितलं,

व ते म्हणाले, "हे बघा पुढे, जावळे, ह्या तीनही प्रकल्पांना भूसंपादनाची, पुनर्वसनाची कोणतीच अडचण येणार नाही, याची जबाबदारी तुमची आहे. माझ्याकडे रेव्हेन्यूमुळे काम अडलंय की बंद पडलंय, अशी तक्रार येता कामा नये."

"येस सर, आमचा सारखा फॉलोअप असतो, तसं होणार नाही." कलेक्टर जावळे अमरकडे डोळे मिचकावत बघत म्हणाले.

"येस सर, आमच्या दोन्ही डिपार्टमेंटमध्ये खूपच चांगलं कोऑर्डिनेशन आहे." अमरनं पुस्ती जोडली, तसं कलेक्टर जावळेंच्या चेहऱ्यावर समाधान पसरलं. मुख्यमंत्री मग हसत हसत पुढच्या पीडब्ल्यूडीच्या दालनाकडे वळाले. पाटबंधारे खात्याचं दालन जसं ट्रान्सलाइड, फोटो, नकाशे, आलेख यांनी सजलं होतं, तसं ते नव्हतं. त्या दालनात फक्त आकडेवारी दाखविणारे तक्ते होते, जिल्ह्याच्या नकाशावर चालू, पूर्ण झालेले व नियोजित रस्ते दाखविले होते. ते बघून मुख्यमंत्री नाराज झाले, "अहो, जाधव, शेजारच्या पाटबंधारे खात्याच्या दालनात तुम्ही डोकावलात का? बघा, किती सुंदर पद्धतीनं, मॉडेलसह त्यांनी धरणं, कालवे दाखवलेत. तुम्ही काय नुसते हे तक्ते लावून ठेवलेत? अहो, ही काही शाळा नाही. हे प्रदर्शन आहे. तुमचं प्रेझेंटेशन कसं अॅट्रॅक्टिव्ह असलं पाहिजे." मुख्यमंत्र्यांनी पीडब्ल्यूडीच्या तुलनेत अमरच्या पाटबंधारे खात्याच्या दालनाचं केलेलं कौतुक ऐकून त्यासाठी दिवसरात्र खपलेल्या सगळ्या कर्मचाऱ्यांना कृतकृत्य झाल्यासारखं वाटलं. आयुष्यात पहिल्यांदाच त्यांनी केलेल्या कामासाठी कौतुकाचे चार शब्द आणि तेही थेट मुख्यमंत्र्यांच्या तोंडून त्यांना ऐकायला मिळाले होते.

दशकपूर्तीच्या प्रदर्शनाला शहरातून आणि जिल्ह्याच्या सगळ्याच तालुक्यांमधून लोक भेट देत होते. पाटबंधारे खात्याचं दालन त्याच्यातील तीनही धरणांच्या मॉडेलमुळे सगळ्यांचंच आकर्षण होतं. प्रत्यक्ष धरण, त्यांचे कालवे आणि कालव्यामुळे सिंचनाखाली येणारी गावं हे सगळं कसं डोळ्यांसमोर स्पष्ट दिसत होतं. त्यामुळे हिरवं होणारं आपलं गाव, प्रत्येक जण शोधत असायचा. धरणातून सुटलेलं पाणी कालव्यात, तर कालव्यातून सुटलेलं पाणी चारीमधून थेट शेतचारीत जाताना दिसत होतं. एक प्रकारचा जिवंतपणा वाटल्यानं त्या मॉडेलसमोरून गर्दी हटत नव्हती. प्रदर्शनाचं मॉडेल तयार करायचं काम एका गणपती बनविणाऱ्या स्थानिक कलाकाराकडून भद्राप्पानं तयार केलं होतं. नुसत्या नकाशावरून कल्पकतेनं त्यानं हे थ्रीडी मॉडेल केलं होतं. तीन दिवसांनी प्रदर्शनाची सांगता झाली, त्या वेळी प्रदर्शन आणखी तीन दिवसांनी वाढवायची लोकांची विनंती कलेक्टरनी

मान्य केली. अखेर एक हप्त्यानं प्रदर्शनाची सांगता झाली, तेव्हा कलेक्टरनं माजी मुख्यमंत्री सयाजीराव पाटील-अंबुलगेकर यांच्या हस्ते अमरच्या पाटबंधारे खात्याच्या दालनाला उत्कृष्ट दालनाचा पुरस्कार दिला. सगळ्यांच्या श्रमाचं चीज झालं. माजी मुख्यमंत्री अमरला म्हणाले, ''मी दहा वर्षांपूर्वी बघितलेल्या स्वप्नाला तुम्ही आज ह्या मॉडेलच्या रूपानं लोकांपुढे मांडलं. पण त्यांना नुसतं स्वप्न दाखवून थांबवू नका, ते सत्यात आणून दाखवा.'' सक्रिय राजकारणात नसतानाही किंवा सत्तेच्या कोणत्याही केंद्रात नसतानाही खऱ्या समाजसेवकाला जी तळमळ असते, ती त्यांच्यामध्ये अमरला दिसली. समाजकारणातून वर आलेल्या व्यक्ती राजकारणात गेल्यावर अस्तंगत होताना त्यानं पाहिल्या होत्या; पण राजकारणातून अस्तंगत झाल्यावर पुन्हा समाजकारणात सक्रिय होणाऱ्या व्यक्ती फारच विरळा.

अमरनं प्रदर्शन संपल्यावर ऑफिसमध्ये प्रदर्शनासाठी झटलेल्या सगळ्यांचा सत्कार केला. त्यांना प्रमाणपत्र दिलं आणि त्यांच्याविषयी प्रशंसोद्गार काढले. त्यामुळे ते कर्मचारी भारावून गेले. अमरला मिळालेलं श्रेय त्यानं ते श्रेय खरं ज्यांचं होतं, त्यांच्यामध्ये वाटून टाकलं. ह्या दशकपूर्ती सोहळ्यामुळे अमरचं स्थान जिल्ह्यामध्ये अव्वल अधिकारी म्हणून झालं. पण त्यापेक्षाही महत्त्वाचं म्हणजे, त्याच्या ऑफिसमध्ये सगळ्या कर्मचाऱ्यांमध्ये आत्मविश्वास आणि सहकाराची जी बंधुत्वाची भावना निर्माण झाली, ती भविष्यात त्याला जमिनीवर करायच्या कामांसाठी खूपच उपयुक्त होती.

●●

ह्या वर्षीचा पावसाळा रोज नियमितपणे शाळेत येणाऱ्या विद्यार्थ्यांसारखा होता. जणू पावसाचा 'लहरी' स्वभाव त्यानं खोडून काढला होता. त्यामुळे शेतकरी आणि शेतमजुरांना शेतातच भरपूर काम होतं. मध्येमध्ये कोरड्या नक्षत्रांचा जो 'ड्रायस्पेल' मिळायचा, तो न मिळाल्यानं अमरला कोणतीही छोटी छोटी कामं सुरू ठेवता आली नाहीत. त्यानं डेप्युटी इंजिनिअरांसोबत होणाऱ्या कामाच्या नियोजनाच्या बैठका चालू ठेवल्या. पावसाळा संपताच त्याप्रमाणे कामं सुरू करायची. त्यासाठी सगळी अंदाजपत्रकं, नकाशे तयार केले, कामाच्या छोट्या-मोठ्या निविदा काढल्या. कोणतीही वशिलेबाजी न करता कमी दरानं, पण दर्जेदार कामं करण्याचं रेकॉर्ड असलेल्या छोट्या गुत्तेदारांना कामं दिली आणि तो पावसाळा संपायची वाट बघत बसला.

सांडोळ आणि असर्जन ह्या दोन धरणांची कामं ज्या मोरेब्रदर्स ह्या बड्या

कंत्राटदाराकडे होती, त्याच्यावर दंडात्मक कारवाई पूर्ण करून, त्यांना तुमचं काम का काढून घेऊ नये म्हणून कायदेशीर 'कारणे दाखवा' नोटिस बजावली. अमरनं यासाठी त्याच्या वरिष्ठ अधिकाऱ्यांची परवानगी तर घेतली होतीच, पण मीटिंगमध्ये खुद्द मुख्यमंत्र्यांकडूनही परवानगी मिळविली होती. चीफ इंजिनिअर साहेबांनी कंत्राटदाराचा भाववाढीचा प्रस्ताव फेटाळला होता. त्यामुळे कंत्राटदाराला हात चोळत बसण्यापलीकडं पर्याय नव्हता. अधून-मधून, रात्री-बेरात्री त्याला धमकी देणारे फोन येत. बोलणारी व्यक्ती नाव सांगत नसे. ती बहुधा दारू प्यायलेली असायची, "अमर, तुने हमसे पंगा लिया है, तेरा बहुत बुरा हाल होंगा" किंवा "तेरे तीन तीन छोटे बच्चे है, यह तू भूल गया है, हम तुम्हे याद दिलाते है. देख, नतिजा अच्छा नही होगा" किंवा "तेरी बिवी बहोत सुंदर है, तु इधर तेरा गाव छोडके आया है, अकेला है ये भूल गया है, मादरचोद..."

अशा धमक्यांनी तो थोडा वेळ अस्वस्थ होई. आरतीनं हे ऐकलं, की तिचा थरकाप होई. ती घाबरून त्याला म्हणत असे, "अहो, खरंच काय गरज होती इथं ह्या परक्या मुलुखात नको ते धाडस दाखवायची?" असं म्हणून ती मुलांना घट्ट बिलगून, रात्र रात्रभर जागी राहायची. अमर मात्र तिची समजूत घालून, "भ्याड माणसं धमकावण्यापलीकडं जात नाहीत, तू काळजी करू नकोस. मी आहे, तू झोप बरं," असं म्हणून थोड्याच वेळात घोरू लागायचा. मात्र रात्री-अपरात्री फोनची रिंग 'ट्रिंग ट्रिंग' करत वाजत असायची, तेव्हा तिला भीती वाटायची. ती फोन घ्यायला घाबरायची. एकदा असाच अपरात्री फोन वाजला, तेव्हा तिच्यासमोरच अमरनं फोन उचलला आणि तो म्हणाला, "अबे गांडू, तेरे मे इतना दम है, तो सामने आ कल सुबह ग्यारा बजे ऑफिसमें..."

समोरून फोन ठेवला गेला. फोनवरून धमक्या देणारा हिंदीतून बोलत असायचा, पण तो हिंदी बोलणारा नव्हता, मराठीच माणूस होता. अमरनं आता प्रतिकाराची तयारी ठेवली. त्यानं भली जाडजूड काठी उशाशी ठेवली. वेळ आलीच, तर तिचा उपयोग करायचा. अशा वेळी गांधींचं तत्त्व उपयोगात येईलच याची त्याला खात्री वाटत नव्हती. त्यानं 'गांधीयन थॉट्स' पुस्तक वाचलं होतं. तो गांधींच्या विचारांचा आणि तत्त्वज्ञानाचा आदर करीत होता. पण मनात कुठंतरी त्याला हे तत्त्वज्ञान प्रत्यक्ष व्यवहारात कितपत उपयोगात येईल, याची शंका होती. एक मात्र बरं झालं होतं, उशाशी असलेल्या ह्या जाडजूड काठीमुळं आरती आता गाढ झोपू लागली होती. त्याला रातसा धरणावर असताना उशाशी ठेवलेली काठी आठवली. तिथं सारखे साप वळवळत असायचे. कधी अंगणात, तर कधी चक्क बिछान्यात. एकदा तर तिचं एक वर्षाचं बाळ पाळण्यात एका सापाच्या पिलाशी

खेळताना तिनं बघितलं होतं. रातसा धरण कोकणात होतं. तिथं जंगलात भरपूर साप असत, तसंच त्यांना पळविण्यासाठी पांढरीची काठी मिळायची. सापासारख्या आकाराच्या फांद्यांपासून ती काठी आदिवासी लोक तोडून आणत. तिचा हा गुण खरा होता की खोटा हे सापच जाणे. आरतीनं घरातला आदिवासी गडी रामा आंबो भगतला सांगून ती सर्पनिरोधक काठी मिळविली होती आणि ती सतत ती काठी बाळाच्या पाळण्याजवळ ठेवायची. एवढं मात्र खरं, की ती काठी आल्यापासून तिला घरात साप दिसला नव्हता. आरतीदेखील शांतपणे झोपू शकत होती. अमरनं आता माणसांपासून आरतीची भीती घालविण्यासाठी परत एकदा काठीचाच वापर केला होता.

अमरनं रात्री फोनवर धमकवणाऱ्याला दिवसा ऑफिसला येऊन आमने-सामने लढण्याचं आव्हान दिलं होतं. ते ऐकून तर आरतीला आणखीच भीती वाटली. अमर ऑफिसला जायला निघाला, तेव्हा ती काळजीनं त्याला म्हणाली, "अहो, ऐकलंत का, ती रात्रीची काठी बरोबर नेता का? मला दिवसाची भीती वाटत नाही. पण संध्याकाळी ऑफिस सुटल्यावर आठवणीनं घरी आणा बरं..." तिच्या ह्या वाक्यावर अमर ठो-ठो करून हसू लागला, तेव्हा तिला त्याचाच राग आला. अमर म्हणाला, "अगं, मला काठीची काही गरज नाही." अमर निघून गेल्यावर तिनं घाईघाईनं दार बंद केलं. अमर ऑफिसमध्ये दिवसभर त्याचं काम करत होता. रात्रीच्या प्रसंगाविषयी तो कुणाशी काहीच बोलला नाही. तो घाबरला नव्हता, पण सावध होता. दिवसभरात त्याला ना धमकीचा फोन आला ना धमकावणारा आला. आपण एकदा नंगट झालो, की समोरचाही घाबरतो. म्हणतात ना 'नंगे से खुदाभी डरता है' अमर ह्या विचारानं हसत हसत सुखरूप घरी आलेला बघून आरतीचा जीव भांड्यात पडला. ती म्हणाली, "थांबा, थांबा, तुमची दृष्ट काढते." त्यावर अमरनं हसत हसत, "माझ्याऐवजी तुझीच दृष्ट काढतो, की भीतीतही किती सुंदर दिसतेय तू." असं म्हटलं आणि आरती अशी काही लाजली, की अमरला तिची खरोखरच दृष्ट काढाविशी वाटली.

आरतीनं रात्रीच्या काठीवर जसा विश्वास टाकला होता, तसाच दिवसाचा विश्वास तिनं पाळलेल्या जानवळी इमानदार 'मोती' कुत्र्यावर ठेवला होता. अमर ऑफिसला किंवा साईटला गेला आणि मुलं शाळेत गेली, की ती घरी दिवसभर एकटीच राहत असे. त्या वेळी ती मोतीला मोकळं सोडत असे. मोतीदेखील इमानदारीत घराभोवती चकरा मारत असे. जरा कुठं खुट्ट झालं किंवा कोणी अनोळखी माणूस आलं, की तो जोरजोरात भुंकत असे. त्यामुळे आरती घरात काम करत असली, तरी खिडकीतून डोकावत असे. तसं तर घरकामाला घरात

बालाजी हा एक प्रामाणिक गडी होता, तसा बाहेर बागेमध्ये पाटील नावाचा शिपाई. पण पाटीलला पत्ते खेळायचा नाद. तो एकदा अमर ऑफिसला गेला की, ऑफिससमोरच्या बागेतील झाडांच्या पारावर जात असे. तिथं तंबाखू मळत ड्रायव्हर लोकांच्या पत्त्यांच्या डावात हळूच जाऊन बसे. त्यामुळे आरतीचा सगळा भरोसा हा 'मोती'वरच असे.

असंच एकदा अमर साईटला गेला असता, माणिकराव पाटील अंबुलगेकर तो घरी असेल असं समजून घरी आले. त्यांनी दरवाजावरची बेल वाजवली. आरती घरात काम करत होती. तिला बेल ऐकू आली नाही. मग कंटाळून त्यांनी हाका मारायला सुरुवात केली, ''सायब, वो सायब...'' पण आरतीला त्या हाकाही ऐकू गेल्या नाहीत. बाहेर माणिकराव वाट बघून कंटाळले. बागेतला पाटील शिपाईपण पत्ते खेळायला पसार झालेला. 'ताटी उघडा ज्ञानेश्वरा' म्हणत बाहेर ताटकळलेल्या माणिकरावांना लघुशंकेला जायची भावना झाली. न राहवून ते बागेच्या एका कोपऱ्यात इकडंतिकडं बघून धोतर वर करून बसले. हे बघून झाडाखाली विसावलेला मोती धावत आला. तो जोरजोरात भुंकू लागला. तो माणिकरावांना ओळखत होता, पण त्यांची ही कृती बघून तोही चिडला असावा. तो माणिकरावांच्या अंगावर धावून गेला. माणिकराव अशा अवस्थेत होते, की त्यांना अर्धवट सोडून उठता येईना, तेव्हा मोतीनं जाऊन त्यांचं धोतरच ओढलं. तसं ते धोतर फेडलं गेलं. माणिकराव भीतीनं दूर पळाले. तेव्हा त्यांचं धोतर दातात धरून मोती पळत सुटला. माणिकराव पट्ट्यापट्ट्याच्या अंडरपँटीमध्ये त्याच्या मागून पळत सुटले. बाहेर काहीतरी दंगा चालल्याचं ऐकून आरती बाहेर आली. तिला बघून माणिकराव आणखीच शरमिंदे झाले. तिलाही काय झालं कळेना. माणिकरावांची ही अवस्था बघून तिला हसू आवरेना, तर तिकडे माणिकरावांना कुठं तोंड लपवू असं झालेलं. म्हणून ते ऑफिसकडे पळत सुटले.

मोतीचं भुंकणं ऐकून पाटील शिपाई पळत आला. त्याला झाला प्रकार लक्षात आला. त्यानं मोतीला चुचकारून त्याच्या तोंडातून माणिकरावांचं धोतर बाहेर काढलं, धोतर फाटलेलं होतं, पण लाज राखायला पुरेसं होतं. माणिकरावांनी ते कसंबसं गुंडाळलं आणि ते जीव घेऊन ऑफिसकडे पळत सुटले. मोतीनं त्यांना त्यांच्या गैरकृत्याची चांगलीच अद्दल घडविली होती. पण का ते काही त्यांना कुणाला सांगता येईना. एरव्ही मोठ्या रुबाबात मंत्री महोदयांचे बंधू म्हणून ऑफिसात कर्मचाऱ्यांना दाब देणाऱ्या घमेंडखोर माणिकरावांची मोतीनं अशी जिरवली होती. अमर रात्री साईटवरून आल्यावर आरतीनं त्याला हा किस्सा सांगितला, तेव्हा दोघांची हसून हसून पुरेवाट झाली. पण जानवळी मोतीच्या

इमानदारीची परीक्षा झाली होती. अमर मग आरतीला म्हणाला, ‘‘आता मला तुझी काळजी नाही, मोतीनं परीक्षा पास केलीय.’’

मोतीच्या ह्या पराक्रमामुळे एक गोष्ट चांगली झाली. आरती निर्धास्त झाली. दिवसभर घरी येणाऱ्यांची गर्दी कमी झाली. माणिकरावही घरी यायचे बंद झाले. नाहीतर ते वेळ-काळ न बघता केव्हाही घरी येत आणि ‘वहिनी, चहा टाका’ अशी मागणी करत. इथपर्यंत ठीक होतं, पण नंतर ते अमरच्या सौजन्याचा फायदा घेऊन, ‘पिठलं-भाकरी करा, जेवूनच जातो.’ म्हणू लागले. एखाद्या गृहस्थानं सभ्यतेच्या मर्यादा सोडल्या, की जो त्रास होतो, तो होऊ लागला होता. मंत्री महोदयांच्या नात्याचा ते दुरुपयोग करायला लागले होते. वारंवार क्षुल्लक कारणासाठी गाडी मागणं, कुणालातरी बरोबर आणून ह्याला काम द्या, नाहीतर कामावर घ्या, असं सांगणं सुरू झालं होतं. पण मोत्यानं त्यांचा परस्पर बंदोबस्त केला. तीच गोष्ट भुरट्या लंगोटी पत्रकारांची. सोमेश्वर भट्टडसारख्या पीत पत्रकारांना तर मोती निव्वळ वासावरूनच ओळखी आणि तो एकसारखा त्यांच्या अंगावर धावून जाई. मोती हा एक डेंजर कुत्रा आहे, ही त्याची कुख्याती आता सगळीकडेच पसरल्यानं सहज म्हणून घरी डोकवायला येणाऱ्यांची संख्या बरीच कमी झाली. अमरला घरी बसून ऑफिसच्या आधी किंवा नंतरच्या वेळात काम करणं शक्य झालं. घराला घरपण आलं. आरती आता सहजपणे घरच्या ऑफिसमध्ये बसून त्याचं काम चालू असता वीणकाम, भरतकाम करू लागली.

●●

‘‘साहेब, लांडगेचा ॲक्सिडेंट झालाय. त्याला सिव्हिलमध्ये ॲडमिट केलंय.’’ देशपांडे हेडक्लार्कनी घाबऱ्याघुबऱ्या केबिनमध्ये येऊन सांगितलं.

‘‘कसं काय? थोड्या वेळापूर्वी तर मी त्याला इथं बघितलं, त्यानं मला नमस्कार केला.’’ अमरनं आश्चर्यानं विचारलं.

‘‘होय, साहेब, आता पंधरा मिनिटांपूर्वीच तो ट्रेझरीमध्ये बिल टाकायला गेला होता. बिलं टाकून येताना त्याच्या सायकलला ट्रकनं उडवलं. पीए म्हस्के साहेब पुढे गेलेत. त्यांचाच फोन होता.’’ देशपांडे म्हणाले. अमरनं मीटिंग थांबवली आणि देशपांडेंना बरोबर घेऊन तो सिव्हिल हॉस्पिटलमध्ये गेला. तो धावतच लांडगेला भेटायला वॉर्डमध्ये गेला, तिथं पीए म्हस्के त्याला पडलेल्या चेहऱ्यानं म्हणाले, ‘‘साहेब, लांडगे गेला. तो जागेवरच गेला. ट्रकनं त्याच्या सायकलला मागून धडक दिली. त्याच्यासोबतच्या टपालाच्या पिशवीमुळे पोलिसांनी ऑफिसला

फोन करून कळवलं. त्याच्या डोक्यावरूनच चाक गेल्यानं पार चेंदामेंदा होऊन मेंदूच बाहेर आला.'' ऐकता ऐकता अमरच्या अंगावर काटा आला. रातसा धरणाच्या बांधकामावर त्यानं असे प्रसंग पाहिले होते. अपघाती मृत्यू पावलेला बिल्डर्स हॉइस्टचा तरणाबांड ऑपरेटर पोरगा सोपान त्याच्या डोळ्यांसमोर आला. तिथं उंच धरणावर काम करताना तर सगळेच जीवन-मरणाच्या सीमेवर काम करत असतात, पण इथं शहरामध्ये, एवढ्या सुरक्षित ठिकाणी भर रस्त्यावर लांडगेला मृत्यू यावा? लांडगे तोतरा होता. त्यानं उच्चारलेलं नीट कळायचं नाही. पण इथं त्याच्या शारीरिक अपंगत्वाचा काहीही संबंध नव्हता. त्याला नीट ऐकू येत होतं. नीट दिसतही होतं. त्याची काही चूक नसताना तो ट्रक ड्रायव्हरच्या चुकीचा बळी ठरला होता. पोलिसांनी ट्रक ड्रायव्हरला अटक केली होती. ट्रकही जप्त केला होता. ट्रक ड्रायव्हर आणि ही दुर्घटना प्रत्यक्ष बघणाऱ्यांचे जाब-जबाब घेऊन पंचनामा चालू होता. पण ह्या सगळ्या गोष्टींनी त्या बिचाऱ्या शिपायाचे प्राण थोडेच परत येणार होते? त्याला ह्या सगळ्या गोष्टी म्हणजे मृत्यूनंतरचे निरर्थक सोपस्कार वाटले. तेवढ्यात लांडगे शिपायाची बायको, तिच्यासोबत आलेल्या दोन स्त्रियांसह तिथं पोचली. तिला वाटेतच कोणीतरी लांडगे गेल्याचं सांगितलं असावं. अमरला बघून तिनं हंबरडा फोडला. सोबत आलेल्या बाईच्या गळ्यात पडून ती मोठमोठ्यानं गळा काढून रडू लागली. जेमतेम वीस-बावीस वर्षांची त्याची बायको. अंगावर धड लुगडं नाही. गरिबी अंगावरच्या कपड्यांवरून स्पष्ट दिसत होती. तिचे विस्कटलेले केस, कपाळावरचं कोणीतरी पुसलेलं कुंकू. फुटलेल्या बांगड्या अन् सतत वाहणारे भेसूर डोळे बघून अमरच्या पोटात कालवाकालव झाली. त्याला तिचं सांत्वन कसं करावं कळेना. तो निश्चल होऊन कोपऱ्यात उभा राहिला. त्यानं देशपांडे हेडक्लार्क आणि म्हस्के पीएंना लांडगेच्या बायकोला त्याचं पोस्टमॉर्टेम होऊन घरी जाईपर्यंत सांभाळायला सांगितलं. तिच्या नातेवाइकांबरोबरच सगळे विधी उरकायला मदत करायला सांगितलं. सुन्न होऊन तो घरी आला. दुपारच्या जेवणाची वेळ झाली होती.

''जेवायला वाढू का?'' आरतीनं सवयीनं विचारलं आणि उत्तरासाठी त्याच्याकडे पाहिलं, तेव्हा तिला काहीतरी विपरीत घडलं असल्याचं जाणवलं.

''का हो, काय झालं ऑफिसात?'' आरतीनं काळजीनं विचारलं.

''ऑफिसात नाही काही झालं, पण ऑफिसचा लांडगे शिपाई ॲक्सिडेंटमध्ये गेला.''

''अगं, बाईऽऽ, तो तोतरा लांडगे?''

''हो तोच! तो तोतरा लांडगे आता कायमचाच मुका झाला.''

मग अमरनं आरतीला सगळा प्रकार सांगितला, तेव्हा तिलाही दु:ख अनावर झालं. जणू ती अमरला लांडगेच्या ठिकाणी; तर अमर तिला लांडगेच्या बायकोच्या ठिकाणी बघत होते. थोडा वेळ दोघंही सुन्न होते. तेवढ्यात धाकट्या मुलानं, "आई, जेवायला वाढ ना, खूप भूक लागलीये." म्हणून रडायला सुरुवात केली. तेव्हा आरतीनं पदराला डोळे पुसले. कमरेला पदर खोचला अन् लेकराबरोबर अमरनंही दोन घास खावेत म्हणून जेवायला वाढलं. भुकेल्या पोरानं जेवायला सुरुवात केली, पण बाप जेवत नाही असं बघून तो म्हणाला, "बाबा, जेवा ना... भाजी आवडत नाही वाटतं?"

संध्याकाळी लांडगेचे सगळे विधी आटोपल्याचं हेडक्लार्कनी येऊन सांगितलं. तेव्हा अमरनं त्यांना लांडगेच्या बायकोची अनुकंपा तत्त्वावर तात्पुरती ऑर्डर तयार करायला सांगितली. अमरला तेव्हा लांडगे मागासवर्गीय होता असं कळलं. आठ-दहा दिवसांनी त्याची बायको रडत रडत घरी येऊन आरतीला भेटली. तिच्या घरमालकानं तिची किरायाची खोली खाली केली होती. ती एका टेंपोत तिचा किडूकमिडूकचा संसार घेऊनच अमरच्या दारात आली होती. आरतीनं तिचं सामान उतरवून बंगल्याच्या कोपऱ्यावर असलेल्या गॅरेजमध्ये ठेवायला सांगितलं. आरतीनं तिला जेवू घातलं. दोन लहान लेकरं घेऊन ती समोरच्या गॅरेजमध्ये राहू लागली. तीन दगडांची चूल मांडून ती रांधायला लागली. तेव्हा तिचे डोळे पुसून आरतीनं तिला हिंमत दिली. संध्याकाळी अमर घरी आल्यावर त्यानं गॅरेजमध्ये मांडलेला संसार बघितला. अमरनं दुसऱ्याच दिवशी लांडगेच्या बायकोची शिपाई म्हणून ऑर्डर काढली. राहायला क्वार्टर मिळेपर्यंत तिला तिथंच रहायची परवानगी दिली. तेव्हा त्याला घरी भेटायला येणारे आश्चर्यानं बघत. महिनाअखेरीस निवृत्त होणाऱ्या एका शिपायाची क्वार्टर रिकामी झाली. लांडगेची बायको तिच्या कच्च्या-बच्च्यांना घेऊन, वसाहतीमधल्या क्वार्टरमध्ये राहायला गेली. जाताना ती दोघांच्या पाया पडून त्यांना 'देवमाणसं' म्हणत होती.

●●

ह्या वर्षीचा पाऊस नियमित पडत होता. थोडगा धरणात हळूहळू पाण्याची पातळी वाढत होती. धरणात साठलेलं पाणी बघून अमरला निर्मितीचा आनंद होत होता. आता धरण एकदाचं पूर्ण भरलं, की कालव्यांची जेवढी लांबी पूर्ण झाली आहे, तिथपर्यंत पाणी सोडून कालव्यांची चाचणी घ्यायची होती. थोडगा धरण

'युसेड'चं असल्यानं इथपर्यंतच थांबायचं नव्हतं, तर कालव्यातून चाऱ्यांमध्ये आणि चाऱ्यांमधून शेतचाऱ्यांमध्ये पाणी सोडून ते थेट शेताच्या कोपऱ्यापर्यंत पोहोचवायचं होतं. म्हणजे ज्या शेतकऱ्यांसाठी धरण बांधलंय, त्यांच्या बांधापर्यंत पाणी पोचवायची जबाबदारी होती; तरच शेतकऱ्यांना त्याचा फायदा होणार होता. त्यासाठी प्रत्येक चारीवर अवलंबून असलेल्या शेतचाऱ्यांचं बांधकाम करायचं होतं आणि ओलिताखाली येणाऱ्या जमिनींचं क्षेत्र ज्याला 'चक' म्हणत, त्या चकचं प्लॅनिंग केलं होतं. हे 'चक'नुसार प्लॅनिंग करून प्रत्येक चकचं सपाटीकरण करून पाणी जमिनीच्या पृष्ठभागावरून वाहण्यासाठी जमिनीला विशिष्ट दिशेनं सौम्य उतारही द्यायचा होता. हे काम मृदसंधारण विभागाकडून करून घ्यायचं होतं. त्यासाठी अमर त्या विभागाच्या वरिष्ठांना भेटून त्यांनाही कालव्यांच्या कामाची प्रगती आणि चालू असलेल्या चाऱ्यांची कामं दाखविणारा क्षेत्रनकाशा पुरवत होता. कारण ह्या मायक्रोप्लॅनिंग म्हणजे सूक्ष्म नियोजनावरच सिंचनाचं यश अवलंबून होतं. ह्या प्रकारचं प्रशिक्षण घेण्यासाठीच तर त्याचा आधी 'युसेड' कामाशी संबंध नसताना त्याला फोर्टकॉलिन्स इथं अमेरिकेत कोलोराडो स्टेट युनिव्हर्सिटीमध्ये दोन वर्षांपूर्वी पाठवलं गेलं होतं. तिथं तो सिंचनाच्या तुषार सिंचन, ठिबक सिंचन ह्या पद्धतींबरोबरच 'केब्लिगेशन', 'फर्टिगेशन' ह्या संगणकाद्वारे नियंत्रित करावयाच्या आधुनिक प्रणाली शिकला होता. त्यामुळे सिंचन अभियंत्याला ह्या गोष्टी माहीत असणं किती महत्त्वाचं आहे, हे त्याला कळलं होतं. ह्या आधुनिक सिंचन प्रणालीचा वापर करण्यासाठी जमिनीचा उतार, सपाटीकरण आणि शेतचाऱ्यांवर करायची छोटी छोटी बांधकामं, म्हणजे पाण्याच्या प्रवाहाला दिशा देणारी डिव्हीजन बॉक्स, मॉल्स यांनादेखील खूप महत्त्व होतं. ही सगळी क्षेत्रीय बांधकामं म्हणजे 'ऑन फॉर्म डेव्हलपमेंट वर्क्स' योग्य झाली, तर सिंचनाची क्षमता नव्वद टक्के होऊ शकते. म्हणजे फक्त दहा टक्के पाणी वाया जातं.

अशा प्रकारे सूक्ष्म नियोजन करून पाण्याच्या प्रत्येक थेंबात जास्तीत जास्त पीक उत्पादन करायचं होतं. 'मोअर क्रॉप पर ड्रॉप' हे धोरण राबवायचं होतं. राज्यातल्या 'युसेड' प्रकल्पांतर्गत हेच धोरण राबवून सिंचन क्षमता आणि पर्यायानं पिकांची उत्पादकता वाढवायची होती. त्यात हा थोडगा प्रकल्प आघाडीवर होता. राज्यात सर्वप्रथम अमरला हा प्रयोग यशस्वी करायचा होता. त्याचा हा 'ड्रीम प्रोजेक्ट' झाला होता. त्याचं कारणही तसंच होतं. इथं बदलून येण्याआधी अमर ज्या जिल्ह्यात कार्यकारी अभियंता होता, तिथं त्याच्याकडं दुष्काळी पट्ट्यातील रोजगार हमी योजनेची फक्त पाझर तलावांची कामं होती. त्याचा तसा ह्या अमेरिकन अर्थसाहाय्यित कामाशी संबंध नव्हता. त्या वेळी ह्या 'युसेड'च्या

प्रकल्पांवर काम करणाऱ्या अभियंत्यांना प्रशिक्षणासाठी अमेरिकेत पाठविलं जात होतं. अमरची नवनवीन काही शिकण्याची वृत्ती बघून त्याचे तिथले अधीक्षक अभियंता भावेसाहेबांनी त्याच्या नावाची सरकारकडे शिफारस केली होती. मात्र मंत्रालयातून त्याला विरोध झाला. त्या वेळी भावेसाहेब स्वत: जाऊन सचिवांना भेटले होते, "अमर इज अ जेम. ही इज यंग ॲन्ड ॲसेट टु द डिपार्टमेंट. त्याच्याकडे आज जरी युसेडची कामं नसली, तरी उद्या येणार नाहीत कशावरून? म्हणून मी त्याच्या नावाची शिफारस केली आहे."

"येस, मिस्टर भावे. अमर प्रशिक्षण घेऊन आल्यावर त्याच्या अनुभवाचा उपयोग करण्यासाठी त्याचं पुढचं पोस्टिंगच युसेड प्रकल्पावर करू." सचिवांना भावेसाहेबांचं पटलं होतं. म्हणून त्यांनी युसेडच्या अमेरिकन अधिकाऱ्यांना हा उपाय सांगितला होता, आणि झालंही तसंच. तो अमेरिकेतून प्रशिक्षण घेऊन आल्यावर काही महिन्यांतच त्याची बदली 'युसेड'चं काम असलेल्या ह्या विभागात झाली होती. तिथून बदलीवर निघताना खुद्द भावेसाहेबांनी त्याला ही पडद्याआडची गोष्ट सांगितली होती. त्याच्याबरोबरची अमेरिकेत प्रशिक्षणासाठी निवड झालेली सगळीच मंडळी तरी त्या वेळी कुठे युसेडच्या प्रकल्पावर काम करत होती? त्यांना राजकीय नेत्यांचा वरदहस्त होता, म्हणून त्यांची प्रशिक्षणासाठी निवड झाली होती. म्हणजे तिथंही वशिलेबाजी आणि जातपात बघून निवड झाली होती. अमरला तसा कोणी 'गॉडफादर' नव्हता. पण त्याचं कामच बोलत होतं. त्याची हुशारी दिसत होती. म्हणून भावेसाहेबांनी हे 'रत्न' ओळखलं होतं. त्यांच्या रत्नपारखी स्वभावामुळे अमरला संधी मिळाली होती. त्यामुळे अमर जेव्हा बदलीवर जाण्यासाठी भावेसाहेबांना भेटायला गेला होता, त्या वेळी त्यांनी त्याला हा किस्सा सांगून बजावलं होतं, "अमर, बघ, मी सरकारशी भांडून तुला युसेडच्या ट्रेनिंगसाठी पाठवलं होतं. आता तुला ते सिद्ध करायची संधी मिळतेय. तिचं सोनं कर, माझं म्हणणं खरं कर."

●●

दोन-तीन दिवसांपासून हस्तनक्षत्राचा पाऊस कोसळत होता. नावाप्रमाणं हत्तीच्या सोंडेतून कोसळत असल्यासारखी संतत धार आणि तीही सोंडेसारखी जाड होती. थोडगा धरण जे कालपरवापर्यंत निम्मंच भरलं होतं, ते आता लवकरच भरेल असं वाटून अमर खुशीत होता. लवकरच धरण पूर्ण भरून ओसंडून वाहू लागलं, की नदीची ओटी भरून जलपूजन कार्यक्रम करायचं स्वप्न

तो बघू लागला.

रात्री अकरा वाजता अमरच्या घरातील फोन खणखणला, तेव्हा तो धमकी देणारा निनावी फोन असणार असं समजून अमरनं रागारागातच फोन घेतला. पण तिकडून थोडग्याचे डेप्युटी इंजिनिअर घाबऱ्याघुबऱ्या आवाजात बोलत होते,

"सॉरी, सर, पण वेळच तशी आलीय."

"ठीक आहे, पण कसली वेळ आलीय? आधी सांगाल तर खरं."

"सर, धरणाला गळती लागलीय. इकडं परवापासून जोरदार पाऊस कोसळतोय."

"बरं, बरं, पण धरण भरलंय का? सांडव्यावरून पाणी वाहतंय का?"

"हो, सर, आज संध्याकाळीच ओव्हरफ्लो सुरू झालाय. मी संध्याकाळपर्यंत धरणावरच होतो."

"बरं, म्हणजे तुमच्यासमोर गळती सुरू झाली नव्हती तर."

"हो, सर, म्हणजे मी तिथं असेपर्यंत नव्हती. आता एवढ्यात थोडग्याचे लोक येऊन सांगतायत की धरण फुटणार. म्हणून मी फोन केला."

"असं करा, घाबरू नका. आधी तुम्ही पुढे व्हा. मी तिथं पोहोचतोय दोन तासांत. मेकॅनिकलच्या डेप्युटी इंजिनिअरला कळवा. म्हणावं, डोझर युनिट घेऊन धरणावर निघा. तोपर्यंत धरणाच्या माथ्यावर भरून ठेवलेल्या गोण्या गळतीच्या भागात वर धरणावर नेऊन ठेवा. गॅसबत्त्या घेऊन जा."

अमरचं बोलणं आरती ऐकत होती. तिला मोठा धक्काच बसला. एक वेळ तो निनावी फोन परवडला. हे भयंकर होतं. निवळीचा पाझर तलाव ढगफुटीनं फुटला होता, गेल्या दोन वर्षांपूर्वी. त्यानंतरचे ते काळेकुट्ट दिवस तिला आठवले. तिचा थरकाप उडाला. तिला काय बोलावं ते सुचेना. तेवढ्यात अमर तयार होऊन आला. तिनं त्याच्या हातात काळा रेनकोट, गमबूट आणि टॉर्च दिला. अमरनं फोन करून ऑफिसच्या शिपायाला मोहनला 'ताबडतोब गाडी बंगल्यावर घेऊन ये' असा निरोप दिला. तो अस्वस्थपणे मोहन ड्रायव्हरची वाट बघत बसला. तशात अमर एकटाच निघालेला बघून आरतीनं थेट शिंदेसाहेबांना फोन लावला. ते तिकडून फोनवर धीर देत म्हणाले, "वहिनी, तुम्ही घाबरू नका. मी वैद्य डेप्युटी इंजिनिअरना अमरच्या सोबत पाठवतो. ते सगळं ठीक करतील. अमरकडे फोन द्या. हॅलो, अमर, अरे, तुम्ही एवढ्या रात्री एकटे जाऊ नका. वैद्यला बरोबर घ्या. तो पूर्वी तिथंच होता. तो सगळ्यांना ओळखतो. मी सांगतो तसं त्याला. तुम्ही स्वत: तिथं गेल्यावर मला कळवा. मी येतोच सकाळी." शिंदेसाहेबांनी फोन ठेवला. तेव्हा त्याला आणि आरतीलाही धीर आला. त्यांचं म्हणणं बरोबर होतं. ह्या परक्या मुलुखात त्याच्या ओळखीचं ह्या संकटकाळी कोणीच नव्हतं. शिवाय

थोडग्याच्या ग्रामस्थांविषयी त्याला काही माहीत नव्हतं. अशा संकटकाळी एक तर ते मदतीला पुढं धावतील, नाहीतर आक्रमकही होतील. त्यांची मानसिकता शिंदेसाहेब जाणत होते. म्हणून त्यांनी अमरला एकटं न जाता सोबत स्थानिक डेप्युटी इंजिनिअर वैद्यला घेऊन जा असा मौलिक सल्ला दिला होता. वैद्य नुकतेच त्याच्याकडे सांडोळच्या बिराजदार डेप्युटी इंजिनिअरच्या जागी बदलून आले होते. त्याला त्यांच्याविषयी काहीच माहिती नव्हती. मात्र ते याआधी शिंदेसाहेबांकडे त्याच भागातल्या दुसऱ्या धरणावर होते. त्यामुळेच त्यांनी हा सल्ला दिला होता. मोहन ड्रायव्हर वैद्य डेप्युटी इंजिनिअरांना घेऊन आला. वैद्यांनी येताच अमरला मिलिटरी स्टाईल कडक सॅल्यूट ठोकला. दणकट बांध्याचा, खड्या आवाजाचा वैद्य डोक्यावर तिरपी गोंड्याची कॅप, अंगात मिलिटरीचा हिरव्या रंगाचा लोकरी स्वेटर, पायात गमबूट, हातात रेनकोट आणि टॉर्च घेऊनच आले होते. आर्मीमधून रिटायरमेंट घेतल्यावर ते परत एकदा 'एक्स आर्मी मन'चे 'आर्मीमन' झाले होते. वैद्य सोबतीला असल्याचं बघून आरतीचा जीव भांड्यात पडला होता. शिंदेसाहेबांनी सांगितल्याप्रमाणे, 'वैद्य, सगळं ठीक करतील.' असं तिलाही वाटून गेलं.

शहर सोडून गाडी हमरस्त्यानं निघाली. शहरात जरी पाऊस नव्हता, तरी ते जसजसे थोडग्याच्या दिशेनं जाऊ लागले, तसतसा मुसळधार पाऊस पडू लागला. म्हणजे तो तसा आधीपासूनच पडत होता. फक्त हे आता त्या पावसाच्या प्रदेशात घुसत होते. पावसाच्या जाड-जाड नळासारख्या पडणाऱ्या सरींमुळे गाडीच्या टपावर थडथड आवाज होत होता. अमरला ऐकू यावं म्हणून वैद्य आणखी जोरात ओरडून बोलत होते. वैद्य लष्करातील बॉर्डर रोड ऑर्गनायझेशनमध्ये पूर्वी नोकरीला होते. हिमालयातील पाऊस, लँडस्लाईड आणि अशा नैसर्गिक आपत्तींना तोंड द्यायचा त्यांचा अनुभव मोठा होता. ते त्याच्याविषयी अमरला काहीकाही सांगत होते. पावसामुळे अमरला त्यातलं काही ऐकू येत होतं, काही नाही. पण वैद्यचा प्रयत्न अमरला ह्या संकटात विश्वास देण्याचा होता, हे अमरच्या लक्षात आलं होतं, त्यामुळे तो शांतपणे ऐकत होता. पण त्याच्या डोक्यात तिकडं धरणावर काय चाललं असेल, याचाच विचार चालू होता. एक झालं होतं, वैद्यनं त्यांच्या लष्करी सेवेचा सगळा पाढाच वाचून दाखवला होता, त्यामुळे अमरला त्यांचा 'बायोडाटा' कळला होता. वैद्य जरी ब्राह्मण होते, तरी सीमेवरील इंजिनिअरच्या कोअरमध्ये काम केल्यानं पुरते फौजी झाले होते. तिथल्या शिस्तीबरोबरच खाण्यापिण्याच्या सवयीमुळं ते दणकट पहाडी झाले होते. हिंदीमिश्रित मराठी बोलता बोलता ते मध्येच शिव्याही देत होते. अमरकडे बघून जीभही चावत होते. लहानपणी अर्धी खाकी चड्डी, पांढरा शर्ट, डोक्यावर काळी टोपी आणि काठी

घेऊन संघाच्या शाखेत जाता जाता लुटुपुटुची लाठी-बोथाटीची लढाई खेळत होते. मात्र मोठं झाल्यावर ती खेळण्याऐवजी इंजिनिअरिंगचा डिप्लोमा पास झाल्यावर त्यांनी बॉर्डर रोड ऑर्गनायझेशनमधलं जोखमीचं काम घरच्यांच्या इच्छेविरुद्ध स्वीकारलं होतं. पंधरा वर्षांच्या धाडसी कामानंतर ते परतले होते. त्यामुळे असं काही आव्हानात्मक काम करायची त्यांना खुमखुमी होती. आज त्यांना ती संधी मिळणार असल्यानं ते खूश होते, तर इकडं अमर चिंतेत पडला होता. मागून वैद्यसाहेबांची जीप हळूहळू येत होती. पावसाच्या धारांचा पडदा चिरत चिरत ते धरणावर पोहोचले. रात्रीच्या अंधारात काही दिसत नव्हतं. पण धरणाच्या माथ्यावर गॅसबत्त्या दिसत होत्या. त्यांच्यावर छत्र्या धरून माणसं उभी होती.

अमर आणि वैद्य रेनकोट चढवून गाडीतून खाली उतरले, तेव्हा पावसाचा जोर कमी झाला होता. ते धरणाच्या भिंतीवर चढू लागले. भिंतीवरून काही टॉर्चचे झोत त्यांच्या दिशेनं पडत होते. त्यांच्या दिशेनं ते दोघं पावलं टाकीत भिंत चढत होते. धरणाच्या मातीत त्यांचे गमबूट फसत होते. ते प्रयत्नपूर्वक एक एक पाऊल टाकत वर चढून आले. गॅसबत्त्यांच्या उजेडात माथ्यावर काम करणाऱ्या मजुरांच्या भेसूर सावल्या तेवढ्या मोठमोठ्या दिसत होत्या आणि माणसं मात्र लहान. त्यांना बघताच पाटील डेप्युटी इंजिनिअर धावत आले. तेव्हा रात्रीचे दोन वाजून गेले होते. पावसाळी रात्र. सगळीकडे काळोख. धरणावर पाच-पन्नास मजूर वाळूनं भरलेल्या गोण्या वरच्या बाजूनं रचत होते.

''पाटीलसाहेब, मेकॅनिकलचे साळुंखेसाहेब कुठेत? डोझर युनिटचं काय झालं?'' अमरनं उत्सुकतेनं चिंताग्रस्त आवाजात विचारलं.

''साहेब, साळुंखे इथं नाहीत, पण डोझर युनिट धरणाच्या त्या टोकाला गाळात फसलंय. पावसानं सगळी दलदल झालीय.''

''बरं, कुठं लिकेज होतंय? चला, बघू.'' अमर.

अमर पाटील आणि वैद्य डेप्युटी इंजिनिअरांसोबत टॉर्च आणि गॅसबत्त्यांच्या उजेडात चालत, चालत पाहणी करू लागला. पाऊस थांबला होता. धरणाच्या माथ्यावरून पावसाचं पाणी ओघळत होतं. धरणामधून नक्की कुठून गळती होतेय, हे कळणं अवघड होतं. पण एका ठिकाणी धरणाच्या खालच्या बाजूला खळखळ आवाज येत होता. अमरनं तिकडे टॉर्च फिरविला. पाटील आणि वैद्य दोघांनीही तिकडे टॉर्च फिरविले. टॉर्चच्या प्रकाशझोतांमध्ये पाण्याचा पाझर दिसत होता. धरणाच्या गाभ्याच्या वर थोडा पाझर दिसत होता. पण तो गढूळ पाण्याचा नव्हता. त्यामुळे पाइपिंग झालेलं नव्हतं. गाभ्याच्या वरच्या दीड-दोन मीटरचं जे मुरुमाचं कवच असतं, त्याच्यातून स्वच्छ पाणी पाझरत होतं. पहिल्या जलभरणाच्या

वेळी अशा गोष्टी होतातच. हे ग्रामस्थांना माहीत नव्हतं, पण आश्चर्य म्हणजे खुद्द पाटीलसाहेबांनाही हे माहीत नव्हतं. त्यांची ही पहिलीच घळभरणी होती. त्यांचं उभं आयुष्य सिंचन व्यवस्थापनात गेलेलं. त्यांना धरण बांधकामाचा अनुभव नव्हता. त्यामुळं तेही घाबरले असावेत. मग अमरनं त्या भागात भराव खचू नये आणि खचलाच, तर धरणाच्या माथ्यावरून पाणी वाहू नये म्हणून गोण्यांची थप्पी लावून तीन फुटानं उंची वाढवायच्या सूचना दिल्या. तो धरणाच्या भिंतीवरून ह्या टोकापासून त्या टोकापर्यंत चालत गेला. त्याच्याबरोबर गॅसबत्त्या घेतलेले मजूर चालत होते. त्या उजेडामध्ये तो आणखी कुठं धरणाच्या भिंतीला भोक पडलं नाही ना किंवा कुठं भेगा पडल्या नाहीत ना, कुठं भिंतच खचली नाही ना, याची खात्री करत होता. सुदैवानं तसा काही प्रकार झाला नव्हता. निदान त्याला तसं दिसत नव्हतं. पण सगळं चित्र स्पष्ट होण्यासाठी उजाडेपर्यंत थांबणं भाग होतं.

धरणाच्या सांडव्याच्या बाजूला एका रुंद टेकडीवर सारा गाव जमा झाला होता. त्यांच्यातल्या कुणीतरी धरणाला गळती लागली आणि धरण फुटणार, अशी आवई उठवली होती. अमर त्यांच्याकडे गेला, तेव्हा ते अमरवर तुटून पडले, 'काम खराब झालं' म्हणायला लागले. पण 'हे सगळं काम कोणा कंत्राटदारामार्फत केलं नाही, हे खात्याच्याच मशिनरीमार्फत काळजीपूर्वक केलं आहे,' हे अमरनं त्यांना समजावलं, तसंच 'धरणात पहिल्यांदा पाणी भरलं जातं, तेव्हा जोपर्यंत माती संपृक्त होत नाही' तोपर्यंत थोड्या फार प्रमाणात पाझर दिसतात, असं सांगितल्यावर त्यांचा अमरच्या शब्दांवर विश्वास बसला. त्या माणसांमध्येच बुडीत क्षेत्रातील माणसं होती. अमरनं त्यांच्या जमिनीचा मोबदला तो बोलल्याप्रमाणे धरणात पाण्याचा पहिला थेंब येण्यापूर्वीच देऊन त्याचा शब्द खरा केला होता. त्यांच्यापैकी एकानं पुढं येऊन 'साहेबांच्या शब्दावर आमचा विश्वास आहे' हे सांगितलं, तेव्हा जमाव शांत झाला. अमर त्यांच्यासोबत रात्रभर धरणावर गस्त घालत राहिला. तो धरणाचा जागल्या झाला होता. पहाटे फटफटलं, तेव्हा पावसाळी ढगांमुळे सूर्य उगवल्याचं दिसत नव्हतं. पण सगळं धरण स्वच्छ दिसू लागलं. रात्रभर गोण्यांची थप्पी रचून ते मजूर एका बसल्या ठिकाणीच झोपी गेले होते. गावकरीही पेंगू लागले होते. त्यानं पाटील आणि वैद्य डेप्युटी इंजिनिअर तसेच रात्रीच्या काळोखात न दिसलेल्या ज्युनिअर इंजिनिअरांसोबत सगळ्या धरणाची दोन्ही बाजूंनी पाहणी केली. रात्री जिथून पाझर दिसत होता, ते ठिकाणही आता सापडत नव्हतं. त्यानं ग्रामस्थांना 'कुठून गळती होते दाखवा' म्हटल्यावर कोणीच ते दाखवू शकले नाहीत. धरण सुरक्षित असल्याची खात्री झाल्यावर ते गावात परतले. तोच शिंदेसाहेबही आले, ते हसत म्हणाले, ''काय, सगळं

ठिकाणावर आहे ना?'' वैद्य डेप्युटी इंजिनिअरनं पुढं जाऊन त्यांना मिलिटरी स्टाईल कडक सॅल्यूट ठोकला. ''अहो, पहिल्या लेक फिलिंगच्या वेळी अशा गोष्टी घडतातच. त्यानं घाबरून जायचं नसतं. पण सावध राहावं लागतं, एवढं नक्की. डे-नाईट व्हिजिलन्स ठेवावा लागतो. गोण्या वरती भरून ठेवाव्या लागतात. झालंच तर, डोझर युनिटपण तयार ठेवावं लागतं. मजुरांच्या टोळ्या तयार ठेवाव्या लागतात.'' शिंदेसाहेबांचा अनुभव मोठा होता. त्यांनी लहान-मोठ्या अनेक धरणांवर काम केलं होतं. त्यांच्या गाठीशी अनेक प्रसंगांचा अनुभव होता. अशा वेळी गावातलेच हितशत्रू कशा खोट्या आवया उठवतात, बातम्या पसरवतात, त्याच्या मागचं राजकारणही मोठं गमतीचं असतं. त्याचे किस्से त्यांनी सांगितले. तेव्हा धरणांचंही राजकारण केलं जातं, हे अमरला कळलं. अमरनं शिंदेसाहेबांचे आभार मानले. रात्री त्यांनी अमरला 'एकट्यानं न जाता वैद्य डेप्युटी इंजिनिअरना बरोबर घेऊन जा' असा मोलाचा सल्ला दिला होता. त्यामुळे त्याची वैद्यसाहेबांशी ओळख झाली होती. तेसुद्धा रात्रभर जागून जागल्याचं काम करत होते. ते अमरपेक्षा दहा-बारा वर्षांनी मोठे असले, तरी मिलिटरीच्या माणसांमध्ये आणीबाणीच्या प्रसंगी न थकता काम करण्याची जी क्षमता असते, ती दिसली होती. आज ना उद्या त्यांच्या ह्या ऊर्जेचा उपयोग नक्की होईल, नव्हे तो करावाच लागेल, असं अमरला वाटत राहिलं.

ते सगळे त्या निजामशाहीच्या गेस्ट हाऊसवर आले. तिथं चहा-नाश्ता झाला. अमरच्या डोळ्यांवर झोप अनावर झाली होती. पण त्यानं तिथं झोपणं टाळलं. त्यानं पाटीलसाहेबांना सुरक्षेच्या सगळ्या सूचना केल्या आणि त्यांचा निरोप घेतला. निरोप घेण्यापूर्वी त्यानं पाटीलसाहेबांना बजावलं, ''इट्स ऑलवेज बेटर टू ओव्हरअ‍ॅक्ट इन केस ऑफ सेफ्टी, पण तरीदेखील वरिष्ठांना एखादी गोष्ट कळविण्यापूर्वी स्वत: बघून खात्री करावी, कारण सीईंग इज बिलिव्हींग.''

परतताना त्याच्या डोळ्यांवर झोपेची झापड येत होती. रात्रीचा पाऊस थांबला होता. ऊन पडलं नव्हतं. वातावरण झाकोळलेलं होतं. गार वाऱ्यानं त्याला डुलकी लागली. मोहन ड्रायव्हरनं सवयीप्रमाणे कॉलनीच्या कोपऱ्यावर हॉर्न वाजवला. गाडी बंगल्याच्या दारात उभी राहिली. तो आळसावलेला होता. मोहन ड्रायव्हरनं उतरून गाडीचा दरवाजा उघडला. तो डोळे चोळत उतरला. समोर आरती चिंताक्रांत मुद्रेनं उभी होती.

''काय झालं? सगळं ठीक आहे ना?''

''होय, मॅडम. सगळं ठीक आहे. नो प्रॉब्लेम.''

''मग रात्री पाटीलसाहेबांनी फोनवर सांगितलं तसं काही नव्हतं ना?''

“नाही.” त्याच्या उत्तरावर आरतीच्या चेहऱ्यावर साकळून आलेला ताण निवळत गेला. तेव्हा अमर तिला हसत म्हणाला, “चल, तुला न फुटलेल्या धरणाची गोष्ट सांगतो.”

●●

गेल्या दीड वर्षांत अमरच्या बंगल्यासमोरची बाग फुलांनी बहरून आली होती. रंगीबेरंगी शेवंतीची रांगोळी हिरव्यागार हिरवळीच्या काठाकाठानं शोभून दिसत होती. कोपऱ्यातल्या तळ्यामध्ये निळ्या कमलिनी उमलून आल्या होत्या. भिंतीच्या कडेला ग्लॅड्यूलाचे पिवळे लसलशीत कोंब लगडले होते. परसदारची आंबा, केळी, विलायती चिंच ह्या झाडांना अजून फळं लागली नसली, तरी पुढच्या हंगामात ती लागतील, याची चाहूल लागली होती. बागेतील हिरवळ मात्र चांगलीच माजली होती. तिच्यात घोट्यापर्यंत पाय बुडत होता. त्या हिरवळीमधून अनवाणी फिरतानाचा पात्यांचा स्पर्श मोरपीस फिरल्यासारखा वाटत होता. अमर त्यामुळंच हिरवळीची वरचेवर छाटणी करायला विरोध करायचा. मात्र अशानं ती मुळाशी पिवळी पडून मरून जाईल, असं आरती त्याला बजावायची अन् तो दौऱ्यावर गेला, की छाटणी करायची. ह्या बागेचा स्वर्गीय आनंद ती दोघं तर घ्यायचीच, पण त्यांच्याकडे येणाऱ्या पाहुण्यांनाही ते आवर्जून देत. असंच एकदा शिंदेसाहेब आणि वहिनी त्यांच्याकडे आले असता बागेत फिरता फिरता ते आरतीची परसदाराची फळबाग बघायला लागले. अजून फळं लागली नव्हती, पण दीड-दोन वर्षांतच झाडं एवढी उंच झालेली बघून त्यांना आश्चर्य वाटलं. “आम्ही जातीचे शेतकरी असून, आम्हाला जे जमलं नाही, ते तुम्ही करून दाखविलं. पण ह्या झाडांना फळं लागतील, तेव्हा तुम्ही कुठं इथं असणार? तुम्हीतर तेव्हा बदलून गेलेले असणार. ही फळ चाखायला दुसरेच कुणीतरी आलेले असणार. आयत्या बिळावर नागोबा.” शिंदेसाहेब हसत हसत म्हणाले.

“अहो, साहेब, खरंय तुमचं. हे मलाही झाडं लावतानाच माहीत होतं. मी ही झाडं आमच्यासाठी लावलीच नाही मुळी. इथं आमच्यानंतर जे राहायला येतील, त्यांच्याचसाठी लावलीत. आमची त्यांना ही गोड भेट आमची आठवण म्हणून. नेहमीचं काहीतरी आपण घेऊन जाण्यापेक्षा, कुणालातरी मग तो ओळखीचा नसला, तरी त्याला देण्याचा आनंद खूप मोठा असतो, नाही!” आरतीनं तिचं मनोगतच व्यक्त केलं. तेव्हा अमर हसत हसत म्हणाला, “हो, अच्छा है कुछ ले जानेसे, देकरही कुछ जाना.”

आज सकाळी बागेत फिरताना अमरला हा प्रसंग आठवला आणि आज नाही तर उद्या आपण हे सगळं सोडून जाणार, ह्या कल्पनेमुळं त्याला कसंतरीच झालं. तेवढ्यात नंदकुमार हसत हसत आले. त्यांनीही फुलांना कुरवाळलं. फुलांच्या स्पर्शानं त्यांना झालेला आनंद अमरला दिसत होता. अमर, आरती आणि नंदकुमार ह्या तिघांनी ह्या फुलांवर मुलांसारखं प्रेम केलं होतं. पण जगण्याला तेवढं पुरेसं असतं का?

"मोठे बंधू माझ्यावर खूप नाराज आहेत. 'तुझं फॅक्टरीमध्ये लक्ष नाही. सारखं दुसऱ्यांच्या बागा फुलवत हिंडतोस,' असं म्हणाले. मी मेकॅनिकल इंजिनिअर आहे ना. काहीतरी धंदा, ऑर्डर मिळवावी असं त्यांना वाटतं." चहा पिता पिता नंदकुमार आपलं दु:ख बोलून गेले.

"खरंय त्यांचं. माझ्याही मनात तोच विचार आला होता. बागेतली फुलं आणि झाडं म्हणजे तुझं आयुष्य नाही. त्यातही तू हे पार्क्स अँड गार्डनचं काम छंद म्हणून करतोस. ह्या गावात लँडस्केप आर्किटेक्चरला काही स्कोप नाही. ते कशाशी खातात, तेच लोकांना माहीत नाही. घरापुढची मोकळी जागा बागेतील फुलांनी भरून काढावी, असं कुणालाच वाटत नाही. उलट इथं लोक चांगला बंगला बांधतात, कंपाऊंड भिंतही चारी बाजूला करतात. सगळ्यात आधी बोअर मारतात. पण घराच्या दर्शनीभागात जमतील तेवढे दुकानांसाठी गाळे काढतात. आणि ते किराणा दुकान, लाँड्री किंवा सलूनला किरायानं देतात. घरं बांधायला झालेला खर्च असा भरून काढायचा मार्ग त्यांनी शोधलाय आणि त्यात ते खूश आहेत."

"हो, अगदी बरोबर आहे, साहेब तुमचं म्हणणं. तुमचं निरीक्षण जबरदस्त आहे. मग मी काय करावं असं तुम्हाला वाटतं?"

"ते तूच ठरवायचंय. पण तू मेकॅनिकल इंजिनिअर आहेस हे विसरू नकोस. अरे, मीसुद्धा जेव्हा कवितांची डायरी घेऊन एका ज्ञानपीठ विजेत्या कवी कुलगुरुंकडे गेलो ना, तेव्हा ते मला म्हणाले होते की, 'हे कविताबिविता ठीक आहे, पण तू सिव्हिल इंजिनिअर आहेस हे विसरू नकोस. आधी पोटापाण्याचं बघ.' "

"खरंच, साहेब, मीपण काहीतरी शोधतो. पोरेसाहेबांनी तोरणा धरणावर असलेल्या वसाहतीसाठी ग्रीलची, खिडक्यांची ऑर्डर देतो म्हटलं होतं, पण माझंच दुर्लक्ष झालं. इथून त्यांच्याकडेच जातो."

"अवश्य जा. पण मला तुझ्या योग्य एक नवीन काम द्यायचं सुचलंय."

"कोणतं, साहेब?"

"थोडगा प्रकल्पाच्या डाव्या कालव्यावर लेंडी नाल्याचं क्रॉसिंग आहे. त्यासाठी

एक जलसेतू प्रस्तावित आहे. तो एक कॉँक्रीटमध्ये बांधायचा आहे. पण त्याला खूप वेळ लागेल, कारण नाल्याचं पात्र चांगलं नदीसारखं दोनशे मीटर रुंद आहे.''

''बरं, मग?'' नंदकुमारनं उत्सुकतेनं विचारलं.

''मला वाटतं, आपण तिथं आरसीसी ऐवजी लोखंडी पाईपचा ॲक्वेडक्ट करावा. फक्त स्तंभ कॉँक्रीटचे. वरचा पाणी वाहून नेणारा भाग पाईपचा. तीन फुटी व्यासाचे पाईप तुझ्या फॅक्टरीमध्ये तयार करायचे. ट्रकमधून वाहून नेता येतील इतक्या लांबीचे. म्हणजे नऊ फूट. असं केलं, तर वेळेची आणि पैशाचीपण बचत होईल. तुला एक नवीन काम करायची संधी मिळेल. मग काय, आहे तयारी?''

अमरच्या ह्या प्रस्तावावर नंदकुमारनं मान हलवित आनंदानं ''हो'' म्हटलं. तेव्हा अमरलादेखील एका इंजिनिअरला त्याच्या योग्यतेचं काम दिल्याचा आनंद झाला.

थोडगा धरणाची घळभरणी ह्याच वर्षी झाली आणि आता धरणात पाणीदेखील काठोकाठ भरलं होतं. युसेडच्या अधिकाऱ्यांची एक अट होती, की ज्या वर्षी धरणात पाणी साठवलं जाईल, त्याच वर्षीच्या रब्बीच्या हंगामात एक तृतीयांश क्षेत्र सिंचनाखाली आणायचं. म्हणजे पाण्याचा वापरही लगेच करायचा आणि शेतकऱ्यांना झटपट सिंचनाचे फायदे द्यायचे. कल्पना म्हणून हे सगळं छान वाटत होतं, पण प्रत्यक्षात जमिनीवर कालव्यांची लांबी दोन तृतीयांशतरी पुरी करणं आवश्यक होतं. कारण सुरुवातीला लाभक्षेत्र अरुंद असतं. कालवे जसे धरणापासून लांब लांब जातात, तसं लाभक्षेत्र विस्तारत जातं. शिवाय कालव्यावर अनेक प्रकारची छोटीमोठी बांधकामं करावी लागतात. पूल, मोऱ्या, सायफन, नाला क्रॉसिंग. ही कामं एक वेळ सोपी, पण एखादा मोठा नाला ओलांडायचा असेल, तर त्याच्यावर जलसेतू बांधावा लागतो. नालापात्रात नाला कोरडा असताना दगडी किंवा कॉँक्रीटचे स्तंभ बांधून त्यावर कॉँक्रीटच्या ट्रफचं बांधकाम करणं खरं अवघड आणि वेळखाऊ काम. अमरनं त्यावरच लोखंडी पाईपचा वापर करून कॉँक्रीटच्या ट्रफ ऐवजी लोखंडी नळातून पाणी न्यायचं ठरवलं.

थोडगा प्रकल्पाच्या उजव्या व डाव्या कालव्यांची खोदाई, भराव व छोटी-मोठी बांधकामं त्यानं जोर लावून पूर्ण केली होती. पण डाव्या कालव्यावरील पाचव्या किलोमीटरमध्ये दोनशे मीटर रुंदीचं पात्र असलेला लेंडी नाला होता. त्यावर बांधायचा कॉँक्रीटचा जलसेतू वेळखाऊ होता. म्हणून तिथं लोखंडी नलिका जलसेतूचा अभिनव प्रयोग इथं राज्यात प्रथमच तो करणार होता. त्यासाठी त्यानं

नंदकुमार पुरोहितच्या फॅक्टरीमध्ये पाईप फॅब्रिकेशनचं काम सुरू केलं होतं, तर पाईप ज्यांच्यावर ठेवायचे, त्या काँक्रीटच्या आधारस्तंभाचं काम दसऱ्याच्या मुहूर्तावर सुरू केलं होतं. तो दर आठवड्याला ह्या कामाची प्रगती बघत होता. एकूण पासष्ट स्तंभांचं बांधकाम त्याला पासष्ट दिवसांतच पूर्ण करायचं होतं. पात्राच्या कडेचे स्तंभ कमी उंचीचे म्हणजे एक-दोन मीटर उंचीचे होते. मात्र पात्राच्या मध्यभागी स्तंभाची उंची तीन ते चार मीटर होती. त्या वीस स्तंभांनाच वेळ लागणार होता. ह्या पासष्ट स्तंभांचं काँक्रिट पूर्ण करून त्यांना पुरेशी ताकद येण्यासाठीच अठ्ठावीस दिवस वाट पाहावी लागणार होती. त्यांना ताकद आली, की लगेचच नंदकुमारच्या फॅक्टरीतले पाईप इथं आणून गदम किंवा जेसीबीनं स्तंभावर चढवायचे आणि नऊ फूट लांबीच्या त्या पाइपांच्या जोडावर वेल्डिंग करून ते बसवायचे. साईटबरोबरच तो नंदकुमारच्या फॅक्टरीमध्ये जाऊन कामाची प्रगती आणि दर्जा बघत असे. फॅक्टरीमध्ये ज्या लोखंडी प्लेट्सपासून पाईप बनविलं जातं, ते लोखंड आय.एस.आय. म्हणजे भारतीय मानक प्रमाणित आहे का, वेल्डिंग योग्य रीतीनं केलं जातंय का, वेल्डिंगला योग्य ताकद आली आहे का, एवढंच नाही, तर वेल्डिंगसाठी वापरले जाणारे रॉडसुद्धा प्रमाणित आहेत का, हे ही तो तपासत असे. त्याचं मेकॅनिकल इंजिनिअरिंगमधलं ज्ञान बघून तर फॅक्टरीमधले कारागीर आणि नंदकुमारसुद्धा थक्क होई.

सगळं कसं वेळापत्रकाप्रमाणे सुरळीत चाललं होतं. पण मध्येच माशी शिंकली. डिझेलच्या वाढत्या किमतीमुळं वाहतूक कंत्राटदारांनी देशव्यापी बेमुदत संप पुकारला. लोखंडी पाईपसाठी येणाऱ्या प्लेट्स शेजारच्या राज्यातील स्टील प्लान्टमधून आणाव्या लागत होत्या. जलसेतूसाठी लागणाऱ्या सगळ्या प्लेट्सच्या चार ट्रकचा ताफा शेजारच्या राज्याच्या सीमेवर अडवला गेला होता. चार दिवस झाले, तरी संप मिटण्याची चिन्हं दिसेनात. इकडे युसेडच्या अधिकाऱ्यांची सारखी विचारणा चालू होती. एक दिवसाचा विलंबही खपवला जाणार नव्हता. अमर विचारात पडला असतानाच त्याला वैद्य डेप्युटी इंजिनिअरची आठवण झाली. हाच एक माणूस त्या अडकलेल्या ट्रकच्या ताफ्याला संपकरी ट्रकच्या ड्रायव्हरमधून सोडवून आणू शकेल. त्याला हरकामी, हरहुन्नरी भद्राप्पा ज्युनिअर इंजिनिअर जोडीला दिला, तर हे दोघे करामत करू शकतील, असा त्याला विश्वास वाटला. त्यानं त्या दोघांना ऑफिसला बोलावून त्या स्टील प्लेट्सचे चार ट्रक आणायची जबाबदारी सोपविली. दोघांनाही काहीतरी धाडसी काम सोपवल्याचा आनंद झाला. वैद्य डेप्युटी इंजिनिअर अमरला म्हणाले, "साहेब, आम्ही हे काम शंभर टक्के करून दाखवतो, फक्त तुम्ही कलेक्टरसाहेबांना सांगून त्यांच्या लेटरहेडवर

सीमा ओलांडायचं, कर्नाटक पोलिसांचं सहकार्य करायचं पत्र द्या आणि महाराष्ट्र पोलिसांचं एक चार जणांचं पथक सोबत द्या. एका ट्रकवर एक पोलीस, की काम झालंच म्हणून समजा.'' वैद्य डेप्युटी इंजिनिअरचं मिलिटरी डोकं भलतंच भन्नाट चाललं होतं. अमरनं क्षणाचाही विलंब न लावता कलेक्टर जावळेंना फोन लावला. त्यांनीही सहकार्य करायचं तत्काळ मान्य केलं, मग अमरनं एसपीलाही फोन केला. कलेक्टरचं पत्र आणि चार पोलीस घेऊन महाराष्ट्र शासनाच्या जीपमध्ये वैद्य आणि भद्राप्पा मोहिमेवर निघाले.

कर्नाटक सीमेवर बिदरला त्यांना पोलिसांनी अडवलं, तेव्हा भद्राप्पानं त्यांना कानडीमध्ये समजावून सांगितलं. वैद्यनी कलेक्टरचं पत्र दाखवलं. त्यांनी त्यांच्या कन्नड पोलीसच्या वरच्या अधिकाऱ्यांशी बोलून संपकरी ट्रान्सपोर्टरना बाजूला सारलं आणि ऑक्ट्रॉय नाक्यावर अडवलेले चारही ट्रक इतर ट्रकच्या गर्दीमधून बाहेर काढले. पोलीस संरक्षणात थेट नंदकुमारच्या फॅक्टरीमध्ये सर्व ट्रक आणून उभे केले. तेव्हा रात्र झाली होती. वैद्य डेप्युटी इंजिनिअरांचा अमरला फोन आला, ''साहेब, मिशन फत्ते. स्टील प्लेट्सच्या ट्रक आणल्या.''

आठ

राज्यात दहाव्या लोकसभेच्या निवडणुका जाहीर झाल्या होत्या. त्यापूर्वी मागच्या सहा महिन्यांत जिल्ह्यातील महत्त्वाच्या प्रशासकीय अधिकाऱ्यांच्या बदल्या झाल्या होत्या. अगदी जिल्हाधिकाऱ्यांपासून तहसीलदारांपर्यंत आणि कार्यकारी अभियंत्यापासून डेप्युटी इंजिनिअरपर्यंत. अमरला ह्या जिल्ह्यात बदलीवर येऊन दोनच वर्षं झाली होती, तीच गोष्ट भारत रासणे ह्या डेप्युटी कलेक्टरची. मात्र कलेक्टर जयंत जावळेंची बदली तीन वर्षं पुरी होताच झाली होती. त्यांच्या बदलीवर बऱ्याच उलटसुलट चर्चा सुरू झाल्या. काहींच्या मते ते सीएमना नको होते, तर काहींच्या मते ते हवे होते, म्हणूनच त्यांची मुंबईत मंत्रालयातच बदली झाली. त्यांच्या जागी एक प्रथमच कलेक्टरशिप लाभलेले अमराठीच; पण मराठी चांगलं बोलणारे प्रवीणकुमार हे आय.ए.एस. अधिकारी कलेक्टर म्हणून आले होते. ते जाड भिंगाचा चश्मा तरुण वयातच लागलेले अभ्यासू अधिकारी होते. चश्मा असलेली माणसं 'स्कॉलर' दिसतात. तशी ती असतातच असं काही नाही, तसेच केस पांढरे झालेली किंवा टक्कल पडलेली माणसं अनुभवी असतातच असंही काही नाही, असं अमरला वाटायचं. हे त्याचं निरीक्षण त्याच्या अनुभवावरून

असायचं आणि त्याच्यापुरतंतरी ते त्याला खरं वाटायचं. अमरचं दुसरं असंच एक अफलातून संशोधन होतं. ते म्हणजे, माणसं प्रत्यक्ष न बघताच नुसत्या त्यांच्या आवाजावरून त्यांचा चेहरा आणि देहयष्टी यांचा अंदाज करता येतो. पहिल्यांदाच फोनवर जेव्हा तो कलेक्टर प्रवीणकुमारशी बोलला, तेव्हा त्याच्या मनचक्षुंसमोर प्रवीणकुमारचं जे चित्र उभं राहिलं होतं, ते प्रत्यक्षात तंतोतंत जुळलं होतं. म्हणजे असं की, जाडसर बुटकं शरीर, डोक्यावर भरघोस काळेभोर केस. डोळ्यांवर जाड भिंगांचा चश्मा, त्याच्या आड सतत भिरभिरणारे डोळे. गबरू गाल, त्यात लपलेलं नाक आणि त्याखाली जाडसर गुलाबी ओठ. ओठ पिळले, तर दूध निघेल असे. पण बोलताना तोंडातून किंचित तुषार उडणारे. त्यामुळे शब्दांमध्ये एक प्रकारचा मधाळ गोडवा आणि ओलेपणा. तो जेव्हा त्यांना प्रत्यक्ष भेटला, तेव्हा त्यालाही त्यानं त्याच्या मनाच्या कॅनव्हॉसवर रेखाटलेलं त्यांचं व्यक्तिचित्र प्रत्यक्ष बघून आश्चर्य वाटलं. त्यांच्या पहिल्याच भेटीत ते आधुनिक प्रशासकीय शैलीतले अधिकारी वाटले. संवेदनक्षम, पारदर्शी, खुले आणि एक सभ्य सुसंस्कृत नव्या प्रशासकीय पिढीचे प्रतिनिधी. तोही नुकताच दिल्लीला इंडियन इन्स्टिट्यूट ऑफ पब्लिक ॲडमिनिस्ट्रेशनमधून ह्या आय.ए.एस. अधिकाऱ्यांच्या एका तुकडीसमवेत 'प्रकल्पग्रस्तांचे पुनर्वसन आणि अधिकाऱ्यांचे संवेदन' या विषयावर प्रशिक्षण घेऊन आला होता. तिथं प्रोफेसर जयदीप ह्यांनी त्याची ओळख नुकत्याच क्षेत्रीय पदभार घेणाऱ्या नव्या पिढीच्या आय.ए.एस. अधिकाऱ्यांशी करून दिली होती. तिथं त्यानं त्याच्या स्वानुभवावर एक 'केसस्टडी' कथन केली होती. ती अगदी 'डाऊन टु अर्थ' ॲप्रोच असल्यानं प्रो. जयदीप ह्यांनी, प्रशिक्षणार्थी आय.ए.एस. ऑफिसर्सनी कसं संवेदनशीलतेनं प्रश्न हाताळावेत, याचं आदर्श उदाहरण म्हणून दिलं होतं.

त्याचं असं झालं होतं, असर्जन धरणाच्या बुडीत क्षेत्रात येणाऱ्या एका 'भाकसखेडा'नामक साधारण चारशे उंबऱ्यांच्या गावाचं पुनर्वसन करायचं होतं. त्या गावातील जवळ जवळ ऐंशी टक्के शेतकऱ्यांची शंभर टक्के जमीन पाण्याखाली जाणार होती. त्यामुळे त्या शेतकऱ्यांचा विरोध होता. शिवाय ज्या वीस टक्के शेतकऱ्यांची जमीन अंशतः बुडितात जाणार होती, त्यांना तिथं जवळच पुनर्वसन हवं होतं. म्हणजे उरलेली जमीन व गाळपेर करणं शक्य होणार होतं. पण सरकारनं संपूर्ण गावठाणाच्या पुनर्वसनासाठी बुडितातील गावापासून दूर माळरानावर दहा किलोमीटर जागा निश्चित केली होती, त्यामुळे ज्यांची जी काही जमीन बुडितांमधून वाचली होती, ती कसायला अडचण येणार होती. तर ज्यांची शंभर टक्के जमीन बुडत होती, त्यांना लाभक्षेत्रातच, पण दूरवर नवीन गावठाणासाठी

जी जागा निश्चित केली होती, ती सोयीची होती. त्यामुळे गावातच दोन तट पडले होते. काहींना पुनर्वसन मान्य होतं; तर काहींचा तीव्र विरोध. त्यामुळं बुडितातील जमिनीच्या भूसंपादन प्रक्रियेलाच त्यांचा विरोध होता. जमीन ताब्यात आल्याशिवाय अमरला धरणाच्या घळभरणीचं काम सुरू करता येणार नव्हतं. त्यानं कलेक्टरकडे पाठपुरावा करून प्रकरण अॅवॉर्ड स्टेजला आणलं होतं. त्याच्या इतकेच रासणे साहेबही एक संवेदनशील लेखक असल्यानं त्यांनी हे प्रकरण अॅवॉर्ड स्टेजला आणलं होतं.

एके दिवशी ते दोघं आणि त्यांचे डेप्युटी इंजिनिअर, तहसीलदार, नायब तहसीलदार यांच्या ताफ्यासह भाकसखेड्याला गेले. मारुती मंदिरासमोरच चावडी होती, तिथं वडाच्या झाडाखाली पारावर टेबल-खुर्च्या आणि सतरंज्या अंथरून ग्रामसभेचं आयोजन केलं होतं. सरपंच 'रूद्राप्पा' हा तोंडावर गोडगोड बोलणारा माणूस होता. त्यानं गावकऱ्यांना प्रास्तविक करून अमरच्या येण्याचं आणि सभेचं कारण सांगितलं, "गावकरी बांधवांनो, आपल्या असर्जन धरणाचं घळभरणीचं काम ह्या हंगामात करायचं आहे, पण त्याआधी आपल्या जिमिनीचा ताबा आपल्याला सरकारला द्यायेचा हाव. ह्या दोन्ही सायबांना मी खास विनंती करून चांगला रेट देयाला सांगितलाव आणि त्यांनी तो दिलाव असं वाटतं. म्हणून आपण त्यांना सहकार्य करावं आणि जिमिनीचा ताबा द्यावा." असं बोलून सरपंच थांबताच मागच्या बाजूनं गोफणीमधून दगडाचे गोटे अंगावर आले. कोपऱ्यावरून काही माणसं दगड भिरकावत होती, तर त्यांच्या इरकल नेसलेल्या बायका कुठल्यातरी कोंगाडी भाषेमध्ये जोरजोरात ओरडत होत्या. त्यांनी चोळ्या घातलेल्या नव्हत्या. त्यांची छाती पदरानं झाकलेली आणि पदर कमरेला खोचलेला होता. काळ्या रंगाच्या, पण घोटीव अंगाच्या त्या स्त्रिया काहीतरी अद्वातद्वा बोलत होत्या. त्या डोक्याला कानाजवळ हात लावून कडाकडा बोटं मोडत होत्या. अमर आणि रासणेसाहेबांकडे बघून थुंकत होत्या. थुंकताना त्यांचे मिशेरी लावून काळे झालेले दात दिसत होते.

सरपंच रूद्राप्पा पुढे धावत गेला. त्यांचा सरपंचावर राग नसावा. त्या आक्रमक होत होत्या. सरपंच त्यांना त्यांच्या कोंगाडी भाषेत काय सांगत होता कळत नव्हतं, पण बहुधा त्या मातंग समाजाच्या होत्या. गोफणगुंड्यातून दगडगोटे फेकणारी बाप्येमंडळीसुद्धा मातंग समाजाची असावीत. तेदेखील तसलीच कोंगाडी भाषा बोलत होते. त्यांनी मग अधिकाऱ्यांकडे मोर्चा वळवला. संरक्षणासाठी ते जीप घेऊन तेथून निघाले, पण गावाच्या वेशीवरही लोकांनी नाकेबंदी केली होती. तिथं बाभळीचं कुंपण रचलं होतं. त्यातून ड्रायव्हरनं गाडी टाकताच टायर पंक्चर झालं.

कोंगाडी स्त्रियांचा राग अनावर झाला होता. त्यांनी शिव्यांची लाखोली वाहत हातातील मिरचीची पूड अमर आणि रासणेंच्या तोंडावर उधळली. मिरची पूड डोळ्यांत गेल्यानं दोघांच्याही डोळ्यांची आग झाली. त्यांचे डोळे मिटले गेले. डोळ्यापुढे अंधारी आली. ते चाचपडू लागले. तशातच एक गोटा अमरच्या कपाळाला लागला. अमरच्या कपाळातून भळाभळा रक्त वाहू लागलं. रक्ताचा गरम ओघळ गालावरून वाहू लागला. डोळ्यांत असह्य वेदना होऊ लागल्या. त्यानं एका हातानं कपाळ गच्च दाबून धरलं. दुसऱ्या हातानं खिशातला रुमाल काढला. तोच नगराळे डेप्युटी इंजिनिअरनं पुढं येऊन तो रुमाल त्याच्या डोक्याला गच्च बांधला. त्यानं डोळे न उघडताच रासणेसाहेबांची चौकशी केली. ते सुखरूप होते, पण झाल्या प्रकारानं ते भयभीत होऊन कापत होते. तोच कोणीतरी तांब्यात पाणी घेऊन आलं आणि अमरच्या हातात तांब्या देऊन म्हणालं, "साहेब, लवकर डोळे धुऊन घ्या." अमरनं डोळे किलकिले करत डोळ्यांवर पाणी शिंपडलं. हळूहळू डोळे उघडले. समोरचा आक्रमक जमाव अमरचं डोकं फुटलेलं बघून शांत होत होता. त्यांच्या-त्यांच्यामध्ये भांडणं सुरू झाली होती. रूद्राप्पाविरुद्ध एक गट ओरडत होता. ह्या बायांना रूद्राप्पाचीच फूस आहे, असे काही जण येऊन सांगत होते. रूद्राप्पा खजिल झाला होता. त्याच्या बेरकी नजरेनं तो बघत होता. अमरनं त्याच्याकडे दुर्लक्ष करीत जमावाला शांत करीत विचारलं, "आमचं रक्त सांडवून तुम्हाला बरं वाटलं असेल, तर आता मला सांगा, आम्ही तुमच्या गावाचं दोन ठिकाणी पुनवर्सन केलं, तर चालेल का?" सगळे प्रश्नांकित नजरेनं बघू लागले. अमर पुढे म्हणाला, "म्हणजे ज्यांना बुडिताच्या जमिनीजवळ राहायचंय, त्यांना आम्ही तिथंच वर सरकून दुसरं गावठाण करू. ज्यांना खाली लाभक्षेत्रात जमिनी पाहिजे आहेत, त्यांचं आम्ही आता जिथं गावठाण सुचवलंय, तिथं पुनर्वसन करू."

थोडा वेळ गावकऱ्यांमध्ये चलबिचल झाली. अमरनं दिलेल्या ह्या अकस्मात प्रस्तावावर त्यांची चर्चा सुरू झाली. त्यात ते काही लवकर सहमत होईनात. अमरनं रासणेसाहेबांशी चर्चा केली. त्यांनी "कलेक्टर आणि पुनर्वसन अधिकाऱ्यांशी बोलून निर्णय घेता येईल', पण पर्याय व्यवहारी वाटतो" असंही सांगितलं. थोडा वेळानं सुरू असलेला गलबला शांत झाला. अमर म्हणाला, "बघा, मला लगेच निर्णय नकोय. पण हा पर्याय मान्य झाला आणि तोही सर्वानुमते, तर तसा ठराव करून तुम्ही कलेक्टरकडे पाठवा. आम्ही दोघं त्याप्रमाणं पाठपुरावा करू अन् तुमच्या सोयीनुसार, तुमच्या मर्जीनुसार एका ऐवजी दोन गावठाणं करू."

गावकऱ्यांवर आणि सरपंचावरच हा प्रश्न सोपवून अमर तिथून निघाला. काही

दिवसांनी गावकऱ्यांनी दोन गावठाणांचा प्रस्ताव कलेक्टरकडे पाठवला आणि तो मान्यही झाला. मग मात्र अमरनं ह्या पुनर्वसनाच्या प्रश्नालाच प्राधान्य दिलं आणि जागा निवडीपासून गावकऱ्यांना तर विश्वासात घेतलंच, पण नवीन पुनर्वसन कायद्यानुसार गावठाणामध्ये द्यावयाच्या तेरा नागरी सुविधांची कामंदेखील सुरू केली. दोन्ही गावांना घराच्या बांधकामासाठी भूखंड, गाव नियोजनानुसार गावठाणातील रस्ते, खळवाडी, गुरंचरण, पिण्याच्या पाण्याची सोय, आठवडी बाजाराची जागा, प्राथमिक शाळा, रस्त्यांच्या कडेनं गटारी, विजेचे खांब, एस.टी. बसचा थांबा, एवढंच नाही तर, स्मशानभूमी ह्या सगळ्या सोयी उपलब्ध करून वर्षभरात एक आदर्श पुनर्वसनाचं गावठाण, भाकसखेडा १ व २ निर्माण केलं. त्यातही गावकऱ्यांच्या मर्जीनुसार प्लॉटचं वाटप केलं. अमरनं घळभरणीचं काम सुरू करण्यापूर्वीच 'आधी पुनर्वसन मग धरण' ह्या उक्तीप्रमाणे वचन पूर्ण केलं. त्यानं ज्या झपाट्यानं ही कामं पूर्ण केली, ती बघून बाहेरच्या जिल्ह्यातील अधिकारी हे आदर्श पुनर्वसन बघायला येऊ लागले. खुद्द चीफ इंजिनिअर आणि पुनर्वसन आयुक्तांनीदेखील भाकसखेड्याला भेट दिली. गावकऱ्यांशी चर्चा केली. गावकऱ्यांनीही अमरच्या कामाचं कौतुक केलं. ''साहेबांनी आमच्यासाठी धोंडे खाल्ले, पण आमचा राग केला न्हाई. आमच्यासाठी इथं जिमिनीवरच स्वर्ग तयार केला.'' असं जेव्हा ते बोलत, तेव्हा आपण केलेल्या कामाची पावती मिळाली. आपण सांडलेलं रक्त वाया गेलं नाही, याची अमरला जाणीव झाली.

हा जिवंत अनुभव एका संवेदनशील अधिकाऱ्याचा आहे, यावर प्रथम दिल्लीच्या प्रशिक्षणार्थी अधिकाऱ्यांचा विश्वास बसेना. पण अमरच्याच तोंडून त्यानं सांगितलेली पुनर्वसनाची ही कहाणी तिथं एक 'केस स्टडी' बनून गेली.

●●

दहाव्या लोकसभेच्या निवडणुकीनं देशाच्या तिसऱ्या गांधीचा बळी घेतला होता. निवडणूक प्रचाराच्या धामधुमीत माजी पंतप्रधानांची निर्घृण हत्या झाली होती. देशाच्या इतिहासात प्रथमच एका मानवी बॉंबचा वापर करून ही हत्या घडली होती. तीदेखील देशांतर्गत राजकारणासाठी नाही, तर एका आंतरराष्ट्रीय राजकारणासाठी. स्वातंत्र्यानंतरच्या चव्वेचाळीस वर्षांत पहिल्या दोन हत्या धर्मांध माथेफिरूंनी केल्या होत्या. एक बरं असतं, की ह्या मारेकऱ्यांना 'माथेफिरू' संबोधलं, की मग सगळं कसं सोपं जातं. त्यांचं हे कृत्य 'वेडाचार' ठरविणारेदेखील ह्या माथेफिरूंना हे दृष्कृत्य करायला प्रवृत्त करणारेच असतात. म्हणजे मग ह्या

दुष्कृत्याची जबाबदारी त्या मारेकऱ्यांच्या पुरतीच राहते आणि त्या मागचे सगळे सहीसलामत सुटतात, हा इतिहासच आहे.

देशाला 'संगणक' युगाची पहाट दाखवणारा, संगणकाचं बोट धरून एकविसाव्या शतकात देशाचं पाऊल टाकणारा एक तरुण, स्वप्नाळू, भावनाशील पंतप्रधान देशानं गमावला होता. देश सुन्न झाला होता. अमरनं जेव्हा ही वाईट बातमी ऐकली, तेव्हा त्यालाही सुन्न झाल्यासारखं वाटलं. क्षणभर युवकांच्या साऱ्या स्वप्नांची राखरांगोळी झाली, असं वाटलं. आधुनिक विज्ञान आणि तंत्रज्ञानाच्या प्रकाशाकडे नेणारा एक 'मसीहा' अस्तंगत झाला होता. लोकसभा निवडणुकीच्या रणधुमाळीत त्याच्याविरुद्ध विरोधी पक्षानं डागलेल्या तोफादेखील थंड झाल्या होत्या; तर आक्रमक विरोधक नतमस्तक झाले होते. त्यांचे विरोधक सत्तेत असूनही निष्प्रभ झाले होते. रात्रीतून निवडणुकीचा रंग बदलला होता. सत्ताधारी पक्षाचंही काही काळ त्राण गेल्यासारखं झालं होतं. अशा बदलत्या राजकारणात एक मोठी लाट आली होती. निर्णायकी. नायक गमावलेल्या ह्या लाटेनं देशात सत्तांतर घडून येणार होतं.

अशा वातावरणात ह्या माजी पंतप्रधानांच्या मंत्रीमंडळात काम केलेले एक समंजस, अनुभवी व्यक्तिमत्त्व असलेले उमेदवार म्हणजे बसवराज पाटील-साकुरकर ह्या मतदारसंघातून निवडणुकीला उभे होते. त्यांनी ह्या पूर्वीच्या तीन लोकसभा निवडणुका जिंकल्या होत्या, पण ह्या वेळेसची निवडणूक त्यांनाही कठीण वाटत होती; कारण देशात धार्मिक ध्रुवीकरणाची प्रक्रिया जोर पकडू लागली होती. देशाऐवजी देव आणि धर्माला महत्त्व येऊ लागलं होतं. देशात धार्मिक आणि जातीय दरी रुंदावली जात होती; गेली चाळीस वर्षं रुजवलेली आणि जोपासलेली सर्वधर्म समभावाची मूल्यं खोटी ठरवली जात होती.

राजकारणाच्या मुळाशी जात-धर्म-वंश ह्याच तीन गोष्टी होत्या. तर इथल्या स्थानिक राजकारणाच्या मुळाशीही ह्या 'मामुलि' म्हणजे 'मारवाडी-मुस्लीम-लिंगायत' ह्याच तीन गोष्टी होत्या. डॉ. खय्यूमनी काही महिन्यांपूर्वी निवडणुकीच्या राजकारणाविषयी बोलता-बोलता अमरला ही गोष्ट सांगितली होती. अमरंही आता त्याच दृष्टीनं भोवतालचं बदलत चाललेलं जग बघत होता. त्याच्या दृष्टीनं आता नंदकुमार हा मारवाडी होता, डॉ. खय्यूम मुस्लीम, तर भद्राप्पा लिंगायत. किती सहजपणे ही माणसं आता जातीची लेबलं लावून विलग झाली होती. एकसंघ समाजामध्ये वावरताना त्यांनी आता आपल्याला जातीचं जणू प्रतिनिधित्व स्वीकारलं होतं. रोज सकाळी सकाळी बागेत येऊन फुलं आणि झाडांमध्ये रमणारा, हसतमुख नंदकुमार आता त्याला कोणीतरी परका वाटू लागला. बनिया

वाटू लागला. तर नात्यातल्या गरीब बेरोजगार मुलासाठी काम मागणारा डॉ. खय्यूम फक्त त्याच्या धर्मापुरता विचार करणारा आणि त्याच्या धर्मातील रुग्णांचा डॉक्टर वाटू लागला. तीच गोष्ट भद्राप्पाची. रोज सकाळी फटफटीवर येऊन दाराशी त्याच्या मुलांशी खेळणारा भद्राप्पा त्याला शैवपंथाचा वाटू लागला. त्याच्या कपाळावर ओढलेले भस्माचे पट्टे त्याला ठळक दिसू लागले, तर त्याच्या गळ्यातलं शिवलिंग जणू बसवराज पाटील-साकुरकर यांनाच मतदान करण्याचं आवाहन करतंय, असं वाटू लागलं. जग तेच, माणसं तीच, त्यांचं वागणंही तसंच, तसेच व्यवहार; पण एका निवडणुकीमुळे दृष्टीच बदलून गेली होती. त्याचीच नाही, तर सगळ्यांचीच. गावातलं सगळं वातावरण बदललं होतं. आता लोक एकमेकांकडे संशयानं बघू लागले होते. लोक विभागले गेले होते. त्यांचं वागणं-बोलणं दिवसागणिक बदलत जात होतं.

गावातलं एक वेळ सोडा, अमरच्या ऑफिसमधलं वातावरणही बदललेलं त्याला स्पष्ट जाणवत होतं. महापुरुषांच्या जयंत्या साजऱ्या करण्यासाठी एकत्र आलेली माणसं, कर्मचारी आणि अधिकारीसुद्धा आपापले वेगळे कळप करत होते. माणसांची जनावरं झालेली होती; वेगवेगळे कळप करून राहणारी. सण-उत्सव साजरे करण्यासाठी एकत्र येऊन परत ती आपापल्या कळपात परतत होती. दिवसागणिक माणसांचं रूपांतर हिंस्त्र जनावरांमध्ये होत होतं. आधीच उन्हाळ्यातलं तापलेलं वातावरण माणसं त्यांच्या वागण्या-बोलण्यातून आणखीच तापवित होती. निवडणूक प्रचाराच्या सभांमधून सभ्यता आणि सभा शिष्टाचार नाहीसे होत चालले होते. भाषणांमधून शिवराळ भाषा ऐकू येत होती. जाती-धर्माच्या नावानं गरळ ओकली जात होती. आपल्या उमेदवारांची प्रशस्ती आणि विरोधक उमेदवाराची निंदा टोकाला पोहोचली होती. ती ऐकताना पोस्टरवरील उमेदवाराचा हसरा चेहरा किती खोटा आहे, ते जाणवत होतं. त्याच्या चेहऱ्यावरील बुरखा टराटरा फाटून त्याचा खरा भेसूर चेहरा समोर येत होता.

बसवराज पाटील साकूरकर हे गेल्या दशकात तीन वेळा लोकसभेवर निवडून आलेले उमेदवार होते. निवडणुकीमध्ये जात हीच एक प्रमुख ओळख असल्यानं सांगायचं, तर ते लिंगायत पाटील होते. वय वर्षं छप्पन्न. उस्मानिया विद्यापीठामधून विज्ञानाचे पदवीधर, तर नंतर पुणे विद्यापीठामधून कायद्याची पदवी घेऊन काही काळ वकिली केलेले. त्यानंतर राजकारणात प्रवेश केलेले. स्थानिक स्वराज्य संस्थेच्या निवडणुकीतील पदार्पणातच यश मिळाल्यानं ह्या शहराचे नगराध्यक्ष, नंतर एका ज्येष्ठ सहकार मंत्र्याच्या आशीर्वादामुळे विधानसभेसाठी उमेदवारी. ह्या ग्रामीण मतदार संघातून ते एका दशकात तीन वेळा विधानसभेवर निवडून आले

आणि त्यांनी मग मागे वळून पाहिलं नाही. ह्याच काळात त्यांनी कायदा, पाटबंधारे, राजशिष्टाचार ह्या खात्यांची मंत्रिपदं सांभाळली; तर विधानसभेचे सभापती म्हणूनही कामगिरी बजावली. ह्या दहा वर्षांच्या कारकिर्दीनंतर त्यांची थेट केंद्रीय मंत्रीमंडळात वर्णी लागली. राज्यातील मंत्री, सभापती म्हणून त्यांनी केलेलं काम बघूनच त्यांना केंद्राच्या राजकारणात हे स्थान मिळालं होतं. एक शांत, समंजस, अभ्यासू आणि समतोल विचारानं वागणारं व्यक्तिमत्त्व म्हणून त्यांना सगळ्यांनीच गेली दोन दशकं स्वीकारलं होतं. त्यामुळे राजकारण आणि समाजकारणात ह्या दोन दशकांत एवढी उलथापालथ होऊनही त्यांचं ध्रुवपद अटळ होतं. जोपर्यंत ते राज्यातील राजकारणात होते, तोपर्यंत ते हिरिरीनं स्थानिक प्रश्न सोडवत होते, मग तो रस्त्याचा प्रश्न असो की पाटबंधाऱ्यांचा. त्यांच्या कामाला एक प्रशासकीय शिस्त होती. त्यांच्याभोवती कार्यकर्त्यांचं घोंघावणारं मोहोळ नसायचं. एखाद्या उच्चपदस्थ अधिकाऱ्यासारखं त्यांचं वागणं असायचं. त्यांना नेमकं आणि टोकदार बोललेलं आवडायचं, ते स्वत:ही तसंच बोलत. उगाच फापटपसारा आणि गोष्टीवेल्हाळपणा त्यांना आवडत नसायचा. ते स्वत: अत्यंत हळू आवाजात आणि सौम्य शब्दांत बोलत. जणू ते सदैव सभापतीच्या खुर्चीत बसलेले असत. समोरच्या माणसांचं बोलणं मग तो लहान असो वा थोर, ते लक्षपूर्वक ऐकत. सहसा अभावानंच पुढाऱ्यांमध्ये आढळणारा हा गुण त्यांच्यामध्ये होता.

मात्र केंद्रात मंत्रिपद मिळाल्यापासून त्यांचं वास्तव्य जास्त काळ दिल्लीत झालं. हळूहळू त्यांची नाळ ह्या त्यांच्या मूळ गावापासून तुटत चालली. केंद्रातही गेल्या दशकामध्ये त्यांनी संरक्षण, अंतराळ विज्ञान-तंत्रज्ञान, नागरी विमानवाहतूक आणि व्यापार ही सामान्य जनतेशी फारसा दैनंदिन संपर्क येत नसलेली खाती सांभाळली. ती त्यांच्या वैज्ञानिक दृष्टी आणि अभ्यासूवृत्तीमुळे की योगायोगामुळे, हे तेच जाणो. पण त्याचा परिणाम असा झाला, की ते ग्रामीण जीवनापासून दूर गेले. त्यामुळे स्थानिक प्रश्न घेऊन मतदारसंघातील कोणी त्यांच्याकडे गेला किंवा अगदी बदली, नोकरीसारखे खाजगी कामं घेऊन त्यांच्याकडे गेला, की त्याला ते नम्रपणे नकार देत. त्याला हे त्यांचं काम कसं नाही, हे समजावून सांगत. सुरुवातीला लोक त्यांच्यावरील प्रेमापोटी ते ऐकत, पण नंतर मात्र त्यांच्या ह्या प्रेमाचं रूपांतर सुप्त रागात होऊ लागलं. हे आपल्या काही कामाचे नाहीत, हे फक्त आपली मतं मागण्यासाठी येतात, पण निवडून आल्यावर, मंत्री झाल्यावर आपली कामं करत नाहीत, ह्यांचं काहीतरी वेगळंच चालतं, असं समजून ते जनतेपासून दूर जाऊ लागले. सामान्य जनतेला त्यांनी केलेलं त्यांच्या कामाचं स्थानिक, राज्यस्तरीय, केंद्रीय

असं स्वरूप कळत नव्हतं आणि कळत असलं, तरी मान्य नव्हतं.

अमरचाही अनुभव वेगळा नव्हता. अमरला इथं बदलून येऊन दोन वर्षं झाली होती. बसवराज पाटील त्या काळात केंद्रात मंत्री होते, पण त्यांचं इथे येणं-जाणं कधी असायचं, कळत नसायचं. जिल्हाधिकारी कार्यालयात आलेली त्यांच्या दौऱ्याची कार्यक्रमपत्रिका कधीही जिल्ह्यातील कार्यकारी यंत्रणेच्या अधिकाऱ्यांकडे पाठविली जायची नाही. त्यांना हे माहीत होतं की नाही माहीत नाही, की त्यांच्याच सूचनेनुसार हे घडत होतं, कळायला मार्ग नाही. नाहीतर गावात, जिल्ह्यात साध्या राज्यमंत्र्यांचा दौरा असला, तरी त्याच्या पत्रिका गावभर लग्नपत्रिकेसारख्या वाटल्या जायच्या. सरकारी विश्रामगृहावर माणसं तासन्‌तास ताटकळत उभी असायची, तर काही तिथल्या हिरवळीवरच आडवी व्हायची. तीच गोष्ट मुख्यमंत्र्यांच्या दौऱ्याची. ते यायच्या एक दिवस आधीपासून गावात लग्नसमारंभासारखं वारं संचारलेलं असायचं, ते थेट तो दौरा आटोपून परत जाईपर्यंत. एवढ्या-तेवढ्या कामासाठी लोक सरकारी विश्रामगृह किंवा जिल्हाधिकारी कार्यालयातल्या बैठकीच्या ठिकाणी आणि तिथंही भेट झाली नाही, तर सार्वजनिक भूमिपूजन, उद्‌घाटन समारंभाच्या ठिकाणी गर्दीतून मार्ग काढीत. मग दाटीवाटीनं धक्काबुक्की करत पोलिसांच्या विळख्यातून त्यांना भेटत. हातातील अर्ज, निवेदनाचा चुरगाळलेला कागद त्यांना देत. त्यांच्या कानात काहीतरी कुजबुजत. मंत्रीदेखील काहीही ऐकू आलेलं नसताना मान डोलावून हसून काम करतो, असं आश्वासन देत. लोक पाया पडत. ते आशीर्वादही देत आणि तो चुरगाळलेला घामट कागद काहीही न वाचता पीएच्या हातात देत. पीए तो कागद त्याच्या जवळच्या डायरीत न वाचता खुपसत. त्याच्या डायरीच्या न वाचलेल्या अर्ज-विनंत्यांच्या चळतीत आणखी एकाची भर पडत असे.

मात्र त्या दिवशी आश्चर्यच घडलं. थेट बसवराज पाटील-साकूरकरसाहेबांच्या बंगल्यावरूनच कोणीतरी फोन करून अमरला भेटण्यासाठी यायचा निरोप दिला. अमरला त्यांना भेटायची संधी मिळालीय म्हणून जसा आनंद झाला, तशीच आदरयुक्त भीतीही वाटली. धडधडत्या छातीनं त्यानं त्यांच्या 'शिवघर' बंगल्याची बेल वाजवली. छोटीशी एक मजली बंगली. पुढे छोटंसं आवार, कोणताही सरकारी बडेजाव नाही, की पोलिसी बंदोबस्त. माणसांची रीघ नाही, की दारापुढं चपला-बुटांचा अस्ताव्यस्त ढीग नाही. पीए नाही, की पोलीस नाहीत. क्षणभर मंत्रिमहोदय आत आहेत की नाहीत अशी शंका अमरला वाटली. घरासमोर लाल दिव्याची गाडी नाही की पोलीस एस्कॉर्ट नाही. मंत्रिमहोदय नक्कीच बाहेर गेले असणार असं समजून तो परत फिरणार, तोच दार उघडल्याचा आवाज झाला.

दरवाजात साक्षात बसवराज पाटील-साकूरकरसाहेब उभे होते. सहा फूट उंच, शिडशिडीत, रुबाबदार व्यक्तिमत्त्व. यापूर्वी फक्त फोटो आणि टिव्हीमधून बघितलेलं व्यक्तिमत्त्व हसतमुखानं समोर उभं होतं. ''नमस्कार, सर, मी अमरसिंह चौहान, कार्यकारी अभियंता, मध्यम प्रकल्प.'' अमरनं नम्रतेनं स्वत:ची ओळख करून दिली.

''या, चौहानसाहेब, आत या. बसा.''

बसवराज पाटीलसाहेबांनी काळ्या रंगाचा लांब बाह्यांचा सफारी सूट परिधान केला होता. मंत्रालयातील एखाद्या सचिवासारखा. म्हणजे अगदी पोशाखापासून कार्यपद्धतीपर्यंत बसवराज पाटीलसाहेबांचं व्यक्तिमत्त्व प्रशासकीय झाल्याचं दिसत होतं. त्यांच्या हातात सुई-दोरा होता आणि एक पांढऱ्या रंगाच्या सफारी सूटचा टॉप. ते स्वत: त्या अपऱ्या झालेल्या सफारी सूटच्या टॉपची खालची टीप उसवून ती दुमडून परत एकेक टाका घालत होते. त्यांच्या नाजूक बोटांनी ते त्या जाडसर कापडाच्या पट्टीला दाबून, दात-ओठ खात हातशिलाई करत होते. 'हेम'चा टाका टाकणं किती कौशल्याचं काम आहे, हे अमरनं त्याच्या गरिबीच्या दिवसांत अनुभवलं होतं. क्षणभर न राहवून तो म्हणाला, ''सर, मी टाकू का टाका?''

त्यावर हसत हसत ते म्हणाले, ''अहो, मी हे काम गेल्या कित्येक वर्षांपासून करतो. अगदी हैद्राबादला कॉलेजला असल्यापासून. मी स्वत:चे कपडेदेखील स्वत: धुतो. इस्त्रीदेखील स्वत: करतो. मला नीटनेटकं राहणं आवडतं.''

''पण सर, इतकी माणसं असताना...''

''स्वावलंबन. बरं असं, मी तुम्हाला ज्या कामासाठी बोलावलं ते प्रथम.'' असं म्हणून त्यांनी ड्रॉवरमधून एक कागद काढला आणि अमरकडे दिला व ते पुढे म्हणाले, ''भाकसखेड्याचे सरपंच रुद्राप्पांनी दिलेलं निवेदन, त्यावर नियमानुसार योग्य ती कार्यवाही करा. मला हे असं थेट काम सांगायला आवडत नाही. पण प्रश्न पुनर्वसनाचा आहे. लोकांच्या जगण्याचा आहे. ही माणसं आपली समजून तुम्ही सहृदयतेनं तो त्यांचा प्रश्न सोडवा.''

''हो, सर, नक्कीच. मी ह्या लोकांना न्याय देण्याचा प्रयत्न करतो, म्हणजे नुसता प्रयत्न नव्हेतर नक्कीच करतो.''

तेवढ्यात आतमधून कपबशांचा किणकिणाट ऐकू आला. बसवराज पाटील स्वत: उठले. पडदा दूर करून आत गेले आणि ट्रेमधून चहाचे दोन कप घेऊन बाहेर आले. अमर हे दृश्य बघून स्तंभित झाला. ''घ्या चहा घ्या.'' बसवराज पाटीलसाहेबांनी दिलेला चहाचा कप उचलताना अमरचा हात थरथरत होता. चहा पिता पिता त्यानं सभोवार पाहिलं. पाटीलसाहेबांच्या खुर्चीमागे केस पिंजारलेल्या

सत्य साईबाबांचा उभा फोटो होता. त्यांच्या मानवी चेहऱ्याच्या मागे प्रभा मंडळ होतं. ते खरं, की खऱ्या फोटोवर चित्रकारानं केलेली कलाकृती? क्षणभर अमरला ते खरं वाटलं.

निरोप घेऊन तो बाहेर पडला, तेव्हा देशाच्या राजकारणातील एका प्रभावी नेत्याला भेटून आपण परततोय, ह्या गोष्टीवर त्याचा विश्वासच बसत नव्हता. कुठलाही बडेजाव नाही. कुठलाही प्रोटोकॉल नाही. ह्या दोन अविभाज्य गोष्टींशिवाय एखादा उच्चपदस्थ नेता राहू शकतो, ह्याच्यावर त्याचा विश्वास बसत नव्हता. राहून राहून त्याच्या डोळ्यांसमोर बसवराज पाटीलसाहेबांचं देखणं आणि रुबाबदार चित्र येत होतं. हवेत उडणारं, पण अगदी जमिनीवर पाय असणारं. 'डाऊन टू अर्थ' कशाला म्हणतात त्याचं मूर्तिमंत जिवंत उदाहरण. सत्तेचा माज तर सोडा, साधा लवलेशही नसलेलं. राजकारणातील एक सभ्य सुसंस्कृत व्यक्तित्व. 'ए जंटलमन पोलिटिशिअन.' अमरनं त्याच्या आजपर्यंतच्या आयुष्यात राजकारणातील एवढी ऋजू व्यक्ती बघितली नव्हती. अनेक आदर्शवादी राजकारण्यांविषयी ऐकलं आणि वाचलं होतं, पण प्रत्यक्ष बघितलं नव्हतं. हे सगळे आदर्श आणि आदर्शवादी माणसं स्वातंत्र्यपूर्व काळातील होती, असंच त्याला वाटत होतं आणि स्वातंत्र्याच्या यज्ञातच त्यांची आहुती पडली असावी, अशी आजूबाजूची परिस्थिती बघून त्याला वाटत होतं. पण आता जीवनाची सारीच मूल्यं आणि आदर्श बदलले होते. त्यामुळेच लोकांसाठी संवेदनक्षमपणे काम करणारा हा शिस्तप्रिय माणूस, कायदा, नियमांना बांधून निःस्पृह व निःस्वार्थपणे जगणारा माणूस आता सवंग पुढाऱ्यांच्या तुलनेत जनतेपासून दुरावत चालला होता. सभा-संमेलनं गाजवणं, राजकीय व्यासपीठावरून ओरडून ओरडून जनतेला खोटी आश्वासनं देणं किंवा विरोधकांची निंदा करणं, हे कुठलंच ह्या माणसाला जमणार नव्हतं. पण ह्या नव्या मूल्यव्यवस्थेत, अशा बदलत्या धार्मिक ध्रुवीकरणाच्या परिस्थितीत अशी माणसं टिकणार का? ह्या प्रश्नाचं उत्तर येणारी निवडणूकच देणार होती.

बसवराज पाटील-साकूरकरांच्या विरोधात राष्ट्रीय जनता पार्टी म्हणजे 'राजपा'चा उमेदवार होता. 'राजपा' ह्या पक्षानं जिल्ह्यातील राजकारणात हळूहळू शिरकाव केला होता. सध्या केंद्रात त्यांचंच सरकार होतं. त्यांचा फायदा ह्या राजपाच्या उमेदवाराच्या प्रचारयंत्रणेला मिळणार होता. शिवाय ह्या उमेदवाराची एक निष्ठावान, निष्कलंक कार्यकर्ता म्हणून गेल्या दहा वर्षांची ओळख निर्माण झाली होती. राजपाचे उमेदवार होते, डॉ. गोविंदराव पाटील. म्हणजे हा सामना पाटील विरुद्ध पाटील असा होणार होता. एक होते लिंगायत पाटील, तर दुसरे मराठा पाटील. जातीच्या समीकरणानुसार लिंगायतांची संख्या मराठ्यांपेक्षा जास्त होती. त्यामुळे

पक्ष आणि उमेदवार कोणताही असला, तरी आतापर्यंत इथं लिंगायत उमेदवारच निवडून येत असे, हा इतिहास होता. ह्या वेळी मात्र प्रथमच राष्ट्रीय राजकारणात प्रभावी ठरू पाहणारा 'राजपा'चा उमेदवार रिंगणात उतरला होता. तो मराठा असला, तरी इथल्या व्यापार-उदिमात बहुसंख्य असलेल्या मारवाडी समाजाचा त्याला पाठिंबा होता. शिवाय डॉ. गोविंदराव पाटील कित्येक वर्षांपासून वैद्यकीय सेवा देत असल्यामुळे त्यांचा जनसंपर्कही दांडगा हाता. राजकारणात जरी त्यांचं नाव नंतरचं असलं, तरी मतदार त्यांना ओळखत होते. त्यामुळे ह्या वेळी प्रथमच बसवराज पाटील यांच्या पुढं एक तगडं आव्हान डॉ. गोविंदराव पाटील यांच्या रूपात उभं ठाकलं होतं. ह्या पूर्वीच्या निवडणुकीत स्वत:च्या मतदारसंघात दोन-चार सभा घेतल्या की, बसवराज पाटील त्यांच्या पक्षाच्या इतर उमेदवारांच्या प्रचारासाठी सतत बाहेरच फिरत असायचे. त्यांचा हा मतदारसंघ म्हणजे त्यांच्या पक्षाचा व त्यांचा बालेकिल्लाच समजला जायचा. ह्या वेळी मात्र वेगळंच वारं वाहू लागलं होतं. बसवराज पाटील-साकूरकरांसारख्या मुरब्बी राजकारण्यानं ते ओळखलं होतं. त्यामुळे ते आपल्या मतदारसंघातच ठाण मांडून बसले होते. एवढंच नाही, तर ह्या वेळी त्यांच्या प्रचारासाठी त्यांच्या पक्षाचे अध्यक्ष आणि माजी पंतप्रधानही आले होते. हे गेल्या चाळीस वर्षांत पहिल्यांदाच घडत होतं. म्हणजे त्यांच्या पायाखालची जमीन हादरली होती, एवढं नक्की. शिवाय दिवसा त्यांच्या रॅलीत दिसणारे, मराठा समाजाचे, पक्षाचे एकनिष्ठ कार्यकर्तेदेखील रात्री 'राजपा'शी हातमिळवणी करत गुप्तपणे प्रचार करत.

अमरला राजकारण आणि राजकारणी दोघांचाही तिटकारा होता. त्याची कोणत्याही राजकीय पक्षाशी वैचारिक बांधिलकी नव्हती. सत्ताधाऱ्यांवर गरळ ओकणारे विरोधी पक्षदेखील सत्ता मिळविण्यासाठीच तर हे सगळं करत होते. एकदा का सत्ता मिळाली, की हेदेखील तसेच आणि तितकेच भ्रष्ट होणार, असं त्याला वाटायचं. त्यामुळे उडदामाजी काळे-गोरे, काय निवडावे, असा त्याला प्रश्न पडायचा. स्वातंत्र्यानंतर जन्मलेल्या आणि गेल्या दहा सार्वत्रिक निवडणुका बघितलेल्या त्याच्यासारख्या सुजाण प्रौढ नागरिकांना हा प्रश्न पडलेला होता. त्यामुळे त्याला ना राजकारणात रस होता ना राजकारण्यांवर विश्वास! त्याच्यासोबतची मित्रमंडळी जी देशाच्या नवनिर्माणाची स्वप्नं बघत इंजिनिअरिंग कॉलेजेस आणि आय.आय.टी.मधून बाहेर पडली होती, ती ह्या देशाच्या राजकारणात आणि सत्ताकेंद्रामध्ये चिकटून बसलेल्या ढुढ्ढाचार्यांच्या स्वार्थी आणि लोभीवृत्तीमुळे भ्रमनिरास झाल्यानं परदेशात निघून गेली होती किंवा जात होती. अर्थातच, हा एक प्रकारचा पलायनवाद होता. अमरला हे अजिबात मान्य नव्हतं. त्याला देशाच्या पहिल्या

पंतप्रधानांनी ज्या हेतूनं तंत्रज्ञानावर भर देऊन तंत्रज्ञ निर्माण केले होते, त्यांनी आपल्याच देशाकडे पाठ फिरवून परदेशी निघून जाणं, म्हणजे हा एक प्रकारचा भ्रष्टाचारच होता. त्याऐवजी इथंच राहून नवनिर्माणाची आव्हानं स्वीकारणं, हा खरा देशसेवेचा मार्ग होता. भले सत्ताधारी पक्षांशी, त्यांच्या नेतृत्वाशी, त्यांच्या ध्येयधोरणांशी तुमचं पटत नसलं तरी, त्यासाठी ह्या व्यवस्थेत राहून तुम्ही परिवर्तन घडवू शकता, असं अमरला वाटे. कारण पूर्णपणे स्वच्छ, विशुद्ध व्यवस्था निर्माण होऊच शकत नाही. जगाच्या पाठीवरच्या अनेक देशांमध्ये तसे बदल होऊनही, अगदी साम्यवादी, समाजवादी सरकारं येऊनही तसं घडलं नाही. त्यामुळे त्या 'युटोपिया'मध्ये रमण्याऐवजी, जे आहे ते वास्तव स्वीकारून, त्यात तुमच्या हातात असलेल्या मर्यादित अधिकारांच्या कक्षेत तुम्ही निर्णय घेऊन देशहित, समाजहित साधू शकता, अशी अमरची धारणा होती. त्यामुळे तो निराश न होता सचोटीनं काम करत होता. त्याचं वैयक्तिक मत असं होतं, की तुम्ही विकासकर्मी अभियंता व्हावं, त्यासाठी विकासाची कामं अत्यंत वेगानं पूर्ण करा. रस्ते असोत की पूल, धरणं असोत की कालवे ही सगळी विकासाची इंजिनं इंजिनिअरांच्या हाती आहेत. त्यांनी ती आपल्या उच्च तांत्रिक ज्ञानाच्या आधारे वापरून ही विकासकामे, लवकर पूर्ण करावीत, म्हणजे त्याचे फायदे समाजाला लवकर मिळावेत. विकास विकास म्हणतात तो हाच तर आहे. विकासाची फळं चाखणं हाच खरा विकास. त्यामुळे अमर समोर आलेल्या प्रत्येक कामाला काळ-काम-वेगाच्या गणितात बसवत असे. त्याच्या सहकाऱ्यांनाही तो हीच शिस्त लावत असे. सत्ता कोणाची आहे ह्याला महत्त्व न देता, समाजोपयोगी निर्णयाची अंमलबजावणी जलद करणं, हे ब्रीद त्यानं त्याच्यापुरतं ठरवलं होतं. पक्षीय राजकारणामध्ये रस घेण्याऐवजी, प्रत्येक पक्षात जी समाजोपयोगी धोरणं असतात, कार्यक्रम असतात, ती पार पाडणं, ही एक निष्ठावान शासकीय सेवक म्हणून आपली कर्तव्यं आहेत, हे तो मानत होता.

निवडणुकांमुळे गावातलं आणि जिल्ह्यातलं वातावरण तापलं होतं. गावात जीप, रिक्षा, टांगे मिळेल त्या वाहनांवर आपापल्या पक्षाचे, उमेदवारांचे बॅनर्स लावून कार्यकर्ते हिंडत होते. 'ताई, माई, आक्का विचार करा पक्का, बैलगाडीवर मारा शिक्का' किंवा असंच काहीतरी आपापल्या पक्षचिन्हावर शिक्का मारायचं आवाहन हातात भोंगा घेऊन कार्यकर्ते करत होते. घोषणा देऊन त्यांचे घसे कोरडे पडत होते. ह्या कंठशोषामुळे त्यांचा आवाजही कर्कश झाला होता. अहोरात्र घोषणा ऐकून लोकांचे कान किटले होते. जागोजागी पक्षांच्या पत्रिकांचा कचरा साठत होता. पत्रिकेवर छापलेले सगळ्याच मान्यवरांचे फोटो पायदळी तुडवले जात

होते. नंतर कचऱ्याच्या टोपलीतून सरळ गावाबाहेर कचराडेपोत जात होते. गावातील चौका-चौकांत, मोक्याच्या जागी उमेदवार आणि त्यांच्या दिल्लीतल्या पक्षश्रेष्ठींचे मोठमोठे कटआऊट, फोटो लावलेले. सगळेच कसे हसतमुख. जणू ह्या देशातलं सगळं दैन्य दूर झालेलं. गावोगावी, घरोघरी, ऑफिसमध्ये असो की पानाचे ठेले, चौका-चौकांमध्ये फक्त निवडणूक आणि कोण निवडून येणार, हाच विषय होता. शहरातल्या मोकळ्या मैदानांत गल्लीपासून दिल्लीपर्यंतच्या पुढाऱ्यांच्या सभा होत होत्या. त्या सभेला उपस्थित राहण्याची जाहिरात करत दिवसभर गाड्या फिरत असत. राजकारण ह्या एकाच विषयाभोवती सगळं जग गेले महिनाभर फिरत होतं.

जिल्हाधिकारी हेच जिल्हा निवडणूक अधिकारी असल्यानं, त्यांनी सर्व जिल्ह्यातील अधिकाऱ्यांच्या निवडणुकीच्या कामी नेमणुका केल्या होत्या. सर्व अधिकाऱ्यांच्या गाड्या अधिग्रहित केलेल्या होत्या. दिवसाआड ते नवे नवे फतवे काढत होते. तालुक्याच्या, जिल्ह्याच्या ठिकाणी निवडणुकीचे प्रशिक्षण वर्ग सुरू होते. मतपेट्या उघडणं, मतदानानंतर त्या सीलबंद करणं, बॅलट पेपरची गणती, मतदानानंतरचा बॅलट पेपरचा हिशोब लावणं, मतदानकेंद्रावर आदल्या दिवशी सगळं साहित्य घेऊन दोन पोलिसांच्या संरक्षणात पोहोचणं. मतदानकेंद्र असलेल्या शाळेत सर्व चोख व्यवस्था ठेवणं. जमिनीवर चुन्याच्या फक्कीनं सुरक्षित अंतरावर सीमांकन करणं, अशा कैक बारीक-सारीक, पण मतदान सुरक्षितपणे पार पाडण्यासाठी आवश्यक असलेल्या गोष्टींचं प्रशिक्षण सर्वच विभागांतील अधिकारी आणि कर्मचाऱ्यांना देण्यात येत होतं. काही अधिकाऱ्यांनी चार-पाच वेळा हेच काम केलेलं असूनही त्यांनाही परत परत चार-पाच वेळा तेच प्रशिक्षण आणि सूचना दिल्या जात होत्या, त्यामुळे ते वैतागले होते. अमरनं त्याच्या आतापर्यंतच्या पंधरा वर्षांच्या नोकरीत तीन विधानसभा आणि तीन लोकसभा निवडणुकीमध्ये मतदान केंद्राधिकारी, झोनल ऑफिसर, मतमोजणी अधिकारी म्हणून ह्या सर्वच जबाबदाऱ्या पार पाडल्या होत्या. त्या वेळी त्यानं स्वत:च्या वर्ग १च्या पदाचा मान न बाळगता, जिल्हाधिकाऱ्यांबरोबर कुठलाही वाद घातला नव्हता. कारण मतदान करणं जसं प्रत्येक नागरिकाचं पवित्र कर्तव्य आहे, तसंच सुरक्षित मतदानासाठी सेवा करणं हे सुद्धा एका जबाबदार अधिकाऱ्याचं पवित्र कर्तव्य आहे, हे तो मानत होता. ह्या निवडणुकीच्या वेळी मात्र कलेक्टर प्रवीणकुमार यांनी त्याला मतमोजणी केंद्रावर मतमोजणी व्यवस्थित आणि बिनचूक होतेय का, हे तपासण्यासाठी नेमलं होतं. ते त्यानं आनंदानं स्वीकारलं होतं.

अखेर मतदान शांततेत पार पडलं. शहरात, गावांमध्ये कुठंही अनुचित प्रकार

घडला नव्हता. रात्री उशिरापर्यंत मतपेट्या मतमोजणी केंद्रावर म्हणजे जिल्ह्याच्या ठिकाणी एका शासकीय गोदामामध्ये येत होत्या. अमर रात्रीच मतमोजणी केंद्रावर जाऊन त्याचा बीट बघून आला होता. त्या वेळी कलेक्टर प्रवीणकुमारही तिथं आलेले होते. सगळी व्यवस्था आणि बंदोबस्त बघून झाल्यावर त्यांचा जीव भांड्यात पडला. अमरला बघून ते म्हणाले, "चला, इथपर्यंत फारच टेन्शन होता, लेकिन अब सिच्युएशन विल बी अंडर माय कंट्रोल. टुमारो वुई विल स्टार्ट द काऊंटिंग ॲट ८ ओ क्लॉक इन द मॉर्निंग. सी यु टुमारो मॉर्निंग."

"ओके, सर. ऑल द बेस्ट." अमरनं त्यांना विश्वास दिला.

दुसऱ्या दिवशी सकाळी बरोबर आठ वाजता मतमोजणी सुरू झाली. बॅलट बॉक्सचं लाखेनं बंद केलेलं सील फोडून मतपत्रिका बाहेर काढून ती मतपेटी रिकामी झाल्याचं कर्मचारी वरिष्ठांना दाखवत होते. पंचवीस मतपत्रिकांची एक जुडी करून दोरीनं बांधून एक गठ्ठा तयार केला जात होता. सर्व बूथच्या सर्व मतपेट्या उघडून त्यांचे गठ्ठे करून झाल्यावर, झालेल्या मतदानाशी त्यांचा आकडा जुळवून झाला आणि मग मतमोजणीला सुरुवात झाली. समोरच्या मोठ्या ट्रेमध्ये उमेदवारनिहाय कप्पे केलेले होते, त्या कप्प्यांमध्ये उमेदवाराच्या नावापुढे, निशाणीवर मारलेले शिक्के नीट बघून मतपत्रिका टाकल्या जात होत्या. मतपत्रिकांची अशी विभागणी करेपर्यंतच दुपारचा एक वाजला होता. घड्याळाचे काटे भराभर पुढे सरकत होते. मतमोजणी करणाऱ्या कर्मचाऱ्यांना भोजनाची व चहा-पाण्याची व्यवस्थादेखील जागेवरच केलेली होती. भोजनानंतर प्रत्यक्ष उमेदवारांच्या मतांची मोजणी सुरू झाली. गोदामाचं मतमोजणी केंद्रात रूपांतर केलं होतं. चारी बाजूंनी पांढरं स्वच्छ कापड लावून शामियाना उभारण्यात आला होता. एवढ्या प्रचंड हॉलमध्ये जागोजागी ट्यूब लावून प्रकाशव्यवस्था केली होती, तर डोक्यावर असंख्य सिलिंग फॅन गरगरत होते. ही निवडणूक अगदी भर उन्हाळ्यात घेतली गेली होती. हॉलमध्ये फॅन असूनही प्रचंड उकाडा होता. कर्मचारी सारखे पाणी मागत होते. त्यांना टेबलवरच पाणी पुरवलं जात होतं.

पहिल्या चार-पाच फेऱ्यांमध्ये बसवराज पाटलांच्या ग्रामीण भागातील मतदारांनी त्यांना भरघोस मतदान केलं होतं. त्यामुळे त्यांचं पारडं जड होताना दिसत होतं. एकूण मतदान पाच लाखांच्या आसपास होतं. त्यांपैकी पहिल्या काही फेऱ्यांच्या काही हजारांच्या आघाडीनं काही भविष्य ठरणार नव्हतं. जिल्हाधिकारी, निवडणूक निरीक्षक म्हणून केंद्राकडून नेमलेले अधिकारी कधी एकत्र, तर कधी स्वतंत्रपणे चकरा मारून देखरेख करत होते. मतमोजणी करणारे कर्मचारीदेखील कधीकधी गोंधळून जात. काही मतपत्रिकेवर एकाखाली एक असलेल्या उमेदवारांच्या

मध्यरेषेवरच गोल शिक्का मारलेला दिसे. अशा वेळी हे मत नेमकं कुणाला समजायचं? तर शिक्क्याचा मोठा भाग ज्या उमेदवाराच्या रकान्यात असे, त्याला. आता ह्याला खरंच काही लॉजिक आहे का? त्या मतदारानं खरंच का इतक्या सुबुद्धपणे तो शिक्का मारला असेल? पण मग त्याशिवाय काय पर्याय होता. मत रद्द करता येत नव्हतं. काही मतदारांनी उमेदवाराच्या नावावर-निशाणीवर चार-चार शिक्के मारून आपलं प्रेम व्यक्त केलं होतं. काहींनी तर अनेक उमेदवारांच्या चिन्हांवर शिक्के वठविले होते; तर काही सुज्ञांनी चक्क मतपत्रिका कोरी ठेवून जणू त्यांना एकही उमेदवार पसंत नसल्याचा निषेधही व्यक्त केला होता. अमरला ह्या गमती-जमती नव्या नव्हत्या.

संध्याकाळपर्यंत फक्त पंचाहत्तर टक्के मोजणी झाली होती. मग निरीक्षकांनी मतमोजणीचा वेग वाढवण्याची सूचना केली. आता आतापर्यंत बसवराज पाटलांचं खाली बसलेलं पारडं वर जाऊ लागलं. आता शहरी भागातली मतमोजणी सुरू झाली होती. गोविंदराव पाटलांचं पारडं जड होऊन खाली जाऊ लागलं. तसं बसवराज पाटलांच्या नेहमी शांत असणाऱ्या चेहऱ्यावरचा ताण वाढत चालला. एक वेळ तर अशी आली, की ते बरोबरीत आले. गोविंदराव पाटलांच्या चेहऱ्यावर एक वेगळंच तेज झळकू लागलं. बाहेर त्यांच्या कार्यकर्त्यांनी जल्लोषही सुरू केला. 'जय श्रीराम'च्या घोषणा थेट मोजणीच्या मंडपात ऐकू आल्या. रात्रीचे अकरा वाजले होते. मतमोजणी अधिकाऱ्यांचे चेहरे आंबले होते. बसवराज पाटलांनी काही मतदानकेंद्रांवरच्या मोजणीवर अविश्वास दाखवून फेर मतमोजणीची मागणी केली. त्यामुळे परत एकदा त्यांची मोजणी सुरू झाली. पण त्यांचा अंदाज खरा ठरला होता. त्या मतदानकेंद्रांवर त्यांनी आघाडी घेतली होती. अखेर पहाटे दोन वाजता मतमोजणी संपली, तेव्हा बसवराज पाटील पन्नास हजार मतांनी निवडून आल्याचं जिल्हाधिकाऱ्यांनी जाहीर केलं. तेव्हा त्यांच्या चेहऱ्यावरचा ताण निवळला, पण पूर्णपणे नाही. त्यांनी अतिशय संयमित प्रतिक्रिया दिली, 'हा लोकशाहीचा विजय आहे.'

खरं तरं एक लाखापेक्षा जास्त मतांनी निवडून येणाऱ्या पाटलांना माजी पंतप्रधानांच्या हत्येमुळे निवडणुकीच्या अखेरच्या टप्प्यात जी सहानुभूतीची लाट आली होती, तिनं वाचवलं होतं. हा विजय त्या माजी पंतप्रधानांचा होता. ही लाट संपूर्ण देशभर आली होती. सत्ताधारी पक्षाला आपली केंद्रातली सत्ता गमवावी लागली होती. परत सत्तांतर झालं होतं आणि बसवराज पाटील लोकसभेच्या सभापतीपदी विराजमान झाले होते. ते आता संपूर्ण देशातील पाचशे खासदारांचे सभापती झाले होते. नव्यानं निवडून आलेल्या सभागृहाचं नियंत्रण आता ते

करणार होते. ह्या मतदारसंघातील मतदारांच्या दृष्टीनं ती एक अभिमानाची बाब होती. मराठवाड्यासारख्या राज्याच्या एका मागास भागातून निवडून आलेला लोकप्रतिनिधी देशाच्या पटलावर एका राजकीय सारीपाटाचं नेतृत्व करणार होता. बसवराज पाटलांच्या निमित्तानं देशाला एक समंजस, समतोल, सुसंस्कृत आणि सभ्य असं नेतृत्व मिळालं होतं. त्यांचं स्वागत खुद्द त्यांचे प्रतिस्पर्धी, 'राजपा'चे उमेदवार गोविंदराव पाटील यांनी खुल्या दिलानं केलं होतं. बसवराज पाटील हे अजातशत्रू व्यक्तिमत्त्व असल्यानं त्यांनीदेखील सगळ्यांच्या अभिनंदनाचा तितक्याच खुल्या दिलानं स्वीकार केला.

बसवराज पाटील-साकुरकर जेव्हा लोकसभेचे सभापती म्हणून परतले, तेव्हा त्यांचा भव्य नागरी सत्कार केला गेला. तो सत्कार जनतेचा असला, तरी त्यात पुढाकार घेणारी मंडळी शहरातील व्यापारी मंडळीच होती. त्यांनी उगवत्या सूर्याला नमस्कार केला होता. अमरला मतमोजणी केंद्रातील मोजणीचे प्रसंग आठवत होते. तिथली 'अंदर की बात' त्यालाच ठाऊक होती. त्यामुळे त्याला बदलत्या राजकारणाचे रंग जवळून बघायला मिळाले होते. 'राजकारणामध्ये कोणीच कुणाचा कायम शत्रू किंवा मित्र नसतो'. ह्या उक्तीचा प्रत्यय त्याला आला होता. बदलत्या निष्ठा किंवा दुहेरी निष्ठा कशा असतात आणि सरड्यासारखे रंग बदलणं ज्यांना जमतं, तीच माणसं ह्या राजकारणात यशस्वी होत असतात किंवा काही काळ यशस्वी झाल्यासारखी दिसतात. ती स्वत:ला 'गेमचेंजर' किंवा 'किंगमेकर' तरी मानतात. ही माणसं थेट सत्तेवर नसली, तरी ती सुदूर अंतरावरून सत्तेच्या पटावरील लोकांना कठपुतळी बाहुल्यांसारखी नाचवित असतात. कारण त्यांच्या हातात कळसूत्र असतं. मग ही पडद्याआडची थंड डोक्याची पाताळयंत्री माणसं कधी देवाच्या नावावर, कधी धर्माच्या नावावर, तर कधी प्रादेशिक अस्मितेच्या नावावर सामान्य जनतेच्या मेंदूवर ताबा मिळवतात. त्यांच्या वेगवेगळ्या सेना उभारतात. त्या अंधभक्तांना आरत्या ओवाळायला लावतात आणि प्रसंगी सैनिकांना रणांगणावर लढायलाही लावतात. ही माणसांमधील श्वापदं अत्यंत धोकादायक असतात.

निवडणुकीचा ज्वर ओसरला होता. चौकाचौकांतले फाटलेले पोस्टर्स आणि रंगविलेल्या भिंती तेवढ्या निवडणुकीची आठवण करून देत होत्या. रस्त्यांवर विजयी मिरवणुकींमध्ये उधळलेला गुलालही वाऱ्याबरोबर उडून गेला होता. हळूहळू सगळं जनजीवन पूर्वपदावर येऊन रोजीरोटीसाठी धावू लागलं. निवडणुकीसाठी अधिगृहित केलेल्या डेप्युटी इंजिनिअरांच्या गाड्या परत आल्या होत्या. तीच गोष्ट डेप्युटी इंजिनिअर आणि इतर कर्मचाऱ्यांची. ते कामावर रुजू झाले, पण आता

साईटवरचे कामाचे दिवस संपले होते. उन्हाळी हंगामातील शेवटचे दिवस कामाच्या दृष्टीनं फार महत्त्वाचे असतात, पण ह्या निवडणुकांमुळे कामाचं सगळं वेळापत्रक बिघडलं होतं. गेलेली वेळ कधीच परत येत नसते; परंतु जादा काम करून झालेलं नुकसान भरायचं ठरवलं, तरी आता ते शक्य नव्हतं. कारण ह्या वर्षी मृग नक्षत्र अगदी वेळेवर पडलं होतं. पावसाची रिमझिम सर्वत्र सुरू झाली होती. काहिली संपली होती, पण अमरच्या मनात वणवा पेटला होता. ह्या वर्षी काही झालं, तरी गेल्या वर्षी जे जमलं नाही, ते असर्जन आणि सांडोळच्या धरणाचं घळभरणीचं काम कोणत्याही परिस्थितीत पूर्ण करायचंच होतं.

अमरनं ऑफिसला आल्याबरोबर मोरेब्रदर्स ह्या कंत्राटदारास तुमचं काम काढून घेण्यात येत आहे, तसंच तुमची अनामत रक्कमही जप्त करण्यात येत असल्याचं कळवलं. कारण दंडाची रक्कमच तितकी झाली होती. त्यावर कंत्राटदार कोर्टात जाऊ नये, म्हणून त्यानं हायकोर्टात 'कॅव्हेट' अर्ज दाखल केला. त्याच्या सुनावणीसाठी अमर स्वत: हायकोर्टात हजर राहिला. त्याचा सरकारी वकिलांवरही भरोसा नव्हता. ही सगळी मंडळी कुणालातरी विकली गेलेली असतात. नाहीतर भूसंपादनाच्या केसेस असो की कंत्राटदारांच्या, त्या सगळ्याच्या सगळ्याच सरकार विरुद्ध कशा जातात? काळ्या कोटाच्या आत दडलेल्या काळ्या काळजाच्या ह्या मंडळींचा त्याला विलक्षण राग यायचा. मात्र ह्या वेळी त्यानं स्वत: अभ्यास करून 'लॉ पॉईंट्स' काढले होते. स्वत:च ॲफिडेव्हिटमचा फायनल ड्राफ्ट तयार केला होता. तो त्यानं सरकारी वकिलाला दाखवला, पण त्यानं तो फारसा गंभीरपणे न वाचता त्याचा ड्राफ्ट सहीसाठी अमरपुढे ठेवला. अमरनं तो संपूर्ण ड्राफ्ट वाचला, पण सही करण्यास नकार दिला. कारण त्याला तो अगदीच पोकळ वाटला. निव्वळ शब्दजंजाळ. तीच तीच गोष्ट घोळून घोळून लिहिलेली. साधी-सरळ सोपी गोष्ट ह्या वकिलांना लिहिताच येत नाही का? शब्दांच्या अरण्यात सावजाला पकडून त्याची हिंस्र श्वापदाकडून शिकार करण्याचा 'जंगली खेळ' हे लोक खेळतात. त्यामुळे त्यानं स्वत: केलेल्या ड्राफ्टवर सरकारी वकिलानं सही करावी, असा आग्रह केला. सरकारी वकिलानं 'मी तुमच्या जबाबदारीवर सही करतोय' असं सांगून सही केली. कॅव्हेटच्या सुनावणीला अमर स्वत: हजर असल्यानं सरकारी वकिलानं त्याच्या ड्राफ्टसमधल्या 'लॉ पॉईंट्स'वर बाजू मांडली आणि अखेर कॅव्हेट मंजूर झाला. अमरच्या चेहऱ्यावर आनंद झालेला बघून पडेल चेहऱ्यानं सरकारी वकील म्हणाला, "मि. अमर, यू हॅव विन द केस. कॉँग्रॅच्युलेशन्स!"

"नो, सर, वुई हॅव विन द केस. कॉँग्रॅच्युलेशन्स!" अमरनं सरकारी

वकिलालाही शब्दांत पकडून दुरुस्त केलं होतं.

"ओह, यू कॅच मी." सरकारी वकिलानं असं हसत हसत म्हटलं आणि तो निघाला.

अमर रातोरात परत फिरला. दुसऱ्याच दिवशी त्यानं ह्या दोन्ही धरणांच्या घळभरणीची कामं कंत्राटदारामार्फत न करता खात्याच्या यांत्रिकी संघटनेमार्फत करायचा निर्णय घेतला. त्याला आता खात्यामार्फत काम करायला कोणीच अडवू शकत नव्हतं. ना कोर्ट ना त्याचे वरिष्ठ. अमरनं एकाच दगडात दोन पक्षी मारले होते. अमरनं यांत्रिकी संघटनेला वर्क ऑर्डर दिली आणि पावसाळा संपताच दसऱ्याच्या मुहूर्तावर काम सुरू करावं, अशी विनंती केली. त्यानं दोन्ही धरणांच्या साईटवर जाऊन पाहणी केली. त्याच्या मते, पावसाळा संपताच दोन्ही धरणांची घळभरणी सुरू करायला हवी होती. प्रत्येक धरणावर दोन डोझर युनिट लावायला हवे होते. म्हणजे स्क्रॅपर, डोझर, पोक्लेन, रोडरोलर, वॉटर टँकर आणि प्रत्येक पोक्लेनसाठी चार-चार डंपर्स; हा एका यूनिटचा ताफा. शिवाय रोज सकाळी सहा वाजता काम सुरू करणं गरजेचं होतं, तरच एप्रिल अखेरपर्यंत काम पूर्ण होणार होतं. त्यानंतरचा एक महिना गॉर्जमधल्या पिचिंगसाठी लागणार होता. म्हणजे मे महिना अखेरीस धरण सर्व दृष्टीनं पूर्ण होणार होतं व पुढच्या पावसाळ्यात पाणी साठविण्यासाठी सिद्ध होणार होतं. एकाच वर्षात दोन धरणं पूर्ण करण्याचा विक्रम अमरला करायचा होता. निदान मराठवाड्यापुरता तरी तो तसा ठरला असता. मग त्यानं धरणांच्या बाजूभरावावर पावसामुळे थांबलेल्या अस्तरीकरणाची पाहणी केली. पावसाळ्यापूर्वी शक्य होईल, तेवढं पिचिंगचं काम राम गायकवाड आणि सय्यद यांनी केलं होतं. दसऱ्याला गॉर्ज फिलिंगचं काम सुरू झालं, की परत त्या दोघांनीही पिचिंगचं काम सुरू करून मार्च अखेरपर्यंत पूर्ण करणं भाग होतं.

रमजानचा महिना सुरू होता. ऑक्टोबर हिट सुरू झाली होती. उन्हं तापायला लागली होती. मात्र सकाळी वातावरण थंड असायचं. गावातल्या मशिदींमधून सकाळच्या प्रार्थना म्हणजे 'सहेरी'ची अजान ऐकू यायची. त्या वेळी पहाटेचे नमाज पढल्यावर घरोघरी जेवणाची लगबग सुरू व्हायची. सकाळी सूर्योदयापूर्वी अन्न ग्रहण केल्यानंतर दिवसभर कडकडीत उपवास. इतका की, पाणी तर सोडाच, साधी थुंकीसुद्धा गिळायची नाही. दिवसभर पवित्र कुराणाचं पठण आणि पाच वेळा नमाज पढणं. ज्यांना दिवसातून पाच वेळा नमाज पढता येत असे, त्यांना 'पाच नमाजी' म्हणत. ते मुसलमान कायमच दिवसातून पाच वेळा नमाज पढत. त्यांच्या कपाळांवर माथे टेकल्यामुळे काळसर चट्टा पडलेला. त्यामुळे ते अगदी सहज ओळखू यायचे. ते अत्यंत धार्मिक म्हणजे 'पाक' असत. इतरांकडून

ज्यांना जसं शक्य होईल, तितक्या वेळा दिवसातील ठरावीक वेळी घरी किंवा मशिदीमध्ये नमाज पढले जायचे. मात्र घराघरांतून अगदी लहान मुलांपासून स्त्रियांपर्यंत सगळेच उपवास करत, म्हणजेच 'रोजा' ठेवत. 'रोजा'चा उपवास करणं म्हणजे महत्त्वाचं धार्मिक आचरण केल्यासारखे भाव त्यांच्या चेहऱ्यांवर दिसत उपवास केले म्हणून आपली दैनंदिन कामे सोडायची नाहीत, ती सगळी कामचुकारपणा न करता पार पाडायची, कुणालाही दुखवायचं नाही, असे कुराण शरीफचे आदेश! त्यामुळे ह्या पवित्र महिन्यात मुस्लीम बांधवांमध्ये एक वेगळीच शिस्त आणि तरतरी आलेली. असंच आचरण कायम ठेवलं, तर किती छान होईल, असं अमरला वाटायचं. दिवसभराच्या उपवासानंतर संध्याकाळी सूर्यास्ताला उपवास सोडला जातो. त्याला रोजा 'खोलणं' असं म्हणतात. त्या वेळी मक्केच्या दिशेनं तोंड करून नमाज पढले जातात व मग प्रथम पाणी पिऊन आणि खजूर खाऊन उपवास सोडला जातो. हा कार्यक्रम सामुदायिकपणे केला जातो. त्याला 'इफ्तार पार्टी' म्हणतात. ह्या इफ्तार पार्टीला सर्वच धर्मांतील सुहृदांना सन्मानानं बोलावलं जातं. असं सगळं महिनाभर म्हणजे रमझान ईदपर्यंत चालतं. हे सगळं अमरला नवं होतं. तो आणि आरती गोलाईमधील गोलबाजारात जात, तेव्हा गोलाईच्या बाजूच्या गल्ल्यांमधून हातगाड्यांवर किसमिस, काजू, बदाम, आक्रोड, खजुर यांसारख्या सुकामेव्यांच्या राशी लागलेल्या दिसत. आलुबुखारसारखी फळं, कलिंगड, खरबूजसारखी पाणीदार फळं दिसत. बुरखाधारी स्त्रियांनी सारा बाजार गजबजून गेलेला दिसे. ह्या दिवसांमधलं हे उत्साही वातावरण बघायला त्याला आवडे, तर आरतीला अगदी अपरिचित जगात गेल्यासारखं वाटे.

रमजानच्या महिन्यातील असाच एक दिवस. सय्यद भरदुपारी घरी आला. त्याला आरतीनं चहापाणी विचारलं, तर त्यानं कानाला हात लावत 'नाही' सांगितलं. अमर बाहेर आल्यावर तो म्हणाला, "वालेकुम सलाम, सर, आज शाम की इफ्तार पार्टी में डाक्टरसाब नें आपको दावत पे बुलाया है, जरूर आना."

"हाँ, आऊंगा, मगर कहाँ?" अमरनं उत्सुकतेनं होकार दिला.

"ख्वाजा गल्ली के मज्जिद में. शाम के छे बज के पच्चपन मिनिट पर. मैने मोहन को पता बताया है." सय्यदनं लग्नाचा मुहूर्त सांगावा तशी इफ्तार पार्टीची वेळ सांगितली व तो पुढे म्हणाला, "ओर लोग भी आनेवाले है, सीएम साब, खासदार साब भी है, पर हमारे लिये तो आपच सीएम भी है और एमपी भी." सय्यद मोठ्या श्रद्धेनं बोलत होता.

अमरनं ह्या इफ्तार पार्ट्यांविषयी खूप ऐकलं होतं. मात्र प्रत्यक्षात कधी त्याला

कोणी बोलावलं नव्हतं.

गावातल्या चिंचोळ्या गल्ल्यांमधून त्याची गाडी जात होती. गल्लीच्या दोन्हीं बाजूला असलेली मुस्लीम वस्तीतली घरं आणि दुकानं तो बघत होता. बहुतेक घरांच्या ओट्यांवरच छोटी छोटी दुकानं थाटलेली होती. दुकानांमध्येही काही सुसंगती नव्हती. गरजेनुसार कशाच्या शेजारी काहीही. स्टेशनरी-कटलरीच्या शेजारी सलून, तर सलूनच्या शेजारी रेडिमेड कपडे. मध्येच टपऱ्यांवर शीग कबाब तंदूरवर भाजले जात होते. त्यांचा घमघमाट सुटला होता. काही ठिकाणी तळलेल्या कोंबड्या टांगून ठेवलेल्या, तर काही ठिकाणी भज्यांसारखे गोड गुलगुले तळले जात होते. एरव्ही ज्या पदार्थांच्या वासानं त्याला लाळ सुटे, आज मात्र त्या पदार्थांच्या वासानं त्याची भूक मंदावत होती. त्यानं न राहवून नाकाला रुमाल लावला. सूर्य अस्ताला चालला होता. अद्याप इफ्तार पार्टी सुरू व्हायला वेळ होता. सूर्यास्ताला नमाज पढणं झाल्यावरच ह्या खाद्यपदार्थांसाठी इथे गर्दी उसळणार होती. त्या वेळी धावपळ होऊ नये, म्हणून मोठमोठ्या उकळत्या तेलाच्या कढयांमध्ये मोठमोठ्या झाऱ्यांनी तळणं चाललं होतं. 'मोगलाई' मसाल्यांच्या उग्र वासानं मशिदीभोवतीचं वातावरण सामिश्र झालं होतं. जुन्या निजामशाहीच्या शिसवी खिडक्यांच्या झरोक्यांमधून मुस्लीम सौंदर्याचे आरस्पानी ताजमहाल डोकावत होते. जाळीदार काळ्या बुरख्यांमधून नाजूक मेंदीच्या बोटांनी बुरखा किंचित दूर केला, की 'मेरे मेहेबूब'च्या साधनाच्या चेहऱ्याची झलक दिसत होती. पडद्याआडच्या त्या स्त्रिया जितक्या लाजत असाव्यात, तितकाच किंवा कदाचित त्यांच्यापेक्षाही जास्तच अमर त्यांच्याकडे लाजून पाहात होता.

एकाच शहरात राहत असूनही अमर हे एक वेगळंच जग पाहत होता. मुख्य रस्ता सोडून तो कधी ह्या चिंचोळ्या गल्ल्यांच्या वाटेला गेला नव्हता. तसं काही निमित्तही नव्हतं. आजचं हे निमित्त त्यानं एका सर्वधर्म समभाव ह्या वृत्तीनं स्वीकारलं होतं. तशी तर प्रत्येक गावात जशी दलित वस्ती असते, तशीच एक मुस्लीम वस्तीदेखील असते. जुन्या गावगाड्यात सर्वच बलुतेदारांच्या वेगवेगळ्या वस्त्या किंवा गल्ल्या असत. नंतर ही गावठाणं विस्तारत विस्तारत त्यांची शहरात आणि महानगरात रूपांतरं झाली. एके काळी गावकुसाबाहेर असलेली वस्ती आता गावाच्या मध्यवस्तीत आली होती. तरी नवीन शहराची वस्ती मात्र ह्या मूळ वस्त्यांशी फटकून होती. म्हणून तर त्याचं कधी इकडं काम पडत नव्हतं. नाही म्हणायला, शाळेतल्या दलित मित्रांच्या घरी तो बौद्धवाड्यात जात असे. त्या वेळी तो बौद्धवाडादेखील वेगळाच वाटत असे. त्यांच्या अंगणात वाळत घातलेली ढोरांची कातडी, भुसा भरलेली गायी-म्हशींची पाडसं बघून त्याच्या पोटात

कालवाकालव होत असे. हे एक वेगळंच जग आहे, असं त्याला वाटत असे. मुख्य शहराच्या एका टोकाला बौद्धवाडा. त्यांची पडक्या विटांची वेस. वेशीतून प्रवेश करताच दिसणारं बदललेलं दरिद्री नारायणाचं जग. काही ठिकाणी भांडणं चाललेली. कधी न ऐकलेल्या शिव्या आणि शब्द. ओट्यावर बसून फुटक्या काचेच्या आरशात बघत एका हातात आरसा आणि दुसऱ्या हातात भारतपत्तीचं धारदार ब्लेड, तोंडाला साबणाचा गोटा फिरवून फेस केलेला. दाढी करणारी तरणीताठी पोरं, तर कोणी बाप्ये उकिडवी बसून लहान पोरांची डोकी पुढ्यात ओढून हातात फक्त भारतपत्तीच्या ब्लेडनं भादरत असत. पोरांनी डोकं हलवलं, की चर्रकन कापून त्यातून भळभळा रक्त वाही. त्या वेळी माय धावत घरात जायची. हळद आणून पोराच्या डोक्यावर दाबून धरायची, रक्ताचे ओघळ थांबेपर्यंत. मग तीदेखील नवऱ्याच्या आई-भैनीचा उद्धार करी. त्यानं वाहिलेल्या शिव्यांच्या लाखोलीची परतफेड करी. वेशीच्या बाहेरच असलेल्या 'भारत कटिंग सलून'मध्ये ह्या दलितांना प्रवेश नव्हता. न्हावीसुद्धा त्यांची दाढी-कटिंग करायला तयार नसायचे, की यांच्याकडे सलूनमधील दाढी-कटिंग करायला पैसे नसत, हे कोडं त्याला सुटत नसे. ह्या दलित वस्तीत सहसा कुणी बाहेरची माणसं फिरकताना दिसत नसायची. कुणाची गाय-म्हैस गेली, तरच ते त्या वेशीच्या आत पाऊल ठेवत. ज्याला निरोप द्यायचा त्याला त्याच्या घराबाहेरील ओट्यावरून आवाज देत आणि आतून 'जी मायबाप' असं उत्तर आलं, की झटकन निघून जात. दलित वस्तीला लागूनच मुस्लीम वस्ती किंवा मुस्लीम वस्तीला लागूनच दलित वस्ती असे. दोन्ही समाजाचे लोक जणू एकमेकांच्या आश्रयाला आलेले. एकमेकांच्या कुशीत विसावलेले. दलितांना कर्मठ हिंदूंपेक्षा मुस्लीम जवळचे वाटत; तर मुस्लिमांनाही कर्मठ हिंदूंपेक्षा दलित बांधव जवळचे वाटत. ह्या भावनिकतेमुळे अनेक शहरांमधून दलित आणि मुस्लीम वस्त्यांचं ध्रुवीकरण झालंय, असं अमरचं निरीक्षण होतं. त्यातूनच पुढं त्यांचं राजकीय ध्रुवीकरण होऊन 'दलित-मुस्लीम ऐक्य' निर्माण झालं आणि एक नवा राजकीय पक्ष तिसरी शक्ती म्हणून उदयास येत होता. म्हणूनच डॉ. खय्यूम राम गायकवाडला 'अपना आदमी' म्हणत होता. राम गायकवाड पडणार हे माहीत असूनही मुस्लिमांची मतं त्याला देत होता.

अमरनं ख्वाजा गल्लीतल्या मशिदीसमोर गाडी थांबवली. तो खाली उतरला आणि मशिदीच्या दिशेनं चालू लागला. तोच सय्यद आणि पांढऱ्या सफारीतले डॉ. खय्यूम त्याच्या स्वागताला धावत आले. दोघांच्या चेहऱ्यावर आनंद दिसत होता, पण त्यांचा अमर आला आहे, याच्यावर विश्वास बसत नव्हता.

ते त्याच्याकडे अनिमिषपणे बघत त्याला मिठी मारत होते. पांढऱ्या रंगात रंगविलेल्या मशिदीच्या अंगणात एका मंडपात बैठक व्यवस्था होती. मंडपाच्या कडेकडेनं खुर्च्या आणि टेबलं, तर मध्यभागी पांढऱ्याशुभ्र खोळी घातलेल्या गाद्या-गिरद्या व कडेला तक्के-लोड अशी भारतीय बैठक. तिच्यावर शहरातील प्रतिष्ठित मुस्लीम बांधव पांढरी वस्त्रं आणि डोक्यावर गोलाकार पांढरी जाळीची टोपी घालून बसले होते. अत्तरांचा घमघमाट आणि निशिगंधांच्या फुलांची तोरणं आणि माळा. डॉ. खय्यूमनी अमरला मुख्य पाहुण्यांच्या रांगेतील खुर्चीवर बसायची विनंती केली. अमर काहीसा संकोचून पुढच्या रांगेतील कोपऱ्यावरच्या खुर्चीत बसला. तसा डॉ. खय्यूम गाड्यांचे आवाज ऐकून मंडपाच्या प्रवेशद्वाराकडे धावला. जाताना त्यानं सय्यदला बजावलं, ''देखो, सय्यद, साब का ख्याल रखना. उनकी खातिरदारी में कोई कमी नहीं होनी चाहिए.''

''हाँ, मामू. आप बेफिकीर रहो.'' सय्यदनं डॉ. खय्यूमला आश्वासन दिलं आणि अमरला हात पुढं करायला सांगून त्यानं ''साब, इत्तर'' म्हणत एक मंदसा सुगंध असलेलं अत्तर त्याच्या डाव्या हाताला लावलं. यापूर्वी कधीही असा सुगंध असलेलं अत्तर अमरनं लावलं नव्हतं. त्याला ते अत्तर मग एकदम जणू मुघल बादशहांच्या ऐतिहासिक काळातल्या दरबारात घेऊन गेलं. सगळा मंडप हिरव्या-निळ्या ट्यूबलाईटच्या प्रकाशात उजळून निघाला होता. त्याला लहानपणी त्याच्या नातेवाइकांच्या दारांपुढे होणाऱ्या लग्नांच्या मांडवांची आठवण झाली. माहोल तोच, पण माणसं वेगळी. ह्या सर्व माणसांच्या गर्दीमध्ये तो त्याच्या सरकारी सफारीमध्ये वेगळाच दिसत होता. ती माणसंदेखील त्याच्याकडे वेगळ्याच नजरेनं बघत होती. डॉ. खय्यूम आणि सय्यदशिवाय कोणीच त्याच्या ओळखीचं नव्हतं. त्यामुळं एरव्ही शेकडो माणसांच्या गर्दीत न बुजणारा अमर इथे मात्र बुजत होता. आपण इथे येऊन चूक केली, असंही त्याला वाटू लागलं. आपण आपल्या ओळखीच्या लोकांमध्ये कसे 'ॲट होम' असतो आणि माणसं बदलली, धर्म बदलला, की कसे अस्वस्थ होतो, याचा अनुभव तो प्रथमच घेत होता. 'सर्वधर्म समभाव' असा विचार करणं सोपं, पण तसं वागणं अवघड. त्यातही एका वेगळ्या धर्माच्या लोकांमध्ये एकट्यानं जाणं आणि काही काळ वावरणं किती अवघडल्यासारखं असतं, त्याचा अनुभव घेता घेता त्याला विलक्षण गुदमरल्यासारखं झालं. तेवढ्यात डॉ. खय्यूम सीएम साहेबांना मंडपात घेऊन आले. सीएमसाहेबांसोबत त्यांचे पाच-पन्नास स्थानिक कार्यकर्ते होते. त्यातले काही अमरच्या ओळखीचे होते. त्यांना बघून अमरला हायसं वाटलं. नकळतपणे आपल्या माणसांमध्ये

आल्यासारखं. डॉ. खय्यूमनं सीएमसाहेबांच्या गळयात गुलछडीच्या फुलांचा हार घातला. डाव्या हाताला अत्तर लावलं आणि डोक्यावर पांढरी फरची टोपी घालून त्यांना कडकडून मिठी मारली. तेव्हा सीएमसाहेबांचं लक्ष कोपऱ्यात उभ्या असलेल्या अमरकडे गेलं. अमरनं त्यांना लांबूनच नमस्कार केला. तोच सय्यद धावत पुढे आला. त्यानं अमरच्या हातात तसाच गुलछडीचा हार दिला आणि तो सीएमला घालावा, असं सुचवलं. अमरला ते उचित वाटत नव्हतं, पण सय्यदनं अमरला जवळ जवळ बखोटीला धरून सीएमपुढे नेलं. मग त्यानंही देवाला घालतो, तसा त्यांना तो हार घालून नमस्कार केला. त्याला बघून हसत हसत सीएम म्हणाले, ''अरे, अमरसिंह, तुम इधर भी भाई!'' अमरला संकोचल्यासारखं झालं. अशा कार्यक्रमांना उपस्थित राहणं, हे ह्या पुढाऱ्यांना राजकीय कंपल्शन असतं. तिथं सगळं मतांचं राजकारण असतं. अमरला कुणाची मतं नको होती. त्याची तिथली उपस्थिती निखळ माणुसकीची आणि सर्वधर्म समभावासाठी होती. कदाचित त्यामुळेच सीएमना आश्चर्य वाटलं असावं.

रोजाचा उपवास सोडण्यापूर्वी मुस्लीम बांधवांचं सामुदायिकपणे नमाज पठण झालं. अमर त्यांच्या त्या शिस्तबद्ध प्रार्थनेकडे बघत होता. नमाज पठण करताना त्यांनी मक्केच्या दिशेनं, म्हणजे पश्चिमेकडे तोंड केलं होतं. त्यांचे डोळे मिटलेले होते. ते मान उंचावून मशिदीच्या मिनाराकडे बघत होते. गुडघ्यावर उकिडवे 'अल्लाह'ला शरण गेल्यासारखे बसून होते. स्वत:च्या चेहऱ्यावरून हळुवारपणे प्रेमाने हात फिरवत, अल्लाहची करुणा भाकत कुराण-ए-शरीफची वचनं पुटपुटत होते. इफ्तारी संपली.

समोर टेबलवर खजूर, बदाम, काजू ह्या सुक्यामेव्यांच्या थाळ्या आल्या. पाठोपाठ सफरचंद, मोसंबी, केळी, संत्री ह्या फळफळावळांच्या थाळ्या आल्या. एका मोठ्या थाळीमध्ये शिरखुर्म्याच्या वाट्या आल्या. डॉ. खय्यूम स्वत: सीएम आणि त्यांच्यासोबतच्या मान्यवरांना भोजनाचा आग्रह करत होता. पाठोपाठ बिर्याणी-पुलावच्या थाळ्या आल्या. गरमागरम, वाफाळलेल्या बिर्याणीच्या रंगीत भाताला बासमती गंध होता. पण अमरला इथं येता येता 'मोगलाई' मसाल्यांचा वास आणि तंदूरच्या फुललेल्या निखाऱ्यांमध्ये भाजलेल्या शिग-कबाबांच्या वासानं मळमळलेलं होतं. त्याला त्या नॉनव्हेज पदार्थांना हात लावायचीपण इच्छा होईना. त्यानं सीएमकडे बघितलं. ते नेहमीप्रमाणे हास्यविनोदात रमलेले. त्यांनी आपल्या नाजूक बोटांनी समोरच्या थाळीमधले दोन-चार काजू-बदाम तेवढे उचलले आणि तोंडात टाकले. खूप काही खात असल्याचा अभिनय करत त्यांनी समोरच्या ओळखीच्या व्यक्तींची नावं घेतली ते आपापसांत

कार्यकर्त्यांबरोबरच बोलत बसले. काही कार्यकर्ते मात्र त्यांच्याशी बोलत बोटं चाटत बिर्याणी-पुलाव फस्त करत होते. त्यांचं झाल्यावर सीएम उठले. डॉ. खय्यूम आणि इतर बांधवांना सलाम करत ते मंडपाच्या बाहेर गेले. ते गाडीत बसून निघून गेले आणि नाटकात एका पात्रानं मंचावरून निघून जाताच दुसऱ्याचा प्रवेश व्हावा, तसे खासदार आणि सभापती बसवराज पाटील आले. त्यांच्यासोबत मात्र कोणीही नव्हतं. ना कार्यकर्ते ना सरकारी प्रोटोकॉल. ते हसत हसत मंडपात आले. त्यांना डॉ. खय्यूमनी गुलछडीचा हार घालून अत्तर लावलं. त्यांच्याभोवती कोणतंही प्रभामंडळ नव्हतं. त्यामुळे अमर अगदी जवळून हे आतिथ्य बघत होता. खरं तर ते या इफ्तार पार्टीला आले, याचंच त्याला मोठं आश्चर्य वाटत होतं. त्यांनाही अमरला तिथं बघून तसंच वाटलं असावं, पण त्यांनी तसं दाखवलं नाही. त्यांनी अमरला जवळ बोलावून त्याच्या कामांची चौकशी केली. तीसुद्धा एक औपचारिकपणे. त्यांची इथली उपस्थितीच एक प्रकारची औपचारिकता होती. सीएमसारखा कृत्रिम का असेना, पण मोकळेपणा त्यात नव्हता. त्यामुळे सीएम इथं असतानाचं पंधरा-वीस मिनिटांपूर्वीचं हलकं-फुलकं वातावरण एकदम बदललं होतं. सीएमनं सोडलेले नर्मविनोदाचे फुगे त्यांच्यासोबतच दूरवर निघून गेले होते. डॉ. खय्यूमनं बसवराज पाटीलसमोर सुकामेवा व फळांच्या थाळ्या आणल्या. त्यानं सामिष पदार्थांच्या थाळ्या आणायचं टाळलं. पण त्यांनी त्यातल्या कशालाही हात लावला नाही. त्यांनी 'फालुदा' मागवला. फालुद्याचा घोट घेत घेत ते हलक्या नर्म आवाजात भेटणाऱ्यांशी बोलले आणि हात जोडून नमस्कार करत निघून गेले. त्यांनी पाठ फिरवताच मंडपाच्या मध्यभागी असलेल्या बिर्याणीच्या भल्या मोठ्या थाळ्यांवर लोक तुटून पडले.

●●

'गोविंद बोलो हरी गोपाल बोलो,
राधारमण हरी गोपाल बोलो...'

समूह स्वरात भजन म्हणत एक रथयात्रा शहराच्या मुख्य रस्त्यावरून चालली होती. चांदीचे तख्त, मखर आणि अंबारी असलेल्या रथाच्या आसनावर पांढरीशुभ्र दाढीधारी एक साधू कमरेला सोवळ्याचं रेशमी वस्त्र आणि डोक्यावर श्रीकृष्णासारखा मुकूट परिधान करून, रस्त्यावरच्या भक्तगणांना दोन्ही हातांनी आशीर्वाद देत

होते. त्यांच्या सुहास्य वदनाच्या तेजामुळे त्यांच्याभोवती एक प्रभामंडळ तयार झाले होते. रथावर आरूढ भगव्या वस्त्रातील काही भक्तगणही लोकांना अभिवादन करत मोठमोठ्यानं टाळ्या वाजवत भजन म्हणत होते. संपूर्ण रथ फुलांनी आणि माळांनी सजला होता. रथामागून शेकडो भक्तगण पायी चालत होते. भगवी वस्त्रं परिधान केलेला, डोक्याचं मुंडण केलेला एक तरुण-तरुणींचा मोठा गट त्यांत होता. तो 'हरे रामा, हरे कृष्णा, कृष्णा कृष्णा, हरे हरे' म्हणत गळ्यात अडकवलेले ढोलक वाजवत नाचत होता. गोऱ्यापान वर्णांच्या त्या भक्तगणांमध्ये काही अगदीच कोवळी नुकतीच मिसरूडं फुटत असलेली डोक्याचा हिरवा गोटा चमकत असलेली परदेशी मुलंही तन्मयतेनं नाचत होती. सगळा रस्ता चैतन्यमय झाला होता. बाजारपेठेतील दुकानदार, गिऱ्हाईक आणि रस्त्यावरचे लोक सगळेच एका आदरयुक्त कौतुकानं हा सोहळा अनुभवत होते. रथयात्रा थांबली, की त्या दुकानाचे मालक हातात हार घेऊन थेट रथावर चढत आणि त्या दाढीधारी महंतांना ती अर्पण करत, पाया पडून दर्शन घेत. महंतही त्यांना देवस्वरूप आशीर्वाद देत. पुष्पवृष्टी होताच प्रसन्न हसत. उत्तरेतल्या 'रामबापू' महाराजांचं शहरात आगमन झालं होतं. त्यांच्या 'भागवत कथा' प्रवचनाचा आज बंकटलाल मैदानात प्रारंभ होणार होता. मैदानात पाच-दहा हजार लोक मावतील, असा भव्य मंडप उभारला होता. सगळी मंडळी त्याच दिशेनं भारित झाल्यासारखी चालली होती.

दरवर्षीच शहरातील व्यापारी मंडळींमार्फत ह्या 'भागवत कथे'चं आयोजन केलं जायचं. पण ह्या वर्षीचा उत्साह जास्तच जाणवत होता. शहरातील गुजराती-मारवाडी व्यापाऱ्यांच्या कुटुंबांचा अग्रभागी वावर होताच, पण पाठोपाठ या वेळी त्यांत प्रथमच बहुजन समाजाचीही मंडळी सामील होती. कपाळाला केशरी गंध, छातीवर कार्यकर्त्यांचा भगवा बिल्ला आणि हाती भागवत धर्माची भगवी पताका घेऊन जनांचा प्रवाह चालला होता. अमर साइटवरून परत येत असताना त्याची गाडीदेखील ह्या रथयात्रेच्याच प्रवासाचा एक भाग केव्हा झाली, हे त्यालाही कळलं नाही. रस्त्याच्या कडेनं रथयात्रेला पुढे जाण्यासाठी कार्यकर्त्यांची मानवी साखळी होती, पण ते रस्त्याच्या कडेनं जाणाऱ्या वाहनांना पुढे जाऊ देत नव्हते. सगळी वाहनं त्यामुळं आपसूकच त्या रथयात्रेचा भाग होत होती आणि रथयात्रेचं शेपूट लांबत लांबत मैलभर मागे गेलं होतं. रस्त्यावर बंदोबस्तासाठी असलेले पोलीस वाहतूक सुरळीत करण्याऐवजी नुसतेच शिट्या वाजवत होते. तेदेखील रथयात्रेत सामील होण्याचाच जणू आनंद घेत होते. वाहतुकीचा बोजवारा उडाला होता, पण त्याचं कुणाला काहीच पडलेलं नव्हतं.

सभामंडपापाशी रथयात्रा आली. रामबापू महाराज कृष्णावतारात मंडपात अवतीर्ण झाले. त्यांचे सुवासिनींनी ओवाळून औक्षण केलं. लोकांनी फुलं उधळली. फुलांच्या पायघड्यांवरून रामबापू महाराज मध्यभागी असलेल्या भव्य मंचावर आसनस्थ झाले. त्यांनी एक हात उंचावून सर्वांना आशीर्वाद दिले. 'गोविंद बोलो हरी गोपाळ बोलो' ह्या भजनाचा नाद टिपेला पोहोचला. लोक उभ्या उभ्या जागेवरच उड्या मारून टाळ्या वाजवू लागले. सगळं वातावरण 'गोविंद-गोपाळ'मय झालं. कितीतरी वेळ हाच नाद अनाहत चालू राहिला.

रस्त्यावरची वाहतूक आता सुरळीत झाली होती. अमर त्या गर्दीतून बाहेर पडला आणि घरी पोहोचला. घरापर्यंत जवळच्या मैदानातील लाऊडस्पीकरचे ध्वनी घुमत होते. रामबापूंनी आवाहन करताच हजारो भक्तांचे हुंकार बाहेर पडत होते. कधी 'गोविंद-गोविंद', तर कधी 'गोपाल-गोपाल'. रामबापूंचं भागवत पुराण सुरू झालं होतं. हिंदीच्या शुद्ध तुपातल्या घोळलेल्या शब्दांचे प्रासादिक शुद्ध उच्चार ऐकून लोक मोहरून जात होते. इतक्या दूर वसाहतीपर्यंत अमरला लोकांचे प्रतिसाद ऐकू येत होते. धर्मजागर सुरू झाला होता. रामबापूंचं प्रवचन, निरूपण, संगीताच्या तालावरची भजनं ह्या नादब्रह्मात सगळं जणू विलीन झालं होतं. उत्तररात्री केव्हातरी कथा संपली, तेव्हा परत रस्त्यांवरून पोंऽपोंऽ आवाज करत धावणाऱ्या वाहनांचे आवाज आणि कुजबुज ऐकू येऊ लागली, तेव्हा अमरला हलकीशी जाग आली. मात्र श्रोत्यांच्या उत्साहाला बांध नसावा. भागवत कथा एक महिनाभर चालणार होती. दरवर्षीप्रमाणे यंदाही दिवसेंदिवस श्रोत्यांची गर्दी आणि कथेची रंगत वाढत जाणार होती. ह्या एकाच घटनेनं संपूर्ण शहर व्यापलं होतं. बापूंची पोस्टर्स, भगव्या पताका, झेंडे आणि भजनांचा वाढत जाणारा जल्लोष मात्र ह्या वर्षी काही वेगळाच असल्याचं अमरला जाणवत होतं.

●●

अमरचे सख्खे शेजारी आणि आदर्श असलेले पोरेसाहेब दोन महिन्यांपूर्वी अधीक्षक अभियंतापदी बढतीवर बदलून गेले होते. ते असेपर्यंत अमरला त्यांचा ज्येष्ठ सहकारी म्हणून खूप आधार वाटत असे. कोणत्याही प्रश्नाची उकल तार्किकपणे करणं, ही त्यांची पद्धत त्याला खासच वाटत असे. प्रश्न घरगुती असो की सामाजिक, तांत्रिक असो की धार्मिक, ते त्यांच्या खास वैचारिक बैठकीच्या आधारे सोडवत. गेल्या तीन वर्षांत त्यांच्या सहवासातील एकही दिवस कोणत्याही प्रकारची कटुता न येता गेला होता. असं क्वचितच घडतं. त्यामुळे

त्यांच्या जाण्यामुळे एक मोठी पोकळी निर्माण झाल्यासारखं अमरला वाटत होतं. त्यांच्या संबंध कुटुंबाचा लळा लागल्यामुळे अमरच्या मुलांनाही करमत नसायचं. पोरेसाहेबांच्या जागी असिफोद्दिन कार्यकारी अभियंता म्हणून आले होते. असिफोद्दिन हैद्राबादच्या उस्मानिया विद्यापीठातून इंजिनिअर झालेले होते. त्या विद्यापीठाच्या पदवीधर अभियंत्यांचा एक वेगळाच दबदबा होता. मराठवाड्यातील बहुतेक उच्चपदावरील अधिकारी ह्याच विद्यापीठातील होते. राज्य पुनर्रचनेनंतर ही मंडळी राज्याच्या अभियांत्रिकी सेवेमध्ये नियमित झाली होती, पण तरीही इतरांमध्ये आणि त्यांच्यामध्ये एक सापत्नभाव जाणवत असायचा. मुंबई-पुण्याच्या इंजिनिअरिंग कॉलेजमधून आलेली मंडळी स्वत:ला वेगळं समजत, मात्र अमर स्वत: तसं कधी समजत नसे. तीच गोष्ट असिफोद्दिन साहेबांची. त्यामुळे दोघांची ओळख होताच त्यांच्यातल्या सर्व भिंती गळून पडल्या. ते अमरला प्रेमानं म्हणाले, ''साब, आप मुझे सिर्फ आसिफ करके पुकारो. मैं तो बढते बढते इस जगह पे आया हूँ। आप तो डायरेक्ट क्लास वन अफसर है.'' त्यांच्या ह्या विनम्रपणामुळे अमर त्यांचा आदर करू लागला. ते निवृत्तीला आले होते. वर्षभरातच ते निवृत्त होणार होते. वागण्या-बोलण्यात ते अतिशय साधे-सरळ होते. त्यांच्याकडे बघितल्यावर एक सभ्य, सुसंस्कृत माणसाला भेटल्यावर वाटावं, तसं वाटे. एक पाक मुस्लीम व्यक्तिमत्त्व आचार-विचारानं स्वच्छ प्रामाणिक माणूस. आयुष्यात कधी त्यांनी हरामाची पै स्वीकारली नव्हती. कुराण-ए-शरीफचं नुसतं पठण ते करत नव्हते, तर व्यवहारही तसाच करत. पोरेसाहेबांच्या बंगल्यात ते राहायला आले. एकटेच. कुटुंब गावी होतं. त्यांच्या गरजा कमीत कमी. अमरला एका सच्च्या मुस्लीम शेजाऱ्याचा प्रथमच सहवास लाभत होता. ते पाच नमाजी होते, पण कर्मठ नव्हते. धर्माचरणाचा कोणताही बाऊ नव्हता. मुस्लीम मूलतत्त्ववाद्यांचं कुठं चुकतंय, ते कुराणचा कसा चुकीचा अर्थ लावतात, सर्वांचा देव कसा एकच आहे, हे ते शुद्ध मराठीत सांगत.

ईदच्या दिवशीही असिफोद्दिन सणासाठी गावी गेले नव्हते. त्यामुळे अमरनं त्यांनाच प्रमुख पाहुणे म्हणून जेवायला बोलावलं होतं. अमरच्या निमंत्रणामुळे ते विलक्षण भारावून गेले. खरं तर दरवर्षी ईदला अमर आणि आरती कुणा मुस्लीम मित्रांच्या दांपत्याला खास मेहमान म्हणून बोलावत. आरतीला सुतरफेणीसारख्या बारीक शेवया टाकून केलेली खीर म्हणजे शीरखुर्मा खूपच छान जमायचा. त्यात थोड्या चंदन चारोळ्या, माफक बदाम-काजू घालून ती आटवली, की त्याच हिंदू खिरीला, शीरखुर्म्याचा असा स्वाद चढायचा की खाणारा हिंदू असो की मुस्लीम बोटं चाटून खात असे. तीच गोष्ट गुलगुले नावाच्या स्वीट डिशची. हैद्राबाद

दमबिर्याणी तर तिनं इथं येताच करीम खानसामाकडून शिकून घेतली होती आणि आता तीच तिच्या मुस्लीम पदार्थांची ओळखही झाली होती.

आरतीनं हे सगळे मुस्लीम पदार्थ जेवायला वाढल्यावर तर असिफोद्दिन डोळे विस्फारत बघतच राहिले. त्यांनी जेवण सुरू करण्यापूर्वी वर आकाशात हात करून अल्लाहची दुवा मागितली, डोळे मिटले आणि आरतीला मनापासून दुवा देत म्हटले, ''भाभीजी, आज तुम ने हमें जो दावत दी है, वो खुदा ने कबूल की है। परवरदिगार आपका घरसंसार ऐसाही फुला-फला रखेंगा.'' त्यांच्या डोळ्यात कृतज्ञतेचे अश्रू चमकत होते. अमरही मुलांसोबत त्यांच्याबरोबर जेवत होता. आरती त्यांना आग्रह करून वाढत होती. ते संकोचत होते, पण त्यांना आनंदानं जेवताना बघून अमरला धन्य वाटत होतं. आयुष्यात अनेक सणावारांना आपल्या नातेवाईक-आप्तेष्टांसोबत तर आपण जेवतच असतो, पण आजचा सोहळा वेगळा होता. एका हिंदूच्या घरात एक मुस्लीम जेवत होता आणि हिंदू त्या सोहळ्याचा आनंद घेत होते. शेवटी माणूस हिंदू आहे की मुस्लीम हा प्रश्नच किती, निरर्थक आहे. अन्न ग्रहण करणारा एक जिवंत माणूस आहे. जगण्यासाठी ऊर्जा देणारं अन्न एक माणूस दुसऱ्या माणसाला खाऊ घालतोय, हे महत्त्वाचं असतं. धर्म माणुसकीचा असतो. धर्म केवळ माणसांचा नसतो. माणूसच माणसाला धर्माचं, जातीचं, लेबल चिकटवतोय आणि दूर करतोय; पण मूळ मानवी प्रेरणा जगण्याची, जगवण्याची, अस्तित्वाचीच तर असते ना? अन् ती किती उदार असते, किती विशाल असते याचा सुखद अनुभव त्या सहभोजनातून अमरला येत होता. अमरची मुलं सुरुवातीला संकोचली, पण तरी नंतर जेवताना 'आसिफ चाचा', 'आसिफ चाचा' म्हणत नि:संकोच जेवत होती. त्या छोट्याशा सरकारी घरात ईदचा 'चाँदतारा' उगवला होता.

●●

असर्जन धरणाच्या बुडितामधील भाकसखेडा गावच्या पुनर्वसनाचा प्रस्ताव मान्य झाला होता. ठरल्याप्रमाणे दोन ठिकाणी नवीन गावठाण बसविण्यासाठी जागेची निवड झाली होती, तिथं भाकसखेडा १ व २ ही गावठाणं निर्माण झाली होती. अमरनं वसविलेल्या त्या गावठाणाचं काम इतकं आदर्श झालं की, जिल्ह्यामधून लोक येऊन बघू लागले. सरपंचांशी चर्चा करू लागले. ते अमरकडे आणि त्याच्या डेप्युटी इंजिनिअरांकडे बोट दाखवत. 'आधी पुनर्वसन आणि मग धरण' ह्या घोषणेच्या अलीकडे जाऊन 'आधी आदर्श पुनर्वसन मग धरण' अशा

पद्धतीनं त्यानं काम करून दाखवलं. त्यामुळे प्रत्यक्ष धरणाच्या घळभरणीच्या कामाला सुरुवात झाली, त्या वेळी 'बुडितांमधील प्रकल्पग्रस्तांचा पुढाकार' हाच बातमीचा विषय झाला होता.

अमरनं एकाच हंगामात दोन धरणांच्या घळभरणीचं शिवधनुष्य उचललं होतं. तेही कंत्राटदारांना काढून खात्याच्या यंत्रसामुग्रीमार्फत. खात्याची यंत्रसामुग्री जुनी झालेली होती. ती वारंवार नादुरुस्त व्हायची. खात्यातील लालफितीच्या कारभारामुळे यांत्रिकी विभागातील कर्मचारी दुरुस्तीसाठी आवश्यक असलेले यंत्राचे सुटे भाग वेळेवर विकत घेऊ न शकल्यानं दुरुस्ती लवकर व्हायची नाही. सुटे भाग पुरवणाऱ्या ठेकेदारांच्या वरपर्यंत असलेल्या लागेबांध्यांमुळे सुट्या भागांचा दर्जादेखील यथातथाच असे. त्यामुळे तेच तेच सुटे भाग पुन्हा पुन्हा बदलावे लागत. अमरनं ज्या यांत्रिकी विभागाच्या भरोशावर हे काम स्वत:च्या अंगावर ओढवून घेतलं होतं, त्या भरोशाच्या म्हशीलाच टोणगा लागला होता. वारंवार बंद पडणाऱ्या यंत्रांमुळे त्याचं काळ-काम-वेगाचं सगळं गणित बिघडत होतं. काम गुणवत्तापूर्ण आणि दर्जेदार होत होतं, एवढं खरं, पण नुसतं तेवढंच पुरेसं नव्हतं. कामाच्या दर्जाइतकाच त्याचा वेगही महत्त्वाचा होता. अन्यथा खूप दर्जेदार झालेलं अर्धवट कामदेखील पुरामुळे वाहून जाऊ शकलं असतं. कधी 'पोक्लेन' यंत्र बंद पडे, तर कधी 'डोझर'; कधी 'स्क्रेपर', तर कधी 'लोडर'. एक-दोन डंपर्स तर कायमच पाचवीला पूजल्यासारखे बंद असायचे. अमरला रोजच कुठलंतरी यंत्र बंद पडल्याचं कळे, तेव्हा त्याच्या पोटात भीतीचा खड्डा पडे. त्याला आपला निर्णय चुकला की काय,असं वाटे. हेच काम कंत्राटदाराकडून करायचं झालं, की सगळी जबाबदारी त्याची. आपण निवांत असतो. आपण फक्त उंटावरून शेळ्या हाकायच्या. सोप्पं काम. बहुतेक अधिकारी हेच करणं पसंत करतात. त्याला ते 'सेफ साईड' म्हणतात. अमरनं मात्र हा 'अनसेफ गेम' खेळणं पसंत केलं होतं. त्यानं सगळं ओझं स्वत:च्या डोक्यावर घेतलं होतं. त्याच्या तोंडावर त्याचे सहकारी त्याच्या ह्या धाडसाचं कौतुक करत, मात्र पाठीवर त्याला वेड्यात काढत. इतक्या वर्षांच्या त्यांच्या अनुभवामुळे ते स्वत:विषयी आणि खात्याविषयी आत्मविश्वास गमावून बसले होते. ते ह्या कामात धोकाच जास्त असल्याचं समजत होते. काय मिळणार होतं अमरला असं अंगावर जबाबदारीचं ओझं घेऊन? नाव? प्रतिष्ठा? पैसा? उलट, अमर हे सर्वच गमावणार असल्याची भीती त्यांच्या बोलण्यात डोकवायची. मग ते अमुक-तमुक धरणाचं कामं अर्धवट झाल्यानं धरण कसं फुटलं, त्या इंजिनिअरला कसं सस्पेंड व्हावं लागलं, त्याला खातेनिहाय चौकशी होऊन कसं दोषी ठरवण्यात आलं, त्याला कसं घरी बसावं

लागलं, नुकसानभरपाई द्यावी लागली, तो आणि त्याचं कुटुंब कसं देशोधडीला लागलं, असे किस्से ऐकवत. ते ऐकून अमरचा आत्मविश्वास थोडा काळ का होईना डळमळीत होत असे, पण तो लगेच त्या नकारात्मक विचारांना झटकून काम वेळेत आणि चांगल्या दर्जानं कसं पुरं करता येईल ह्याचा विचार करी. येणाऱ्या सगळ्या शक्यतांचा अगोदरच विचार करून त्यावर उपाय शोधून ठेवत असे.

घळभरणीचे काम सुरू होऊन एक महिना झाला होता. एखाददुसरा खोळंबा सोडल्यास रोज दीड शिफ्टमध्ये म्हणजे सकाळी सहा ते संध्याकाळी उशिरा म्हणजे रात्री आठ वाजेपर्यंत काम चाले. अमर दिवसाआड कधी असर्जन, तर कधी सांडोळ धरणाच्या कामावर जात असे. घरून जातानाच आरती त्याच्या हातात डबा देत असे. तो साईटवर त्याच्या जेवणासाठी कुणा कंत्राटदाराला किंवा डेप्युटी इंजिनिअरला त्रास होऊ नये, यासाठी काळजी घेई. कधी धरणावरच्या कडेच्या झाडाखाली, तर कधी उघड्यावरच तो जेवण उरकत असे. अजूनतरी मातीत ओल असल्यानं स्क्रेपरनं खरवडून आणलेल्या काळ्या मातीचा मृदगंध त्याला सुखावत असे. नद्यांच्या डोहांमध्ये पाणी असल्यानं पाण्याचे टँकर भरभरून येत आणि माती-मुरुमांच्या थरांवर जनावरं मुतावेत, तसे बदाबदा रिते होत. त्यानंतर रोडरोलर फिरत असे. रोडरोलरच्या ड्रममध्ये दगडगोट्यांचं वजन बरोबर असल्याचं तो स्वत: खात्री करी. हार्टिंगच्या झोनमध्ये म्हणजे गाभ्यामध्ये काळ्या मातीचा थर पसरविल्यावर त्यातील काडी-कचरा तो स्वत: उचलून मातीचा थर निर्मळ झाल्याची खात्री करी. मधला हार्टिंग झोन आणि कडेचा धरणाच्या वरच्या व खालच्या बाजूचा केसिंग झोन म्हणजे मुरुमाच्या कवचाच्या पट्ट्यात पांढऱ्या चुन्याच्या फक्कीनं आखलेल्या लक्ष्मणरेषेमध्ये चांगला टणक, मुरुम पसरवून दबाई केली जाई.

अंबुलगा प्रकल्पाचं कामदेखील तितकंच महत्त्वाचं होतं. तिथं मुख्य नदीपात्रातच सांडवा होता. मातीधरणाचं काम पूर्ण झालं होतं. त्यामुळं काँक्रीटचा सांडवा बांधून झाला, की त्यावर काँक्रीटचे प्रस्तंभ उभारायचे आणि त्यात लोखंडी वक्र दरवाजे उभारायचे. धरणात ह्या उंच लोखंडी दरवाजांच्या आड पाणी साठणार होतं. दरवाजांची उंची चांगली सहा मीटर होती. सांडव्याची उंची दहा मीटर होती. म्हणजे पाण्याच्या स्तंभाची खोली एकूण सोळा मीटर होती. साधारण पन्नास फूट खोलीचा जलाशय तिथं निर्माण होणार होता. सांडव्याच्या काँक्रीटसाठी एका विशिष्ट आकाराचं शटरिंग करणं आवश्यक होतं. त्याच्यावरून पुराचं पाणी अगदी अलगदपणे वाहून जावं, ह्यासाठी सांडव्याला हा आकार

द्यायचा होता. लोखंडी शटरिंगच्या आधारानं काँक्रीट ओतून सांडव्याची गोलाई आकाराला येत होती. त्यासाठी अमरनं विशिष्ट प्रकारचं शटरिंगचं डिझाईन तयार केलं होतं. यापूर्वी त्याच्या उमेदवारीच्या काळात रातसा धरणाच्या काँक्रीटचा अनुभव त्याच्या गाठीशी होता. ते धरण कोकणात अतिपावसाच्या प्रदेशात होतं. त्याची उंचीदेखील खूपच जास्त म्हणजे नव्वद मीटर होती. एवढ्या उंचीवर उभं राहून अवघड ठिकाणी तो सांडव्याचं शटरिंग उभारत असे. त्याची लाईन-लेव्हल-ओळंबा तपासत असे, मगच काँक्रीटला परवानगी देत असे. त्या मानानं इथल्या अंबुलगा धरणाची उंची कमी असल्यानं अमरला पन्नास फूट उंचीवरून इकडून-तिकडे फिरताना कधी भोवळ येत नसायची. त्याचा काँक्रीटचा अनुभव दांडगा होता. त्यानं मुंबईला जाऊन शटरिंग तयार करणाऱ्या 'अँक्रो' कंपनीतून हे खास प्रकारचं शटरिंग आणलं होतं. काँक्रीटचं काम करणाऱ्या 'फास्टर कन्स्ट्रक्शन कंपनी' ह्या मुंबईच्या कंत्राटदारांचंही ह्या प्रकारचं हे पहिलंच काम होतं. पण अमरच्या सांगण्यावरून त्यानं हे खास प्रकारचं शटरिंग तयार करून घेतलं होतं. त्यामुळे काँक्रीटच्या कामाला सुबक आकार तर आला होताच; पण कामही झपाझप वर वर सरकत होतं. कंत्राटदार युसूफशेठ त्याच्या ह्या सरकत्या शटरिंगच्या कल्पनेवर खूश होते. अर्थात त्याला खर्चही जास्तीचा येत होता. कारण निविदेमध्ये अशा प्रकारच्या शटरिंगची तरतूद नव्हती. पण युसूफशेठनी अमरच्या आज्ञेवरून ते केलं होतं. अमरनंही त्याला येणाऱ्या वाढीव खर्चापोटी 'एक्स्ट्रा-आयटेम' म्हणजे विशेष बाब दरसूचीची मंजुरी देण्याचं मान्य केलं होतं. एकतर अंबुलगा धरणाचं कामच युसूफशेठला माजी मुख्यमंत्री सयाजीराव पाटील-अंबुलगेकरांनी बाजारभावापेक्षाही कमी दरांनी करायची गळ घातली होती, त्यात हा अमरच्या दर्जेदारपणाच्या आग्रहामुळे होणारा वाढीव खर्च. त्यामुळे युसूफशेठच्या 'फास्टर कन्स्ट्रक्शन' कंपनीचा तोटाच वाढत चालला होता. तेव्हा कधीकधी वैतागून तो अमरला म्हणत असे, ''साब, मुझे मैने जो जो एक्स्ट्रा काम किया है, उसका सबका पैसा चाहिए, नहीं तो मैं सब काम इधरच अधुरा छोड के जाऊँगा, और फिर मूतने को भी इस तरफ नहीं आऊँगा.'' त्यावर अमर मोठमोठ्यानं हसून त्याला म्हणत असे, ''अरे युसूफशेठ, मैं तो जबान का पक्का हूँ. एक बार बोल दिया, सो बोल दिया. लेकिन तुम तुम्हारा सोचो. आज के तारीख में तुम्हारे पास और काम भी तो किधर है?''

रमजानचा संपूर्ण महिना कडक उपवास करीत युसूफशेठनं अंबुलगा

धरणाच्या साईटवर घालवला होता. डोक्यावर पातळशी गोल पांढरी टोपी, कानाभोवती काळा-पांढरा बारीक चौकडीचा गमछा आणि पांढऱ्याशुभ्र बुशशर्ट-पँटवर तो साईटवर दिवसभर उभा असे. सांडव्याच्या पार तळामधून त्यानं काँक्रीट सुरू केलं होतं आणि महिना संपता संपता त्यानं सांडव्याच्या वरच्या 'क्रेस्ट'च्या भागात आणलं होतं. संपूर्ण दिवसभर तळपत्या उन्हात तो थुंकी न गिळता कामावर उभा असे. अमर केव्हाही साईटवर आला, तर त्याला तो कधी ह्या, तर कधी त्या बाजूला सांडव्याचं काँक्रीट बरोबर होतंय का? व्हायब्रेटर बरोबर चालवला जातोय का? शटरिंग धक्क्यामुळं निसटलं तर नाही ना, याची काळजी घेताना दिसे. एवढ्या मोठ्या कोट्यवधी किमतीच्या कन्स्ट्रक्शन कंपनीचा मालक, पण उपाशी राहून जिद्दीनं काम करताना बघून अमरला त्याचा सुप्त अभिमानच वाटायचा. राजस्थानच्या एका मुस्लीम कढिया जमातीच्या पाच कष्टकरी भावांनी शिक्षण नसताना त्यांच्या ह्याच मेहनतीच्या गुणांवर 'झुंझुनू' सोडून इथं आपलं साम्राज्य निर्माण केलं होतं. एके काळी ह्या पाचही भावांच्या हातात थाप्या होत्या. डोक्यावर छाप्या होत्या. अंगावर धूळ-सिमेंटनं माखलेले कपडे होते, पण गेल्या वीस वर्षांत त्यांची 'किस्मत' बदलली होती. आता त्यांच्या नावाप्रमाणेच 'फास्टर कन्स्ट्रक्शन' कंपनीचे ते मालक होते. हातात अनेक मोठमोठी धरणांची, पुलांची, रस्त्यांची कंत्राटं होती. मुंबईत खारला मोठ्या इस्टेटीत यांचं ऑफिस आणि निवास होता. मोठमोठ्या अलिशान गाड्यांचा तांडा होता. शेकडो नोकर-चाकर आणि इंजिनिअरही त्यांनी कामावर ठेवले होते, पण अजूनही ते मेहनत आणि अदब विसरले नव्हते. ते सगळेच बंधू अतिशय नम्रतेनं वागत-बोलत. कुराण-ए-शरिफचं पठण करत. तसेच आचरणही. रोजे ठेवत, ईदला गरिबांना मुक्तहस्ते खैरात वाटत. त्या वेळी ते हिंदू-मुसलमान फरक करत नसत. गरिबीला जात-धर्म नसतो, असं मानणारं ते पाक मुस्लीम होते.

●●

इथली भागवत कथा संपत आली होती; पण देशभर भागवत पुराणांचं पीक आलं होतं. मथुरेमध्ये श्रीकृष्ण जन्मभूमीचा वाद ऐरणीवर आला होता. यमुनेच्या तीरावर असलेल्या एका मशिदीवरून हा वाद गेली काही वर्षं सुरू होता, पण सामान्य लोकांना याची काहीच माहिती नव्हती किंवा त्यांना त्यात रस नव्हता. आता मात्र ह्या शिळ्या कढीला ऊत आला होता. पंधराव्या

शतकात यमुनेच्या काठी बांधण्यात आलेली 'औरंगी मशिद' हीच कृष्णजन्मभूमी असून तिथलं कृष्णमंदिर पाडून ही मशिद बांधली गेल्याचं सगळ्या जगाला ओरडून सांगितलं जात होतं. देशभरात कृष्णभक्तीचं वारं जोरात वाहू लागलं होतं. कृष्णभक्तांची संख्या दिवसागणिक झपाट्यानं वाढत होती. 'जय श्रीकृष्ण'चं अभिवादन फोन उचलताच समोरून अनाहूत व्यक्तींकडून केलं जायचं. गावोगावी सुरू झालेली प्रवचनं, मिरवणुकांमुळे सगळा देश 'कृष्णमय' झाला होता. नाक्यानाक्यावर 'बाळकृष्णाचे', 'युगंधराचे' मोठमोठे पोस्टर्स झळकत होते. प्रत्येकाच्या अंगांगातून भक्तिरस उसळ्या मारत होता. हे सगळं वरवर सहज घडतंय असं वाटत असलं, तरी प्रत्यक्षात ते तसं नव्हतं. कोणीतरी मानवी शक्तीच हे सगळं घडवीत होती. देशाच्या स्वातंत्र्यलढ्यात सापडलेला 'देशसेवक' शब्द मागे पडून त्याऐवजी 'कारसेवक' हा शब्द पुढे आला होता. देशभरातून हजारो कारसेवक आता मिळेल त्या वाहनानं 'कारसेवा' करण्यासाठी मथुरेकडे कूच करत निघाले होते. गुजरातेतील द्वारकेपासून मथुरेपर्यंतची रथयात्रा अनेक साधू-महंत ह्यांना घेऊन निघाली होती. उद्दिष्ट एकच होतं, 'मंदिर वही बनाऐंगे.' गेल्या सार्वत्रिक निवडणुकांमध्ये सत्ता गमावलेल्या राष्ट्रीय जनता पार्टी म्हणजे 'राजपा'चा तो छुपा अजेंडा होता. अनेक राष्ट्रीय नेते डोक्याला भगवे फेटे बांधून रथयात्रेत सामील होत होते. गावोगावांतील युवकांचे गट खांद्यांवर भगवे झेंडे घेऊन त्यांना सामोरे जात होते. राज्याच्या समाजकारणात इतकी वर्षं अग्रभागी असलेली 'छत्रपती सेना' आता राजकारणातही आक्रमक होत होती. ह्या सेनेमध्ये आता शहरांपेक्षा ग्रामीण युवक मोठ्या प्रमाणावर होते. राजकारणात इतकी वर्षं सत्तेचा वाटा न मिळाल्यानं ह्या ग्रामीण युवकांचा भ्रमनिरास झाला होता. त्यांना धर्माच्या नादी लावून आपल्याकडे वळविण्यात मुरब्बी राजकारणी यशस्वी झाले होते. एक मोठा आक्रमक प्रवाह त्यांनाही नियंत्रित करता करता अवघड जात होता. डिसेंबरच्या थंडीतही देशातलं वातावरण चांगलंच तापलं होतं. आसमंत पेटून उठला होता. हवेतून विखारी विचार पसरविले जात होते. स्वातंत्र्यानंतरच्या पंचेचाळीस वर्षांत प्रथमच अशी उभी फूट पडली होती.

६ डिसेंबरची टळटळीत दुपार. त्याच दिवशी देशात वेगवेगळ्या ठिकाणी वेगवेगळ्या घटना घडत होत्या. डॉ. बाबासाहेब आंबेडकर महापरिनिर्वाण दिनानिमित्त लाखो अनुयायी मुंबईला चैत्यभूमीवर बाबासाहेबांना अभिवादन करण्यासाठी जमले होते. अत्यंत शिस्तबद्धपणे रांग हळूहळू पुढे सरकत होती. सालाबादप्रमाणे राज्यातील मंत्री, मुख्यमंत्री आणि नेते अभिवादन करून चैत्यभूमीतून बाहेर पडत

होते. दक्षिणेला उत्तरेची काहीच खबरबात नव्हती. उत्तरेत मथुरेच्या वाटेवरच रथयात्रा पोलिसांनी अडविली होती. द्वारकेतून अनेक जत्थे मथुरेकडे सरकले होते. उत्तरेतल्या अनेक शहरांमध्ये संचारबंदी जाहीर केली होती. वातावरण अत्यंत तणावपूर्ण आणि स्फोटक होतं. गल्लीपासून दिल्लीपर्यंत सगळ्यांचं लक्ष मथुरेत काय घडतंय, ह्याच्याकडे लागलं होतं. गावातील चौकाचौकांमधून माणसं जमा होऊन रेडियोवर समालोचन, विशेष बातमीपत्रं ऐकत होती. त्याच क्षणाला आणखी कुठं काय काय चाललं होतं, कुणास ठाऊक?

अमर मात्र सांडोळ धरणाच्या घळभरणीच्या कामावर रोडरोलरनं दबाई व्यवस्थित होते की नाही ते पाहण्यात गुंतला होता. रोडरोलरचे दहा-बारा पास होऊनही माती नीट दाबली जात नव्हती. कुठं चुकतंय? पाणी कमी पडतंय? की रोलर ऑपरेटर रौफ कामचुकारपणा करतोय? अमर जागोजागी मातीमध्ये यंत्र खुपसून स्वत: 'प्रॉक्टर डेन्सिटी'चं मीटर वाचत होता. त्याला काय करावं, ते सूचत नव्हतं. तेवढ्यात धरणाच्या खालच्या बाजूच्या गावातून मोठा हल्लकल्लोळ झाला. एरव्ही दुपारच्या उन्हात चिडीचूप पडलेलं गाव जणू झोपेतून खडबडून जागं झालं होतं. गावातून ऐकू येणारे चित्कार नेमके कशाचे आहेत, ते कळायला मार्ग नव्हता. गावातल्या मशिदीवरचे भोंगे वाजू लागले. त्यातून 'अजान'चे प्रार्थनेचे स्वर ऐकू येत नव्हते. भयकंपित असे, उर्दूमिश्रित काहीतरी उच्चार तेवढे ऐकू येत होते. गावातून एक मोठा जमाव धरणाच्या दिशेनं चाल करत येत होता. काय होतंय, हे कळायच्या आत त्यांनी साईटवर कब्जा केला. त्यांच्या हातात भगवे झेंडे आणि डोक्यात उन्माद होता. एकानं रोलर ऑपरेटर रौफला खाली खेचलं. त्याच्या छातीवर बसून त्याला मारणं सुरू केलं. अमरच्या समोर बघता बघता हे सगळं कमालीच्या वेगानं घडत होतं. अमरलाही काही कळत नव्हतं. 'रौफ'विषयीचा स्थानिक ग्रामस्थांचा 'खौफ' असावा, असं त्याला वाटत होतं. पण ते तसं काही नव्हतं, हे लगेचच अमरच्या लक्षात आलं.

"औरंगी पाडली, आता तिथंच नंदलालाचं मंदिर उभारणार." लोक तावातावानं पुटपुटत होते.

"अभी इधर एक भी मुसलमान नहीं रहेंगा. चले जाव चले, जाव, पाकिस्तान चले जाव." अशा घोषणा जमावातून होऊ लागल्या. रौफ थोडा कामचुकार होता, पण त्याचा संबंध थेट देशद्रोहाशी जोडून त्याला मारणं आणि हाकलणं दोन्हीही अतिच होत होतं. अमर मध्ये पडला. त्यानं जमावाला साईटवरून हाकललं. रौफ खूपच घाबरला होता. त्याला अमरनं पाणी पाजलं.

तो 'माझी सुट्टी करा' म्हणू लागला. वातावरण बिघडलं होतं. दुपारच्या जेवणाच्या सुटीत रौफ जिवाच्या भीतीनं पळून गेला. त्यामुळे दुपारनंतर कामच बंद पडलं. साईटवरची मुसलमान कामगार मंडळीदेखील काम सोडून पळाली होती. अमरला त्याच्या साईटपासून हजारो मैल दूर असलेल्या उत्तरेतल्या घटनेचे पडसाद थेट त्याच्या साईटवरच्या एका खेड्यात ऐकू येत होते. अमर झालेल्या घटनेनं सुन्न झाला होता. तोच शेजारच्या असर्जन धरणाच्या पिचिंगचे काम करत असलेला सय्यद रक्तबंबाळ डोकं छापीच्या फडक्यात दाबत ओरडत आला. त्याच्याभोवती पाच-पन्नास माणसं होती. ज्या दगडांच्या टोळांनी तो पोट भरण्यासाठी पिचिंगचं काम करत होता, त्याच टोळांनी आता त्याचा कपाळमोक्ष केला होता. तो स्वत:चा जीव वाचवत अमरकडे अभय मागायला आला होता. अमरनं त्याला शांत केलं खरं, पण तोदेखील अमरला म्हणू लागला, ''साब, मुझे माफ कर दो, मेरे से आगे का काम नहीं होगा... मुझे जाने दो.'' सैय्यदला अमर थांबवू शकला नाही. अमरतरी त्याला अभय कसं आणि कोणाच्या भरवशावर देणार होता? असर्जनच्या यांत्रिकी विभागांच्या कामगारांमध्येही डोझर, डंपर ऑपरेटर मुसलमान होते. ते भीतीनं सगळे एकत्र जमले आणि डंपर घेऊन त्यांच्या घरी पळाले होते. असर्जनचं घळभरणीचं कामही बंद पडलं होतं.

मथुरेत नक्की काय घडलं होतं, हे अमरला कळलं नाही, पण ज्या कृष्णजन्मभूमीचा वाद गेली कित्येक वर्षं जिच्यामुळं खदखदत होता, ती 'औरंगी' मशिद पाडली गेली होती. रेडिओवरून आलेल्या बातम्यांमुळे कानाकोपऱ्यांत खळबळ माजली होती. अमरला नक्की काय घडलं होतं, हे जाणून घ्यायचं होतं. म्हणून तो दुपारी काम बंद पडताच, साईटवर कोणताही अनुचित प्रकार घडू नये, अशा सूचना डेप्युटी इंजिनिअरांना करून परत निघाला होता. तो काही बोलत नव्हता, तरी मोहन ड्रायव्हर गाडी जोरात चालवत होता. आकाशाचे रंग करडत चालले होते. क्षितिजावर सूर्य रेंगाळत नव्हता. बदलत्या करड्या रंगानं माखलेलं क्षितिज उदास उदास वाटत होतं. शहराच्या नाक्यावर त्याची गाडी येताच पोलिसांनी थांबवली. आतमध्ये डोकावून त्यांनी अमरकडे पाहिलं. त्यांचा सरकारी पांढऱ्या अॅम्बॅसिडर गाडीवरही विश्वास नव्हता. शहरात सर्वत्र सामसूम दिसत होती. संध्याकाळी गर्दीनं फुलून येणारी बाजारपेठ काळवंडली होती. काहीतरी अनुचित प्रकार घडून गेल्यासारखं वाटत होतं. काही ठिकाणी रस्त्यावर रबरी टायर अर्धवट जळलेल्या अवस्थेत धूर ओकत होते. काही दुकानं आणि टपऱ्यांमधून धुराचे लोट अजूनही येत होते. आग विझविण्याचा प्रयत्न करूनही अजून आतमध्ये काही काही धुमसत

होतं. रस्त्यावर भेदरलेली मोकाट कुत्री तेवढी विव्हळत फिरत होती. काहीतरी भयंकर घडून गेलंय, की अजून घडणार आहे, याचा काहीच अंदाज नव्हता. आधी दुपारी जमावबंदी आणि आता रात्रीची संचारबंदी लागू करण्यात आली असावी. पोलिसांच्या गाड्या तेवढ्या सायरन वाजवत शांततेचा भंग करत इकडून-तिकडे फिरत होत्या. त्याची गाडी गोलाईला चक्कर मारून मुख्य रस्त्यानं घराकडे निघाली, तेव्हा समोरून पोलिसांचं एक पथक बुटांचे खाडखाड आवाज करत दहशत कमी करण्याऐवजी दहशत आणखी वाढवून 'फ्लॅग मार्च' करत दूरवर गेलं.

अमर घरी पोहचताच आरती धावतच दारात आली, तिनं त्याच्यावरून भाकरतुकडा ओवाळून टाकला. त्याची दृष्ट काढली आणि मगच घरात घेतलं. त्याला ह्या सोपस्काराऐवजी मथुरेत आणि देशात काय घडलंय, हे बघण्याची घाई झाली होती. त्यानं टीव्ही लावला. समोर दुपारी घडलेल्या मथुरेतल्या त्या प्रसंगांची दृश्यं दिसू लागली. "मंदिर वही बनाऐंगे.. जय श्रीकृष्ण... एकही लाल... नंदलाल, नंदलाल" ह्या घोषणा देत औरंगी मशिदीच्या घुमटांवर भगवे ध्वज अंगाखांद्यांवर घेतलेले कारसैनिक दिसत होते. अत्यंत त्वेषानं ते त्या घुमटांवर प्रहार करत होते. घुमट पाचशे वर्षं जुनं दिसत होतं. जणू मातीचे कळाहीन ढिगारे, त्या कारसैनिकांच्या हातातल्या साध्या बांबू-काठ्यांच्या घातानं ते ढासळत होतं. प्रचंड गदारोळ आणि धुळीचा मोठा लोट. हिरोशिमा-नागासाकीवर अणुबाँब पडावा, तसे लोट आसमंतात उठून वर वर ढगात जात होते. अमरला त्याचा एक मेव्हणा छत्रपती सेनेच्या जत्थ्यातून मथुरेला गेल्याचं आरतीनं सांगितलं होतं. त्या वेळी त्यानं रागानं तिकडे दुर्लक्ष केलं होतं. पण आता मात्र त्याला त्याचं प्रेम जागृत झालं होतं. आरतीसुद्धा भीतीनं त्याला म्हणत होती, "अहो, बघा तरी नीट, सुनील दिसतो का त्या गर्दीत. फोन तरी लावा गावी." अमरला सुनीलनं केलेला अगोचरपणा आवडला नव्हता, तरी तो वारंवार सगळ्या बातम्यांमध्ये कुठं सुनील दिसतो का, बघत चरफडत होता. तिकडे आरतीचे डोळे रडून रडून सुजले होते.

ती रात्र एक अस्वस्थ विस्तीर्ण रात्र होती. अमर अंथरुणावर तळमळत होता. त्याच्या डोळ्यांसमोर दिवसभराची दृश्यं तरळत होती. रौफ कुठं गेला असेल? तो सुरक्षित असेल का? सय्यदचं रक्तबंबाळ डोकं. त्याच्या मागे धावणारी ती माणसं. ती कोण होती? त्याचे कैवारी की मारेकरी? उद्ध्वस्त झालेल्या त्या घुमटांखाली कोण होतं? अल्लाह की किशन लल्ला? की

कोणीच नव्हतं? फक्त एक रिकामा गाभारा. मग त्या रिकाम्या गर्भगारासाठी एवढा आटापिटा कशासाठी? हा नेमका कुणाच्या अस्मितेचा प्रश्न होता? हिंदूंचा की मुसलमानांचा? आणि अस्मिता म्हणजे तरी नेमकं काय असतं? वर्षानुवर्ष जोपासलेल्या श्रद्धा की अंधश्रद्धा? त्यांना कुरवाळण्यासाठी माणसांनी माणसांच्या जिवावर उठावं? एका बाजूला विजयी उन्माद, तर दुसरीकडे भयभीतांचा आक्रोश. इतकी वर्षं वाहणारी ती गंगा-जमनी तहजीब एका क्षणात नष्ट करण्याचं अघोरी कृत्य खरंच का इतिहास पुसणार आहे? इतिहास पुसला जाणार नसला, तरी त्याला एक नवं वळण लागलं होतं, हे मात्र खरं होतं. देशाला स्वातंत्र्य मिळाल्यानंतरच्या पंचेचाळीस वर्षांत देशाच्या भौगोलिक फाळणीनंतरची ही दुरुस्ती मोठी मानसिक फाळणी होती. "अल्लाह तेरो नाम, ईश्वर तेरो नाम, सबको सन्मति दे भगवान..." ऐकत ऐकत वाढलेली अमरची अख्खी एक पिढी हादरली होती. पंचेचाळीस वर्षांच्या ऐक्याच्या भावनेला एक जबरदस्त तडाखा बसला होता. देशाचं ऐक्य दुभंगलं होतं. कालपर्यंत एकाच आरशामध्ये दिसणारी माणसांची प्रतिमा आता दोन काचेच्या तुकड्यांमध्ये अलग-विलग दिसू लागली होती. हिंदू राष्ट्र काय किंवा मुस्लीम राष्ट्र काय, शेवटी राष्ट्र हे माणसांनीच तयार होतं ना! मग त्याला विसरून कसं चालेल? कोणी दिसायला हिंदू आणि मुसलमान झाला म्हणून काय झालं? दोघांच्याही धमन्यांमधून वाहणारं रक्त तर तेच आणि तसंच लाल आहे ना? मग जर रक्ताचा रंग एकच 'लाल' आहे, तर हा भेदभाव कशासाठी? देव बदलला, उपासना बदलली म्हणून? होऊ दे की एकदाचे सगळेच मुसलमान किंवा हिंदू, त्यानं काय फरक पडणार आहे. सगळेच नमाज पढतील किंवा सगळेच महाआरत्या करतील. तेवढ्यासाठी का हे सगळं चाललंय? हे धर्मकारण आहे की राजकारण? नक्की इथं कुणाला काय हवंय? उत्तरं माहीत नसलेल्या किंबहुना ज्या प्रश्नांची उत्तरंच नसतात, त्या प्रश्नांचं थैमान अमरच्या डोक्यात रात्रभर घोंघावत होतं. तो प्रत्येक विचारागणिक कूस बदलत होता. तिकडे आरती मुलांना पोटाशी कवटाळून सारखी 'सुनील, सुनील' म्हणत कूस बदलत रात्रभर तळमळत होती.

रात्रभर शहर सायरनचं शहर झालं होतं. पहाटे सायरन वाजणं थांबलं, तेव्हा कुठं अमरचा डोळा लागला. थोड्याच वेळात कुणीतरी दार ठोठावतंय असं वाटलं. बेल न वाजवता दार कोण ठोठावतंय? की रात्रभराच्या जागरणामुळे भास होतोय, अमरला कळेना. तो डोळे चोळत व्हरांड्यात आला. बघतोय तर बाहेर युसूफशेठ अंग चोरून उभा होता. अमरनं दार उघडताच तो अंग चोरून

व्हरांड्यातल्या ऑफिसच्या खुर्चीमध्ये बसला. रात्रभर झालेल्या जागरणामुळं त्याचे डोळे लाल झाले होते, सुजलेही होते. त्याचा चेहरा त्यामुळे खुनशी दिसत होता. अमरला काही सुचत नव्हतं. तेवढ्यात युसूफशेठच दबक्या अवाजात आजूबाजूला सावधपणे बघत म्हणाला, "साब, मैं अब साईट छोड के जा रहा हूँ, मैंने आप को जो बोला था, वो काम पुरा किया है, ओगी का कंक्रीट पुरा कर दिया. अब सिर्फ पिअर का कंक्रीट बाकी है..." व्हरांड्यात झोपलेला मोती कुत्रा त्याच्या आवाजानं निरर्थक गुरगुरला. अमरकडे बघून त्यानंही डोळे मिटले. रात्रभर तोदेखील सायरन वाजला, की पोलिसांच्या गाडीमागे भुंकत धावत जायचा. दमल्यामुळे त्यानं युसूफशेठकडे एकदा निरखून पाहिलं आणि तोही घोरू लागला.

"साब, इस बॅग में दस लाख रुपये है, ये पिंगळेसाब को देना. इसमें से लेबर पेमेंट करने को बोलना. मैं जब तक वापस नहीं आता, तब तक काम बंद नाही रहना चाहिए. वो हरामजादा माणिकराव मेरा हमनिवाला था. लेकिन रात को उसने गद्दारी की, उसके दो बेटे मेरे पीछे है. मै भागते-भागते मुँह छिपाते आया हूँ. अब सीधा बंबई जा रहा हूँ. खुदा हाफिज." युसूफशेठनं ती दहा लाख रुपये एवढी मोठी रक्कम असलेली बॅग तिथेच बेवारससारखी टाकली आणि तो धावत धावत गेटजवळ उभ्या असलेल्या त्याच्या अलिशान गाडीत जाऊन बसला. त्यानं मागे वळूनसुद्धा पाहिलं नाही. जणू तो अमरला म्हणत होता, 'साब, अब मैं वापस इधर मूतने को भी नहीं आऊंगा.' अमरला काय घडतंय कळायच्या आत युसूफशेठ निघूनही गेला होता. रात्रीतून सगळी गणितं बदलली होती. सांडोळ आणि असर्जनची कामं तर बेमुदत बंद पडली होती, पण ज्याची खात्री नव्हती, त्या मुसलमान कंत्राटदारानं काम चालू ठेवण्यासाठी अमरकडे पैशांची तरतूद केली होती. तेवढंच काम आता चालू राहणार होतं. तेही धर्माच्या ठेकेदारांनी चालू ठेवू दिलं तर!

एका पाठोपाठ भूकंपाचे धक्के बसावेत, तसं काल दुपारपासून एक घातचक्र सुरू होतं. कर्फ्यूमुळे सगळे व्यवहारच ठप्प झाले होते. ऑफिस बंद, काम बंद, रस्ते बंद. सगळं काही बंद-बंद आणि बंद. तेही किती काळ कोणास ठाऊक? अमर त्या चलनांच्या थैलीकडे बघत निश्चल झाला होता.

"अहो, आज जरा मुलांना शाळेत सोडणार का?" आरती म्हणाली.

जणू काल काही झालंच नाही, असं समजून ती मुलांना शाळेत पाठवण्याची तयारी करत होती. अमरला तिच्याकडे बघून आश्चर्य वाटलं. आरती किती

झटकन एखादा विषय दूर सारून नव्या प्रसंगाला सामोरं जाते, हे तो लग्न झाल्यापासून गेली दहा-बारा वर्षं बघत होता. पण कालचा प्रसंग फक्त मथुरेपर्यंतचा नव्हता. संपूर्ण देश ढवळून निघाला होता. अघोषित आणीबाणी लादलेली होती. शहरातील कर्फ्यूमुळे सगळे व्यवहार गोठून ठप्प झाले होते आणि त्याची काहीच कल्पना नसल्यासारखी ही विचारत होती, 'मुलांना शाळेत सोडणार का?' म्हणून.

"अगं, बाहेर कर्फ्यू लागलाय. कुठली शाळा घेऊन बसलीय मुलांची." अमरनं तिला भानावर आणण्यासाठी आवाज चढवला.

"मग काय आता ती मशिद पडली म्हणून सगळं जग थांबणाराय का?"

"हो, थांबलंय आणि मशिद पडली म्हणून नाही, तर पाडली गेलीय म्हणून." अमर.

"अहो, तेच ते, उगाच माझ्यावर डोळे मोठे करून ओरडू नका."

मग अमरला आपण आरतीवर उगाच राग काढतोय, असं अपराधी वाटलं. तो शांत होत विचार करू लागला. स्वातंत्र्यानंतर जन्मलेल्या त्यानं स्वातंत्र्याच्या आंदोलनाविषयी वाडवडिलांकडून फक्त ऐकलं होतं. नंतर शाळेतल्या धड्यांमधून पंडित नेहरू, महात्मा गांधी, काँग्रेस यांची 'सेक्युलर' विचारधारेची शिकवणी. सानेगुरुजींचा राष्ट्रसेवा दल. त्यांच्या शाखेमध्ये झालेले संस्कार. शाळेत असताना काही वर्षं ब्राह्मण मित्रांसोबत खेळाच्या आकर्षणापायी राष्ट्रसेवक संघाच्या शाखेत ऐकलेली डोईजड बौद्धिकं. अखंड हिंदूराष्ट्राचं स्वप्न. तिथली ती न सोसवणारी सैनिकी शिस्त. ह्या सगळ्यांना कंटाळून त्यानं त्या अजाण वयातच शाखेला रामराम ठोकला होता. मोठं झाल्यावरही खाकी हाफ पँट घालून, केसाळ पाय दाखवत फिरणं त्याला कसंतरीच वाटत होतं. त्यामुळे की काय, पण त्याची नाळ काही केल्या जुळली नाही.

अमरचं वय वाढत होतं, तसं परिस्थितीचं आकलनही वाढत होतं. राष्ट्रप्रेमही वाढत होतं. स्वातंत्र्यपूर्व काळात निर्माण झालेल्या गांधी-नेहरूंच्या आदर्शांनी त्याचा पिंड पोसला गेला होता, पण गेल्या दशकापासून सुरू झालेला समाजातला अंतर्विरोध त्याच्या नजरेतून सुटला नव्हता. एक वेगळीच जीवघेणी सामाजिक घुसळण सुरू झाली होती. ती त्याच्यातल्या देश-देव-धर्म ह्या संकल्पनांचा प्राधान्यक्रम बदलू बघत होती. त्याच्या पिढीच्या अनेकांच्या मनात हे द्वंद्व उभं करण्यात एक अदृश्य शक्ती विजयी होत होती.

अमरनं मग 'देव-धर्म' हा विचार झटकून टाकला आणि 'देश प्रथम' हा विचार करायचं ठरवलं. म्हणजे नेमकं काय करायचं? तर राष्ट्रनिर्माणाचं कार्य.

म्हणजे सध्या त्याला सोपविलेलं धरणांचं बांधकाम; हेच राष्ट्राचं निर्माण. त्यासाठी वाटेत येणाऱ्या सगळ्या अडीअडचणींवर मात करायची. मग त्या नैसर्गिक असो की मानवनिर्मित. 'आधी लगीन कोंडाण्याचं' ह्या नरवीर तानाजीच्या निष्ठेनं ही कामं पुरी करणं. गेले दहा-पंधरा दिवस ही कामं ठप्प होती. शहरात काही छोट्या-मोठ्या कुरापतींमुळे कुठं-कुठं जाळपोळ होत होती. दोन्ही बाजूंकडून एक छुपा असंतोष डोकावत होता. क्रियेला प्रतिक्रिया. मथुरेतल्या घटनेनंतर गावातील सुप्रसिद्ध 'ब्रिजवासी मिठाई'चं दुकान जाळलं गेलं होतं. ख्वाजा गल्लीतील त्या मशिदीमध्ये शस्त्रसाठा सापडल्याच्या बातम्या येत होत्या. सिद्धेश्वर मंदिरातल्या तळघरातही शस्त्रसाठा असल्याचा दावा केला गेल्या होता. जशी देवाची अस्त्रं आता शस्त्रं झाली होती, तशी मशिदीमधील ताबुतांच्या बांबूच्या काठ्यांना भाल्यांची पाती फुटली होती.

अमर ह्या सगळ्या गोष्टींकडे दुर्लक्ष करून रोज पायीच ऑफिसमध्ये जाऊन कामाचं नियोजन, फेरनियोजन करत होता. त्यानं वरिष्ठांना फोन करून गॉर्जचं काम अर्धवट असताना ह्या परिस्थितीमुळे बंद पडल्याचं सांगितलं. असंच जर काम आणखी काही दिवस बंद राहिलं, तर काम अर्धवट राहून पावसाळ्यातील पुरात तेही वाहून जाईल व मोठाच अनर्थ होईल, ही भीती तो रोजच्या रोज वरच्या अधिकाऱ्यांना बोलून दाखवत होता. आधी सुपरिटेंडिंग इंजिनिअर, चीफ इंजिनिअर यांना कळवून आता त्यानं थेट मंत्रालयात सचिवांना तार ठोकली, "सर, डॅम इन डेंजर. रिक्वायर पोलीस फोर्स टू रिस्टार्ट द वर्क." त्या तारेचा परिणाम झाला. कलेक्टर, एस.पी. ह्यांना तातडीनं पोलीस प्रोटेक्शन देण्याचं मान्य केलं. असर्जन आणि सांडोळ दोन्ही धरणांवर सशस्त्र पोलिसांच्या तुकड्या तैनात झाल्या. अमरनं स्वत:साठी पोलीस संरक्षण नाकारलं आणि साईटवर जाऊन काम सुरू केलं. त्यानं मॅकेनिकलकडे मुस्लीमऐवजी 'हिंदू' यंत्रचालकांची मागणी केली. अशी मागणी करणं त्याच्या बुद्धीला पटत नव्हतं, पण कधीकधी परिस्थितीला शरण जाऊन आपली तत्त्वं गुंडाळून ठेवावी लागतात, हे तो शिकला होता. दोन्ही धरणांच्या घळभरणीच्या कामानं परत वेग घेतला. दीड शिफ्टऐवजी आता दोन शिफ्टचं काम सुरू झालं. रात्रपाळीसाठी विजेचं कनेक्शन घेऊन व्यवस्था केली गेली. पंधरा दिवसांचा कामाचा बॅकलॉग भरून यायला लागला. धरणाची उंची फुटाफुटानं वाढू लागली, तसा अमरचा गेलेला आत्मविश्वास वाढू लागला.

पुढचे दिवस-ऋतू-मास अमरला एकच ध्यास होता, तो म्हणजे, धरणांचं बांधकाम. उगवत्या सूर्याबरोबर तो घरातून बाहेर पडे. दिवसभर धरणांवर मातीचे थर चढत. वरचेवर, एकेक फुटाचा एकेक थर. त्याच्या आशा उंचावत. माती-

मुरुमाची पसरण. त्यावर पाण्याची शिंपण. थोड्या वेळानं रोलरनं माती-मुरुमांची दबाई. परत त्यावर माती-मुरुमांचा थर. मध्येच तिरकी वाळूची गाळणी. वाळूचा दोन फुटी जाडीचा थर माती-मुरुमांच्या सांध्यावर. धरणांच्या पोटात पाझरून आलेलं पाणी ह्या वाळूच्या गाळणीमधून निचरा करून धरणाच्या बाहेर काढायची व्यवस्था, 'सँड फिल्टर्स'. एकदा का पाणी धरणाच्या पोटातून निचरा होऊन बाहेर पडलं, की मग काळ्या मातीचा गाभा, 'जलाभेद्य'. त्याच्या कठीण आणि टणक गाभ्यातून पाण्याचं टिपूसही बाहेर पडू नये. अडवलेलं सगळं पाणी साठवलं जाईल, जलाशय निर्माण होईल, मग गरजेनुसार विमोचकाचं दार उघडून पाणी कालव्यांमधून सोडलं जाईल, कालव्यांतून पुढे चारीत, चारीतून शेतचारीत. शेतचारीमधून ते काळ्याभोर मातीमध्ये खेळवलं जाईल. पाणी पिऊन काळी आई संतुष्ट होईल. मग बीज अंकुरेल. त्यातून तृण अवतरेल. पहिल्या हिरव्या तृणपात्याचा आज असे सत्कार! एका सृजनाचा सत्कार! दिवसेंदिवस शेतं बहरतील, वाऱ्यावर डुलतील. हिरव्या ओंब्यांमधून धन-धान्य डोकावू लागेल!

धरणांचं चालू असलेलं मातीकाम बघता बघता अमर अशा हिरव्या स्वप्नात रमून जाई. त्याचं सर्जनशील मन नवनिर्मितीच्या डोहाळ्यांनी मोहरून उठे. ह्या हिरव्या स्वप्नांनी त्याला तळपणाऱ्या उन्हाचं चांदणं झाल्यासारखं वाटे. रात्री उशिरा काम संपल्यावर, चंद्र उगवता उगवता तो घरचा रस्ता धरी. त्याच्यासोबत दिवसरात्र त्याचे सहकारी असत. ते सारखा त्याला 'घरी जाऊन विश्रांती घेण्याचा' आग्रह धरीत. पण दिवस-रात्रीच्या अष्टोप्रहरी आकाशात उंचावत चाललेली धरणांची भिंत बघणं, हाच त्याचा छंद आणि विरंगुळा झाला होता. कैद्यानं तुरुंगात दिवस मोजावेत, दिवस संपला की फुली मारावी ,तशी अमर कॅलेंडरची तारीख उलटली, की एकेक फुली मारी. थंडी-वारा-ऊन यांची पर्वा न करता ऋतूंचे सर्व भास-आभास अंगावर झेलत बरोबर सहा महिन्यांनी अखेर तो दिवस उजाडला, जेव्हा धरणांच्या माथ्यावर शेवटचा थर टाकला गेला. दोन्ही धरणांचा माथा एकाच वेळी गाठला गेला. अमरच्या आनंदाला पारावर उरला नाही. मध्ये एक-दोनदा वळिवाच्या पावसानं झोडपलं होतं, पण ते जणू त्या ग्रीष्माच्या वैशाख वणव्यात सुखद गारवा आणण्यासाठीच!

असर्जन आणि सांडोळ धरणांचं घळभरणीचं काम चालू असतानाच अमर जाता-जाता अंबुलगा धरणाच्या कामावर जात असे. युसूफशेठनं जाण्यापूर्वीच सांडव्याचं कॉंक्रीटचं काम पूर्ण केलं होतं. सांडव्याच्या माथ्यापर्यंत ह्या वर्षी पाणी साठणार होतं. सांडव्यावर १८ फुटी वक्रदरवाजे बसवायचं काम पावसाळ्यानंतरच

करायचं होतं. त्यासाठी सांडव्यावर २० फूट उंचीचे कॉंक्रीटचे स्तंभ उभारायचं काम चालू होतं. ह्या स्तंभामध्ये जाड-जाड लोखंडी सळ्यांबरोबरच वजनदार लोखंडी वक्रदरवाजे तोलून धरण्यासाठी मोठ्या व्यासाच्या पोलादी कांबीदेखील कॉंक्रीटमध्ये टाकण्यात येत होत्या. हे काम कुशलपणे न चुकता करायचं होतं. अमर स्वत: त्या कामावर लक्ष ठेवत होता. कारण त्यात जर चूक झाली, तर पुराच्या प्रवाहाच्या जोरानं ते अवजड लोखंडी दरवाजेसुद्धा वाहून जाण्याची भीती होती. काही धरणांवर असे प्रकार घडल्याची अमरची माहिती होती.

मातीधरणांच्या बाबतीत घळभरणीचं काम अर्धवट राहिल्यास पुरानं ते वाहून जाण्याचा जसा धोका होता, तसाच धोका हे दरवाजांचे कॉंक्रीटचं काम कच्चं राहिल्यास होणार होता. एकूण, मातीधरण काय की कॉंक्रिटचं धरण काय, जोखीम सारखीच होती. धोका पत्करून शांत डोक्यानं काम करत राहणं, हेच इंजिनिअरांची कसोटी बघणारं काम होतं आणि अमर ते तितक्याच जबाबदारीनं करत होता. मे महिन्याच्या अखेरीस त्यानं सगळे कॉंक्रीटचे स्तंभ पूर्ण उंचीपर्यंत नेऊन त्याचं ह्या वर्षीचं उद्दिष्ट गाठलं होतं. कंत्राटदार कंपनीचा मालक, सुपरवायझर कोणीच जागेवर नसताना अमरनं त्याचे सहकारी, डेप्युटी इंजिनिअर आणि ज्युनिअर इंजिनिअर्सच्या साहाय्यानं काम पुरं केलं होतं. शेवटी गुराख्यानं जरी गुरं टाकली, तरी धन्याला थोडीच गुरं टाकता येतात?

ह्या पावसाळ्यापूर्वी घळभरणीचं काम तर पूर्ण झालंच होतं, पण सांडोळ, असर्जन ह्या दोन्ही धरणांच्या अस्तरीकरणाचं म्हणजे पिचिंगचं कामही त्यानं ज्या राम गायकवाड आणि सय्यद ह्या फुटकळ ठेकेदारांवर विश्वासानं सोपवलं होतं, त्यांनी एकमेकाला आधार देत पूर्ण केलं होतं. औरंगी मशिदीच्या पतनानंतर उद्‌भवलेल्या अभूतपूर्व प्रसंगी जणू 'दलित-मुस्लीम ऐक्याचं' एक उदाहरण म्हणून त्यांनी ही कामं पूर्ण केली होती. त्यामुळे अमरच्या मनावरचा मोठा ताण हलका झाला होता. ह्या वर्षी प्रथमच तो पाऊस कधी येतो ह्याची वाट बघत होता. सगळी आणीबाणीची कामं संपवून तो धरणात पाणी साठविण्यासाठी आतुर झाला होता. ह्याच वर्षी त्याला तीनही धरणांमध्ये पाणी साठवून त्याच्या स्वत:पुरतातरी एक विक्रम करायचा होता.

नऊ

अनंत चतुर्दशीचा दिवस. तोरणा वसाहतीमधील गणेशोत्सवाचा शेवटचा दिवस. गेले दहा दिवस वसाहतीमध्ये कार्यक्रमांचा धूमधडाका होता. सांस्कृतिक केंद्रामध्ये सार्वजनिक गणपतीची स्थापना झाली होती. रोज सकाळ-संध्याकाळ मंडळी उत्साहात गणरायाची पूजाअर्चा करायची. दोन्ही वेळेस गणपतीची आरती व्हायची. गणपतीबरोबरच समस्त देवदेवतांची आरती तासभर चालायची. आरती ओवाळणाऱ्याच्या हातांना कळ लागायची, पण टाळ्यांच्या गजरात आरती व्हायची. रोज रात्री होणाऱ्या मनोरंजनाच्या कार्यक्रमांना कॉलनीतले स्त्री-पुरुष उत्साहानं हजर असायचे. अमरची मुलंदेखील आरतीला ओढत ओढत न्यायची. अमरनं मात्र गेल्या काही वर्षांतील त्याच्या अनुभवांमुळे ह्या कार्यक्रमांपासून दूर राहणंच पसंत केलं होतं. प्रकल्प वसाहतीमध्ये त्यानं लोकांच्या मनोरंजनाबरोबरच त्यांच्या प्रबोधनाविषयी केलेले प्रयोग अंगलट आल्यानं त्यानं त्यापासून दोन हात दूर राहणंच पसंत केलं होतं. खरं तर 'गणेशोत्सव' हा त्याच्या बालपणापासूनच आनंदाचं निधान होता. तो शाळेत असतानाच त्याच्या वडिलांनी त्याचा अमाप उत्साह बघून एकदा गणपतीची मूर्ती आणताना, अलगद त्याच्या हाती सोपवली

आणि 'गणपती बाप्पा मोरया' म्हटलं. त्यांनी जणू एक पिढीकडून पुढच्या पिढीकडे परंपरेचं हस्तांतरण केलं होतं. तेव्हापासून गेली तीस वर्षं तो ही परंपरेची धुरा सांभाळत होता. मात्र, ह्या वर्षी त्याचा मोठा मुलगा बारा वर्षांचा झाला होता. त्याच्यामध्येही परंपरेनं आलेला तोच उत्साह बघून त्यानं नकळतपणे ही परंपरेची धुरा त्याच्या हाती सुपुर्द केली. ह्या वर्षी गणपतीची मूर्ती आणताना त्यानं त्याच्या थोरल्या मुलाच्या डोक्यावर टोपी ठेवली. खांद्यावर जरीचं उपरणं, हातात तांब्याचं ताम्हण देऊन त्यात मुलानंच पसंत केलेली मंगलमूर्ती ठेवली. 'गणपती बाप्पा मोरया' म्हटलं, तसं ही परंपराही आपसूकच पुढच्या पिढीकडे हस्तांतरित झाली होती. अमरला हे गेल्या काही वर्षांत आलेल्या जाणिवांमुळे झालेलं परंपरेचं ओझं मुलाच्या हातात देताना दु:खच होत होतं; पण ते नेमकं कसलं आणि का होत होतं; ते कळत नव्हतं. ह्या वर्षी घरच्या गणपतीची 'श्री'च्या स्थापनेपासून आरास, पूजा-अर्चा, आरती, प्रसाद, नैवेद्य हे सगळे षोड्षोपचार आरतीसह त्याच्या मुलांनीच पार पाडले होते. वैद्य डेप्युटी इंजिनिअरांचा भटजी सोवळं नेसून स्थापनेसाठी आला होता. मोठ्या घणाघाती आवाजात तो गणपती अथर्वशीर्ष म्हणत होता. तसंच त्याच्या मुलांकडून पाठ करून घेत होता. आरतीचा ह्या मंगलमय सोहळ्यातला सहभाग हा एक आनंदाचा ठेवा होता. अमरचे बुद्धिप्रामाण्य त्याला एकीकडे ह्या रूढी-परंपरांपासून दूर लोटत होतं, तर दुसरीकडे त्याचं संस्कारित मन ह्या गोष्टींकडे धार्मिकपणे बघण्याऐवजी सांस्कृतिक दृष्टीनं बघायला लावत होतं. त्याला एकाच वेळी हे सगळं बघायला आवडत होतं. मात्र स्वत: करायला नको वाटत होतं.

''त्वं वाङ्मयस्त्वं चिन्मय: ।
त्वमानंदमयस्तं ब्रह्ममय: । त्वं सच्चिदानंदा द्वितीयोऽसि ।
त्वं प्रत्यक्षं ब्रह्मासि । त्वं ज्ञानमयो विज्ञानमयोऽसि ।''

वैद्य भटजी मोठ्यानं कर्णकर्कश आवाजात सांगत होते, 'हरि ॐ नमस्ते गणपतयेपासून वरदमूर्ते नम:'पर्यंत म्हटले, म्हणजे एक आवर्तन झालं. याप्रमाणे आपली इच्छा असेल, तितकी आवर्तनं करावी व शेवटी 'एतदथर्वशीर्षपासून शांन्ति:' पर्यंत एकदाच म्हणावे. त्यांनी तसं म्हणताच अमरसोबत सगळ्यांनीच हात जोडून 'ॐ शांन्ति: शांन्ति: शांन्ति:' म्हटलं. अमरला लहानपणी वडील रोज रात्री रामरक्षा म्हणत असल्यानं ती न वाचताच पाठ झाली होती. मात्र वडिलांनी कधी गणपती अथर्वशीर्ष म्हटलं नव्हतं, त्यामुळे त्याचं ते पाठ नव्हतं.

आता वैद्य भटजी मुलांकडून ते वदवून घेत असताना त्याचाच राहून गेलेला पाठ ते घेत आहेत गन्याला असं वाटलं. त्याला त्या स्तोत्रामधले 'त्वं ज्ञानमयो विज्ञानमयोऽसि' हे वर्णन भावलं. प्रथमच कुठल्यातरी पुराणातील स्तोत्रांमध्ये ज्ञान-विज्ञानाचा उल्लेख ऐकून त्याचे हात जोडले गेले होते.

लहानपणी गावाकडे विसर्जनाची मिरवणूक निघायची आणि गंगेवर श्रींच्या मूर्तीचं विसर्जन व्हायचं त्या वेळी तो स्वत: बुडी मारून खोल पात्रात जाऊन गणपती बाप्पाचं विसर्जन करायचा. पाण्यात खोल बुडी मारून वर येताना ताम्हणात नदीपात्रातील मूठभर वाळू घेऊनच तो वर यायचा. मूर्ती परत पाण्यावर तरंगत नाही ना याची खात्री करूनच, वडील कितीही ओरडत असले, तरी तो नंतरच काठावर यायचा. 'श्रीं'च्या स्थापनेपासून विसर्जनापर्यंत प्रत्येक क्षणाचा तो आनंद घ्यायचा. मात्र विसर्जन करून घरी परतताना तो विलक्षण खिन्न व्हायचा आणि वडिलांना विचारायचा, "दादा, गणपती आता एकदम पुढच्याच वर्षी येणार का?"

आतादेखील त्याच्या मुलानं तोच प्रश्न त्याला विचारला होता. ह्या गावाला नदी नसल्यामुळे कॉलनीच्या एका कोपऱ्यातल्या विहिरीमध्ये त्याच्या घरच्या आणि सार्वजनिक गणपतीचं ढोल-ताशांच्या गजरात मिरवणुकीनं विसर्जन झालं होतं. अमरला वाहत्या गंगेत विसर्जन करायची सवय असल्यानं त्याला हे विहिरीतलं विसर्जन मनोमन आवडलं नव्हतं. गावात रात्री उशिरापर्यंत विसर्जनाची मिरवणूक सुरू होती. ढोल-ताशांचे पडघम दूरवरून ऐकू येत होते. 'गणपती गेले गावाला... चैन पडेना आम्हाला' अशा घोषणांची अस्पष्ट गाज ऐकतच त्याला रात्री उशिरा कधी झोप लागली, कळलं नाही.

रात्रभर शहरात विसर्जनाच्या मिरवणुकीचे आवाज घुमत होते. शहरापासून इतक्या दूर असलेल्या कॉलनीपर्यंत आवाज पोहोचत होते. दिवसभराच्या थकव्यामुळं अमरला झोप अनावर झाली होती. तशातच मोती कुत्र्याचं भुंकणं सुरू झालं. एरव्ही रात्री शांतपणे पहारा देणारा मोती कोणी अंगणात येताना दिसलं, तरच भुंकत असे. मोतीनं गळा काढला, की दूरवरून पाच-दहा कुत्री भुंकत. आजचं त्यांचं भुंकणं हे नेहमीसारखं नव्हतं. ती गळा काढून रडत असल्यासारखी भुंकत होती. अमरचा शुभ-अशुभांवर विश्वास नव्हता, पण आज कुत्र्यांचं हे सामूहिक रूदन त्याला वेगळंच वाटत होतं. थोड्या वेळात अंगणातील झाडांवर पक्ष्यांचा किलकिलाट सुरू झाला. झाडांवरची पानं सळसळली. पक्षी उडाले. त्यांच्या पंखांची फडफड कितीतरी वेळ सुरू राहिली. अमरची झोप मोडली. तो तहान लागली म्हणून काहीसा तिरमिरीतच उठला. पाणी प्यायला. पहाटेचे तीन वाजले

होते. अमरला काहीसं विचित्र वाटलं. अमर त्याच्या कुंभकर्णी झोपेसाठी प्रसिद्ध होता. एकदा का बिछान्यावर अंग टाकलं, की तो क्षणात गाढ झोपत असे. मग फक्त त्याच्या घोरण्याचे आवाज तेवढे येत असत. पण आज काहीतरी बिनसलं होतं. रात्री कधीही न उठणारा अमर चक्क कुत्री आणि पक्षी आवाज करतायत म्हणून उठला होता. पाणी पिऊन त्यानं अंग टाकलं. आरती मुलांना कवटाळून एका हातानं अमरकडे चाचपडत झोपली होती.

धडाड धडाड धडाड... धड् धड् धड् धड् धड् धड् ... जमिनीच्या पोटातून रेल्वेगाडी धडधडत गेल्यासारखा प्रचंड आवाज झाला. अमरला तो आवाज झोपेत असूनही ओळखीचा वाटला. बरोबर दहा वर्षांपूर्वी पहाटे तीन वाजून तीन मिनिटांनी रातसा नगरच्या कॉलनीमध्ये असाच आवाज झाला होता. त्यानंतर भांडीकुंडी पडल्याचे आवाज. आताही तसंच झालं होतं. भांडीकुंडी फळ्यांवरून जमिनीवर आदळून काहीकाळ निनादत राहिली. हा भास आहे, की आभास, की दहा वर्षांपूर्वीचं ते दुःस्वप्न? तोच वीज गेली. फॅन बंद पडला. आरतीदेखील दचकून उठली. ती ओरडू लागली, "भूकंप... नक्कीच भूकंप... अहो, उठा लवकर, दार उघडा, बाहेर पडा. मुलांना उचला. भूकंप होतोय... भूकंप..." तोपर्यंत अमरची झोप खाडकन उडाली होती. जमिनीखालून अजूनही धडधडत काहीतरी जात होतं. जाता जाता वर उसळून आल्यासारखं वाटत होतं. त्यांची कॉट उचलल्यासारखी होत होती. तिची जणू झोळी झाली होती. सगळं घर थरथरत होतं. खिडक्यांची तावदानं थडथडत होती. दरवाजे करकरा वाजत होते. देवघरातील मंद समई तेवढी तेवत होती.

बाहेर पडायच्या मुख्य दरवाजाला तो आतून कुलूप लावून झोपत असे. त्याला धमकावणीचे फोन आल्यापासून सुरक्षेचा उपाय म्हणून तो रात्रीच्या पहारेकऱ्यांवर विसंबून राहत नसे. त्यानं समईच्या मंद उजेडात कीबोर्डवर टांगलेली चावी घेतली व अंधारात कुलूप शोधून ते उघडायचा तो प्रयत्न करू लागला, पण कुलूप काही उघडेना, तेव्हा तशा अंधारातही आरती ओरडली, "अहो, तुम्ही गाडीची चावी लावताय, कसं उघडेल कुलूप?" ती कुलपाची चावी शोधून घेऊन आली. कडेवर लहानगा असतानाच तिनं दार उघडलं. अमरनं कडेवर दोन मुलांना बजरंग बलीनं राम-लक्ष्मणांना उचलावं, तसं उचललं. तो बाहेर अंगणात आला. पाठोपाठ आरतीही धाकल्याला घेऊन आली. तोपर्यंत सगळं घर थरथरत होतं. खिडक्यांची तावदानं आपटून खळ्ळखट्याक आवाज झाले. घरात काचेचा चुरा झाला होता. तो बिनचपलेचा तसाच मध्ये जाऊ लागला, तेव्हा आरतीनं त्याला रोखलं, "आधी व्हरांड्यातली स्लीपर घाला, मगच मध्ये जा. पण मी

म्हणते, काय अडलंय मध्ये जायचं? आपण सगळे तर बाहेरच आहोत ना?''

''अगं, मेन स्वीच बंद करतोय लाईटचं. शॉर्टसर्किट होऊ नये म्हणून.''

''कसलं आलंय मेलं शॉर्टसर्किट? लाईटच गेलीय ना? राहू देत. अन् मेन स्वीच तर इथंच आहे ना व्हरांड्यात? मग मध्ये कशाला जाताय?''

आरती भांबावलेल्या अमरचं डोकं ठिकाणावर आणत होती. गेल्या खेपेला रातसा धरणाच्या भूकंपाच्या वेळी तिला तो भूकंपाचा अनुभव पहिल्यांदाच येत असल्यानं ती झोपेतच बाहेर पडली होती. अमरनं तिच्या लक्षात आणून देताच ती तीरासारखी परत घरात जाऊन बाळाला कवटाळून बाहेर पडली होती. आता मात्र ती तिच्या तिसऱ्या छोट्या बाळाला कडेवर घेऊन सावधपणे बाहेर पडली होती. आता तीच अमरला सूचना करत होती. दहा वर्षांपूर्वी अमर तिला भानावर आणून सूचना करत होता. गेल्या दहा वर्षांत ती परिपक्व झाली होती. रातसा धरणावरच्या भूकंपाच्या छायेत तिनं उणीपुरी तीन वर्षं काढली होती.

आरतीनं हात धरून अमरला मागे ओढलं. तो बनियन-पायजम्यावरच बाहेर थांबला. सगळी कॉलनी जागी झाली होती. माणसं रस्त्यावर आली होती. कुत्री अजूनही भुंकतच होती. पक्ष्यांच्या झुंडी झाडांवर बसत होत्या अन् क्षणात उडत होत्या. कुत्र्यांना धरणीकंप जाणवत होता, तर पक्ष्यांना वृक्षांच्या फांद्यांचा कंप. माणसांपेक्षा हे मुके प्राणी-पक्षी जास्त संवेदनशील असल्याचं दिसत होतं. हा नक्कीच कोयनेचा भूकंप असावा. पंचवीस वर्षांपूर्वी अनुभवलेला तितक्याच तीव्रतेचा हा रातसाचा भूकंप नसावा.

अमरनं हातातल्या घड्याळाकडे बघितलं. पहाटेचे तीन वाजून अठ्ठावन्न मिनिटं झाली होती. गेली पाच मिनिटंतरी सगळं कसं हादरत होतं. हा भूकंप आहे, हे कळायलाच काही मिनिटं लागली होती. अमरला कोयनेच्या भूकंपाचा अनुभव होताच, तसाच रातसा धरणावरच्या भूकंपाचाही, पण ह्या दोन्ही प्रसंगांना आता खूप वर्षं झाली होती. एके काळी भूकंपाच्या सतत छायेत वावरणारा तो आणि त्याचं कुटुंब आता भूकंपाला साफ विसरलं होतं. कोयनेला तो डेप्युटी इंजिनिअर म्हणून एकटाच विश्रामगृहात राहत होता. त्या वेळी त्याचं लग्न झालं नव्हतं. तो कारा होता, ब्रह्मचारी. एकटा जीव सदाशिव! तो कोयनेला ज्या दिवशी चौथ्या टप्प्याच्या कामासाठी हजर झाला, तो दिवस होता, एक मे महाराष्ट्र दिन! त्याच दिवशी त्याचं स्वागत झालं होतं, ४.३ रिश्टर स्केलच्या धक्क्यानं. त्याला तो अनुभव नवाच होता. महाराष्ट्र दिनाचं ध्वजवंदन होताच, थरथरलं. तो घाबरून पळू लागला, पण त्याच्या सहकाऱ्यांनी जागा सोडली नाही. ते उघड्यावरच असल्यानं निश्चल उभे राहिले. अमरचं भेदरलेलं रूप बघून ते हसायला लागले.

त्यांनी त्याला राष्ट्रगीताला शांत उभं राहण्याची खूण केली. तो स्तब्ध उभा राहिला. राष्ट्रगीत संपलं, तेव्हा भूकंपाची थरथर थांबली होती. त्याचे सहकारी त्याला भलतेच धीरोदात्त वाटले. ते हसत हसत त्याला म्हणाले, ''अहो, साहेब, इथं हे भूकंपाचे धक्के रोजचेच आहेत. एखादा दिवस धक्का बसला नाही, तर आम्हालाच चुकल्या चुकल्यासारखं होतं. काहीतरी गडबड आहे, असं वाटतं. वादळापूर्वीच्या शांततेसारखं. आता नक्कीच मोठा धक्का बसणार, या भीतीनं घाबरायला होतं.''

''म्हणजे आता इथं असे धक्के पाचवीला पूजल्यासारखे, रोजच खावे लागणार तर?'' अमरनं शंका विचारली.

''हो, तर काय. रोजचं मढं तिथं कोण रडं? आपण आपलं सावध राहायचं. उघड्यावर असलो, तर बिलकूल घाबरायचं नाही. घरात असलो, तर पटकन कॉटखाली किंवा टेबलखाली बसायचं.''

पहिल्याच दिवशी भूकंपापासून बचाव कसा करायचा, याचे प्राथमिक धडे अमरला दिले जात होते. ती मंडळी गेली दहा-बारा वर्षं त्या धक्क्यांमध्येच जगत होती. मोठा धक्का बसल्यानंतर गेल्या दहा-बारा वर्षांत परत एवढा मोठा धक्का बसला नव्हता आणि भविष्यात परत बसण्याची शक्यता नसल्याचं छातीठोकपणे ते सांगत. ते तर मुलं-बाळं, वृद्ध आई-वडिलांसह मोठ्या भूकंपानंतरही तिथेच राहत होते. त्यांची घरं, विश्रामगृह सगळं काही दगडविटांऐवजी पुठ्ठ्याच्या हलक्या भिंतीची होती. छतं पत्र्यांची होती. 'भूकंपाची भीती कशाला? भूकंप घेऊ उशाला..' असं म्हणत मंडळी जगत होती.

मग अमरलादेखील तिथल्या धक्क्यांची हळूहळू सवय झाली. निव्वळ छतावरील पत्र्यांच्या थरथरण्यावरून तो भूकंपाची तीव्रता सांगू लागला. त्याचा अंदाजही बरोबर निघू लागला. मोठा धक्का बसल्यानंतर त्याला धरणाच्या पोटातील गॅलरीमध्ये जाऊन धरणाची तपासणी करण्याचं काम करावं लागलं. धरणाच्या गॅलरीमध्ये जाऊन विजेरीच्या झोतांमध्ये कुठं भिंतीला सूक्ष्म भेगा पडल्यात का बघायचं, तसंच भूकंपमापक यंत्र उघडून त्याच्यात नोंदवला गेलेला भूकंपाचा आलेखाचा कागद बाहेर आणून, भूकंपाचा केंद्रबिंदू आणि तीव्रता ठरवणं, ही कामंही तो करू लागला. धरणाच्या पोटातील गॅलरीमध्ये एका निर्वात अंधाऱ्या पोकळीमध्ये गेल्यासारखं वाटे. त्या वेळी तिथं धरणाच्या पोटातील पाझराचा खळखळ आवाज तेवढा सोबतीला असे आणि एक तांत्रिक साहाय्यक. वेळ कोणतीही असायची. रात्रीची, पहाटेची किंवा दिवसाची. मात्र धरणाच्या पोटात सगळ्या वेळा सारख्याच अंधारी असायच्या. अशा वेळी मोठा धक्का बसला

आणि धरण फुटलंच, तर आपलं काय होणार, ह्या भीतीनं त्याच्या पोटात मोठाच गोळा उठायचा. श्वास गुदमरायचा. केव्हा एकदा त्या अंधाऱ्या गॅलरीमधून बाहेर पडून बाहेर जमिनीवर उजेडात येतो, असं व्हायचं. त्या वेळी अमरला आगा-पिछा काही नव्हता. ना घरी आई-वडील ना बायको मुलं. काही बरं-वाईट झालंच, तर ते फक्त आपलं एकट्याचं होईल. कारण आपल्यावर अवलंबून कोणी नाही, हा विचार त्याला आधार देई.

'रातसा' धरणावर असताना मात्र गोष्ट एकदम निराळी होती. नुकतंच लग्न होऊन एक वर्षाचं एक मूल घेऊन तो आरतीसह इथे आला होता. राजाराणीचा नवा संसार थाटलेला. उद्याची उज्ज्वल स्वप्नं बघायचा तो काळ. कोयनेच्या भूकंपाच्या भीतीच्या छायेतून तो सहीसलामत सुटून इथे आला होता, पण इथे हजर होताच काही दिवसांतच भाद्रपदातील गणेशोत्सवातच इथेही भूकंप झाला आणि तो हादरला. कोयनेच्या भूकंपाचा अनुभव असलेला एकमेव अभियंता म्हणून इथेही त्याच्यावर परत तीच जबाबदारी सोपविण्यात आली होती, धरणाची सुरक्षा पाहणी. रात्री-बेरात्री भूकंपाचा धक्का बसला, की स्वत: जीप काढून एखाद्या ज्युनियर इंजिनिअरला बरोबर घेऊन खाली धरणावर जायचं. तिथं धरणाच्या पोटातील गॅलरीमध्ये जाऊन धरणाच्या भिंती तपासायच्या, कुठं काही संशयास्पद हालचाल घडली का बघायची. रजिस्टरमध्ये ते स्थान नोंदवायचं. निरीक्षण नोंदवायचं. कधी-कधी तर इतका गोंधळ उडायचा, की सापडलेली सूक्ष्म भेग ही आताच्या धक्क्यामुळे आहे, की आधीची तेच कळायचं नाही, तरी ती नोंदवायची. 'इट इज बेटर टू ओव्हरअॅक्ट इन केस सेफ्टी' हे त्याचं मत असायचं.

ट्रिंग, ट्रिंग... ट्रिंग, ट्रिंग... ट्रिंग ट्रिंग... घरातल्या फोनची रिंग वाजत होती. पण आरती काही अमरला फोन घेण्यासाठी घरामध्ये जाऊ देत नव्हती. काहीतरी महत्त्वाचा फोन असेल असं समजून अमर तिला झिडकारून मध्ये गेला. त्यानं फोन घेतला. समोरून आवाज आला, "हॅलो, मी कलेक्टर प्रवीणकुमार बोलतोय... तुम्ही फोन का घेत नाही? झोपलात की काय? अहो, केवढा मोठा भूकंप झाला आहे? तुमच्या तोरणा धरणाच्या खाली तिल्लारी गावात..."

"सॉरी, सर, भूकंपामुळे आम्ही घराच्या बाहेरच थांबलोय, एक तास झालाय."

"अहो, अमरसिंह, असं बोलून कसं चालेल? तुम्ही एक काम करा. तुम्ही लगेच तिल्लारीला जा. तिथून तोरणा डॅमवर जा. मला रिपोर्ट करा. इमिजिएट! मला सीएमसाहेबांचा फोन येतोय. तिल्लारीचे तहसीलदार आणि पीएसआयनं

कळवलं आहे, तिल्लारी साफ झालंय. बट आय वॉंट युवर टेक्निकल रिपोर्ट...''

कलेक्टर प्रवीणकुमार कुत्रं मागं लागल्यासारखं बोलत होते. एरव्ही एकेक वाक्य संथ आणि शांतपणे उच्चारत, शेवटी ''समजला का?'' असं विचारणारे प्रवीणकुमार घाईघाईनं आणि धाडधाड बोलत होते. ''ओके, सर. आय विल व्हिजिट अँड रिपोर्ट यू इमिजिएटली.'' अमरनं फोन ठेवला. इतका महत्त्वाचा फोन मघापासून खणखणत होता, पण भीतीपोटी आरती त्याला घरात जाऊ देत नव्हती. त्याला आरतीचीच चीड आली. त्यानं मध्ये जाऊन कपडे घातले आणि तो क्षणात बाहेर आला. त्यानं वॉचमनकडून मोहन ड्रायव्हरला 'असेल तसा ये' असा निरोप धाडला. त्याच्या बंगल्यासमोर कॉलनीमधील माणसं उघडी-वाघडीच जमा झाली होती. बंगल्याबाहेर आरती मुलांना घेऊन बसली होती. हळूहळू उजाडत होतं. रात्रीचा अंधार जाऊन बंगल्यावर उजेड पडला होता. त्यानं समोर पाहिलं अन् त्याच्या काळजात चर्रर झालं. बंगल्याच्या खिडकीच्या वर लिंटेल लेव्हलला आडवी भेग पडली होती. तिनं बंगल्याच्या चारी बाजूंना वेढलं होतं. गेल्याच वर्षी बंगल्याचं बांधकाम झालं होतं. त्याच्याच देखरेखीखाली. तो वेळ मिळेल, त्या वेळी बांधकामावर येऊन पाण्याचा पाईप स्वतः हातात घेऊन 'क्युरिंग' करायचा. स्लॅबचं कॉंक्रीट चालू असताना स्वतः थांबून त्यानं ते केलं होतं. स्लॅबमध्ये अंथरलेला पोलादाचा प्रत्येक गज त्यानं तपासला होता. डोळ्यांत तेल घालून केलेल्या पाहणीमुळे आणि मुख्य म्हणजे बंगल्याचं बांधकाम 'लोड बिअरिंग'चं नव्हतं, तर आर. सी. सी.चं फ्रेमवर्क होतं, त्यामुळे एवढ्या मोठ्या धक्क्याला त्यानं तोंड दिलं होतं. खिडकीवरील त्या भेगेशिवाय कुठं काही झालं नव्हतं. त्यानं आरतीला आणि मुलांना बाहेरच्या पत्र्यांच्या गॅरेजमध्येच राहायला सांगितलं आणि तो निघाला.

अमर तिल्लारीच्या दिशेनं निघाला, त्या वेळी सकाळचे सहा वाजले होते. रस्त्यावर नेहमीसारखी तुरळक वाहनं होती. पूर्वेकडून तांबडं फुटलं होतं. रस्त्याच्या कडेला सूर्यफुलाची पिकं वाऱ्यानं डोलत होती. सूर्यफुलं पूर्वेकडं, सूर्याच्या दिशेनं मान वळवून बघत होती. मंद मंद वारा वाहत होता. त्याच रस्त्यानं पुढं चाळीस-पन्नास किलोमीटर अंतरावर भूकंपानं एवढा विध्वंस केला असेल, असं खरं वाटत नव्हतं. कलेक्टरांच्या सांगण्यात किंवा आपल्या ऐकण्याततरी काही चूक झाली नाही ना, अशी शंका अमरला येत होती. मात्र दररोज तिल्लारीवरून शहराच्या दिशेनं वाहणाऱ्या भाजीपाल्यांचे मिनीट्रक, प्रवाशांचे टेंपोट्रॅक्स अजिबात येताना दिसत नव्हते. रोज सकाळी येणारे दुधाचे टँकर, वडाप, विद्यार्थ्यांच्या गाड्या काहीकाही येताना दिसत नव्हते. त्यामुळे रस्त्यावरही एक विचित्र शांतता

पसरली होती. तिल्लारी नाका ओलांडून गावात येताच मात्र त्याला तिथल्या स्मशान शांततेचं कारण कळलं. गावात जागोजागी धुळीचे लोट दिसत होते. मातीच्या घरांचे ढिगारे झाले होते. गल्लोगल्ली मलबा पडलेला. त्यामुळे गाडीनं जाता येईना. तो गाडी एका चौकात सोडून पायी निघाला. घरांच्या ढिगाऱ्यातून काही माणसं धुळीनं माखलेल्या कपड्यांनिशी बाहेर पडत होती. ढिगाऱ्यांमधून "अवो, आमाला वाचवा, आमी जितं हाव." म्हणत माणसं ओरडत होती. ढिगाऱ्यातून बाहेर पडलेली माणसं त्यांना फटीमधून ओढत बाहेर काढत होती. वाचून बाहेर आलेल्या माणसांपेक्षा मलब्यात अडकलेली माणसं जास्त होती. गल्लोगल्ली हेच चित्र. मोठमोठे वाडे जमीनदोस्त झालेले. सगळीकडून जखमी माणसांचे कण्हण्याचे आवाज, तर काहींचे आक्रोश ऐकू येत होते. अमर एकटा काय करणार? बापरे! सगळं दृश्य सुन्न करणारं होतं. जगली-वाचलेली माणसं सैरभैर होऊन वाट मिळेल, त्या दिशेनं धावत होती.

गेल्या श्रावणात नीळकंठेश्वराच्या जत्रेसाठी तो प्रथमच इथे आला होता. त्या वेळी त्यानं त्या मंदिराचं स्थापत्त्य बघितलं होतं. हेमाडपंथी देवालय. चिरा आणि चिरा सुबकपणे घडवून एकमेकांत सांधेमोड करून अडकवलेला. कुठंही चुना-सिमेंटचा वापर नाही. दोन चिऱ्यांमध्ये केसाइतकंही अंतर नाही. जत्रेच्या गर्दीत त्याला मंदिरात नीळकंठेश्वराचे दर्शन घेऊन घाईनं बाहेर पडावं लागलं होतं. पण त्या पुरातन देवालयाचं स्थापत्त्य त्याला परत निवांत येऊन बघायला आकर्षित करत होतं. त्यानं उत्सुकतेनं देवडीतून अंगणात प्रवेश केला. त्याच्या सभागृहाचे खांब कलले होते. मंदिराच्या कळसाच्या एका कोपऱ्याचे दगड निखळून त्याचा तोल गेला होता. पुढं जाणं धोक्याचं होतं. त्यानं बाहेरूनच मंद समईच्या प्रकाशात नीळकंठेश्वराचं दर्शन घेतलं. आत काळोख्या गाभाऱ्यात कोणीही नव्हतं. रोज माणसांच्या गर्दीत हरवलेला देवही माणसांविना दीनवाणा दिसत होता. नीळकंठेश्वर तिल्लारीचं ग्रामदैवत, ग्रामस्थांची संकटात काही मदत करू शकत नव्हतं. अष्टोप्रहर ज्या देवतेचं जागरण होत असायचं, तो देव आज जागा असूनही लोकांचं रक्षण करू शकला नव्हता. अमरनं प्रथमच देवालाही हतबल झाल्याचं पाहिलं.

अमरला कलेक्टर प्रवीणकुमारांची आज्ञा आठवली. तो परत फिरून गावाच्या बाहेर असलेल्या तिल्लारी पाटबंधारे वसाहतीमध्ये आला. दोन-चार वर्षांपूर्वीच बांधलेल्या तात्पुरत्या प्रकल्प वसाहतीच्या एकमजली बैठ्या घरांची मोडतोड झाली होती. भिंतींचे कोपरे निखळून सिमेंट पत्र्यांची छतं खाली कोसळली होती, तर काही लोंबकळत होती. कोणत्याही क्षणी तीही कोसळतील, अशा धोकादायक

अवस्थेत होती. मोठ्या प्रमाणावर पडझड होऊनही कोणी दगावलं नव्हतं. मात्र डोक्याला, कंबरेला, दगडविटा आणि लाकडी तुळ्यांचा मार लागून माणसं दु:खावेगानं कण्हत होती. त्यांना तिल्लारीच्या प्राथमिक आरोग्यकेंद्रात उपचारासाठी हलविण्यात येत होतं. त्या वसाहतीतील सगळेच कर्मचारी बाहेरगावचे रहिवासी. काही तर राज्याच्या वेगवेगळ्या जिल्ह्यांतून बदलीवर आलेले. मिळेल त्या वाहनानं ते वसाहतीमधून बाहेर पडत होते. धरणाच्या बांधकामासाठी उभे असलेले डंपर्स, ट्रॅक्स, टँकरमधून जवळचं किडूकमिडूक सामान घेऊन जिल्ह्याकडे निघाले होते. सर्वत्र हाहाकार माजला होता. वसाहतीची पाण्याची टाकी कोसळली होती. वसाहतीच्या रस्त्यांवर पाणीच पाणी वाहत होतं. थोड्याच वेळात तिथे प्यायला पाणीदेखील राहिलं नव्हतं. कोणी कुणाचं ऐकण्याच्या मन:स्थितीत नव्हतं. शे-दोनशे लोकांची ती वसाहत काही मिनिटांतच ओस पडली होती. तेवढ्यात अमरकडे एक ओळखीचा चौकीदार आणि त्याची बायको धावत आली. तो अमरच्या गावाकडचा निंबा चौकीदार होता. अमरला बघताच तो अमरचं अन् त्याचं पद विसरून अमरच्या गळ्यात पडून रडू लागला. भूकंपाच्या धक्क्यापेक्षा त्याला बसलेला मानसिक धक्का मोठा असल्याचं दिसत होतं. तो रडत रडत काय सांगत होता, ते कळत नव्हतं. त्याचं असंबद्ध बरळणं चालू होतं, ''साहेब, तुम्ही देवासारखे आलात. आम्हाला वाचवा. आम्हाला आमच्या गावी पाठवा. मी आई-बापाला एकलाच हाये. माझ्यावर दया करा.'' अमरनं त्याला शांत केलं आणि जीपमधून त्याच्या बंगल्यावर त्यांना घेऊन जाण्यासाठी एका ड्रायव्हरला सांगितलं. त्याच्यासोबत दहा-बारा माणसं त्या जीपच्या टपावर चढून शहराकडे रवाना झाली.

अमर चेकपोस्टच्या चौकीत गेला. तिथं फोनचा रिसिव्हर टेबलवरून खाली लोंबकळत होता. समोरून कोणीतरी 'हॅलो, हॅलो' करून ओरडत होतं. अमरनं फोन घेतला. त्यानं 'हॅलो' म्हणताच समोरच्या व्यक्तीच्या जिवात जीव आल्यासारखं वाटलं.

''मी अमरसिंह चौहान, एक्झिक्युटिव्ह इंजिनिअर बोलतोय...'' अमरनं त्याची ओळख सांगताच समोरच्या व्यक्तीनं आदरानं सलाम ठोकला व म्हणाला,

''साहेब, मी बिराजदार, शाखा अभियंता बोलतोय. तोरणा धरणाच्या रेस्ट हाऊसवरून. इकडे रेस्ट हाऊस आणि धरण सुरक्षित आहे. कुठं कुठं भेगाळल्यासारखं दिसतंय. कोणीतरी सीनिअरनी येऊन तपासावं, असं वाटतं. आपण तिल्लारीमध्ये आलाय, तर तसंच पुढं धरणावर लवकर यावं. इकडे आम्ही फार घाबरलोय, सर. लवकर या.''

अमरनं फोन ठेवला. तोपर्यंत सगळी तिल्लारी कॉलनी रिकामी झाली होती. तिथं असलेल्या चौकीदारांना सुरक्षेच्या सूचना देऊन तो धरणाकडे निघाला. अर्ध्या तासात धरणावर पोहोचला, तेव्हा बिराजदार शाखा अभियंता येरझारा मारत त्याची वाटच बघत होता. त्याला घेऊन वेळ न दवडता तो तडक धरणावर गेला.

तोरणा धरण मातीचं होतं. एक किलोमीटर लांब आणि तीस मीटर उंच. म्हणजे 'आयकोल्ड' ह्या आंतरराष्ट्रीय धरणाच्या मानकानुसार, मोठ्या धरणाच्या व्याख्येनुसार मोठं धरण. तो त्या धरणाचा प्रमुख नव्हता, पण कामानिमित्त पोरेसाहेबांसोबत दोन-चारदा येऊन त्यानं हे धरण बघितलं होतं. पोरेसाहेबांसारख्या कर्तव्यदक्ष आणि उच्च तांत्रिक क्षमता असलेल्या कार्यकारी अभियंत्यानं डोळ्यांत तेल घालून हे धरण बांधलं होतं. ह्याच वर्षी ह्या धरणाचं काम पूर्ण झालं हातं. मोठमोठे लोखंडी वक्र दरवाजेदेखील उभारले गेले होते. धरणात पाण्याचा साठा अल्प होता. तोरणाच्या पाणलोट क्षेत्रात ह्या वर्षी पुरेसा पाऊस झाला नव्हता. अजूनही पावसाळ्याचा एक महिना बाकी होता. शिवाय मान्सूनोत्तर प्रवाह सुरू झाले नव्हते. त्यामुळे ऑक्टोबर अखेरपर्यंत पूर्ण साठा होणार होता. या रब्बी हंगामात पहिल्यांदाच सिंचन करायचा खात्याचा विचार होता. अमरनं पायी फिरून धरणमाथ्यावरून तपासणी केली. एक-दोन ठिकाणी धरणाचा माथा वर उचलल्यासारखा फुगवटा होता. बाकी कुठंही भेगा पडल्या नव्हत्या, की पिचिंग विस्कळीत झालं नव्हतं. वक्र दरवाजे जागेवर होते. त्यानं त्याचं परिचालन करून ते ठीक असल्याची खात्री केली. एवढ्या मोठ्या धक्क्यानंतरही धरण सुरक्षित होतं. पोरेसाहेबांच्या कामाच्या गुणवत्तेची चाचणी झाली होती. त्यानं विश्रामगृहाच्या फोनवरून कलेक्टर, सुपरिटेंडिंग इंजिनिअर, चीफ इंजिनिअरपासून मंत्रालयात थेट सचिवांपर्यंत सगळ्यांना कळवलं, ''तोरणा डॅम इज सेफ. नथिंग ॲबनॉर्मली डिटेक्टेड.'' त्याच्या ह्या एका संदेशामुळे तोरणा धरण आरोपातून दोषमुक्त झालं होतं. कारण तोपर्यंत सर्वत्र अफवा पसरली होती की, भूकंपामुळे धरणाला तडे गेलेत, इथपासून ते धरण फुटल्याची खोटी बातमी वणव्यासारखी पसरत चालली होती. मात्र भूकंपाचा केंद्रबिंदू तिल्लारी गावाच्या आसपास असल्यानं तिथं मोठ्या प्रमाणावर जीवित आणि वित्तहानी झाल्याचं अमरनं प्रत्यक्ष बघून कळवलं होतं. काही तासांतच तिल्लारी गावाकडे सगळ्यांचं लक्ष केंद्रित झालं आणि माणसांचे लोंढे तिल्लारीकडे वाहू लागले होते.

अमरसोबत भद्राप्पा असल्यामुळे त्याला ह्या भागातील गावं आणि रस्ते शोधणं सोपं जात होतं. धरणावरून ते दोघं तिल्लारीकडे जायला निघाले, तेव्हा

एक छोटं विमान त्यांच्या डोक्यावरून घिरट्या घालून तिल्लारीच्या दिशेनं गेलं. सहसा ह्या भागात मंत्री, मुख्यमंत्री किंवा असं कोणी अतिमहत्त्वाचं येणार असलं, तरच विमान उडताना दिसतं. बाकी शासकीय दौऱ्यावर इतर वेळी तर मंत्री रेल्वेनंच येणं पसंत करतात. पण आजची वेळ आणीबाणीची होती. या बाराआसनी छोट्या विमानात नक्कीच मुख्यमंत्री असणार, असं त्याला वाटलं. त्याचा अंदाज खराच ठरला. सकाळचे साडेनऊ वाजत असतानाच मुख्यमंत्री, पालकमंत्री, मुख्यमंत्र्यांचे सचिव आणि मंत्रालयातील काही सचिव मंडळी तिल्लारीच्या पोलीस परेड ग्राऊंडवर त्या छोट्या विमानातून उतरले, तेव्हा कलेक्टर, एस.पी. तिथे हजर होते. अमरही तिथे पोहोचला. कलेक्टरनं मुख्यमंत्र्यांना ब्रिफिंग करण्यापूर्वी त्यानं थोडक्यात 'धरण सुरक्षित असल्याचं' कलेक्टरांना सांगितलं. ते ऐकून त्यांनी सुस्कारा टाकला आणि 'धरणाच्या खालच्या गावांमध्ये काय परिस्थिती आहे ते स्वत: जाऊन बघा आणि धरण फुटल्याची अफवा खोटी आहे, ती पसरू देऊ नका,' अशा सूचना द्यायला ते विसरले नाहीत.

विमानातून येतानाच ह्या आपत्तीला तोंड कसं द्यायचं, याचं नियोजन मुख्यमंत्र्यांनी केलं होतं. शेजारच्या जिल्ह्यातही अशीच मोठी हानी झाल्याचं त्या जिल्ह्याचे कलेक्टर सांगत होते. त्यामुळे विमानातून उतरल्याबरोबर त्यांनी शेजारच्या जिल्ह्याचे पालकमंत्री आणि पाटबंधारे मंत्री यांना तिकडे जाण्याच्या सूचना केल्या. ते घाईघाईनं तिकडे जायला निघाले, तेव्हा अमरनं पुढे जाऊन त्यांना तोरणा धरण सुरक्षित असून स्वत: पाहणी करून आल्याचं सांगितलं. त्यामुळं त्यांच्या चेहऱ्यावर आलेला ताण काहीसा सैल झाला.

मुख्यमंत्री तिल्लारी गावातील परिस्थितीची पाहणी करत हिंडत होते. त्यांनी कलेक्टरपासून पोलीस खात्यापर्यंत सगळ्यांना 'प्रोटोकॉल पाळू नका, तुम्ही आपापली कामं करा' असं सांगितलं. ते सगळे दाही दिशांनी विखुरले. अमर आणि भद्राप्पा तेवढे त्यांच्यासोबत पाठीमागून तिल्लारीमधल्या उद्ध्वस्त गल्ल्यांमधून फिरत होते. मुख्यमंत्र्यांना सकाळी मुंबईत फोनवरून मिळालेल्या माहितीपेक्षा चित्र जास्त विदारक असल्याचं त्यांच्या काळवंडलेल्या चेहऱ्यावरून अमरनं ओळखलं. ते गावामधला जखमी लोकांचा विव्हळण्याचा आवाज ऐकत होते, तर ढिगाऱ्यातून कुणाचा मृतदेह बाहेर पडताच होणारा आक्रोश ऐकत होते. ते स्वत: पुढं होऊन त्या मृतांच्या नातेवाइकांच्या खांद्यावर हात ठेवून धीर देत होते. नातेवाइकांचा स्वत: मुख्यमंत्री आपल्याला धीर देत आहेत, ह्या गोष्टीवर विश्वासच बसत नव्हता. त्यांनाच काय, खुद्द अमरलासुद्धा आपण जे बघतोय, ते खरं वाटत नव्हतं. मुख्यमंत्री त्यांच्या डोळ्यांतले अश्रू लपवण्याचा प्रयत्न करत होते. तेदेखील

त्या क्षणाला कोणी मुख्यमंत्री नव्हते, तर त्या मृतांचे नातेवाईकच झाले होते. अमरनं आतापर्यंत इतके जमिनीवर पाय ठेवून चालणारा, लोकांच्या दु:खात माणूस होऊन विरघळणारा राजकीय नेता बघितला नव्हता. एवढा परिपक्व, मुत्सद्दी राजकारणी, राज्याचा नव्हे, तर देशाचा संरक्षणमंत्री राहिलेला माणूस इतका संवेदनशील कसा असू शकतो, असा प्रश्न त्याला पडला होता. बरं, इथं प्रसिद्धीमाध्यमे पोहोचली नव्हती, ना वार्ताहर, ना प्रेस फोटोग्राफर, ना कार्यकर्त्यांचे पांढरे बगळे, ना पॅराफेर्निया. हे काही प्रसिद्धीसाठी राजकारणी लोक ढाळतात, तसे मगरीचे अश्रू नव्हते. हे एका जाणत्या राजाच्या संवेदनशील मनाचे अश्रू होते. अमर ते दृश्य बघून गलबलून गेला. मुख्यमंत्री नीळकंठेश्वर मंदिराच्या पायरीवर टेकले. त्यांनी मंदिराच्या कळसाकडे बघून हात जोडले. स्वत:शीच काही पुटपुटले. कोणाला दिसू नये, अशा पद्धतीनं पांढऱ्यास्वच्छ रुमालानं डोळे पुसले. ते उठले, तेव्हा त्यांची पँट धुळीनं माखली होती. कपड्यांवर धुळीचा थर होता. नेहमी कडक इस्त्रीच्या पांढऱ्याशुभ्र पोशाखात हसतमुख दिसणारे प्रसन्न मुख्यमंत्री आता मुख्यमंत्री दिसत नव्हते. तेही भूकंपाच्या आपत्तीत सापडलेल्या इतर गावकऱ्यांसारखे दिसू लागले. एवढ्यात वायरलेस पोलीस व्हॅन गर्दीतून त्यांना शोधत आली. ते गाडीत बसले. भूकंपाच्या नरसंहाराचा अंदाज त्यांना आला होता. त्यांनी थेट तिथेच लष्कराची मदत घेण्याचा निर्णय घेतला. अहमदनगर, सिंकदराबाद, दिल्ली येथील अधिकाऱ्यांशी त्यांनी तातडीनं संपर्क साधला.

अमर धरण फुटल्याची अफवा असल्याचं सांगण्यासाठी निघाला, तेव्हा दुपारचे बारा वाजले होते. आसपासच्या वीस-बावीस गावांत त्या वेळी कोलाहल माजला होता. पडझड झालेली घरं, जखमी नातेवाईक या सगळ्यांना सोडून, सगळं काही मागे टाकून गावकरी पळत सुटले होते. नदीकाठची सगळी गावं नदीपासून दूर उंचावर जीव मुठीत धरून पळत होती. साखर कारखान्यांची जागा उंच माळरानावर असल्यानं ती सुरक्षित राहील, असा अंदाज घेऊन त्याही परिस्थितीत मेलेल्या नातेवाइकांचा शोक आवरून उरलेल्या कच्च्या-बच्च्यांसह आपापल्या गावापासून दूर निघाली होती. भूकंप आणि प्रलय आल्याची प्रचंड भीती वाटल्यामुळे त्यांची सारासार विचार करण्याची शक्तीच नष्ट झाली होती. अमर जागोजागी आपली गाडी थांबवून त्यांना ओरडून ओरडून सांगत होता, ‘‘धरण फुटल्याची अफवा आहे आणि धरणात अजून तेवढं पाणीही साठलेलं नाही.’’ पण कुणी ऐकण्यांच्या मन:स्थितीत नव्हतं. किंबहुना ऐकूनही ते त्यावर विश्वास ठेवत नव्हते. खुद्द पाटबंधारे खात्याचा जबाबदार अधिकारी ओरडून ओरडून हे सांगत असूनही त्यांना त्यांचा जीव प्यारा होता.

धरण फुटलं नसल्याचं लोकांना सांगण्यासाठी झालेल्या प्रवासात अमरला वीस-पंचवीस गावांना भूकंपाचा तडाखा बसल्याचं दिसलं. वाटेत त्याला महसूल विभागाचे अधिकारीही भेटले. ते दोघं लोकांना धरण फुटल्याची अफवा खोटी असल्याचं सांगत होते. पण खुद्द पाटबंधारे खात्याच्या अधिकाऱ्यांवर त्यांचा विश्वास नव्हता, तर विश्वासार्हतेबद्दल अगोदरच बदनाम झालेल्या महसूल खात्यावर त्यांनी का विश्वास ठेवावा? मात्र अमरला महसूल खात्याच्या अधिकाऱ्यांकडून गावोगावी झालेलं नुकसान आणि मृतांचा आकडा समजत होता. सकाळी मुख्यमंत्र्यांना तिल्लारीमध्ये पाच हजारांचा आकडा सांगितला होता. तो आता तासा-तासाला फुगत चालला होता. मदत करायला माणसं कमी पडत होती. दगडाखालून आणि माळवदाच्या मातीच्या ढिगाऱ्यांतून अडकलेल्या माणसांना, मुलांना काढणंही कठीण जात होतं.

गांजरखेडा, मंगरूळ, तळणी, गुबाळ, येळवट, हसलगण, सास्तूर या गावांना भेट देत अमर चालला होता खरा, पण ही सगळी गावंच्या गावं साफ झाली होती. सर्वत्र मृत्यूचं तांडव बघून तो सुन्न झाला होता. दुपारपर्यंत मृतांचा आकडा दहा हजारांच्या वर गेला होता. बचतकामासाठी माणसं कमी पडत होती. जिल्ह्याच्या गावातून, तालुक्याच्या गावामधून भूकंपामुळे सगळ्यात जास्त नुकसान झालेली तोरणाकाठची गावं आणि तिल्लारी हा केंद्रबिंदू आहे हे समजताच मिळेल त्या वाहनांनी विद्यार्थी, कार्यकर्ते भूकंपग्रस्त गावाकडे निघाले होते. काही जण आपापल्या गावाकडील नातेवाइकांच्या शोधात निघाले होते. शाळा-कॉलेजचे विद्यार्थी, प्राध्यापक, व्यापारी, डॉक्टर, इंजिनिअर कुणीही अपवाद नव्हते. सगळे भूकंपग्रस्त गावांच्या चुंबकीय आकर्षणानं ओढले गेले होते. कुणीही कुणाच्याही वाहनात बळजबरीनं बसून येत होते. ट्रक, डंपर्स, एस.टी.च्या बसगाड्या भरभरून माणसं तिल्लारीच्या दिशेनं धावत होती. ह्या सुनसान रस्त्यावर प्रथमच वाहनं एवढ्या मोठ्या संख्येनं धावताना दिसत होती. मुंबई-पुण्यासारख्या शहरांतील गजबजलेल्या रस्त्यांपेक्षा इथे तुफान गर्दी झाली होती. वाहनांच्या रांगा लांबच लांब लागल्या होत्या. वाहनांच्या इंजिनांच्या आणि भोंग्यांच्या आवाजानं काही ऐकू येत नव्हतं. अवघी दहा-बारा हजार लोकसंख्या असलेल्या गावात दुपारी बारा वाजेपर्यंत लाखापेक्षा जास्त लोक भूकंप पाहायला जमा झाले होते. बचतकार्यापेक्षा ह्या बघ्यांच्या गर्दीला आटोक्यात आणणं, हेच मोठं अवघड काम झालं होतं. शहरातून मदतीसाठी येणाऱ्या दूध-पाणी ह्यांसारख्या अत्यावश्यक गाड्यादेखील गर्दीतच अडकून पडल्या होत्या.

संध्याकाळी चार वाजता सिकंदराबादची लष्करी पथकं तिल्लारीमध्ये पोहोचली.

त्यांनी सगळ्याच भूकंपग्रस्त परिसराचा ताबा घेतला. पोलिसांना न जुमानणारी बघ्यांची गर्दी त्यांनी हटविली. ह्या लष्करी तुकड्यांनी येताना बचावकार्यासाठी लागणारी सगळी अवजारं सोबत आणली होती. टिकाव, फावडी, खोरी, काठ्या, पाट्या, छोट्या हातगाड्या. कमांडंटच्या सूचनेनुसार गावागावांमधून मातीच्या ढिगाऱ्यांतील लोकांना वाचविण्याच्या कामाला प्राधान्य दिलं गेलं. लष्कराचे काही जवान ढिगाऱ्यांतून मृतदेह मोठ्या कौशल्यानं उपसून काढत होते. टिकाव-फावड्यांचा उपयोग करताना ढिगाऱ्यांखाली सगळीच माणसं जिवंत आहेत, असे समजूनच ते काम करत होते. लष्कराच्या सोबत काही महसूल खात्यातील कारकून मंडळी नोंदी करण्यासाठी दिली होती. ती मृत व्यक्तींचा पंचनामा करत होती. नाव, गाव, पत्ता टिपून त्या व्यक्तीची जन्मखूण, ओळखीची खूण नोंदवत होती. ज्या मृत व्यक्तीच्या अंगावर दाग-दागिने होते, त्याची नोंद करून ते त्या रजिस्टरवर लष्करी अधिकाऱ्यांची सही घेत होते. लष्करी अधिकाऱ्यांच्या दृष्टीनं जिवंत सापडलेल्या व्यक्तींना लवकरात लवकर उपचारासाठी दवाखान्यात पाठवणं तातडीचं काम होतं, तर मृत व्यक्ती, त्यांचे दाग-दागिने ह्यांच्या नोंदींना महसूल खात्याचे कर्मचारी महत्त्व देत होते. ते जिवंत व्यक्तीपेक्षा मृत्यूचे दस्तऐवज तयार करण्यात धन्यता मानत होते. पंचनामा लिहून झाला, की ते लष्करी अधिकाऱ्यांची त्याच्यावर स्वाक्षरी घेण्यासाठी घाई करत. तेव्हा एका कॅप्टननं वैतागून त्यांना म्हटलं, "साब, एक कोरा कागज लाव, उस पर मेरी जमीन-जायदाद, पुरी प्रॉपर्टी लिख लो और मेरी दस्तखत ले लो. ऐ बार बार मेरी साईन लेने के लिए मेरा वक्त जाया मत करो." लष्कर आणि मुलकी अधिकाऱ्यांच्या मानसिकतेमधील बदलच त्या कॅप्टननं नकळत अधोरेखित केला होता. मुलकी अधिकाऱ्यांच्या दृष्टीनं दस्तऐवज महत्त्वाचा, तर लष्करी अधिकाऱ्यांच्या दृष्टीनं माणसाचा प्राण महत्त्वाचा होता. सरहद्दीवर लढताना एकेक सैनिकाचा जीव कसा लाखमोलाचा असतो, हे त्यांनी जाणलेलं असतं; तर एकेक कागद किती लाखमोलाचा असतो, हे महसूल खात्याला माहीत असतं. आपापल्या परीनं दोघंही करत असलेलं काम बरोबरच होतं.

संध्याकाळी सूर्य अस्ताला जाताना अमर आणि भद्राप्पा विषण्ण मनानं परत घराकडे निघाले, तेव्हा रस्त्याच्या कडेनं पंधरा-वीस पावलांवर चिता धडधडत होत्या. रस्त्याच्या कडेला पडलेल्या वाड्यांच्या दारातच होळ्या पेटवाव्या, तशा अनेक संसाराच्या होळ्या पेटल्या होत्या. त्या पेटत्या सरणांवर जळणाऱ्या मृतांसाठी रडायलाही कोणी नव्हतं. पंचनामा झालेली, न झालेली सगळीच प्रेतं सरणांवर ठेवून पेटवली जात होती. सरण रचायला पुरेशी लाकडं नव्हती. त्यामुळे

पडझड झालेल्या घरांचेच वासे, खांब, तुळ्या वापरून सरणं रचलेली दिसत होती. अग्निडाग देण्यासाठी वाहनांच्या टाक्यांमधून नळीनं पेट्रोल ओढून काढलं जात होतं. रॉकेल संपलं होतं. पेट्रोल क्षणात भडकत होतं. 'घर फिरलं, म्हणजे घराचे वासे फिरतात.' असं ऐकलं होतं. पण इथं तर तेच वासे मालकालाही जाळत होते. कित्येक पिढ्यांना आश्रय दिलेली घरं-दारं मालकांसोबत जळत होती. मुख्य दरवाजाच्या कोरीव नक्षीकाम केलेल्या चौकटी,'शुभमंगल', 'कुर्यात सदा मंगलम' लिहिलेले उभे मांडवाचे खांबही जळत होते. काल रात्री चार भिंती आणि छताखाली जे सुखनिद्रा घेत होते, ते हजारो जीव आता कायमची चिरनिद्रा घेत होते. त्या रात्री उषःकाल होता होता काळरात्र झाली होती आणि त्या सगळ्या जिवांच्या मशाली पेटल्या होत्या. घरातील सगळीच माणसं मेल्यावर रडायलाही माणूस शिल्लक नव्हतं. लष्करी अधिकारीच निर्विकारपणे मागे न राहिलेल्या माणसांचं क्रियाकर्म करत होते. अमरनंच काय, कोणीच असं मृत्यूचं थैमान यापूर्वी पाहिलेलं नव्हतं. अमरला डोकं बधीर झाल्यासारखं वाटत होतं. त्याच्या डोळ्यांमधले अश्रू कधीच आटून गेले होते. त्या मृतांमध्ये त्याचे कोणीही ओळखीचे नव्हते की नातेवाईक! तरी त्याचं मन सुन्न झालं होतं. भद्राप्पाही तसाच सुन्न झाला होता. मोहन ड्रायव्हर तशाही अवस्थेत त्यांना घरी घेऊन आला.

अमर घरी आला, त्या वेळी रात्रीचे अकरा वाजले होते. पहाटे चार वाजता भूकंप झाला, तेव्हापासून आतापर्यंत, म्हणजे दिवस-रात्रीचे वीस तास तो बाहेर फिरत होता. आजचा दिवस 'लाँगेस्ट डे' होता, तसाच 'वर्स्ट डे'पण होता. इतका भीषण दिवस त्याच्या आयुष्यात यापूर्वी कधी उगवला नव्हता. सकाळी सहा वाजता कलेक्टरचा फोन आल्यापासून तो घराबाहेर पडला, त्या वेळी भूकंपाचं एवढं भयंकर, रौद्र स्वरूप पाहायला मिळेल, हे त्याच्या गावी नव्हतं. तो घरी परतला, तर घराला टाळं होतं. सकाळी निघताना घराच्या भिंतीला गेलेला तडा बघून त्यानं आरतीला 'घरात राहू नका' असं बजावलं होतं. ते तिनं तंतोतंत पाळलं होतं. ती दिवसभर बाहेरच होती. ती सांस्कृतिक केंद्रात गेली असल्याचं कळाल्यावर तो तिकडे धावला. आरती तिथं तिल्लारीच्या कॉलनीतून आलेल्या भूकंपग्रस्त कर्मचाऱ्यांना जेवायला वाढत होती. कॉलनीतल्या बायकांना सोबतीला घेऊन तिनं पिठलं-भाकरीचा स्वयंपाक केला होता. ती त्या भयग्रस्तांना वाढत होती. अमरला बघताच तिचे डोळे भरून आले. तिनं अमरला त्यांच्याच पंक्तीला बसण्यासाठी त्याचं ताट केलं. दिवसभरात त्यानंही अन्नाचा कण खाल्लेला नव्हता. त्याला त्याच्या गावी येणाऱ्या निवृत्तीनाथाच्या दिंडीची आठवण झाली. दरवर्षी माघ महिन्यात येणाऱ्या दिंडीतील वारकऱ्यांचा मुक्काम त्यांच्या गल्लीतील

मारुती मंदिरात पडत असे. शे-दोनशे वारकरी खाली जमिनीवर पंगतीत जेवायला बसत. गल्लीतल्या बाया-बापड्या आनंदानं रांधत-वाढत असायच्या. गरम-गरम पिठलं-भाकरीचा बेत. लहानपणी तोदेखील त्याच्या भावंडांसह बाळ वारकरी होऊन त्यांच्या पंगतीत जेवायला बसे. त्याला मोठी गंमत वाटे. "बोला पुंडलिक वरदा, हाऽऽरी विठ्ठल। श्री ज्ञानदेव तुकाराम।" म्हणून मंडळी घास घेत. त्या वेळी त्या साध्या अन्नालाही पंचपक्वान्नांची चव आलेली असे. त्या वेळी तो एक आनंदसोहळा असे. मात्र आज तशीच पंगत आणि तोच बेत असून त्याला भूक लागली नव्हती. दिवसभराची एकेक भीषण दृश्यं त्याच्या डोळ्यांसमोरून सरकत होती. कुणाला रक्तबंबाळ अवस्थेत बाहेर काढून दवाखान्यात नेलं जातंय, तर ज्यांचे श्वास थांबले आहेत, त्यांच्यावर पांढऱ्या चादरी ओढून ते दूर नेले जातायत. त्याची अन्नावरची वासना पुरती उडाली होती. दिवसभराच्या भुकेमुळे त्या भूकंपग्रस्तांचा शरीरधर्म जागा झाला होता. सुदैवानं तिल्लारी कॉलनीमधील कर्मचाऱ्यांपैकी भूकंपात कोणाचाही बळी गेला नव्हता. जखमांवर निभावलं होतं. त्यांनी बाहेरच्या गावांमधलं मृत्यूचं तांडव बघितलं नव्हतं. अमर ते सगळं बघून परतत होता. त्यानं वाढलेलं ताट बाजूला केलं. पंगतीमधल्या कर्मचाऱ्यांची जेवणं होईपर्यंत तो थांबला. त्याची मुलं जेवून तिथेच निजली होती.

तो मुलांना उचलून आरतीसह घरी आला. आरतीनं बाहेरच्या गॅरेजच्या शेडमध्ये दोन लोखंडी पलंग टाकून बिछाना केला होता. त्यानं त्यांवर कपड्यांसह अंग टाकलं, तेव्हा आरतीनं त्याला दिवसभरात कॉलनीमध्ये काय घडलं, ते सगळं सांगितलं.

सकाळी दहा वाजता निंबा चौकीदार आणि त्याची बायको अंगावरच्या कपड्यांसह तिल्लारीहून तोरणा कॉलनीत आली. ती दोघंही धुळीनं माखलेली होती. त्यांच्यासोबत आणखी दहा-पंधरा माणसं होती. निंबाची बायको आरतीच्या गळ्यात पडून रडत होती. निंबा सारखं काहीतरी बरळत होता, 'बाईसाहेब, साहेबांनी पाठवलंय, गरिबांसाठी काहीतरी करा.' असं म्हणत होता. आरतीनं बघितलं, त्यांच्या मागून दोन-चार ट्रक भरून माणसं-बाया आल्या होत्या. त्यातले बरेच जण अंगावरच्या कपड्यानिशी हात हलवत आले होते. तिनं समयसूचकता दाखवून सगळ्यांना सांस्कृतिक केंद्राच्या हॉलवर नेलं. तिथं कालच्या अनंत चतुर्दशीच्या निमित्तानं टाकलेला मंडप आणि बिछायती तशाच होत्या. तिनं बाहेरच्या नळावर, धुळीनं माखलेल्या सर्वांना अंघोळी करायला सांगितल्या. ती घरात धाडस करून आली. कपाट उघडलं. हाती लागतील ते अमरचे कपडे घेतले, तिच्याही चार-पाच कोऱ्या साड्या, जुन्या साड्या एका चादरीत गुंडाळल्या.

एका चादरीची झोळी करून सोबतीला कॉलनीतल्या साहेबांच्या बायका घेतल्या, त्यांच्यापासूनच सुरुवात करून कपडे गोळा करायला सुरुवात केली. तिनं सगळी तोरणा कॉलनी आणि शेजारच्या हौसिंग सोसायट्यांच्या कॉलनीत फिरून कपडे गोळा करायला सुरुवात केली. मोठ्या साहेबांची बायको स्वत: कपड्यांची भीक मागतेय असं बघून सगळ्यांनीच आरतीच्या झोळीत भरभरून कपड्यांचं दान टाकलं. नऊवारी लुगडी, सहावारी साड्या, शर्ट-पँट, झब्बा-पायजमे, लहान मुलांचे कपडे, एवढेच नाहीतर बेडशीट्स, सोलापुरी चादरी, टॉवेल सर्व काही त्यांच्या झोळीत पडत होतं. आरतीच्या ह्या मोहिमेला यश आलं होतं. तिनं ते सर्व कपडेलत्ते आणून स्नान आटोपून आलेल्या भूकंपग्रस्त कर्मचाऱ्यांना दिले, तेव्हा त्यांनी नवे-जुने असं न बघता ते आनंदानं स्वीकारले आणि ज्याच्या अंगावर बसतील, तसे घातलेदेखील. अमरचा सफारी घातलेला निंबा ओशाळत होता, तर आरतीची साडी नेसलेली निंबाची बायको, बाईसाहेब झाल्यासारखी लाजत होती. फॅन्सी ड्रेस स्पर्धेसारखं सगळं चित्र दिसत होतं, पण त्या क्षणाला दिसण्यापेक्षा लाज राखण्याचं काम ती वस्त्रं करत होती. स्नानानंतर आरतीनं केलेल्या आवाहनानुसार घराघरांतून चहाच्या किटल्या आल्या. चहा प्यायल्यानं त्या सगळ्यांच्या चेहऱ्यावर तरतरी आली. दुपारचं जेवणही आरतीनं 'भिक्षान् देही' म्हणत घरोघरी माधुकरी मागून गोळा केलं आणि सगळ्यांची क्षुधा-शांती केली.

दिवसभर आरतीनं तिला कोणीही न सांगता जसं सुचलं, तसं तिनं केलं. तिला हे सगळं कसं सुचलं, याचंच अमरला मोठं कौतुक वाटलं. आरतीला मुळातच सगळ्यांविषयी कणव असल्यानं तिनं हे केलं होतं. आज दिवसभर गावोगावी बचतकार्यासाठी धावून आलेली माणसं, मदत करण्यासाठी सरसावलेली माणसं बघून त्याचा माणुसकीवरचा उडत चाललेला विश्वास परत येत होता. त्यानं मग आरतीला दिवसभर तिकडे भूकंपानं किती हाहाकार उडवला आहे, ते सांगितलं. पंधरा-वीस गावांपैकी काही गावची गावं कशी साफ झालीत, काही घरांमध्ये तर दारापुढं दिवा लावायला कोणी कसं शिल्लक राहिलं नाही, सरणासाठी लाकडं नाही म्हणून हिंदू असो की मुस्लीम कोणताही भेदभाव न करता सगळ्यांनाच दफन केलं जात होतं. पाटबंधारे खात्याच्या धरणावरच्या यंत्रांनी जमिनीत खोल-खोल खड्डे केले जात होते. पाटबंधारे खात्याच्याच ट्रक्स, डंपर्समधून मृतदेह पांढऱ्या कोऱ्या कापडात गुंडाळून आणले जात होते. ते डंपर्समधून खोल खड्ड्यात रिचवले जात होते. ना फुलं ना आरती! ना चिरा ना पणती! मृतदेहांवर वरतून जेसीबी, पोक्लेन, डोझर ह्या यंत्रानंच त्या खड्ड्यांमधून उकरलेली माती लोटली जात होती.

अमरला आता आरतीला हे सगळं सांगताना अंगावर सरसरून काटा उभा राहत होता, तर आरती हे ऐकून सुन्न होत होती. त्या क्षणापर्यंत तोरणा वसाहतीच्या बाहेरच्या जगात किती भीषण गोष्टी घडत होत्या, याची तिला कल्पनाच नव्हती. ती तिल्लारीच्या कॉलनीमधून जीव वाचवून पळून आलेल्या त्या शे-सव्वाशे जिवांचीच चिंता वाहत होती. पण आता बाहेर इतका मोठा विध्वंस झाल्याचं ऐकून तिला आकाशच फाटल्यासारखं वाटलं. ते शिवण्यासाठी तिचा सुई-दोरा काय कामाचा? अमरनं जेवणाचं ताट का दूर केलं होतं, याचं उत्तर तिला आता मिळालं होतं. अमरचा अतिसंवेदनशील स्वभाव तिला ठाऊक होता. आपणतरी प्रसंगी मनावर दगड ठेवून कठीण होऊ शकतो, 'माझ्या मना बन दगड' म्हणून प्रसंगी दगडही होऊ शकतो, पण अमरला दगड होताच येत नाही, उलट त्याच्या मनाचा दगड आणखी विरघळतच जातो. म्हणून त्याला जपलं पाहिजे. अमरविषयी तिच्या मनात ममत्व दाटून आलं. त्याला तिनं लहान बाळाला कुशीत घ्यावं, तसं जवळ ओढलं. तेव्हा त्या उघड्या निर्मम आकाशाच्या घुमटाखाली नक्षत्रं फुलून आली होती. जणू फक्त ते दोघंच एकमेकांना बिलगून घट्ट पकडत होते. दिवसभराच्या गडबडीत न जाणवणारा धरणीचा कंप अजूनही जाणवत होता. सूक्ष्मशी थरथर अजून चालूच होती की भास होत होता, काही कळत नव्हतं!

सकाळी नऊ वाजताच कलेक्टर ऑफिसमध्ये तातडीच्या बैठकीचा निरोप आला होता. बैठकीला खुद्द मुख्यमंत्री, पालकमंत्री, मंत्रालयातील उच्च सनदी अधिकारी होते, तसेच जिल्ह्यातील सर्व खात्यांचे उच्चपदस्थ अधिकारीही होते. शेजारच्या जिल्ह्यात अधीक्षक अभियंता म्हणून पदोन्नतीवर बदलून गेलेले त्याचे एकेकाळचे सख्खे शेजारी, फ्रेंड-फिलॉसॉफर-गाईड पोरेसाहेब आलेले बघून त्याला धीर आला. पोरेसाहेबांना मीटिंगसाठी कोणी बोलावलं नव्हतं, पण ते स्वतःहून ह्या आपत्तीमध्ये मदत करण्यासाठी मुख्य अभियंत्यांची परवानगी घेऊन आले होते. त्यांच्यासोबत त्यांच्या मंडळ कार्यालयातील सगळे कार्यकारी अभियंता, उप-अभियंता, कनिष्ठ अभियंता यांची पंधरा-वीस जणांची टीम आली होती.

कलेक्टर प्रवीणकुमार ह्यांनी कालचा भूकंप आणि त्यानंतर दिवसभर घडलेल्या घटनांची माहिती दिली. कालच्या प्रसंगात पाटबंधारे खाते आणि सार्वजनिक बांधकाम खात्यातील अभियंत्यांचा प्रत्यक्ष सहभाग होता. धरण-कालव्यांची तपासणी, रस्त्यांची-पुलांची पाहणी करून भूकंपग्रस्त गावांमध्ये पिण्याच्या पाण्याची सोय पाटबंधारे खात्याचे ट्रॅकर्स करत होते, तर सार्वजनिक बांधकाम खातं दळणवळणाची सोय करत होतं. जिथे छोटे-मोठे पूल पडले होते, तिथे पर्यायी वळण रस्ते करत होते. जिथे कालव्यावरच्या जलसेतूची पडझड झाली होती, तिथे कालव्यांमधलं

पाणी शेतांमधून वाहत नुकसान झालं होतं. त्याचा पंचनामा केला जात होता. भूकंपानंतर काही तासांतच ह्या दोन्ही खात्यातील अधिकारी त्यांना तशा कोणत्याही मार्गदर्शक सूचना नसताना, त्यांच्या बुद्धीनुसार आणीबाणीची कामं करून रस्ते आणि पाणी उपलब्ध करून देत होते. कलेक्टरांनी काल भूकंपग्रस्त भागाच्या पाहणीमध्ये हे सगळं बघितलं होतं. ह्या दोन्ही विभागांच्या अधिकाऱ्यांनी स्वयंस्फूर्तीनं जमिनीवर उतरून जे काम सुरू केलं होतं, त्याला त्यांनी खुल्या मनानं दाद दिली होती. प्रवीणकुमारांची जिल्हाधिकारी म्हणून ह्याच जिल्ह्यात प्रथम नेमणूक झाली होती. ते स्वत: भारतीय प्रशासन सेवेतील अधिकारी होते. त्यांचं आणि अमरचं वयदेखील सारखंच होतं. त्यामुळं की काय, दोघांचे विचार आणि कार्यशैलीही जुळत होती. त्यांनी यापूर्वी उपजिल्हाधिकारी म्हणून काम करताना कोकणातल्या एका जिल्ह्यात जांभळीपाड्याच्या धरणफुटीचा प्रसंग कौशल्यानं हाताळून जीवित आणि वित्तहानी टाळली होती. त्या पाड्याचा पुनर्वसनाचा प्रश्नही कमी वेळात मार्गी लावल्यानं सरकारदरबारी त्यांचं मोठं कौतुकही झालं होतं, पण ह्या भूकंपामुळे निर्माण झालेला प्रश्न जांभळीपाड्यापेक्षा कितीतरी पट मोठा होता. नुसताच मोठा नाही, तर अक्राळ-विक्राळ होता. तिथं तरी धरणफुटीमुळं जे व्हायचं, ते नुकसान एकदाच झालं होतं. इथं मात्र भूकंप होऊन चोवीस तास झाले होते, तरी अजूनही जमीन हादरत होती. धरणफुटीची अफवा लोकांची झोप उडवत होती. तर परत मोठा भूकंप होणार, हे भविष्य सांगणाऱ्या कुडमुड्या ज्योतिषांमुळे लोकांमध्ये प्रचंड मोठी दहशत माजवली जात होती. अमरलादेखील त्याच्या मागच्या बदलीच्या ठिकाणी निवळी पाझर तलावफुटीचा अनुभव होता. तिथं झालेल्या नुकसानीचे पंचनामे करणं, त्याचा मोबदला देणं, धरणाचं काम परत जिद्दीनं करून एकाच वर्षात पूर्ण करणं आणि लोकांच्या मनातील कटु आठवणी पुसणं हे काम त्यानंदेखील तेवढ्याच जिद्दीनं पूर्ण केलं होतं. पण परत तेच. एखाद्या गावाचं पुनर्वसन आणि असंख्य गावांचं पुनर्वसन यांत गुणात्मकदृष्ट्या नसला, तरी संख्यात्मकदृष्ट्या खूपच फरक होता.

मुख्यमंत्र्यांच्या समवेतच्या बैठकीत प्रवीणकुमार यांनी पाटबंधारे आणि सार्वजनिक बांधकाम विभागाच्या अधिकाऱ्यांच्या कामाचं कौतुक खुल्या मनानं केलं. ते कौतुक करत असताना मुख्यमंत्री त्यांच्याकडे बघत होते. त्यांच्यातला कडक आणि मुरब्बी प्रशासक जागा झाला. प्रवीणकुमारांना मध्येच थांबवत ते म्हणाले, ''बस, बस, ही कुणाचं कौतुक करायची वेळ नाही, आधी त्यांना पुढं कोणती कामं करायची आहेत ते सांगा, आणि हो, ही कामं करताना जर कोणी कामचुकारपणा केला, तर त्याला माफी नाही.'' मग जिल्हाधिकारी प्रवीणकुमार ह्यांनी पाटबंधारे

खात्याला "पंधरा गावांतल्या बेघर झालेल्या लोकांसाठी तातडीनं बांबू-तट्ट्यांची निवारा शेड उभारायचं, काम सांगितलं. पण त्यांना मध्येच थांबवून मुख्यमंत्री म्हणाले, "तुमच्या चारा छावणीसारखी बांबू-तट्ट्यांची शेड्स बांधू नका. तिथं गुरं नाहीत, माणसं राहणार आहेत, तेव्हा पत्र्यांच्या शेड्स उभारा. किमान चार-सहा महिने पर्यायी व्यवस्था होईपर्यंत ह्या लोकांना तिथे राहावं लागेल. तिथे आगीपासून कोणताही धोका होणार नाही, असं बघा. त्यांची वीज-पाणी-रस्त्यांचीही व्यवस्था करा. पीडब्ल्यूडीनं रस्ते करावेत. एमएसईबीनं लगेच कनेक्शन्स द्यावीत. पोल नाही, तारा नाहीत, डीपी नाही अशी कारणं मला नकोयत." ग्रामीण भागातीत जनतेशी नाळ जोडलेली असल्यानं मुख्यमंत्र्यांना जगण्यासाठी आवश्यक असलेल्या बारीक-सारीक गोष्टींची माहिती होती. त्यांनी जागेवरच दिलेल्या तपशीलवार सूचनांमुळे सारेच अधिकारी आणि खुद्द जिल्हाधिकारी प्रवीणकुमारही अवाक झाले.

मीटिंग संपता संपता अमरकडे जिल्ह्यातील पंधरा गावांच्या पुनर्वसनाची यादी प्रवीणकुमारांनी दिली. त्यांपैकी सात-आठ गावं तर त्यानं कालच धरण फुटल्याची अफवा खोटी असल्याचं सांगण्यासाठी बघितली होती. जिल्हाधिकारी कार्यालयानं गावरस्त्यांच्या नकाशासह यादी दिली होती. पंधरा गावांचं पुनर्वसन पंधरा दिवसांत करायचं होतं. लोकसंख्येनुसार काही गावांत दहा-पंधरा, तर काही गावांत वीस-तीस निवारा शेड उभारायच्या होत्या. एका छावणीत आठ जणांची पाच कुटुंबं राहतील अशी व्यवस्था करायची होती. प्रत्येक कुटुंबाला १७० चौरस फूट जागा. ओळीनं आठ कुटुंबं शेजारी-शेजारी. पाठीमागं स्वयंपाक घराची खोली, तर पुढं बैठक. त्याच्या पुढं पडवी. पडवीतच गाई-गुरं, शेळ्या-मेंढ्या. उद्यापासूनच काम सुरू करायचं होतं. बांधकामासाठी साहित्य महसूल खात्याच्या पुरवठा अधिकाऱ्यानं द्यायचं होतं. अमरनं तिथल्या तिथे उभारायच्या शेडची संख्या ठरवून बांबू, बल्ल्या, जस्तीपत्रं किती लागणार याचं एस्टिमेट केलं. पुरवठा अधिकाऱ्याला बांधकाम साहित्याची यादी देऊनच त्यानं कलेक्टर ऑफिस सोडलं. पुरवठा ऑफिसरच्या ऑफिससमोर नाना प्रकारच्या साहित्याचे ट्रक उभे होते. कालच्या भूकंपाच्या बातमीनं देशभर हे संकट पोहोचवलं होतं. राज्यातल्या वेगवेगळ्या भागांतून अन्नधान्य आणि इतर खाद्य साहित्याचे ट्रक रात्रीतून येऊन दाखल झाले होते. नाशिकहून कांद्याचे ट्रक, तर जुन्नर-नारायणगावमधून बटाट्याचे ट्रक येत होते. शेजारच्या आंध्रप्रदेशातून तिथे मुबलक प्रमाणात होणाऱ्या एचएमटी तांदळाच्या ट्रकची रीघ लागली होती.

बांधकाम साहित्य लांबून येणार होतं. परतवाड्याहून बांबू-बल्ल्या येणार

होत्या. चंद्रपूरहून फॉरेस्ट डिपार्टमेंटचे गोल वासे पुरविणारे ट्रक निघाले होते. ते उद्यापर्यंत पुनर्वसनाच्या गावात थेट येणार होते. तीच गोष्ट जस्ती पन्हाळी पत्र्यांची. अमर घाईघाईनं घरी आला. भद्राप्पाला त्यानं तिथेच बांबू-बल्ल्यांचं शेड उभारायला सांगितलं. त्याचं साईट ऑफिस त्यानं गॅरेजच्या पत्र्याच्या शेडमध्ये दोन टेबलं, खुर्च्या टाकून सुरू करायला सांगितलं. तिथे ऑफिसमधल्या कारकून आणि ज्युनिअर इंजिनिअरांच्या नेमणुका करून प्रथम इथे साईटवर जाणाऱ्या सामानांच्या ट्रकची नोंद करून मगच गरजेनुसार त्या त्या गावांमध्ये पाठवायचं ठरलं. त्यानं आडरानातील त्या गावांशी संपर्क साधण्यासाठी तातडीनं बिनतारी संदेश यंत्रणा उभारली. पोलिसांकडून वॉकीटॉकीसाठी फ्रिक्वेन्सी उपलब्ध केली. सामानाच्या आवक-जावकसाठी इन्व्हेंटरी रजिस्टर सुरू करून सगळ्या कामाला शिस्त आणली. त्यामुळे बांधकाम सामग्रीची अफरातफर न होता, त्याचा वापर व्हावा अशी यंत्रणा उभी केली. उद्यापासून प्रत्यक्ष उभारणीचं काम सुरू करण्यासाठी त्यानं त्याच्या प्रकल्पांवर बांबू-तट्ट्यांच्या शेड उभारणाऱ्या बुरुड समाजाच्या फुटकळ गुत्तेदारांना निरोप धाडले. ती मंडळी पाच-पन्नास मजूर घेऊन त्याच्या दारात धडकली. उभारणीसाठी लागणारी लोखंडी सामग्री-खिळे, चुका, बाईंडिंग वायर सगळं ह्या फुटकळ ठेकेदारांना स्वत:ला आणायचं होतं. त्यानं पंधरा गावांमधल्या कामासाठी पंधरा जणांना काम दिलं. त्याला त्या प्रत्येकाची कामाची क्षमता माहीत होती. प्रत्येकाकडे असलेल्या मजुरांच्या संख्येनुसार कामाचं वाटप झालं. सगळ्यांनी ते न कुरकुरता स्वीकारलं होतं. हे सगळे फटाफटा मोटार सायकलीवरून हार्डवेअरचं सामान आणायला दुकानं बंद व्हायच्या आत पळाले. त्या सगळ्यांना वर्षांनुवर्षं हेच काम केल्यामुळे लागणाऱ्या सामानाचा पुरता अंदाज आला होता. एरव्ही ह्या सामग्रीचा हार्डवेअरच्या दुकानातून लवकर उठाव होत नसायचा, पण आता मागणी जास्त व पुरवठा कमी असल्यानं, हार्डवेअरच्या दुकानांमधून एकच झुंबड उडाली होती. एका भूकंपामुळे चुका-खिळे यांसारख्या क्षुल्लक गोष्टींना सोन्या-चांदीसारखं महत्त्व आलं होतं. त्यासाठी फुटकळ गुत्तेदार कधी दुकानदाराशी, तर कधी आपापसांत हमरी-तुमरीवर येत होते.

त्या रात्रीपासून भद्राप्पानं तत्परतेनं उभारलेल्या पत्र्यांच्या शेडमध्ये त्यांचा मुक्काम सुरू झाला. आरतीला दहा वर्षांपूर्वीच्या रातसा धरणाच्या भूकंपामुळे उभारलेल्या शेडची आठवण झाली. दहा बाय दहाच्या पत्र्याच्या शेडच्या तीन बाजूंना पत्र्याची भिंत, तर दर्शनीभागात दोरीवर आरतीच्या जुन्या साडीचा झिरझिरीत पडदा. त्यातून बाहेरचं दिसायचं, पण आतमध्ये कंदिलाचा मंद प्रकाश असल्यानं आतलं दिसायचं नाही. एका लोखंडी पलंगावर रातसाला ती दोघं

आणि त्यांचं एक वर्षाचं बाळ झोपायचं. आता मात्र दोन लोखंडी पलंगावर ती दोघं आणि त्यांची तीन नक्षत्रं झोपणार होती. आरती स्वयंपाकापुरती जीव मुठीत घेऊन आत बंगल्यात जायची. ती स्वयंपाक करताना पूर्वीसारखी रमत नसायची. पुरती सावध असायची. जरा कुठं खुट्ट झालं, की ती गॅस बंद करून बाहेर पळायची. त्यासाठी स्वयंपाक घराचा मागचा दरवाजा ती उघडाच ठेवून असायची. दोनच दिवसांत तिला ह्या प्रकाराची सवय झाली होती. तिनं न कुरकुरता परत एकदा हा वनवास स्वीकारला होता, अमरला उद्या काम करण्यासाठी पुरेशी विश्रांती मिळावी म्हणून. सकाळी पलंगाखालून केरकचरा झाडताना पडलेली सापाची कातही सहजपणे तिनं दूर केली.

सकाळी सात वाजताच अमरच्या बंगल्यापुढील साईट ऑफिसमध्ये पंधरा-वीस डेप्युटी इंजिनिअर्स जमले. अमरनं त्यांच्याकडे ज्या गावांचं पुनर्वसन करायचे, त्या गावाला जाणाऱ्या रस्त्यांचे नकाशे दिले. बांबू-पत्र्यांच्या तात्पुरत्या निवारा शेडचे आराखडे दिले. त्या डेप्युटी इंजिनिअर्सनी त्यांच्यासोबत आलेल्या पाच-सहा ज्युनिअर इंजिनिअरांना ते समजून सांगितले. अमरनं त्या पंधरा फुटकळ गुत्तेदारांची पंधरा डेप्युटी इंजिनिअरांशी गाठ घालून दिली. अशा पंधरा टीम तयार झाल्या. त्या पुनर्वसनाच्या मिशनवर निघण्यापूर्वी अमर त्यांना म्हणाला, ‘‘हे बघा, आजची ही पुनर्वसनाची मोहीम हे एक पुण्याचं काम आहे. आजपर्यंत आपण धरणं-कालवे बांधत आलो आहोत. त्याच्यापुढे हे काम तुम्हाला अगदीच छोटं आणि किरकोळ वाटेल, पण खरं म्हणजे कोणतंच काम छोटं किंवा मोठं नसतं. त्या त्या वेळेला ते ते काम मोठंच असतं. आपल्याला गेल्या दोन रात्री उघड्यावर झोपलेल्या भूकंपग्रस्तांना निवारा द्यायचा आहे. त्यामुळे हे काम जितक्या लवकर पुरं करू आणि जितकं चांगल्या दर्जाचं करू, तितकं चांगलं. अजूनही धक्के बसत आहेत, बसत राहतील; पण त्याला न घाबरता तुम्ही काम चालूच ठेवा. तिथंच मुक्काम करा, काही साहित्य कमी पडलं, तर वॉकीटॉकीवरून थेट मला आणि भद्राप्पाला कळवा. आम्ही इथून लगेच ते साहित्य पाठवू, पण साहित्याअभावी काम बंद पडणार नाही असं बघा.’’

अमरच्या ह्या वाक्यांनी जमलेल्या सगळ्या अभियंत्यांमध्ये ऊर्जा आली. प्रत्येक डेप्युटी इंजिनिअरच्या हातात वॉकीटॉकीचे सेट देऊन त्याने त्यांनी त्यावर कसं बोलायचं, फ्रिक्वेन्सी कशी ट्यून करायची ते शिकवले, ‘‘हॅलो, अमर कॉलिंग अशी सुरुवात करून संभाषण संपताच ‘ओव्हर’ म्हणून थांबायचं. संदेश थोडक्यात सांगायचे. आपलं संपताच समोरच्याचं बोलणं ऐकायचं,’’ असं सगळं

सांगितलं. ह्या प्रकारचं 'वॉकीटॉकी'वरील संभाषण तसं दुसऱ्याचं पुरतं ऐकून घेण्याची सवय नसलेल्या सगळ्यांसाठी कठीणच गोष्ट होती.

शेजारच्या आसिफोद्दिन यांची बदली झाल्यापासून तो बंगला रिकामाच होता. पोरेसाहेबांनी तिथेच त्यांचं, भूकंप पुनर्वसनाचं ऑफिस थाटलं. तोरणा धरण आणि कालव्यांवरील क्षतिग्रस्त पुलांचं सर्वेक्षण आणि दुरुस्तीचं काम त्यांनी हाती घेतलं. त्यांनी राज्यभरातील पाटबंधारे विभागाच्या कार्यालयांना संदेश पाठवले. त्याचा प्रतिसाद म्हणून संध्याकाळपर्यंत शेकडो अभियंते, कामगार, सुतार-गवंडी गाड्या भरभरून धावत आले. त्या सगळ्यांची व्यवस्था भूकंपग्रस्त कर्मचाऱ्यांसोबत सांस्कृतिक केंद्राच्या हॉलमध्ये केली गेली.

पोरेसाहेबांचे विचार आणि आचार गांधीवादी होते. त्यांनी मदतीस धावून आलेल्या सगळ्या अधिकारी, कर्मचारी आणि कामगारांना एकत्र करून सांगितलं, ''ह्या अस्मानी संकटाच्या काळात कोणीही मोठा किंवा छोटा नाही. कोणीही अधिकारी नाही. आपण सर्व सारखेच आहोत, तेव्हा कोणाची गैरसोय झाली, तर त्यात वाईट वाटून घेऊ नका. इथे आपण सगळे स्वयंसेवक आहोत. इथे पडेल ते काम करायची आपली तयारी असली पाहिजे. ही वेळ आणीबाणीची आहे. इथे आपली गैरसोय सोसून आपल्याला संकटग्रस्तांना मदत करायची आहे. भूकंपाला घाबरून जाऊन बसायचं नाही, तर भूकंपामुळे झालेलं नुकसान भरून काढायचं आहे. आणखी मोठं नुकसान होऊ नये, याची काळजी घ्यायची आहे. विशेषत: ज्या जलसेतूचं नुकसान झालंय, बेअरिंग चुरडले गेले आहेत, त्यांना क्रेननं उचलून नवीन बेअरिंग टाकायचं काम करायचं आहे. हे काम अवघड असलं, तरी ते आव्हान आपण स्वीकारलं आहे.''

पोरेसाहेबांनी सगळ्यांची राहाण्याची व जेवणाची व्यवस्था केली. राहायला सांस्कृतिक केंद्राच्या हॉलमध्ये गाद्यांच्या वळकट्या, तर जेवायला पिठलं-भाकरी आणि ठेचा. कुणालाही वेगळी किंवा खास व्यवस्था नाही. सगळ्यांनी आपापल्या थाळ्या घेऊन जेवायचं आणि जेवण झालं, की थाळ्या विसळून ठेवायच्या. पोरेसाहेबांनी लष्करात सेवा केलेली असल्यानं तीच लष्करी शिस्त सगळ्यांना लावली. ती सगळ्यांनी आनंदानं स्वीकारली. पोरेसाहेब स्वत:देखील रांगेत उभं राहून हातात थाळी घेऊन जेवू लागले. पोरेसाहेबांच्या मार्गदर्शनाखाली काही माणसं काम करू लागली. इकडे अमरच्या मार्गदर्शनाखाली भूकंपग्रस्त गावातील तात्पुरत्या निवारा शेड उभारण्याचं काम सुरू झालं.

रोज सकाळी सात वाजताच पंधरा जीपचा ताफा भूकंपग्रस्त गावांकडे जाऊ लागला. अमरसुद्धा कामांवर देखरेख करण्यासाठी फिरू लागला. सगळे डेप्युटी

इंजिनिअर कामावर रवाना झाले, की तो पाठोपाठ निघे. तो जाई, तिथे भूकंपग्रस्तांचा गराडा त्याच्याभोवती पडे. त्याच्याकडे बघून 'मायबाप सरकार' आल्यासारखं भूकंपग्रस्तांच्या मागण्या सुरू होत. ते काम ज्या विभागाकडे सोपवलेलं असे, त्यांच्याशी बोलून त्यांना तो ते काम सांगत असे.

पिण्याच्या पाण्यासाठी भूजल सर्वेक्षण केंद्रामार्फत यंत्राद्वारे पाणवठ्याची जागा शोधायची असो, की विंधण विहिरी खोदण्याचं काम असो, अमर पुढाकार घेत असे. वीज महामंडळाकडून विजेचे खांब टाकायचं काम असो, की वीज जोडणी करून घरातलं तार जोडणीचं कामही तो पाहू लागला. इथे खरं सिव्हिल, मॅकेनिकल, इलेक्ट्रिकल या अभियांत्रिकीच्या सगळ्याच शाखांचे ज्ञान आणि कौशल्य वापरावं लागत असे. 'मी स्थापत्य अभियंता असल्यानं बाकीचं मला येत नाही.' असं म्हणून चालणार नव्हतं. भूकंपग्रस्तांच्या दृष्टीनं तुम्ही 'इंजिनिअर' म्हणून असल्यानं ही सगळीच कामं तुम्हाला येत असणार, ही त्यांची अपेक्षा. ती अपेक्षा पूर्ण करण्यासाठी मग सगळेच इंजिनिअर अहोरात्र झटत.

भूकंपानंतरच्या दुसऱ्याच दिवशी संध्याकाळी चार-पाचच्या सुमारास सर्वत्र काळ्याकभिन्न ढगांनी दाटी केली. थोड्याच वेळात प्रचंड गडगडाट होऊन विजा वेड्या-वाकड्या चमकू लागल्या. अमर एका पत्र्याच्या शेडमध्ये निवाऱ्यासाठी शिरला आणि पाऊस सुरू झाला. पत्र्यावर पडणाऱ्या पावसांच्या थेंबांचा आवाज वाढत चालला. दगडांचा वर्षाव व्हावा, तसा आवाज येऊ लागला. गारांचा वर्षाव सुरू झाला होता. बाहेर दावणीला बांधलेली गुरं गारांचा मारा बसल्यानं जागीच नाचू लागली. त्यानं त्या वर्षावात बाहेर जाऊन ती गुरं सोडली आणि त्यांना पत्र्याच्या शेडमध्ये घेऊन आला. गारांचा पत्र्यांवर होणाऱ्या तडफताशासारख्या आवाजानं ती गुरं भेदरली होती. ती जागीच बिचकत कासऱ्याला हासडे देत होती. भूकंपग्रस्त गावं पावसाच्या रौद्र रूपानं आणखीच भीषण वाटू लागली. रात्रभर पाऊस पडत होता. रात्रीतून तीन उंच पावसाची नोंद झाली, म्हणजे अतिवृष्टीच झाली होती. काळ्या मातीचा चिखल झाल्यामुळे गावांच्या गल्ल्यांमधून घरापर्यंत पोहोचणं कठीण होत होतं. मातीची तीन-चार फूट जाडीची माळवदं कोसळल्यामुळे घराघरांमधून चिखल झाला होता. त्यातून प्रेतं बाहेर काढण्याचं दिव्य लष्कराचे जवान करत होते. ते घरमालकाच्या साक्षीनं वस्तू काढायचे. महसूल खात्याचे लोक पंचनामे करून सही घ्यायचे. लष्करी जवान अतिशय शिस्तबद्धपणे आपत्ती निवारणाचं काम देहभान विसरून करत होते. तोंडावर मास्क बांधलेले जवान ढिगारे उपसून चिखलांनी भरलेली, सडत चाललेली प्रेतं काढायचे. ढिगाऱ्याखाली अजूनही मोठ्या संख्येनं प्रेतं असल्याचा संशय गावकरी व्यक्त करत आणि

आणखी उकरायला लावत. शेवटी लष्करी अधिकाऱ्यांनी प्रेतांचा शोध घेण्यासाठी फ्रान्सच्या कुत्र्यांचं प्रशिक्षित श्वानपथक बोलावलं, तरीपण नातेवाइकांचं समाधान होत नव्हतं.

लष्करानं बचतकार्याचा ताबा घेऊन तीस-चाळीस छावण्यांमध्ये दूध, केळी, ब्रेडचं वाटपही सुरू केलं होतं. स्वयंसेवी संस्थांमार्फत हे पदार्थ गाड्या भरभरून येत होते. मात्र वाटपाच्या वेळी होणारी हुल्लडबाजी लष्करी जवानांचा संताप वाढवित होती. तशातच गावकऱ्यांचा व पोलिसांचा बेताल कारभार बघून लष्करी अधिकारी उद्विग्न होत. दगडमातीच्या ढिगाऱ्यांमधून रस्ता तयार करायचं, हात घालून प्रेत काढायचं काम जवानच करत असताना पोलीस फक्त काठ्या आपटत हिंडतात, तर सिव्हिलीयन नुसते बघे म्हणून गर्दी करतात अशी चीड कॅप्टन जाहीरपणे व्यक्त करत, तर दुसरीकडे पोलीसच प्रेतांवरचे दागदागिने आणि वस्तू लंपास करत असल्याची तक्रार ग्रामस्थ सगळ्यांकडे करायचे. काय खरं आणि काय खोटं देवच जाणे, पण अशा कथांना सगळ्याच गावांमधून ऊत आला होता. 'मेलेल्यांच्या टाळूवरील लोणी खाणारी' हरामखोर अवलादीची माणसं इथेही गिधाडासारखी जमा झाली होती.

भूकंपाच्या धक्क्यानं जात-पात, गट-तट विसरून माणसं जवळ आली होती; पण हा प्रभाव फार काळ टिकला नाही. दोन-चार दिवसांतच गावकऱ्यांमधले गट-तट परत जिवंत झाले. लोकांचा स्थायीभाव झालेलं भूकंपामुळे दबलेलं राजकारण परत उफाळून वर आलं. कुठलंही काम असो, त्याच्याकडे धर्मनिरपेक्षतेनं बघायचंच नाही. मंगरूळला मशीद कोसळून रस्ता अडवला गेला होता, तिथे मशिदीच्या दगडांना हात लावायला कोणी पुढं येत नव्हतं, तर तीच गोष्ट तावशीची. तिथे शंकराचं भग्न मंदिर आडवं झालं होतं. महादेवाचं लिंग मात्र जागेवरच असल्यानं ते दूर करण्यासाठी कोणी धजावत नव्हतं. एवढंच काय, स्वत:च्या पडलेल्या घराचे दगडसुद्धा कोणी हलवत नव्हतं. हे सारं मदतकार्य करणाऱ्या लष्कराचं किंवा स्वयंसेवी संस्थांचंच काम आहे असं समजणारे ग्रामस्थ अजिबात सहकार्य करीत नव्हते. दिवसेंदिवस सेवाभावी संस्थांचा सहभाग मात्र वाढत होता. अगदी धार्मिक संस्थादेखील मागं नव्हत्या. कासा, कॅरिटास, रामकृष्ण मिशन, स्वामी नारायण ट्रस्ट, अखिल भारतीय जैन संघटना यांनी जेवण, वस्तूंचं वाटप चालू केलं होतं. अधिकाऱ्यांच्या सांगण्यावरून त्यांनी एकेका गावावर लक्ष केंद्रित केलं होतं. जिथे प्राणहानी आणि मालमत्तेचं नुकसान जास्त झालं होतं, तिथे सगळी मदत पोहोचत होती. मात्र जिथे मृत्यू झाले नाहीत, अशा गावात अजिबात कुणी फिरकत नव्हतं. चिखलामुळे जिथे जीपसुद्धा जाऊ

शकत नाही, तिथे चिखल तुडवित तीन किलोमीटर पायी जाऊन बँक कर्मचाऱ्यांनी जेवण, कपडे, भांडी पोचवली. पैशांच्या व्यवहारात बुडालेली मंडळी भावनाशील झाली होती.

भूकंपाची वेळ पहाटेची असल्यानं सगळं जगच साखरझोपेत होतं. त्यामुळे ह्या घटनेचं प्रत्यक्ष चित्रण होऊ शकलं नाही, याची खंत वर्तमानपत्राच्या वार्ताहरांना आणि दूरदर्शनच्या लोकांना वाटली असावी. मात्र सकाळपासून त्यांचं भूकंपग्रस्त भागांत फिरणं सुरू झालं. दुसऱ्या दिवसापासून वर्तमानपत्रांनी जणू ह्या घटनेचा ताबाच घेतला. वृत्तपत्रांनी खास अंक, पुरवण्या काढून सचित्र वृत्तान्त दिले. टि.व्ही.च्या अँकर्स आणि बातमीदारांनी तर भूकंपग्रस्त गावागावांतून ओ.बी.व्हॅन फिरवत जिवंत वृत्तान्त देण्यास सुरुवात केली. त्या वेळी जगापुढं भूकंपाचं खरं रौद्र-भयंकर स्वरूप आलं. चोवीस तास सुरू असलेल्या ह्या प्रक्षेपणामुळे घरबसल्या हे भयावह दृश्य बघणारे प्रेक्षक भांबावून गेले. वर्तमानपत्रांतील विध्वंसाचे फोटो आणि आकडे वाचून वाचक सुन्न झाले. बातमीदारांनाही प्रेतांचा एवढा मोठा खच पडलेला बघायची सवय नसल्यानं त्यांचे अंदाजही चुकू लागले. सुरुवातीला काही शेकड्यांच्या मृत्यूसंख्येपासून आकडा वाढत गेला. तासा-तासानं आणि दिवस-दिवसानं आकडा काही हजारांपर्यंत गेला. उद्ध्वस्त घरं आणि गावं पाहिल्यावर कधी संपूर्ण गाव, तर कधी निम्मं गाव खलास झालं असंच वाटत होतं. मात्र घाबरून शेतात वस्तीला गेलेले, गाव सोडून नातेवाइकांकडे गेलेले लोक किती गेले हे कुणालाच ठाऊक नव्हतं, म्हणून प्रसिद्ध होणारी मृत्यूची संख्या वाढत होती. सरकार मात्र प्रत्यक्ष पंचनामा करून अंत्यविधी केलेल्यांचीच आकडेवारी जाहीर करत होतं. ह्या जिल्ह्यात सहा हजार आणि शेजारच्या जिल्ह्यात चार हजार असा मृतांचा सरकारी आकडा होता. म्हणजे एकूण जवळजवळ दहा हजार. पण प्रत्यक्ष गावोगाव फिरत असलेल्या अमरला हा आकडा खरा वाटत नव्हता. त्याच्या अंदाजानुसार ह्या जिल्ह्यात पंधरा हजार आणि शेजारच्या जिल्ह्यातही तेवढाच म्हणजे तीस हजार असा आकडा होता. खरा आकडा तसं कोणीच ठामपणे सांगू शकत नव्हतं. कितीतरी मृतदेह नोंदणीविना कुजून सडका वास सुटत असल्यामुळे खड्ड्यांमध्ये तसेच ट्रकनं रिचवले गेले होते. तीच गोष्ट जखमी व्यक्तींची. ढिगाऱ्यातून बाहेर काढलेल्या व्यक्तींच्या छातीला कान लावून धुगधुगी असली, की लगेच दवाखान्यात पाठवलं जात होतं. अनेक स्वयंसेवी संस्था स्वत:च्या अँम्बुलन्स गाड्यांमधून त्यांना तत्काळ पाठवीत होते. जखमींची संख्या दोन्ही जिल्ह्यात मिळून वीस हजारांच्या आसपास होती, तर ह्या जिल्ह्यातील एक्कावन्न गावं आणि शेजारच्या जिल्ह्यातील तेहतीस गावं मिळून एकूण चौऱ्याऐंशी

गावं भूकंपग्रस्त झाली होती. कोसळलेली घरं जवळजवळ तेहतीस हजार, तर भूकंपग्रस्तांची संख्या दोन लाखांच्या आसपास होती. एवढ्या मोठ्या प्रमाणावर राज्यात यापूर्वी कोणतीच आपत्ती आली नव्हती.

पहिल्या दिवशी स्थानिक बातमीदार अमरला भेटत होते. त्यात सोमेश्वर भट्टडही होता. तो अमरला बघताच तोंड चुकवून निघाला. तिथे चाललेल्या विधायक कामाशी जणू त्याला काही देणं-घेणं नव्हतं. बाहेरून आलेले पुण्या-मुंबईचे पत्रकार मात्र अभ्यासूपणे अमर सांगत असलेली माहिती ऐकत आणि टिपत होते. भूकंपाविषयी अमरचा अभ्यास बघून प्रश्न विचारत होते. अमरला काही इंग्रजी वर्तमानपत्राचे वार्ताहर त्यांचं भूकंपाविषयीचं ज्ञान दाखवत होते,

"हा भूकंप तोरणा धरणामुळे झाला असावा का? आधी कोयना, मग रातसा आणि आता तोरणा धरणाच्या परिसरात एवढा मोठा भूकंप कसा होतो?" त्यावर अमर त्यांना "हा भूकंप धरणामुळे झालेला नाही" असं ठामपणे म्हणाला. कारण आजही तोरणा धरण जेमतेम तीस टक्के भरलेलं आहे. धरण बांधून झाल्यापासून गेल्या दोन वर्षांत ते पूर्ण क्षमतेनं भरलेलं नाही आणि समजा ते भरलेलं असतं, तरी त्या पाण्याचा भूपृष्ठावर येणारा दाब म्हणजे एखाद्या हत्तीच्या पाठीवर माशी बसावी एवढाच असतो. तेवढ्यात एवढं कठीण, शेकडो किलोमीटरचं पृथ्वीचं कवच थोडंच दुभंगणार आहे? त्यामुळं समस्त अभियंत्यांच्यावतीनं तो भेटेल त्या प्रश्नकर्त्याला धरणामुळे होणाऱ्या भूकंपाची शक्यता फेटाळून लावत होता.

सगळ्या सरकारी यंत्रणा त्यांना सोपवलेली कामं प्रामाणिकपणे झटून करत होत्या. एरव्ही 'हे माझं काम नाही'हे पालुपद आळवणारे अधिकारी समन्वयानं काम करत होते. लालफिती गुंडाळून ठेवल्या गेल्या होत्या. त्यामुळे सरकारी यंत्रणा आणि खासगी स्वयंसेवी संस्थांची लय जुळली होती. दोघंही एकाच लयीत काम करताना दिसत होत्या. मुंबई-पुण्याच्या पत्रकारांनी ही गोष्ट बघून त्यांच्या वृत्तांकनात याचा उल्लेख केला होता. मात्र सोमेश्वर भट्टडसारखे काही स्थानिक पत्रकार कुठं काही 'मटेरियल' सापडतं का, याचाच शोध घेत होते. पीतपत्रकारिता करणाऱ्यांचा एक कंपू तयार झाला होता. त्यांचा गावागावांतून उंदरांसारखा सुळसुळाट झाला होता. ते अधिकाऱ्यांना छळत होते. त्यामुळे दोन-चार ठिकाणी त्यांचं अधिकाऱ्यांबरोबर वाजलं. प्रकरण हातघाईवर आलं. मारामारी झाली. तिथे असलेल्या पोलिसांना भूकंपग्रस्तांचं आपत्तीनिवारणाचं काम सोडून मध्ये पडावं लागलं. स्वत:ला 'वॉचडॉग' म्हणवणारे हे लंगोटी पत्रकार अशाही परिस्थितीत आपलं 'मेलेल्याच्या टाळूवरचं लोणी' खाण्याचं काम करताना बघून अमरला त्यांच्याविषयी विलक्षण घृणा निर्माण झाली. दुसऱ्याचं 'पोलखोल' करण्याची संधी

शोधणाऱ्या ह्या संधीसाधूंचीच 'पोलखोल' करावी, असं त्याला वाटलं. पण ही वेळ ती नव्हती. आपलं काम, 'हाथी चलता है, कुत्ते भोंकते है' अशा पद्धतीनं तो करत होता.

भूकंपाच्या आधी सहा महिने राज्याची राजकीय समीकरणं बदलली होती. सत्तेच्या सारीपाटावरील प्यादी बदलली होती. ह्या जिल्ह्याचे मुख्यमंत्री असलेल्या अमरसिंह देशमुखांना आपली मुख्यमंत्री पदाची खुर्ची गमवावी लागली होती, मात्र राज्याचं महसूल खातं हे क्रमांक दोनचं महत्त्वाचं खातं मिळविण्यात त्यांची सरशी झाली होती. शिवाय मदत व पुनर्वसनासह आणखी काही खाती त्यांना मिळाली होती. आता ते ह्या जिल्ह्याचे पालकमंत्रीही होते. त्यांच्याच पक्षाचे केंद्रातील ज्येष्ठ नेते हे त्यांच्या विरोधी गटाचे आता मुख्यमंत्रीपदी विराजमान झाले होते. राज्याचे सगळ्यात तरुण मुख्यमंत्री म्हणून चोवीस वर्षांपूर्वी काम केलेले मुख्यमंत्री मधल्या काळात केंद्रीय मंत्रीमंडळात कृषिमंत्री, संरक्षणमंत्री म्हणून काम करून राज्यात परतले होते. त्यांचा राजकारणाचा आणि प्रशासनाचा दांडगा अनुभव आता ही आणीबाणीची परिस्थिती हाताळण्यासाठी उपयोगात येत होता. भूकंपाच्या दिवशी तिल्लारीमध्ये सगळ्यात आधी ते पोहोचले होते. तिल्लारीच्या उद्‌ध्वस्त गल्ल्यांमधून फिरताना त्यांना अमरनं पाहिलं होतं. तिथूनच त्यांनी परिस्थितीचा अचूक वेध घेऊन लष्कराला पाचारण केलं होतं. त्यामुळेच दुसऱ्या दिवशी तीन हजार जवान भूकंपग्रस्त गावात पोहोचले होते. त्यांनीच ढिगारे उपसणं, रस्ते साफ करणं, प्रेतं काढणं, जखमींना ढिगाऱ्यांतून बाहेर काढून दवाखान्यात उपचारासाठी पाठवणं ही सर्वांत आधी करायची कामं केली. ही कामं कोणी आणि कशी करायची, हा मोठा प्रश्न सरकारपुढे होता. ती सरकारनंच करायची ठरवली असती, तर त्यातच सगळी सरकारी यंत्रणा गुंतून पडली असती. खूप वेळही लागला असता. पण लष्करानं ज्या वेगानं ही कामं पार पाडली, त्याला तोड नव्हती. युद्धात जी तत्परता लष्कर दाखवतं, त्याचं खरंखुरं प्रात्यक्षिक बघून सगळे सिव्हिलियन थक्क झाले. दहा दिवसांच्या अहोरात्र कष्टानंतर लष्कर परतलं. त्यांच्यामुळे इतर सरकारी यंत्रणांना सोपविलेली कामं करता आली.

बचतकार्य संपताच मदतकार्य वेगानं सुरू झालं. परदेशातून, देशातून आणि राज्यातून दुसऱ्याच दिवशी सुरू झालेला मदतीचा ओघ दहा दिवसांनंतरही चालूच होता. तिल्लारीच्या मुख्य रस्त्यानंच भूकंपग्रस्त गावांमध्ये जावं लागत असल्यानं त्या रस्त्यांवर रोजच ट्रकच्या रांगा लागल्या. स्वयंसेवी संस्था नुसत्या फोनवरून गरजेच्या वस्तू धाडत होत्या. पोळ्याच पोळ्या, दुधाची पावडर, बिस्किट, ब्लिचिंग पावडर, भांडी, कपडे, ब्लँकेट, औषधं, केळी, फळ-फळावळ,

मागाल ते आणि मदत करणाऱ्यांना सुचेल ते येत होतं. त्याची नोंदणी करून वाटप करायला अधिकारी तोकडे पडताहेत, मात्र जिल्हाधिकारी प्रवीणकुमारांनी पहिल्या दिवसापासूनच वाटप पद्धती घालून दिल्यामुळं एक टाचणीसुद्धा इकडची तिकडे होऊ शकली नाही. उलट, रात्रभर वाटपाचं काम करून पावसात भिजलेल्या तहसीलदाराच्या अंगावर त्यांची कणव आलेल्या कर्मचाऱ्यानं एक कोट टाकला, तर सोमेश्वर भट्टडच्या पिवळ्या कॅमेऱ्यानं तो टिपून त्याची मोठी बातमी केली. जरी तांत्रिक आणि कायदेशीरदृष्ट्या ही चूकच होती, तरी त्याचा राईचा पर्वत केला गेला. रात्रभर पावसात भिजत, थंडीत कुडकुडणाऱ्या एका निष्ठावान अधिकाऱ्याला निलंबित केलं गेलं. त्याची चौकशी झाली. दोषी ठरवून ठपका ठेवला गेला. ह्या प्रसंगामुळं सगळे अधिकारी खूपच जागरूक होऊन वाटपाचं काम करू लागले.

ह्या जिल्ह्याचे पालकमंत्री हे माजी मुख्यमंत्री असल्यानं ते ह्या आणीबाणीच्या प्रसंगीदेखील 'प्रोटोकॉल'ची अपेक्षा ठेवत. खरं तर त्यांच्याकडेच मदत व पुनर्वसन खातं होतं. पण मुख्यमंत्री त्यांना डावलून सगळे निर्णय घेतात व नंतर त्यांना कळवलं जातंय, अशी तक्रार ते खासगीत करत. कारण ते मुख्यमंत्र्यांच्या विरोधी गटाचे म्हणून. त्यांचाही मुख्यमंत्र्यांना छुपा विरोध कधी लपला नाही. तिल्लारीचे आमदार मुख्यमंत्र्यांचे खंदे समर्थक असल्यानंतर पालकमंत्री आणि त्यांचं हाडवैर जाहीर होतं. ते राजकारणापुरतं न राहता आता भूकंपातही उठून दिसत होतं. एकाच जिल्ह्यात माजी मुख्यमंत्री सयाजीराव पाटील-अंबुलगेकर, अमरसिंह देशमुख, खासदार बसवराज पाटील-साकूरकर एवढंच काय, शेजारच्या जिल्ह्यातील पाटबंधारेमंत्री डॉ. राणासिंह पाटील यांचे गावागावांत गट होते. भूकंपानंतर विसर्जित झालेले गट परत आठवडाभरातच सक्रिय झालेले दिसू लागले. मदतीचं वाटप करताना ते जास्तच ठळक झाले. जुने राजकीय हिशोब मांडले जाऊ लागले. भेदभाव करून वस्तूंचे वाटप सुरू झाले. त्यामुळे काही ठिकाणी वातावरण तापून हाणामारी झाली. नव्वद-शंभर टक्के उद्ध्वस्त झालेलं गाव पूर्णपणे डावललं गेलं, तर काही गावांमधून मदत गोदामातच दडवली गेली. माणुसकी संपून मूळ मानवी स्वभाव परत डोकं वर काढू लागला. निवारा छावण्यांचं वाटप सुरू झालं, तेव्हातर जातीपातीच्या भेदभावानं कळस गाठला. पुनर्वसनाचं काम सरकारी यंत्रणा निरपेक्षपणे करत असताना तिच्यावरही आरोप झाले. अमरला गावागावांतील गटा-तटांचे राजकारण माहीत नव्हतं; मात्र भद्राप्पाला ते चांगलंच माहीत असल्यानं तो त्याच्याशी सल्ला-मसलत करायचा. हे गटा-तटांचे, जाती-पातींचे, धर्मा-धर्मांमधले भेदभाव अमरला मान्य नसायचे, पण त्याचं आदर्श

समाजाचं तत्त्व हे केवळ स्वप्नच होतं. भद्राप्पा सांगत होता, ती जमिनीवरची सत्यस्थिती हीच वस्तुस्थिती असल्यानं ती स्वीकारणं त्याला अटळ होतं.

पालकमंत्री अमरसिंह देशमुख मदत वाटपाच्या वेळी येत. त्या वेळी त्यांच्या भोवती पत्रकार आणि प्रसारमाध्यमांचा गराडा पडे. तेदेखील त्यांच्या वर्तमानपत्री सुहास्यवदनानं भूकंपग्रस्तांना मदत करताना केस सावरून पोझ देत. वर्तमानपत्रांमध्ये त्यांच्या छब्या झळकत. टिव्हीवरच्या बातम्यांमध्येही त्यांचीच छबी झळकावी म्हणून वाटपाच्या अनौपचारिक कार्यक्रमाच्या चित्रफिती त्याच दिवशी तातडीनं मुंबईला दूरदर्शनकडे पोहोचतील, याच्याकडे त्यांच्या स्वीय साहाय्यकांचा कटाक्ष असे. ते भेट देणाऱ्या गावांमध्ये लोक जमलेत का याची आधी खात्री केली जाई, मगच त्यांचं आगमन होई. गावात येताना ते गंभीर सुतकी चेहऱ्यानं येत. आपल्या खर्जातल्या आवाजात ते छोटंसं भाषण ठोकीत, पण स्वभावानुसार ते परिस्थितीचं भान विसरून मिश्किलपणे कोट्या करत. कधी भूकंपग्रस्तांना, तर कधी विरोधकांना चिमटे काढत. त्या वेळी उठणाऱ्या हास्यकल्लोळात भूकंपाचं गांभीर्य नष्ट होई. अमरला हा विरोधाभास खटकायचा. कोणत्याही परिस्थितीमध्ये आपली प्रतिमा प्रसिद्धीसाठी वापरण्याचा, निवडणूक नसलीतरी आपत्तीग्रस्तांना मतदार समजून त्यांचं वागणं-बोलणं त्याला खटकायचं. सगळं काही प्रसिद्धीसाठी चाललेलं पाहून त्याला त्यांच्या वैचारिक खुजेपणाचं वाईट वाटे. जनतेच्या भल्यासाठी त्यांनी पांघरलेला मुखवटा काढून टराटरा फाडावा व खरा चेहरा जनतेला दाखवावा, असं अमरला वाटे. पण जनतेलाच त्याचं काही वाटत नसावं. अशा परिस्थितीतही त्यांच्यामागे शेकडो लोक 'जय हो' करत फिरताहेत. स्वत: पालकमंत्री भूकंपग्रस्त गावात झालेल्या चिखलामध्ये कधी पाय टाकून फिरकले नाहीत. ते आपल्या पांढऱ्याशुभ्र कपड्यांवर चिखलाचा डाग पडू नये म्हणून जपताना दिसत होते. त्यांनी भूकंप फारसा मनावर घेतल्याचं दिसत नव्हतं. तीच गोष्ट त्यांचे राजकीय गुरू असलेल्या केंद्रातील गृहमंत्र्यांची. तेदेखील फक्त एकदा पंतप्रधानांसोबत हॅलिकॉप्टरनं आले. पूरग्रस्त भागाची करतात तशी हवाई पाहणी केली. मदतीच्या पॅकेजची घोषणा केली आणि गेले, कारण तेही मुख्यमंत्र्यांचे राजकीय विरोधक. मुख्यमंत्र्यांना ह्या आपत्ती निवारणाचं श्रेय मिळू नये, त्यांचं अपयश दिसावं आणि आपली राजकीय पोळी ह्या भूकंपाच्या तापल्या तव्यावर भाजून घ्यावी, असा प्रयत्न सत्तेत असूनही त्यांच्या विरोधी गटांच्या नेत्यांचा चालला होता. गलिच्छ राजकारण. 'पॉलिटिक्स इज अ डर्टी गेम' ह्याचा अनुभव अमर उघड्या डोळ्यांनी जवळून बघून घेत होता. मात्र त्याच वेळी सत्ताधारी पक्षांचे राजकीय विरोधक राज्यावरील भूकंपाचे संकट जाणून सरकारला पूर्ण सहकार्य करत होते. तीच गोष्ट

जरी वेगवेगळ्या जाती-धर्म-पंथाच्या असल्या, तरी समाजसेवी संस्थांची होती.

शेजारच्या जिल्ह्यातील चित्र मात्र वेगळं होतं. तिथले पालकमंत्री डॉ. पाटील मुख्यमंत्र्यांच्या नुसते गटातील नव्हते, तर अत्यंत जवळचे विश्वासू सहकारी होते. पाटबंधारे खात्याबरोबरच त्यांच्यावर राज्यातील गृहमंत्री पदाचीही जबाबदारी होती. पण ह्या परिस्थितीची पूर्ण जाणीव ठेवून त्यांनी 'प्रोटोकॉल' पूर्ण झुगारला होता. ते दिवस-रात्र शेजारच्या जिल्ह्यातील ३३ भूकंपग्रस्त गावांतून पायी हिंडत होते. गुडघाभर चिखलात पाय टाकून ते चालत जात होते. लोकांच्या खांद्यावर हात टाकून त्यांचं सांत्वन करत होते. लोकांच्या पाठीवर हात टाकून त्यांना आश्वस्त करत होते. स्वत: मदतीचं वाटप बरोबर होतंय की नाही, याच्याकडे लक्ष देत होते, पण त्यांची छबी ना वर्तमानपत्रात दिसत होती ना टिव्हीवर. शेजारच्या जिल्ह्यातल्या तात्पुरत्या निवारा छावण्या उभारण्याचं काम अमरचे सहकारी व्ही. व्ही. शिंदे ह्या कार्यकारी अभियंत्याकडे सोपवलं होतं. ते पाटबंधारे मंत्र्यांच्याच जिल्ह्यातले होते. शिंदेसाहेबांच्या पाटबंधारे योजनांच्या जलदगतीनं केलेल्या कामांमुळे ते मंत्र्यांच्या जवळचे आणि विश्वासातले होते. त्या जिल्ह्याच्या कलेक्टरपेक्षा पालकमंत्र्यांचा शिंदेसाहेबांवर विश्वास होता. भूकंपाच्या ह्या दहा दिवसांत ते पालकमंत्र्यांसोबत सावलीसारखे हिंडत होते. त्यांच्याकडूनच अमरला शेजारच्या जिल्ह्यातल्या कामांची प्रगती कळत होती. वेळप्रसंगी अमर त्यांचं मार्गदर्शन घेत होता. त्यांची प्रत्यक्ष गाठभेट एकदाच दोन जिल्ह्यांच्या सीमेवरच्या गावात झाली होती. पण वॉकीटॉकी आणि फोनवरून त्यांचं संभाषण होई, तेव्हा डॉक्टरसाहेब किती अंग झोकून, जीव तोडून दिवसाचे वीस-वीस तास मेहनत करत आहेत, ते कळत होतं. ते जणू शेजारच्या जिल्ह्याचे पाटील, तर हे ह्या जिल्ह्याचे देशमुख होते. ह्या पाटील-देशमुखींच्या कामाच्या तऱ्हा अमरला स्पष्ट दिसत होत्या. पाटील मुळातच पहिलवान असल्यानं ते त्यांच्या रांगड्या पद्धतीनं कारभार करत होते, त्यांना प्रसिद्धी आणि प्रतिष्ठेचं भान नव्हतं; पण लोकांचं दु:ख ते आपलं दु:ख समजून दूर करण्यासाठी ते झटत होते. त्यांचे कपडे मळत होते, बूट चिखलानं भरत होते. ऊन-वारा-पाऊस याची पर्वा न करता ते जिवाचं रान करत होते. मात्र, देशमुखीचं चित्र उलटं होतं. अंगाला, कपड्यांना मळ लागू न देता ते आपली प्रसिद्धी आणि प्रतिष्ठा जपत होते. भूकंप जणू त्यांना निवडणुकीच्या प्रचारासाठी आलेली संधी वाटत होती. ते फक्त त्यांच्या मतदारसंघाचाच विचार करत तिकडेच फिरत होते. त्या धुमश्चक्रीतही ते 'प्रोटोकॉल'ची अपेक्षा ठेवत. स्वत:ची खाण्यापिण्याची वेळ सांभाळत होते. त्यांचे कार्यकर्ते सोबत असत. त्यांचे स्वीय साहाय्यक प्रसिद्धीची व्यवस्था बघत. सगळं कसं राजेशाही पद्धतीनं

चाललं होतं, एकदम डिसेंट. वर्षांनुवर्षं देशमुखांनी अंगावर रेशमी वस्त्रं आणि कानात अत्तराचा फाया घालूनच कारभार केला होता. हे देशमुखही त्याला अपवाद नव्हते!

भूकंप झाल्यावर काही तासांतच सरकारी यंत्रणा कार्यान्वित व्हायच्या आधी स्वयंसेवी संस्थांचे कार्यकर्ते भूकंपग्रस्त गावांत पोहोचले होते. त्यांनी बचतकार्य जसं झपाट्यानं केलं, तसंच मदत वाटपाच्या कामातही अप्रतिम तडफ दाखविली. जिल्ह्यातील शेतमजूर, शेतकरी यांच्यासोबतच राष्ट्रीय स्वयंसेवक संघ, अखिल भारतीय जैन संघटना ह्या राज्यव्यापी संघटना ज्या शिस्तीनं आणि सचोटीनं काम करत होत्या, ते शिकण्यासारखं होतं. त्यांचे स्वयंसेवक जणू आपत्ती निवारणाचं प्रशिक्षण घेतल्यासारखं काम करत होते. समाजवादी लोकांकडून हेटाळणी पदरी आलेल्या ह्या संस्था निव्वळ भाषणबाजीऐवजी ज्या पद्धतीनं काम करत होत्या, ते वाखाणण्यासारखं होतं. मुख्य म्हणजे हे काम करत असताना भूकंपग्रस्तांच्या जाती-पाती ते बघत नव्हते की धर्म. ज्यासाठी ह्या संघटना टीकेच्या धनी होत्या, त्याच्याविरुद्ध त्या काम करत होत्या. त्यामुळे त्यांच्यावरचा संकुचित राष्ट्रवादाचा कलंक आपोआपच धुतला जात होता. जिल्हाधिकाऱ्यांनी ह्या सगळ्या स्वयंसेवी संस्था, विश्वस्त-धर्मादाय संस्थांशी आठवड्यातून दोन वेळा समन्वय बैठका चालू केल्या. त्यांचीपण एक समन्वय समिती स्थापन केली; परंतु काही दिवसांतच आपले वैचारिक कलह होऊन त्यांच्या 'लॉब्या' तयार झाल्या. आपलं वर्चस्व दाखविण्यासाठी तर रोजंदारीवर माणसं लावून त्यांचे कार्यकर्ते बनविले गेले. कुणी काही ठराव मांडला की, विरोधासाठी विरोध सुरू झाला. गावकऱ्यांच्या वीज, पाणी, छावणी, रस्ते आणि आरोग्याच्या संबंधित प्रश्नांऐवजी भलत्याच गोष्टींवर चर्चा सुरू झाल्या. ह्या समितीचं भरकटलेलं तारू मार्गी लागावं म्हणून मग प्रवीणकुमारांनी समन्वय समिती आणि सरकारी अधिकारी यांच्यामध्ये समन्वय ठेवण्यासाठी 'टाटा सामाजिक विज्ञान संस्थे'च्या प्रशिक्षित अधिकाऱ्यांना आणलं; पण त्यांचं कामही फारच 'थिअरॉटिकल' असल्यानं त्याचा म्हणावा तसा उपयोग झाला नाही. 'ऑक्सफॅम'सारख्या वित्तपुरवठा करणाऱ्या काही संस्थांना थेट स्वयंसेवी संस्थांना निधी द्यावा असं वाटत होतं; पण सरकारनं ते मान्य केलं नाही. त्यामुळे ह्या स्वयंसेवी संस्थांचा खजिना हळूहळू संपला. स्वयंसेवी संस्था या आता अंमलबजावणी यंत्रणा न राहता हळूहळू मार्गदर्शक झाल्या. पुढं काही दिवसांतच त्या बघ्यांच्या भूमिकेत गेल्या. जागतिक बँकेचं वित्तीय पथक पाहणीला आलं, तेव्हा त्यांनी त्यांच्यापुढे काही मोलाच्या सूचना

केल्या. अगदी कायमस्वरूपी पुनर्वसनासाठी बांधावयाच्या घरांसाठी भूकंपविरोधक घरं कशी बांधावीत, अशा तांत्रिक सूचनाही केल्या.

भूकंप झाला त्या दिवसापासून गेले पंधरा दिवस अमर त्या भूकंपग्रस्त गावांमध्ये पायाला भिंगरी लावून फिरत होता. भूकंपग्रस्तांना निवारा छावण्या उभारण्याचं काम युद्धपातळीवर चालू होतं. तो सगळ्या गावांना उभारत असलेल्या छावण्यांची कामं बरोबर होतायत का, ते बघत होता. कुठं सामग्री कमी पडली, की 'वॉकीटॉकी'वरून त्याच्या बंगल्याच्या आवारात उभारलेल्या वॉर रूममध्ये कळवत होता. वॉर रूम चोवीस तास चालू होती. त्या वॉर रूमला दारच नव्हतं. रात्रभर बांबू, बल्ली, लाकडी वासे, जस्ती पत्रे ह्यांच्या ट्रक येत असायच्या, त्यांची नोंदणी करून ज्या गावाला गरज असायची, तिकडे त्या पाठवल्या जायच्या. भूकंपग्रस्त भागांत भूकंपानंतर ऋतूच बदलल्यासारखं झालं होतं. रोज दुपारी आकाश काळ्याकुट्ट ढगांनी भरून यायचं आणि धो-धो पाऊस सुरू व्हायचा. असा पाऊस या भागात पाहिला नसल्याचं गावकरी सांगत. कोकणपट्टीसारखा पाणकळा. त्यामुळे उभारणीच्या कामात व्यत्यय यायचा, पण पाऊस उघडताच परत उभारणीचं काम सुरू व्हायचं. ऊन-वारा-पाऊस यांच्याशी झुंजत त्या दिवसाचं ठरलेलं काम पुरं केल्याशिवाय कोणालाच पाठ टेकता येत नसायची. निसर्गानं जणू त्यांची परीक्षाच घ्यायची ठरवलं होतं. पण त्या सगळ्या नैसर्गिक आपत्तींवर आणि मानवनिर्मित संकटांवर मात करत संघशक्तीच्या जोरावर निवारा छावण्या उभारण्याचं काम अमरनं पंधरा दिवसांत पूर्ण केलं. ते पंधरा दिवस कसे उडून गेले, त्याला कळलं नाही. भूकंपाची घटना कालच घडल्यासारखी वाटत होती. ह्या पंधरा दिवसांत किती घटना, किती बरे-वाईट प्रसंग घडून गेले होते. किती माणसांची ओळख झाली होती, तर किती जुन्या माणसांची नव्यानं ओळख झाली होती. कामासाठी उपयोगी ठरणारा प्रत्येक माणूस किती अनमोल असतो, ते कळलं होतं!

रात्री उशिरा अमर थकून घरी येत होता. घरची आघाडी आरती यशस्वीपणे सांभाळत होती. रात्री निजताना ती दिवसभराचं वृत्त सांगत असे. तिनं निंबाच्या कुटुंबाला आश्रय दिला होता. ऑफिसच्या गॅरेजमध्ये तीन दगडांची चूल मांडून त्यांचा संसार सुरू झाला होता. तिनं त्यांना भांडी-कुंडी, शिधा-पाणी, कपडेलत्ते पुरवले होते. तिचं बघून बाकीच्या अधिकाऱ्यांनीसुद्धा काहींना आश्रय दिला होता. सगळ्या तोरणा वसाहतीला छावणीचं रूप आलं होतं. जिकडे-तिकडे बांबू-वासे रोवून त्यावर ताडपत्री किंवा प्लास्टिकचा कागद पांघरून झोपण्यासाठी झोपड्या तयार केल्या गेल्या होत्या. वसाहतीच्या दगडी कंपाऊंड भिंतीला लागून ह्या

झोपड्या पावसाळी कुत्र्याच्या छत्रीसारख्या उगवल्या होत्या. अमरला एक टुमदार वसाहतीचं झालेलं असं विद्रुपीकरण बघवत नव्हतं, पण सौंदर्यापेक्षा इथं माणसांचं जगणं महत्त्वाचं होतं.

अमरच्या देखरेखीखाली त्यानं पंधरा दिवसांत पंधरा गावांमधून साडेतीनशे निवारा शेड उभारण्याचं काम पूर्ण केलं खरं, पण हळूहळू शेडची मागणी वाढतच गेली आणि काही गावांचीही. रोज नवी गावं मागणी करू लागली, त्यामुळे पंधरा दिवसांनंतर गावांची संख्या दुप्पट झाली, तर निवाराशेडची संख्यादेखील दुप्पट झाली. जेवढ्या वेगानं तो पुरवठा करत होता, तेवढ्याच वेगानं मागणीही वाढत होती. वाढता वाढता ती संख्या सातशेच्या घरात गेली. म्हणजे एकूण तीन हजार कुटुंबं आणि पंधरा हजार विस्थापित. अमरनं त्याच्यासोबत बाहेरून मदतीसाठी आलेल्या पाटबंधारे विभागांचीही मदत घेतली आणि माघार न घेता कामं चालूच ठेवली. अनंत चतुर्दशीला भूकंप झाला, त्याच्या एक-दोन दिवसांनंतर सुरू झालेली ही कामं थेट दसरा-दिवाळीनंतरही चालूच होती. त्यावर्षी ना अमरनं दिवाळीसाठी सुट्टी घेतली ना त्याच्या हाताखाली काम करणाऱ्या एकाही इंजिनिअर आणि कामगारानं!

इकडे सरकारच्या पातळीवरही कायमस्वरूपी पुनर्वसनाच्या जोरदार हालचाली सुरू झाल्या. मुख्यमंत्र्यांनी घरबांधणी क्षेत्रातील नामवंत, अनुभवी कंपन्यांसोबत बैठक घेतली. भूकंपरोधक घरांचं संकल्पन करायला सांगितलं, त्याचं प्रात्यक्षिक मॉडेलसह बघितलं. बहुतेक कंत्राटदारांनी आर.सी.सी. फ्रेम स्ट्रक्चर म्हणजे खांब-तुळई-छत हे जागीच काँक्रीट ओतून करायची प्रचलित आधुनिक रचनाच दाखवल्या, मात्र त्यात खिडक्यांच्या खाली आणि वर आर.सी.सी. कड्यांचा समावेश होता. तर काही कंत्राटदारांनी झटपट घर उभारणीसाठी पूर्वरचित काँक्रीट भिंतींचा प्रस्ताव दिला. जलद बांधकामाच्या अनुमानाच्या आणि कमी दरांच्या निकषांवर स्पर्धात्मक निविदा बोलावून आठ मोठ्या कंपन्यांना कामही दिली गेली. खरं तर मुख्यमंत्र्यांनी त्यांच्या मंत्रीमंडळातील सहकारी मंत्री, स्थानिक आमदार आणि बांधकामाच्या सचिवांच्या उपस्थितीतच हे निर्णय घेतले, मात्र त्यांनी उत्साहाच्या भरात घेतलेल्या निर्णयांवर विरोधकांची टीका सुरू झाली, 'हे सगळं मुंबईतच ठरलं होतं. इथं जनतेसमोर केलं हे नाटक होतं.' असं बोलून ह्या गोष्टीचंही राजकारण सुरू झालं. त्याचप्रमाणे काही स्वयंसेवी संस्था पुढे आल्या, त्या 'आम्ही गावाचं कायमस्वरूपी पुनर्वसन करतो, पण आमच्या पद्धतीनं भूकंपरोधक घरं बांधून देतो' म्हणाल्या.

केरळच्या 'मल्याळम् मनोरमा' ह्या दक्षिणेतल्या सर्वाधिक खपाच्या वृत्तपत्रसमूहानं हसलगण या गावात १६० घरं वसवण्याचं ठरवलं. एका आठवड्याभराच्या अंतरानं दसऱ्याला ह्या कामाचं भूमिपूजन करायचं ठरलं. त्या समारंभाची जबाबदारी अमरवर सोपविण्यात आली. केरळच्या मुख्यमंत्र्यांच्या हस्ते भूमिपूजन होणार होतं.

रोज रात्री नऊ वाजता जिल्हाधिकारी कार्यालयात दैनंदिन कामाचा अहवाल आणि पुढची वाटचाल याविषयी बैठक असायची, त्या बैठकीत अमरला हा निर्णय कळविला गेला. भूमिपूजनाला जेमतेम आठ दिवस होते. तेवढ्यात जागेची निवड करून तिथपर्यंत पोहोचायला रस्ता करणं, जमिनीचं सपाटीकरण करणं, विंधन विहीर खोदून पाण्याची सोय करणं, जमिनीवर गावाचा आराखडा टाकून, भूखंडाचं सीमांकन करणं, अशी कितीतरी कामं एका आठवड्यात करायची होती. त्याच दिवशी म्हणजे दसऱ्यालाच आणखी आठ-दहा गावांची भूमिपूजनं करायची होती. ज्या स्वयंसेवी संस्थांनी ती गावं दत्तक घेतली होती, त्यांना मदत करून भूमिपूजनाच्या कार्यक्रमाची पूर्वतयारी करायची कामं अन्य विभागांच्या अधिकाऱ्यांवर सोपविली गेली. सगळ्यांना तेवढाच एक आठवड्यांचा कालावधी होता.

अमरनं रात्रीच आदेश देऊन यांत्रिकी विभागाची यंत्रसामग्री थेट हसलगणला पोहोचवण्याची व्यवस्था केली. सकाळी अमर साईटवर पोहोचला, त्या वेळी रस्त्यांच्या आणि सपाटीकरणाच्या कामांवर डोझर फिरत होते. कामं सुरू झाल्याचं बघून अमरला हुरूप आला. दुसऱ्याच दिवशी भूजल सर्वेक्षण यंत्रणांची माणसं येऊन त्यांनी त्यांच्या यंत्रानं पाण्याची जागा शोधली, पण ग्रामस्थांनीही त्यांचा विश्वास असलेल्या 'पानाड्या'ला बोलावलं. त्यानं डोक्यावर नारळ घेतला, तो काही मंत्रोच्चार करत गावाच्या आराखड्यानुसार चारी कोपऱ्याला डोळे मिटून फिरला. जिथे त्याच्या डोक्यावरचा नारळ गरगरा फिरला, तिथे तो थांबला आणि त्यानं डोळे उघडले. सुदैवानं भूजल यंत्रानं शोधलेल्या जागेजवळच काही फुटांवर ती जागा निघाली. त्यामुळे वाद टळला आणि शेवटी भूजल यंत्रणेनं तिथेच रिग उभी करून विंधण घेणं सुरू केलं. दुपारपर्यंत १०० मीटरवर पाणी लागलं. चांगला तीन इंचाचा नळ पडू लागला. सगळ्यांनी टाळ्या पिटून आनंद व्यक्त केला. पाण्याची चिंता मिटली. मग पुढील आराखड्यानुसार आखणी, सीमांकन ही कामं एक-दोन दिवसांत पुरी झाली. त्यासोबतच गावरस्ते, सपाटीकरण ही कामंही खात्याच्याच यंत्रामार्फत पुरी झाली. भूमिपूजनाची जागा निश्चित केली. चुन्याची फक्की मारून तिथं एक

चार फूट बाय चारचा चौकोन आखला. शेजारीच वीस फूट बाय वीस फुटाची जागा व्यासपीठासाठी निश्चित केली. समोर शंभर फूट बाय पन्नास फूट आकाराच्या मंडपाची आखणी केली आणि मंडप उभारणीचं कामही सुरू झालं. कार्यक्रमाच्या आदल्या दिवशी भूमिपूजनाची सगळी तयारी पूर्ण झाली. अमरनं त्या छोटेखानी मंचावर उभे राहून समोर पाहिलं. जमिनीवर भूखंडांची आखणी झाली होती. चुन्यानं रांगोळी काढावी, तसं दिसत होतं. अमरनं हेही आव्हान स्वीकारलं होतं. काळाशी केलेली स्पर्धा त्यानं नेहमीप्रमाणे जिंकली होती.

“माय डिअर फ्रेंड्स, धिस इज नॉट द टाईम टू डिलिव्हर अ स्पीच. वुई आर स्ट्रकड बाय द हॉरिबल क्वेक, अँड आय हॅव कम हिअर टू हेल्प यू इन धिस नॅचरल कॅलॅमिटी.” बस्स. एवढी शब्दश: चार इंग्रजी वाक्यं बोलून केरळचे मुख्यमंत्री खाली बसले. वय वर्षं चौऱ्याहत्तर. केरळचे चार वेळा मुख्यमंत्री राहिलेले एक मुरब्बी राजकारणी. पण त्यांनी पाल्हाळ लावला नाही, नेमकं आणि मोजकं बोलून ते खाली बसले. त्या वेळी लंबीचौडी भाषणं ऐकण्याची सवय असलेल्या श्रोत्यांचा हिरमोड झाला. भाषेच्या अडचणीमुळे म्हणा की खरोखरच त्यांना तो प्रसंग भाषण देण्याचा वाटला नसल्यानं ते जास्त बोलले नाहीत. मात्र त्यांची उणीव पालकमंत्र्यांनी भरून काढली. त्यानंतर मुख्यमंत्रीसुद्धा थोडक्यात बोलले. कायमस्वरूपी पुनर्वसनाची ही घरं वर्षभरात पुरी होतील, असं त्यांनी आश्वासन दिलं. त्या वेळी ही घरं ज्यांच्या कल्पनेतून साकार होणार होती, त्या गृहस्थांना मंचावर बोलावून ‘मल्याळम् मनोरमा’च्या वतीनं त्यांचा सत्कार करण्यात आला. ते होते विश्वविख्यात वास्तुविशारद ‘लॉरी बेकर’. ‘लॉरी बेकर’ यांचं नाव फक्त अमरला माहीत होतं. हे गृहस्थ जन्मानं इंग्रज असले, तरी उत्तराखंड आणि केरळमध्ये त्यांनी आपलं अर्धं आयुष्य घालवलं होतं. ते स्वत: एक पर्यावरणवादी वास्तुविशारद असल्यानं त्यांची वास्तुकलाही पर्यावरणस्नेही आहे. सिमेंटचा गिलावा करून दगड, विटा झाकणं, हा त्यांचा अपमान आहे असं ते मानतात, म्हणून त्यांचं वीटकाम नजर खिळवून टाकतं. खिडक्यांची संख्या कमी करून ते विटांच्या जाळ्यांची अशी रचना करतात, की घरात हवा आणि प्रकाश भरपूर खेळतो. छताच्या खालच्या बाजूला काँक्रीट वाया जातं, म्हणून तिथं काँक्रीटची लिंटल न करता तो खर्च ते वाचवतात. खाली फरशीऐवजी चुन्याची गुळगुळीत जमीन तयार करतात. एवढंच नाही, तर घरातलं फर्निचर-खुर्च्या, पलंग, टेबलंसुद्धा बांधून तयार करतात. सतत नावीन्याचा ध्यास घेणारे, ग्राहकांच्या गरजेनुसार त्यांची ऐपत आणि जीवनशैली बघून घराचा आराखडा ते तयार करतात. त्यामुळे त्यांची वास्तुकला दक्षिण भारतात फारच लोकप्रिय झाली. त्यांनी

तिथं ह्या पद्धतीनं हजारो घरं किफायतशीर किमतीत बांधली. त्यामुळेच त्यांना इथल्या वातावरणाशी समरूप होणारी घरं बांधण्यासाठी पाचारण करण्यात आलं होतं. खाकी हाफ पँट, वर अनेक खिशांचं खाकी जॅकेट, डोक्यावर गोल्ड कॅप. भारतात आणि त्यातही दक्षिण भारतात राहून काळवंडलेला त्यांचा मूळचा तांबूस-गोरा वर्ण त्यांच्या भारतीयत्वाची साक्ष देत होता. वास्तुविशारदापेक्षा एखाद्या जंगल सफाऱ्यासारखे दिसणाऱ्या लॉरी बेकरांकडे मुख्यमंत्र्यांपासून सगळेच कुतूहलानं पाहात होते.

भूकंप होऊन दोन महिने झाले, तरी भूकंपाचे लहान-मोठे धक्के बसतच होते. त्यांना 'आफ्टर शॉक्स' म्हणतात. मोठ्या धक्क्यानंतर भूगर्भातील थर स्थिरावले जाईपर्यंत असंख्य सूक्ष्म हादरे रोजच बसत असतात. अमरला कोयनेच्या भूकंपाचा अनुभव होता. कोयनेचा भूकंप होऊन पंचवीस-तीस वर्षं झाली असली, तरी आजपर्यंत जवळ जवळ एक लाख सूक्ष्म धक्के भूकंपमापन यंत्रावर नोंदविले गेले होते. ह्या छोट्या छोट्या धक्क्यांमधूनही ऊर्जा बाहेर पडत असते. यातही जाणवणारे धक्के फारच थोडे असतात. साधारणत: तीन रिश्टर स्केलच्या वर तीव्रता असेल, तरच तो धक्का जाणवतो. त्याच्यापेक्षा जास्त म्हणजे चार रिश्टर स्केल असेल, तर भांडी-कुंडी खाली पडतात. ह्या प्रत्येक रिश्टर स्केलमध्ये एकचा फरक म्हणजे भूकंपाची तीव्रता तीस पटीनं वाढलेली असते. सहसा कोयनेच्या एवढा म्हणजे ६.५ रिश्टर स्केलचा किंवा आता इथं मराठवाड्यात झालेला ६.४ रिश्टरचा भूकंप हा विनाशकारी ठरतो. तसेच भूकंपाचा केंद्रबिंदू जमिनीत खोलवर असला, तर भूकंपानं क्षतिग्रस्त होणारं क्षेत्र मोठं असतं, पण उलट तो जर कमी खोलीवर असला, तर बाधित क्षेत्र कमी असलं, तरी नुकसान मात्र मार मोठं असतं. भूकंपाविषयी अमरला हे प्राथमिक ज्ञान असल्यानं, एकदा का मोठा भूकंप झाला, की नजीकच्या काही वर्षांमध्ये तेवढा किंवा त्यापेक्षा मोठा धक्का बसण्याची शक्यता नसते. त्यामुळे तो जिथं जिथं जाई, तिथं तिथं तो लोकांना सांगत असायचा. पण लक्षात कोण घेतो, त्याच्यावर कोणी विश्वास ठेवत नव्हते. उलट लोक ज्योतिषांकडे जात. भूकंपाचे भविष्य विचारत. कुडमुडे ज्योतिषी गावागावांतून भाकितं करत. कोणी अमावस्या, तर कोणी पौर्णिमेला मोठा भूकंप होणार म्हणून सांगत. गावागावांतून एवढंच काय, त्याच्या कॉलनीमधूनही लोक ह्या भाकितांवर विश्वास ठेवत. रात्रभर माणसं जीव मुठीत धरून बाहेर उघड्यावर बसून जागून रात्र काढत. भूकंप झाला नाही म्हणून आनंदानं जल्लोष करत. कोणी थाळ्या वाजवत, तर कोणी फटाके फोडत. तेव्हा अमरला 'हसावं की रडावं' कळत नसायचं. मग लोकांच्या मनातील भूकंपाची भीती घालवण्यासाठी त्यानं राज्यातील

भूकंपतज्ज्ञांची प्रबोधनपर व्याख्यानं आयोजित केली. त्याचे पुण्याच्या अभियांत्रिकी महाविद्यालयातले, भूगर्भशास्त्राचे गुरू यांना त्यानं पाचारण केलं. त्यासाठी केंद्रशासनाच्या जलसंपदा विभागाच्या निवृत्त सचिवांना त्यानं अध्यक्ष म्हणून बोलावलं. ह्या सचिवांनी स्वत: कोयनेच्या भूकंपात काम केलं होतं. ते जागतिक कीर्तीचे अभियंता होते. त्यांनी शहरात भूकंपग्रस्त आणि भूकंपप्रवण भागांत प्रबोधन शिबिरं घेतली. 'भूकंपाची भीती कशाला?' अशी सुबोध पुस्तिका वाटली. भूकंप झाल्यावर काय कसं वागायचं, याच्या सूचना त्यात होत्या. त्यामुळे सगळ्यांनाच धीर आला.

●●

दहा

गेले दोन महिने भूकंपाच्या कामात अमर घरदार, मित्र, नातेवाईक सगळ्यांनाच दुरावला होता. भूकंप झाल्या झाल्या त्याचा जीवलग मित्र आनंदनं फोनवर त्याची खुशाली विचारली होती. त्याच्या घरच्या नातेवाइकांचे आणि सासुरवाडीचेही रोजच फोन येत होते. पण सकाळी सात वाजताच बाहेर पडलेला अमर रात्री उशिरा म्हणजे अकरानंतरच घरी परतत होता. त्यामुळे आरतीच फोनवर त्यांची खुशाली कळवीत होती. धक्क्यानंतर रातसाच्या भूकंपाच्या अनुभवामुळे आता तीही स्थिर झाली होती. अमरच्या गैरहजेरीत तिनं अमरनं सांगितल्यानुसार भूकंपात घराला जो खिडकीच्या वर तडा गेला होता, तोदेखील दुरुस्त केला होता. त्यामुळे दोन महिन्यांनंतर आता ते बाहेरच्या पत्र्याच्या शेडमध्ये झोपणं सोडून परत घरात आले होते. भूकंपाच्या धक्क्यांचे प्रमाण आणि तीव्रताही कमी कमी होत गेली होती. गणपती उत्सवानंतरचे सगळेच सण म्हणजे नवरात्र-दसरा, कोजागिरी, दिवाळी कुठे आणि कधी आले आणि गेले, तेही कळत नव्हतं. सगळं वातावरणच बिघडलं होतं. सणासुदीचा उत्साह हरवला होता. लोकांचा विश्वासच उडाला होता. अशातच एके दिवशी सकाळी सहा वाजताच फोनची रिंग

वाजली, ''हॅलो, अमर, मी आनंद बोलतोय.'' कित्येक दिवसांनी तो आनंदचा हरवलेला आवाज ऐकत होता. त्याला मित्राचा आवाज ऐकून गदगदलं.

''बोल, आनंद, कसा आहेस तू? घरी सगळे मजेत आहेत ना?''

''अरे, बाबा, आम्हाला कसली धाड भरलीय? भूकंप तुमच्या गावाला झाला. पडझड, नुकसान तुमचं झालं. इकडे फक्त हादरलं, एवढंच.''

''हो, पण काळजी घ्या.'' अमर.

''अरे, काळजी तर तुम्ही घ्या. आम्हाला तुमचीच किती काळजी वाटतेय. मी सारखा वहिनींना विचारत होतो, तिकडे तुम्हाला भेटायला यायचं म्हणून. पण त्या सारख्या म्हणायच्या, की तुला विचारून सांगते.''

''बरं, मग?''

''मग काय, त्यांनी आजपर्यंत मला कधी यायचं ते सांगितलं नाही, पण आता मला राहवत नाही. मी उद्याच तिकडे येतोय. आता मला तुझ्या परवानगीची गरज नाही.'' आनंदनं निक्षून सांगितलं.

दुसऱ्या दिवशी संध्याकाळी आनंद दारात हजर. बारा तासांचा प्रवास करून तो आला. त्यानं अमरला प्रेमानं मिठीच मारली. अमरच्या सगळ्या अंगावरून प्रेमानं हात फिरवून जणू अमर जिवंत असल्याचीच खात्री केली. मुलांना कडेवर उचलून घेत त्यांचे मुके घेतले. आरतीला बघून त्याचे डोळे भरून आले. ह्या कठीण दिवसांत अमरला आरतीनं जी साथ दिली होती, ती त्याला माहीत होती. त्यामुळे आनंदला आरतीचा अभिमान वाटला. तो म्हणाला, ''वहिनी, तुम्ही अमरला जी साथ दिली. त्यामुळेच तो हे भूकंपाचं कठीण आव्हान पेलू शकला. त्याच्या यशात तुमचाही तितकाच वाटा आहे.''

''अहो, आनंद भाऊजी, आम्ही दोघं वेगळे आहोत का?'' आरती म्हणाली. तेव्हा तिच्या आवाजातला कंप आनंदला जाणवला. त्या कंपात त्यांनी सोसलेल्या भूकंपाच्या सगळ्या वेदना जणू आनंदला दिसल्या.

दुसऱ्या दिवशी आनंदला सोबत घेऊन अमर भूकंपग्रस्त गावांमध्ये गेला. भूकंपग्रस्त गावांमध्ये झालेला विध्वंस बघून आनंद हेलावला. ह्या विनाशकारी भूकंपामधून आपला मित्र आणि त्याचं कुटुंब बचावलं ह्याचा आनंद मानावा की भूकंपात नाहीशा झालेल्या लोकांचं दु:ख? अमरनं दिवस-रात्र काम करून भूकंपग्रस्तांना निवारा दिल्याचं पुण्याचं काम केल्याचं तो अमरला वारंवार सांगत होता आणि त्याची छाती अभिमानानं फुलत होती. अमरलादेखील आपण ज्या झपाटलेल्या अवस्थेत काम केलं, ते किती मोठं होतं, हे कुणीतरी प्रथमच बघून त्याचं कौतुक करत होतं, म्हणून कळत होतं. क्षणभर त्याचाही त्यानं केलेल्या

कामांवर विश्वास बसत नव्हता. पंधरा गावांना निवारा, पिण्याच्या पाण्याची सोय, जोडरस्ते, गावरस्ते, वीजजोडणी ह्या गोष्टी केवळ दोन महिन्यांत झाल्या होत्या. आता त्या निवारा शेडमध्ये कुटुंबं राहायला आली होती. गावचा तालेवार पाटील असो की कुणी भूमिहीन शेतमजूर; भूकंपामुळे सगळे एकाच रांगेत आले होते.

मोठ्या चौसोपी वाड्यातून आलेल्या पाटलाला वाडा गमावल्याचं दु:ख होतं, तर शेताच्या बांधावर शाकारलेल्या झोपडीतून इथं राजमहालात आल्याचा आनंद भूमिहीन शेतमजुरांना होत होता. पुढं अंगणात मुलं खेळत होती. त्यातल्या काही मुलांनी आई गमावली होती, तर काहींनी बाप. काही मुलांनी तर आई-बाप दोन्ही गमावले होते. म्हातारे आजी-आजोबाच त्या मुलांचे आई-बाप झाले होते. त्या मुलांच्या गावी आई-बाप गमावल्याचं दु:ख नव्हतं. ती मजेत खेळत होती. म्हातारे आजी-आजोबा त्या मुलांमध्येच आपली गमावलेली मुलं शोधत होती. घरापुढच्या पडवीत गाई-गुरं हंबरत होती, तीदेखील भूकंपातून वाचलेली होती. ह्या भूकंपात दावणीला बांधलेली जी जनावरं दावण तोडून पळाली होती, ती वाचली होती. ज्यांना दावण तोडता आली नव्हती, ती जनावरं जागीच ढिगाऱ्याखाली दबून त्यांची माती झाली होती. गायी त्यांच्या मेलेल्या पाडसांसाठी व्याकूळ होऊन हंबरत होत्या, तर वासरांचे भरलेले डोळे त्यांच्या आईला शोधत होते. संध्याकाळी चुली पेटल्या होत्या. त्यांचा धूर आसमंतात पसरला होता. सूर्य अस्तास जात होता. पण जीवन थांबत नसतं. माणसं असो की पशु-पक्षी सगळ्यांनीच बदल स्वीकारला होता. अमर आणि आनंद खिन्न मनानं घरी परतत होते.

●●

आता दोन महिन्यांनंतर अमरची धरणांची रेंगाळलेली कामं त्याला खुणावत होती. सांडोळ-असर्जनची विमोचकाची कामं तेवढी शिल्लक होती. धरणातून कालव्यामध्ये पाणी सोडण्यासाठी ही विमोचकं होती. ती घडीव दगडाच्या चिरेबंदी बांधकामात करायची होती. पण ही कामं ज्या कंत्राटदाराकडे होती, त्याच्याकडे न दगड घडवणारे पाथरवट होते ना चिरेबंदी बांधकाम करणारे कुशल गवंडी. ह्या वर्षी धरणातून खरिपाला पाणी सोडायचं, तर ह्या विमोचकाच्या गोल विहिरींचं काम कोणत्याही परिस्थितीमध्ये पूर्ण करणं भागच होतं. नंतरच त्या विहिरींमध्ये विमोचकाची झडप, द्वारं बसवावी लागणार होती. त्या झडप-द्वारांचा लोखंडी दांडा थेट विहिरीच्या माथ्यावर येणार होता. तिथे गोल फिरणारं चाक बसणार होतं. ही फिरकी सारखी फिरवून झडप वर जाणार होती आणि धरणातलं पाणी

कालव्यात पडणार होतं. कालव्यातून मग ते झुळझुळ वाहत चाऱ्या, पोटचाऱ्या, शेतचाऱ्यांमधून शेतात जाणार होतं. म्हणजे ज्यासाठी धरणं बांधलं, तो उद्देश पूर्ण होणार होता. पण कंत्राटदार मात्र रोज वेगवेगळी कारणं सांगत होता. शेवटी अमरनं पंधरा दिवसांच्या नोटिशीनं त्याचंही काम काढून घेतलं. अशा प्रकारच्या विमोचक विहिरींच्या कामांचा अनुभव फारच थोड्या कंत्राटदारांना असतो. पिण्याचं पाणी पुरविणाऱ्या महाराष्ट्र जलप्राधिकरणामार्फतच अशी कामं केली जातात, हे अमरला ठाऊक होतं. त्यानं त्याची अडचण महाराष्ट्र जीवन प्राधिकरणाच्या कार्यकारी अभियंत्याला सांगितली. तो कार्यकारी अभियंताही त्याच्याच बॅचचा असल्यानं ओळखीचा होता. त्याला ह्या कामाचं महत्त्व माहीत असल्यानं त्यानं त्याच्या ओळखीचा जलद आणि दर्जेदार काम करणारा कंत्राटदार त्याच्याकडे पाठवला. हा कंत्राटदार स्वत: इंजिनिअर होता आणि त्यानं आजपर्यंत अशा प्रकारची अनेक कामं केली होती.

''नमस्कार साहेब, मी कल्याणकर. मी अशा प्रकारची कामं केली आहेत. मी ह्या दोन्ही विमोचकाची कामं तीन महिन्यांत म्हणजे मार्चपूर्वी पूर्ण करून देतो.'' सरकारी अधिकाऱ्यासारखा सफारी घातलेले कल्याणकर अमरशी बोलत होते. त्यांचा आत्मविश्वास बघून अमरची खात्री पटली. अमर पुढील तीन महिने दर आठवड्याला धरणावर जाऊन ह्या कामांचा आढावा घेत राहिला. प्रत्येक वेळी कल्याणकर त्याला साईटवरच भेटायचे. त्यांनी कधीही कोणतीही अडचण सांगितली नाही. अगदी नियोजनबद्ध रीतीनं त्यांनी ही साठ फुटी उंचीच्या चिरेबंदी विहिरींची कामं पूर्ण केली. त्यांनी दिलेला शब्द खरा केला होता. अमरला शब्दाला जागणारी माणसं आवडत होती, कारण तो स्वत:ही दिलेला शब्द खरा करण्यासाठी जिवाचं रान करत असे. त्यामुळं त्याच्या लेखी कल्याणकर फक्त एक चांगले कंत्राटदारच राहिले नव्हते, तर चांगले मित्र झाले होते. 'फ्रेंड इन नीड इज फ्रेंड इंडीड' ह्या म्हणीनुसार ते मित्र झाले होते. कल्याणकर एक तत्त्वनिष्ठ, राष्ट्रप्रेमी, गृहस्थ होते. त्यांची राजकीय विचारसरणी भलेही राष्ट्रीय जनता पार्टीची असो की राष्ट्र स्वयंसेवक संघाची. त्यांचा प्रामाणिकपणा, त्यांची शिस्त बघून अमर त्यांचा मित्र झाला होता, तर अमरची कामाची तळमळ बघून तो केवळ सरकारी अधिकारी नसून राष्ट्रप्रेमी असल्याचा कल्याणकरांना साक्षात्कार झाला होता. राष्ट्रहिताच्या समान धाग्यानं दोघं जोडले गेले, ते कायमचेच.

विमोचकांबरोबरच असर्जन, सांडोळ या दोन्ही प्रकल्पांची, कालव्यांची सगळी छोटी-मोठी कामं जूनपर्यंत पुरी झाली होती. खरिपासाठी ह्या दोन्हीं धरणांमधून

मागणीप्रमाणे पाणी द्यायची तयारी झाली. अमरनं ऑफिसच्या नोटिसबोर्डवर, गावागावांमधून दवंडी पिटून शेतकऱ्यांना फॉर्म नं. ७ चा पाणी अर्ज भरून देण्याचं आवाहन केलं. वर्तमानपत्रातूनही जाहीर निवेदनं दिली. त्याला चांगलाच प्रतिसाद मिळाला. लाभक्षेत्रातील धरणापासून कालव्याच्या शेवटच्या टोकापर्यंत म्हणजे 'हेड टु टेल' शेतकऱ्यांनी पाणी अर्ज भरून दिले. सगळ्या लाभक्षेत्रातील गावांमधून आता वेगळंच वारं वाहात होतं. सर्वत्र पाणी मिळणार म्हणून उत्साहाचं वातावरण संचारलं होतं. इकडे अमर पालकमंत्र्यांची भेट घेऊन त्यांना जलपूजन आणि जलविमोचनाच्या कार्यक्रमाला येण्याची विनंती करत होता, पण त्यांना वेळ नव्हता. अमरनं पाटबंधारे मंत्र्यांचं नाव घेतल्यामुळे ते बहुधा टाळत होते, असा अमरचा संशय होता. मात्र अमर पाटबंधारे मंत्र्यांना टाळू शकत नव्हता. ह्या राजकीय साठमारीत अमरचा श्वास गुदमरत होता. धरणं पाण्यानं तुडुंब भरलेली होती. पावसानं ओढ दिल्यामुळे शेतकऱ्यांची 'पाणी कधी सोडणार' म्हणून सारखी विचारणा चालू होती. समोर ताट वाढलेलं असून "वदनी कवळ घेता..." कोण म्हणतंय, याची भुकेल्या पोटी वाट बघत ताटकळत बसावं तसं झालं होतं. शेवटी अमरनं वैतागून उद्‌घाटनाचा नाद सोडला. मंत्र्यांना काहीही वाटो, ज्या जनता जनार्दनासाठी एवढा अट्टाहास केला, त्यांना पाणी देणं हेच आपलं आद्य कर्तव्य आहे, असं समजून त्यानं स्वत:च जलपूजन केलं आणि विमोचनही केलं. धरणात साठलेलं पाणी झुळझुळ करत कालव्यांमधून वाहू लागलं, तेव्हा जमलेल्या शेतकऱ्यांनी टाळ्या वाजवल्या, त्यांच्या डोळ्यांतही पाणी आलं. पुढे गावागावांतून कालव्याचं पाणी खळाळत गेलं, तेव्हा त्या पाण्याचं स्वागत शेतकऱ्यांनी टाळ्या वाजवून केलं. गावोगावी पाण्याबरोबरच अमरच्या नावाचा जयजयकार झाला. अमरच्या कार्यालयात आणि घरीही अभिनंदनाचे फोन खणखणत होते. अमरला धन्य झाल्यासारखं वाटत होतं. ह्या जिल्ह्यात येताना त्यानं स्वत:शी केलेला पण पुरा झाला होता. चार वर्षांत चार धरणं कालव्यासह पूर्ण!

"हॅलो, कोण बोलतंय?" अमरनं आनंदाच्या भरात फोन उचलला. सकाळपासून जिल्ह्याच्या गावागावांतून शेतकरी, सामाजिक कार्यकर्ते यांचे फोन येत होते. विषय मात्र एकच. 'आमच्या गावात पाणी पोचलंय. धन्यवाद!'

"मी गोजमगुंडे पी.ए. बोलतोय, साहेबांना तुमच्याशी बोलायचंय. फोन देतो." अमर क्षणभर सुखावला. म्हणजे ही वार्ता आता पालकमंत्र्यांपर्यंत पोचली आणि आता तर चक्क त्यांचा अभिनंदनाचा फोन. त्यानं उत्साहानं फोन घेतला. "मिस्टर चौहान, अहो, हे काय लावलंय तुम्ही?" पालकमंत्री.

"म्हणजे, मी समजलो नाही, सर?" अमरचं प्रश्नांकित उत्तर.

“अहो, तुम्हाला खरंच समजलं नाही, की तुम्ही ढोंग करताय?”

“नाही, सर, काही चुकलंय का माझं?”

“हे बाकी ठीक आहे. चुकलं, तरी माहीत नसल्याचं सोंग करायचं. मी ऐकतोय की तुम्ही दोन्ही धरणांमधून पाणी सोडलंय?”

“हो, सर, ह्या नक्षत्रानं ओढ दिली. शेतकऱ्यांची खरिपाची पेरणी वाया जाऊ नये, दुबार पेरणीचं संकट आहे म्हणून ते मागणी करू लागले, म्हणून सोडलं.”

“अहो, ते तुमचं कामच आहे. पण इथं तुमच्या डोक्यावर कोणी आहे, हे विसरला वाटतं? मी तुम्हाला जलपूजनास वेळ दिली नाही, म्हणून तुम्ही वाट न बघता स्वत:च कार्यक्रम करून टाकला.”

“सर, सॉरी. माझं चुकलंच, पण वेळच तशी होती. पिकं वाळू लागली होती.”

“मग वाळू द्यायची होती. आम्ही इथं सरकारात कशाला बसतोय? आम्हाला शेतीतले काही कळत नाही, असं म्हणायचं का तुम्हाला? अवो, शेतकरी बच्चा आहे मी, दोन दिवसांनी पंचायतीची इलेक्शनची तारीख जाहीर होणार होती. आम्ही त्याची वाट बघत होतो. पण तुम्हाला लई घाई झाली होती. तुम्ही लई मोठी चूक केली. चुकीला माफी नाही. मी आताच्या आता तुमच्या मंत्र्यांना कळवतो. चुकीला सजा व्हायलाच पाहिजे.” पालकमंत्री अमरसिंह देखमुखांनी रागारागानं फोन आदळल्याचा आवाज अमरच्या कानात गुंजला. कोणीतरी कानाखाली सण्णकन वाजवावी तसं झालं. त्याचा चेहरा पडला. उत्साहाच्या भरात आपण हे काय करून बसलो. आपला उतावळा स्वभावच याला कारणीभूत आहे. आपल्याला सगळ्या गोष्टींची घाई. आधी कामाची अन् लगेच उद्घाटनाची. आपण वाट बघायला हवी होती का? पण आपणतरी किती वाट बघायची? गेले दोन आठवडे आपण त्यांना समक्ष भेटून, फोन करून उद्घाटनाची तारीख विचारत होतो. उद्घाटनाच्या निमंत्रणपत्रिकेचा मसुदादेखील दाखवला होता. त्यातलं पाटबंधारे मंत्री डॉ. रणसिंह पाटील यांचं नाव बघून त्यांच्या कपाळाची शीर तटतटलेली अमरला स्पष्ट दिसली होती. थोड्या वेळानं परत फोनची रिंग वाजली. ट्रिंग ट्रिंग, ट्रिंग ट्रिंग. ह्या वेळी त्यानं बिचकतच फोन उचलला, “हॅलो, चौहानसाहेब, नमस्कार, मी भोयर पी.ए. बोलतोय मुंबईहून. साहेबांना बोलायचंय.” पाटबंधारे मंत्र्यांचे पी.ए. भोयर बोलत होते. त्यांनी मंत्र्यांना फोन जोडून दिला. तिकडून पाटबंधारे मंत्री डॉ. रणसिंह पाटील बोलत होते, “हॅलो, चौहान, तुम्ही हे काय केलंय? तुमच्या पालकमंत्र्यांना डावलून मलाही न विचारता तुम्ही उद्घाटनासारखे कार्यक्रम करू लागलात? तुम्ही काय स्वत:ला मुख्यमंत्री समजलात काय?”

अतिशय हळू आवाजात पुटपुटल्यागत ते बोलत होते. त्या बोलण्यातून धड ना राग व्यक्त होत होता ना लोभ. अमर किंचितसा गोंधळला, ''सॉरी, सर, मी पालकमंत्र्यांचा पाठपुरावा करत होतो गेले पंधरा दिवस. पण ते उद्घाटनाची तारीखच देत नव्हते. त्यामुळे मी आपल्यालाही विचारू शकलो नाही. इकडे पावसानं ओढ दिल्यामुळे खरिपाची रोपं वाळायला लागली. दुबार पेरणीचं संकट उभं राहिलं. शेतकऱ्यांची मागणी वाढली. धरणात पाणी असून तुम्ही पाणी सोडेनात म्हणून आपल्याकडे तक्रार करू, म्हणू लागलीत. म्हणून परिस्थिती बघून मला पाणी सोडायचा निर्णय घ्यावा लागला. ह्यात माझी काही चूक झाली, असं मला वाटत नाही अन् झाली असेलच, तर तुम्ही द्याल ती शिक्षा भोगायला मी तयार आहे.'' अमरनं पाटबंधारे मंत्र्यांकडे आपली बाजू खुलाशासह सविस्तर मांडली.

''अहो, पण ते तारीख देत नाहीत, हे तुम्ही मला लगेच का नाही कळवलं?''

''सॉरी, सर, ते माझं चुकलंच, पण त्यांच्याविषयी आपल्याकडे तक्रार केल्यासारखं झालं असतं म्हणून.''

''अहो, तुमच्या जिल्ह्यामधून त्यांच्याविषयी रोज तक्रारी करत असतात माझे कार्यकर्ते.'' डॉ. रणसिंह पाटील सौम्य शब्दांतच बोलत होते. पालकमंत्र्यांसारखा राग त्यात नव्हता. एकीकडे पाठीवर चांगलं काम केल्याची थाप जनतेकडून पडत होती, तर दुसरीकडे त्याच जनतेचे प्रतिनिधी असलेल्या नेत्यांकडून अमरच्या दोन्ही गालात थपडा बसल्या होत्या. म्हणजे जनता आणि त्यांचे नेते यांची मतं वेगवेगळी असू शकतात तर! पण प्रश्न इथे 'श्रेया'चा होता.

ह्या दोन मंत्र्यांचा 'इगो' दुखावल्याचा प्रसंग सोडल्यास तो आठवडा अमरचा अतिशय आनंदाचा गेला. धरणातून पाणी सोडल्याचा आनंद काय असतो, त्यातही स्वत: बांधलेल्या धरणातून, हे तो प्रत्येक शेतकऱ्याच्या चेहऱ्यावरील आनंद बघून अनुभवत होता. कर्तव्यपूर्तीच्या समाधानानं तो कृतकृत्य झाला होता. त्यानं त्याचं 'इप्सित' साध्य केलं होतं. आता पुढे काहीही होवो. 'याजसाठी केला होता अट्टाहास... शेवटचा दिस गोड व्हावा...'

सकाळी अमर ऑफिसात आला, त्या वेळी एक विलक्षण शांतता त्याला जाणवली. हा भास आहे का, की खरोखरच सगळं कसं शांत आहे? आपल्याच मनाचा हा भास समजून तो खुर्चीवर बसला. त्यानं टपालाचं पॅड समोर ओढलं. पहिलंच पत्र बघतोय, तर त्याच्या बदलीची ऑर्डर. अच्छा, म्हणजे ही शांतता, हा सन्नाटा याच्यामुळे होता तर! अमरची बदली झाली होती. प्रशासकीय कारणासाठी. म्हणजे काय असतं कुणास ठाऊक. पण

त्याला स्वत:ला आणि त्या दोन मंत्री महोदयांना ते प्रशासकीय कारण चांगलंच ठाऊक होतं. वाईटात चांगली गोष्ट ही होती की, त्याची बदली त्याच्याच जिल्ह्यात, त्याच्याच गावी झाली होती. त्यानं न मागता त्याच्या गावी झालेली बदली ही शिक्षा होती की बक्षिशी? पालकमंत्र्यांच्या आग्रहास्तव झालेली बदली ही त्यांच्या दृष्टीनं अमरनं केलेल्या चुकीची शिक्षा होती, तर पाटबंधारे मंत्र्यांच्या दृष्टीनं अमरनं गेली चार-पाच वर्षं त्या जिल्ह्यामध्ये रखडलेले प्रकल्प पूर्ण केल्याची बक्षिशी होती. एकाचवेळी शिक्षा आणि बक्षिशी असा जगावेगळा काव्यगत न्याय पाटबंधारे मंत्र्यांनी दिला होता. आजपर्यंत हजारो पत्रं आणि बदल्यांच्या ऑर्डर वाचणाऱ्या अमरचं निर्ढावलेलं मन मात्र ह्या बदलीनं हळवं झालं होतं. गेली चार-पाच वर्षं त्यानं इथे आल्या दिवसापासून आजपर्यंतचा चित्रपटच त्याच्या पाणावलेल्या डोळ्यांसमोर दिसू लागला. त्याच्या डोळ्यांत आलेलं पाणी हे आनंदाश्रू होते की दु:खाश्रू, हे त्यालाच कळत नव्हतं.

मराठवाड्याच्या म्हणजे 'मोगलाई'च्या एका टोकाला असलेल्या ठिकाणी तो नकाशामध्ये रस्ता शोधत पाच वर्षांपूर्वी आला होता. अमरजा रेस्ट हाऊसच्या शाही शयनगृहात इथली पहिली रात्र किती आश्वासक होती. काहीतरी पराक्रम करून दाखवायच्या विजिगीषू वृत्तीनं तो इथपर्यंत जणू मुलूखगिरी करायला आला होता. एक इंजिनिअर म्हणून इथे त्याला निर्णय घेण्याचं संपूर्ण स्वातंत्र्य आणि अधिकार मिळाले होते. पण त्या अधिकारानं तो उतमात न करता गेली पाच वर्षं कारभार करत होता. 'काम करणारा' ही एकच जात तो ओळखत होता. ह्या 'मोगलाई'च्या प्रदेशात अजूनही माणसं आपापल्या जातीला घट्ट बिलगून होती. आपल्या पाटीलकी-देशमुखीच्या तोऱ्यात वावरत होती. सरंजामशाही त्यांच्या रक्तातूनच वाहत होती, तर दलितांना अजून सामाजिक भान आलेलं नव्हतं. संविधानानं त्यांना दिलेले हक्क आणि अधिकार अद्याप त्यांच्यापर्यंत पोहोचले नव्हते. दोन्ही समाज इतर प्रदेशांच्या तुलनेत मध्ययुगीन काळातच जगत होते. शोषक आणि शोषित. पण नामांतराच्या निमित्तानं दलितांचं स्फुलिंग काही प्रमाणात जागृत झालं होतं. पुरोगामी आणि आधुनिक विचारांचं वारं बंद दरवाजा आणि खिडक्यांच्या फटींमधून कुठं कुठं आत शिरत होतं. देशाच्या स्वातंत्र्य चळवळीत ह्या प्रदेशाबाहेरच्या देशात जे वैचारिक बदल झाले होते, ते इथपर्यंत पोहोचले नव्हते. देशाला ढवळून टाकणारे गांधींचे विचार ह्या निजामशाहीच्या अभेद्य भिंती भेदून आले नव्हते, की दलितांचा डॉ. बाबासाहेब नावाचा क्रांतिसूर्य इथं उगवला नव्हता. अवघ्या

तीस वर्षांपूर्वी इथली ऐतिहासिक 'मोगलाई' संपली होती, हा प्रदेश राज्यांच्या इतर भागांत विलीन झाला होता; पण एक नवी राजकीय 'मोगलाई' उदयास आली होती. ती बाहेरून दिसत नव्हती, पण जातीचं श्रेष्ठत्व मानणाऱ्यांच्या मनात ती होती. अत्याचाराचं उघड स्वरूप बदलून त्यांनी सुप्त स्वरूप धारण केलं होतं. जातीच्याबरोबरच धर्माचे अभिनिवेष अधिक प्रखर होत होते. गांधी-नेहरूंच्या काँग्रेसनं दिलेलं सर्वधर्म समभावाचं 'सेक्युलर पॅटर्न'चं बाळकडू ह्या प्रदेशाला स्वातंत्र्यपूर्व काळात दिलं नव्हतं. त्यामुळे निजामशाहीच्या काळात झालेल्या अत्याचारांमुळे मुस्लीम विरोध तीव्र होता.

धर्माच्या नावावर जनमत पेटवून धार्मिक ध्रुवीकरणाची सुरुवातही इथेच झाली. मशिदीच्या पाडापाडीनंतर इथलं वातावरण हिंसक झालं होतं. काही काळापुरती का असेना, इथे नवीन मोगलाई अवतरली होती. समाजवस्त्रांचे धागे उसवले होते. अमरनं इथलं बदलतं राजकारण आणि समाजकारण अनुभवलं होतं. हा प्रदेश सांस्कृतिकदृष्ट्या राज्याच्या इतर प्रदेशांच्या मानानं एकेकाळी संपन्न होता. ही संतांची भूमी होती. यादव काळापासून हजारो वर्षांची समृद्ध सांस्कृतिक परंपरा इथेच होती. त्या वेळी ह्या भूभागाचं श्रेष्ठत्व निर्विवाद होतं. कालचक्रातल्या गेल्या तीनशे वर्षांपासून पुण्याचं ऐतिहासिक, तर मुंबईचं भौगोलिक महत्त्व वाढलं होतं. गेल्या तीनशे वर्षांत ही शहरं आधुनिक होत गेली. शहरांची लोकभाषा बदलली, जीवनशैली बदलली. ब्रिटिश अमलामुळे इथली संस्कृतीही बदलली. ह्या बदललेल्या तथाकथित आधुनिक संस्कृतीचा टेंभा ही शहरं मिरवू लागली. ह्यांची भाषा प्रमाणभाषा झाली, तर ह्यांची जीवनशैली प्रमाण झाली आणि मराठवाडा मागासलेला म्हणून हीच शहरं हिणवू लागली. पण ह्या भागाचं राज्यात विलीनीकरण होताच इथल्या नेतृत्वानं राज्याच्या राजकारणात मुसंडी मारली होती. गेल्या तीस वर्षांत इथले दोन मुख्यमंत्री आणि अनेक मंत्री झाले. आपल्या दूरदृष्टी व कर्तबगारीमुळे ते आता ह्या भागाचा भौतिक विकास आपापलं गटातटांचं, जातीपातींचं, धर्मांचं राजकारण सांभाळून करत होते. इथल्या पाच वर्षांतलं अमरच्या सजग मनाचं हे निरीक्षण होतं.

गेल्या पाच वर्षांत किती माणसांच्या नव्या ओळखी जुन्या झाल्या होत्या. पहिल्याच दिवशी दारात फटफटी घेऊन आलेला, 'साहेब, काही मदत लागते का?' विचारणारा भद्राप्पा शाखा अभियंता पाच वर्षांत अमरच्या आणि त्याच्या कुटुंबाच्या एवढा जवळचा झाला, की सगळे त्याला अमरचा 'कमांडो' म्हणू लागले होते. घरात काम करणारा गडी बाळाजी तर जणू स्वयंपाक घरातला

आरतीचा उजवा हात झाला होता. बाहेर बगिच्यात धाकट्याला खेळवणारा आणि तळहाताच्या फोडासारखा सांभाळणारा पाटील शिपाई मुलांचा 'काका' झाला होता. आरतीमुळे पाटीलची दारू सुटली होती. ड्रायव्हर लोकांच्या कंपूत बसून जुगार खेळणारा पाटील बदलला होता. त्याला जुगाराऐवजी मुलांचा लळा लागला होता. त्याच्या घरची मंडळी आरतीनं केलेला हा चमत्कार बघून तिच्या पाया पडली होती. इकडे तोरणा कॉलनीतल्या नव्या बंगल्यात राहायला आल्याच्या पहिल्या दिवशी ओळखपाळख नसताना येऊन बगिचासाठी ग्लॅड्यूलाची फुलं घेऊन येणारा, बंगल्यासमोरची लॉन फुलवणारा, बागेतल्या फुलांना मुलांसारखं कुरवाळणारा नंदकुमार पुरोहित तर सकाळच्या पहिल्या चहाचा जोडीदार झाला होता. एक राजकारण सोडल्यास कुठल्याही विषयावर चालणाऱ्या त्यांच्या अघळपघळ गप्पांना आरतीला आवर घालावा लागून अमरला अंघोळीची आठवण करून द्यावी लागे.

शेजारचे आदर्शवादी पोरेसाहेब आणि त्यांचं कुटुंब तर अमरच्या मुलांमध्ये इतकं मिसळून गेलं होतं, की ते बदलून गेले, तेव्हा मुलांना करमलं नाही. शांतीवहिनींच्या आरतीबरोबर दुपारच्या गप्पा इतक्या रंगायच्या, की दुपारच्या जेवणासाठी घरी आलेल्या अमर आणि पोरेसाहेबांना त्यांच्या गप्पा संपायची वाट बघावी लागे. पोरेसाहेबांचं आर्यसमाजाचं तत्त्वज्ञान, जीवनातील प्रत्येक घटनेकडे बघायची एक तटस्थ वृत्ती, स्वावलंबन. ते स्वत: हाती झाडू घेऊन अंगण स्वच्छ करणं, साधी राहाणी आणि उच्च विचारसरणीचं मूर्तिमंत उदाहरण. कॉलनीमधले दुसरे शेजारी, त्यांचे गाववाले सोनवणे, कार्यकारी अभियंता म्हणजे गाजावाजा न करता काम करणारे अधिकारी. पोरेसाहेबांच्या जागेवर बदलून आलेले असिफोद्दिन. त्यांना ईदच्या दिवशी जेवणाला बोलावल्यावर तृप्त मनानं त्यांनी आरतीला दिलेली दुवा म्हणजे हिंदूंच्या घरी ईदचा सण साजरा करण्याची एक हिंदू-मुस्लीम ऐक्याची अनोखी घटना. तसंच रमजानच्या इफ्तार पार्टीला डॉ. खय्यूमनी केलेलं अमरचं स्वागत, त्याची खातरदारी ही गोष्ट एक नवा आयाम देणारी घडली होती. डॉ. खय्यूमचा अमरविषयीचा राग अमरच्या प्रत्यक्ष भेटीनंतर क्षणात बदलला, त्या वेळचे त्याचे भाव. तीच गोष्ट फास्टर कन्स्ट्रक्शन कंपनीचा मालक युसूफशेठची. ईदच्या दिवशी त्यानं हिंदू-मुस्लीम असं न बघता गरिबांना वाटलेली खैरात, त्याच्यातली माणुसकी दाखवत होती. मशिद पाडल्यावरही कटुता न ठेवता, त्यानं शब्द दिल्याप्रमाणे धरणाचं काम पूर्ण केलं होतं. त्याच्या उलट अनुभव, भाववाढ मिळाली नाही म्हणून काम बंद ठेवणारा मोरेब्रदर्स. पैशाची गुर्मी चढलेला मोरेब्रदर्सचा कंत्राटदार अजूनही मनात राग ठेवत असावा आणि

आता अमरच्या बदलीनं आनंदी झाला असावा. तर त्याची खरकटी कामं करावी लागणारे छोटे गुत्तेदार सय्यद आणि 'उचलेगिरी'कार लेखक राम गायकवाड. राम गायकवाडशी तर त्याच्या कुटुंबाचे कायमचे ऋणानुबंध जुळले. नुकसानीतही अमरच्या शब्दाखातर काम करणारे खानदानी पंजाबी कंत्राटदार शर्मा बंधूसुद्धा अमरचे कायमचे मैत्र झाले. यूसेड प्रकल्पाचे कालबंधित काम, त्याचे उजवे-डावे कालवे पूर्ण करणारे सुशिक्षित बेरोजगार अभियंते उत्तम यादव व रेड्डी जणू अमरचेच उजवे-डावे हात झाले होते. शेवटी शेवटी मदतीला धावून आलेल्या कल्याणकरांनी विमोचकाच्या विहिरींचे काम तीन महिन्यांत पूर्ण केल्यानं तो पाणी सोडू शकला, याची कृतज्ञ जाणीव त्याला होती.

धरणांचं आणि कोणत्याही पाटबंधारे प्रकल्पांचं काम एकट्याचं नसतं, ते एक टीमवर्क असतं. इतर खात्यातील अधिकाऱ्यांचं सहकार्य मिळणं गरजेचं असतं. अमरनं त्यांच्याशी जे सौहार्दाचं नातं निर्माण केलं होतं, त्यामुळे त्याला कलेक्टर जावळेंसारखा पुस्तकप्रेमी अधिकारी असो की प्रवीणकुमारांसारखा कोवळा, हळवा, संवेदनशील अधिकारी असो, त्यांनी अमरला त्याचा आदर राखून सहकार्य केलं. भूसंपादन अधिकारी असलेल्या लेखक मित्र भारत रासणेंमुळे तर त्याच्या रूक्ष कामात एक प्रकारची हिरवळ उगवली होती. दोघांनी एकमेकांच्या सहवासात साहित्य सहवासाचा मनसोक्त आनंद घेतला. भारत रासणे साहेबांची बदली ऐन भूकंपात शेजारच्याच भूकंपग्रस्त जिल्ह्यात झाल्यानं तो ह्या बौद्धिक आनंदास मुकला. शेजारच्याच जिल्ह्यातले त्याचे ज्येष्ठ सहकारी आणि नंतर अधीक्षक अभियंता झालेले व्ही. व्ही. शिंदे, त्यांचं थोडगा धरणाच्या आणीबाणीमध्ये धीर देणं, अमरबरोबरच आरतीच्याही कायमचं लक्षात राहिलं. त्यांच्या कुटुंबाशी जुळलेलं नातं त्यांना आधाराचं वाटायचं. अमरचे वरिष्ठ अधीक्षक अभियंता बागूल आणि मुख्य अभियंता अभंग यांनीदेखील त्याच्या प्रत्येक निर्णयाला साथ दिली. कधी विरोध केला नाही. उलट वडीलकीच्या नात्यानं मार्गदर्शनच केलं. जी गोष्ट वरिष्ठांची तीच गोष्ट कनिष्ठांची. अमरनं त्याच्या हाताखालच्या सगळ्याच डेप्युटी इंजिनिअर आणि ज्युनिअर इंजिनिअरांनादेखील सन्मानानं वागवलं. प्रत्येक व्यक्तीमध्ये काहीतरी उत्तम, चांगलं दडलेलं असतं. फक्त ते ओळखून त्याचा वापर करता यायला पाहिजे. त्यांच्या त्या गुणांचा, क्षमतेचा वापर करणं म्हणजे उत्कृष्ट प्रशासनिक कौशल्य. त्याप्रमाणे तो खात्यामध्ये अगदी बिनकामाचा वाटणारा भद्राप्पा असो, की ज्युनिअर इंजिनिअरांना हलकटसारखा वागवणारा नगराळेसारखा डेप्युटी इंजिनिअर असो, त्यांच्यामधले गुण हेरून त्यांच्याकडूनही

चांगलं काम करून घेऊ शकला. अमरकडे सगळ्याच प्रकारची माणसं आली. त्यात त्यानं कधी निवड केली नाही. वाट्याला आलेल्या सगळ्याच माणसांच्या कमी-जास्त क्षमतेनुसार त्यानं त्यांचा आत्मविश्वास वाढवून काम करून घेतलं. ऑफिसमध्ये आपुलकीचं वातावरण निर्माण केलं. सगळं ऑफिस एक कुटुंब असल्यासारखं एकमेकाला मदत करू लागलं. असं यापूर्वी कधीच घडलं नव्हतं. हा बदल सगळ्यांना अचंबित करणारा होता.

अमर इथे आला, तेव्हा राजकारण आणि राजकारणी यांविषयी त्याच्या मनात एक भयगंड होता. पुढाऱ्यांना तो पांढरे कावळे समजायचा. कार्यकर्त्यांविषयी तर त्याला तिटकाराच होता. ज्याला काही करायला जमत नाही, ते 'काय-करते' म्हणजे 'कार्यकर्ते', असं तो विनोदानं म्हणायचा. पण इथे हजर होताच झालेल्या माजी मुख्यमंत्री सयाजीराव पाटील-अंबुलगेकरांच्या भेटीमुळे, त्यांच्या ऋजू आणि सौम्य व्यक्तिमत्त्वानं त्याचं मत बदलवलं. तर त्यानंतर काही काळ मुख्यमंत्री असलेले तरुण तडफदार अमरसिंह देशमुख ह्यांची जवळून झालेली ओळख सुखावणारीच होती. एक सुसंस्कृत व्यक्तिमत्त्व म्हणून तो त्यांच्याकडे बघत होता. पण परवा त्यांनी त्यांच्या राजकीय स्वार्थापोटी अमरवर सूड उगवला होता. त्याच्या ह्या बदलीला ते कारण असले, तरी अमरला त्यांचा राग आला नाही, की त्यांच्याविषयीचं त्याचं मतही बदललं नाही. राजकारणात टिकायचं, तर एवढा स्वार्थ असलाच पाहिजे, हे अमरनं समजून घेतलं. तीच गोष्ट पाटबंधारे मंत्री असलेल्या डॉ. रणसिंह पाटलांची. वरकरणी पहिलवान असलेल्या ह्या रांगड्या माणसाच्या आत एक हळवा, संवेदनशील आणि चांगलं-वाईट ओळखण्याची विलक्षण समज असलेला माणूस त्याला दिसला. त्यांनी पालकमंत्र्यांच्या तक्रारीवर अमरची बदली तर केली, पण तीही त्याच्याच गावी, त्यानं न मागता. अमरनं ह्या प्रदेशाच्या विकासाचा ध्यास घेतला होता. त्यांच्याचसारखा. हे ओळखून गेली पाच वर्षं अथक परिश्रम करून चार धरणं कालव्यासह पूर्ण केल्यानं अमरच्या कामाची जणू परतफेड त्यांनी केली होती.

कालच्या निरोपसमारंभाच्या भाषणात अमरनं त्याला भेटलेल्या माणसांचा उल्लेख केला, तेव्हा त्या सर्वांचेच डोळे पाणावले होते. गेल्या पाच वर्षांत केलेल्या भावनिक गुंतवणुकीचा तो एक लेखाजोखा होता. आताही त्याला निरोप द्यायला त्याच्या घरापुढे जमलेली माणसं रडवेली झाली होती. दर बदलीच्या वेळी सामानाची बांधाबांध करणारी खंबीर आरती या वेळी मात्र हातपाय गाळून बसली होती. प्रत्येक बदलीच्या वेळी होणारी अमरची गलितगात्र अवस्था आज तिची झाली होती. त्यामुळे अमरनंच पुढाकार घेऊन त्याला जमेल तशी सामानाची

बांधाबांध करून घरासमोरील ट्रकमध्ये ते ठेवलं होतं.

खरंतर तब्बल चौदा वर्षांनी ते परत आपल्या गावी निघाले होते. ही बदली नसून स्वगृही रवानगी होती. गोष्ट आनंदाची होती. पण इथल्या मातीशी त्यांची नाती अशी जोडली गेली होती, की इथले लोक त्यांना इथेच घर बांधून स्थायिक व्हायची विनंती करत होते. इथे आल्यावर परका वाटणारा हा प्रदेश, परकी वाटणारी इथली माणसं कधी त्यांची झाली होती, ते त्यांनाही कळलं नव्हतं. पहिल्या वर्षी इथल्या प्रत्येक गोष्टीला नावं ठेवणारी आरती आता जणू इथेच माहेर असल्यासारखी वागू लागली होती. इथल्या दुकानांच्या नावाच्या पाट्या किती अशुद्ध मराठीत लिहिल्या आहेत, ते ती अमरला दाखवून हसत असे. त्यातल्या व्याकरणाच्या चुका त्यांना खिळ्यासारख्या टोचत असत. पण आता पाच वर्षांनंतर त्याच अशुद्ध पाट्या तशाच असून त्यांचं 'व्याकरण' बरोबर वाटू लागलं होतं. प्रेमात पडलं की, सगळं जग जसं सुंदर दिसू लागतं तसं.

निरोप घेताना धोतराचा सोगा सावरीत माणिकराव पाटील-अंबुलगेकर आले. दगडासारख्या माणिकरावांना अश्रू आवरत नव्हते. पुढे असलेला सामानाचा ट्रक हलला, त्या वेळी छोटा मोती कुत्रा भुंकत धावत आला. मुलांचा जानीदोस्त असलेल्या मोतीला इथे सोडून जावं लागतंय, म्हणून मुलं रडत होती. अमरनं गाडी थांबवून मोतीला उचललं. मुलांच्या मांडीवर ठेवलं. तेव्हा ते जानवळी इमानदार कुत्रं आणि मुलं शांत झाली. मोतीला आपल्यासोबत आपल्या गावी न्यायचं, म्हणून त्याच्यासकट सर्वच मनातून खूश झाले. ह्या गावाची एक इमानदार भेट म्हणून ते मोतीला घेऊन निघाले. निरोप द्यायला आलेले लोक आपले अश्रूंनी भरून आलेले डोळे लपवण्यासाठी तोंड वळवत होते. इकडे अमर-आरतीलाही अश्रू आवरत नव्हते. पण त्यांना तोंड चुकवता येत नव्हतं. त्यांची गाडी कॉलनीतून मुख्य रस्त्याला लागली, तेव्हा आभाळ भरून आलं होतं. मागचं नक्षत्र कोरडं गेलं होतं. पावसानं ओढ दिली, म्हणून त्याला पाणी सोडावं लागलं होतं. मात्र आता टप्पोरे थेंब येऊन धुवांधार पाऊस बरसू लागला.

●●●

विलास शेळके

महाराष्ट्र शासनाच्या जलसंपदा विभागातून मुख्य अभियंता म्हणून निवृत्त. शासकीय सेवेत असताना आधुनिक तंत्रज्ञानाचा वापर करून नावीन्यपूर्ण कामे.

कोयना धरणाचे मजबुतीकरण व घाटघर जलविद्युत प्रकल्पाचे 'रोलर कॉंपॅक्टेड कॉंक्रीट' तंत्राने धरणांचे काम.

धरणांच्या बांधकामांच्या अनुभवावर दोन तांत्रिक पुस्तके इंग्रजीमधून प्रसिद्ध :

- डॅम्स आर फॉरएव्हर
- रोलर कॉंपॅक्टेड डॅम्स : ॲन इंडियन एक्सपिरिअन्स

प्रकाशित साहित्य :

- *'कॉलम'* - अभियांत्रिकी प्रतिमांचा वापर केलेला काव्यसंग्रह (श्रीविद्या प्रकाशन-१९८९)
- *'गुलमोहोर'* - अभियंता प्रातिनिधिक काव्यसंग्रह (प्रेरणा प्रकाशन-२००७)
- *गोदेचं पाणी* - चरित्र (गौरव प्रकाशन-२०१०)
- *धरणसूक्त* - कादंबरी (राजहंस प्रकाशन-२०२१)

www.ingramcontent.com/pod-product-compliance
Lightning Source LLC
LaVergne TN
LVHW050632051026
849532LV00002B/356
* 9 7 8 9 3 9 1 4 6 9 5 1 1 *